நாகர்களின் இரகசியம்

1974-இல் பிறந்த அமீஷ், IIM (கொல்கத்தா)வில் படித்து, போரடிக்கும் பேங்க் தொழில் செய்து, சந்தோஷமான எழுத்தாளராய்ப் பரிணமித்தவர். *மெலூஹாவின் அமரர்கள்* என்னும் முதல் புத்தகம் (சிவா தொகுதியின் முதற்பகுதி) அடைந்த மாபெரும் வெற்றியால் உந்தப்பட்டு, பதினான்கு வருட நிதி-சார் பணியைத் துறந்து, எழுத்தில் இறங்கினார். வரலாறு, புராணவியல், தத்துவம் என்று பல விஷயங்களில் ஆர்வம் உண்டு. உலகின் அனைத்து மதங்களிலும் அர்த்தத்தையும் அழகையும் இனம் காண்பவர். இதுவரை ஏறக்குறைய 55 லட்சம் பிரதிகள் விற்றிருக்கும் அமீஷின் புத்தகங்கள், 19 மொழிகளில் மொழிமாற்றம் செய்யப்பட்டுள்ளன.

www.authoramish.com

www.facebook.com/authoramish

www.instagram.com/authoramish

www.twitter.com/authoramish

www.authoramish.com

அமீஷின் பிற நூல்கள்

சிவா முத்தொகுதி

இந்திய வெளியீட்டின் வரலாற்றில் மிக வேகமாக விற்பனையான புத்தகத் தொடர்

மெலூஹாவின் அமரர்கள் (சிவா முத்தொகுதியின் முதல் பாகம்)

வாயுபுத்ரர் வாக்கு (சிவா முத்தொகுதியின் மூன்றாம் பாகம்)

இராமச்சந்திரா தொகுதி

இந்திய வெளியீட்டின் வரலாற்றில் மிக வேகமாக விற்பனையான இரண்டாவது புத்தகத் தொடர்

ராம் - இக்ஷ்வாகு குலத்தோன்றல் (தொகுதியின் முதல் பாகம்)

சீதா - மிதிலைப் போர் மங்கை (தொகுதியின் இரண்டாம் பாகம்)

ராவணன் - ஆர்யாவர்த்தாவின் எதிரி (தொகுதியின் மூன்றாம் பாகம்)

புனைவல்லாதது

நிலைத்த புகழ் இந்தியா :
இளமை இந்தியா, காலத்தை வென்ற நாகரிகம்

www.authoramish.com

‘இந்தியாவின் வளமான கடந்த காலத்தையும், கலாச்சாரத்தையும் பற்றிய அமீஷின் எழுத்துக்கள் மிகுந்த ஆர்வத்தை உருவாக்கியுள்ளன.’

- ஸ்ரீ நரேந்திர மோடி ஜி
(மாண்புமிகு பிரதம மந்திரி, இந்தியா)

‘பழமைவாய்ந்த நம்முடைய தார்மீக உணர்வுகளை, அமீஷின் எழுத்துக்கள் நம்முடைய இளைஞர்களுக்கு எடுத்துச் செல்கின்றன, அதே சமயம் அவர்களின் ஆவலைத் தூண்டி, தீனி போடுகின்றன...’

- ஸ்ரீ ஸ்ரீ ரவிஷங்கர்
(ஆன்மீகத் தலைவர், ஆர்ட் ஓப் லிவிங் அமைப்பைத் தொடங்கியவர்)

‘அமீஷின் புத்தகம் தகவல் நிறைந்ததாகவும், ஆட்கொள்ளும் விதமாகவும், மனதை கவரும் வண்ணமாகவும் இருக்கிறது.’

- அமிதாப் பச்சன்
(நடிகர், வாழும் காலத்து ஆளுமை)

‘ஆழ்ந்த சிந்தனையுடன் கூடிய அமீஷ் மற்ற எந்த எழுத்தாளரைக் காட்டிலும் புதிய இந்தியாவின் பிரதிநிதியாக விளங்குகிறார்.’

- வீர் சாங்க்வி
(மூத்த பத்திரிகையாளர், கட்டுரையாளர்)

www.authoramish.com

‘அமீஷ் இந்தியாவின் மிகப்பெரிய இலக்கிய ராக்ஸ்டார்.’

- சேகர் கபூர்
(விருது பெற்ற பட இயக்குனர்)

‘அவருடைய தலைமுறையில் சுயமாக சிந்திக்கும் தன்மை வாய்ந்தவர் அமீஷ்.’

- ஆர்னாப் கோஸ்வாமி
(மூத்த பத்திரிகையாளர், ரிபப்ளிக் டிவி. எம்டி)

‘அமீஷுக்கு கூர்ந்து கவனிக்கும் தன்மை, மற்றும் படிக்கத் தூண்டும் எழுத்து நடை, உள்ளது.’

- டாக்டர். சஷி தரூர்
(பாராளுமன்ற உறுப்பினர், எழுத்தாளர்)

‘அமீஷ் ஆழமாகச் சிந்திக்கும் தன்மையுள்ளவர், யாரும் சிந்தித்திராத, வழக்கத்துக்கு மாறான, ரசிக்கும் படியான தகவல்களை நம் கடந்த காலத்தைப் பற்றி வழங்குபவர்.’

- சேகர் குப்தா
(மூத்த பத்திரிகையாளர், கட்டுரையாளர்)

‘புதிய இந்தியாவைப் புரிந்து கொள்ள அமீஷின் எழுத்துக்களைப் படிக்க வேண்டும்.’

- ஸ்வபன் தாஸ் குப்தா
(பாராளுமன்ற உறுப்பினர், மூத்த பத்திரிகையாளர்)

‘அமீஷின் அனைத்து புத்தகங்களினூடே ஒரு முற்போக்காண சித்தாந்த்தம், முன்னேற்றத்திற்கு அழைத்துச் செல்கிறது: பாலினம், சாதி, அல்லது எந்த பிரிவிலும் நடக்கக்கூடிய பிரிவினை வாதம் பற்றி கண்டிப்பாக பதிவு செய்திருப்பார் பெரும்பான்மையான பிரதி விற்கும் இந்திய எழுத்தாளர்களிலேயே, உண்மையான, ஆழமான தத்துவ சிந்தனை கொண்டவர் - அவருடைய புத்தகங்களில் ஆழமான ஆராய்ச்சிகள் மற்றும் சிந்தனைகள் பின்னூட்டமாக விளங்கும்.’

- சந்தீபன் டேப்
(மூத்த பத்திரிகையாளர், ஆசிரியர், இயக்குனர், ஸ்வராஜ்யா)

www.authoramish.com

'அமீஷின் தாகம் அவருடைய புத்தகங்களையும் தாண்டி, இலக்கியம் தாண்டி, தத்துவ இலக்கியம் நிரம்பி, பக்தியில் ஊறி, இந்தியாவுக்கான அவருடைய ஆழமான அன்பை நிலை நிறுத்தும்.'

- *கௌதம் சிகர்மேன்*
(மூத்த பத்திரிகையாளர், எழுத்தாளர்)

'அமீஷ் ஒரு இலக்கிய நிகழ்வு.'

- *அனில் தார்கர்*
(மூத்த பத்திரிகையாளர், எழுத்தாளர்)

www.authoramish.com

நாகர்களின் இரகசியம்

சிவா முத்தொகுதி 2

அமீஷ்

(தமிழில்: பவித்ரா ஸ்ரீநிவாசன்)

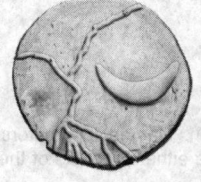

eka

First published in English as *The Secret of the Nagas* in 2011 by Westland Ltd.

Published in English as *The Secret of the Nagas* in 2018 by Westland Publications Private Limited

First published in Tamil as *Naagargalin Rahasiyam* in 2012 by Westland Ltd.

Published in Tamil as *Naagargalin Rahasiyam* in 2022 by Eka, an imprint of Westland Books, a division of Nasadiya Technologies Private Limited

No. 269/2B, First Floor, 'Irai Arul', Vimalraj Street, Nethaji Nagar, Allappakkam Main Road, Maduravoyal, Chennai 600095

Westland and the Westland logo are the trademarks of Nasadiya Technologies Private Limited, or its affiliates.

Copyright © Amish Tripathi, 2011, 2022

Amish Tripathi asserts the moral right to be identified as the author of this work.

ISBN: 9789395073950

10 9 8 7 6 5 4 3 2 1

This is a work of fiction. Names, characters, organisations, places, events and incidents are either products of the author's imagination or used fictitiously.

All rights reserved

Cover Design by Rashmi Pusalkar
Photo of Lord Shiva by Chandan Kowli

Typeset by MYSTICSWRITE, Chennai
Printed at Manipal Technologies Limited, Manipal

No part of this book may be reproduced, or stored in a retrieval system, or transmitted in any form or by any means, electronic, mechanical, photocopying, recording, or otherwise, without express written permission of the publisher.

www.authoramish.com

ப்ரீத்தி மற்றும் நீல்...

பெறற்கரிய சொர்க்கத்தை ஏழுகடல் தேடியலைந்து மறுகுவோர் உண்டு,

உண்மையில், சொர்க்கம் நம் மனதுக்கியைந்தவர்களின் அரவணைப்பில்,
நம்மீது அன்புகொண்டோர் அருகாமையில் மட்டுமே உள்ளது,

இதை உணர்ந்தவர்கள் கொடுத்து வைத்தவர்கள்.

நான் கொடுத்து வைத்தவன்.

www.authoramish.com

சத்யம் சிவம் சுந்தரம்
சிவனே உண்மை. சிவனே அழகு.
ஆண்மையும் சிவனே. பெண்மையும் சிவனே.
சிவனே சூர்யவம்சி. சிவனே சந்திரவம்சி.

www.authoramish.com

பொருளடக்கம்

ஏற்புரை xv

சிவா முத்தொகுதி: முன்னுரை............xix

எழுத்தாளர் குறிப்பு xxi

பாத்திரங்களின் பெயர் வரிசை.........xxiii

தொடக்கத்திற்கும் முன்பு 1

அத்தியாயம் 1. விசித்திர அரக்கன்.................................. 4

அத்தியாயம் 2. ஸரயூ நதி மீதினிலே 25

அத்தியாயம் 3. மகத நாட்டுப் பண்டிதர்..................... 44

அத்தியாயம் 4. அதியுன்னத ஒளி திகழ் நகரம் 56

அத்தியாயம் 5. ஒரு சிறு தவறு?................................ 72

அத்தியாயம் 6. மலையும் சரியும்.............................. 89

அத்தியாயம் 7. பேறுகால வேதனை 112

அத்தியாயம் 8. இணைகளின் நடனம் 127

அத்தியாயம் 9. எது உன் கர்மா? 154

அத்தியாயம் 10. ப்ரங்காவின் வாயில்கள் 170

அத்தியாயம் 11. கிழக்கு அரண்மனையின் மர்மம் 188

அத்தியாயம் 12. ப்ரங்காவின் இதயம்........................201

அத்தியாயம் 13. இச்சாவரின் மனிதபட்சிணிகள்........215

அத்தியாயம் 14. மதுமதிப் போர்...............................235

அத்தியாயம் 15. மக்கள் தலைவன்............................252

அத்தியாயம் 16. ஈர்க்கும் எதிர்துருவம் 265

அத்தியாயம் 17. கௌரவத்தின் சாபக்கேடு................284

அத்தியாயம் 18. தீமையின் செயல்பாடு 300

அத்தியாயம் 19. நீலக்கடவுளின் கடுஞ்சினம்.............317

அத்தியாயம் 20. தனிமை என்றுமில்லை, சகோதரா...334

அத்தியாயம் 21. மயிகா மர்மம் 347

அத்தியாயம் 22. ஒரு நாணயம்; இரு பக்கங்கள்........362

அத்தியாயம் 23. இரகசியங்களுக்கெல்லாம் இரகசியம்....385

அருஞ்சொற்பொருள் அகராதி...........421

ஏற்புரை

சிவா முத்தொகுதியின் முதல் பகுதியான *மெலூஹாவின் அமரர்கள்* பெற்ற அமோக வரவேற்பு, மிக அதிசயமானது. இதனால், பின்னோடு வரவிருந்த இரண்டாம் பகுதியான *நாகர்களின் இரகசியம்*, என் மீது அபரிமிதமான அழுத்தத்தை ஏற்றியது உண்மை. இதில் வெற்றியடைந்துவிட்டேனா என்று தெரியவில்லை - ஆனால், சிவனின் அற்புதப் பயணத்தின் இந்த இரண்டாம் பகுதியை உங்களுக்கு அளிக்கும் முயற்சி மிக சுவாரசியமாக இருந்தது. எனது இந்தப் பாதையில், உறுதுணையாக உடனிருந்து ஊக்கப்படுத்தியவர்களுக்கு இந்த சந்தர்ப்பத்தில் நன்றி தெரிவிக்கக் கடமைப்பட்டுள்ளேன்.

சிவபெருமானே - என் தெய்வமே; என்னைக் காப்பாற்றி ஆட்கொண்ட பேரருளாளனே; என் தலைவா! என்னைப் போல் தகுதியற்ற, சாதாரண மனிதன் ஒருவனை நம்பி தன் மிகப்பெரும் காவியத்தை அவர் ஒப்படைத்த காரணத்தை அறிய முயன்று கொண்டிருக்கிறேன். இன்றுவரை புலப்படவில்லை.

இந்தப் புத்தகம் வெளிவர சில மாதங்களிருக்கும் போது காலமான என் மாமனாரும், பெரும் சிவபக்தருமான அமரர் டாக்டர் மனோஜ் வ்யாஸ். என் மரியாதைக்குரியவர். இன்றும் என் நெஞ்சில் குடிகொண்டிருப்பவர்.

ப்ரீதி. என் மனைவி. என் வாழ்வின் ஆதாரம். எனக்கு உறுதுணையான அறிவாளி. என் சிறகுகளின் கீழ் புகுந்து வானில் மிதக்கச் செயும் காற்று. அல்ல, என் சிறகுகளேதான்.

என் குடும்பம்: உஷா, வினய், பாவ்னா, ஹிமான்ஷு, மீதா, அனிஷ், டோனெட்டா, ஆஷிஷ், ஷெர்னாஸ், ஸ்மிதா, அனுஜ், ருதா, ஆகியோரின் அயராத ஊக்கத்துக்கு நன்றி. குறிப்பாக, காப்பி எடிட்டிங் விஷயத்தில் எனக்கு மிகுந்த உதவியாயிருந்த பாவ்னாவிற்கு நான் மிகக் கடமைப்பட்டுள்ளேன். அதேபோல், என் முதல் இணையத்தளத்தை உருவாக்கி, நடத்திய டோனெட்டாவையும் இங்கு குறிப்பிடவேண்டும்.

ஷர்வானி பண்டிட்; தொகுப்பாசிரியர். சிவா முத்தொகுதியின் மீது தீராத அன்பும், அசாத்திய பற்றும் கொண்டவர். அவருடன் பணி புரியும் வாய்ப்பு கிட்டியது என் அதிர்ஷ்டம்.

ரஷ்மி புசால்கர்; இப்புத்தகத்தின் அட்டையை வடிவமைத்தவர். அருமையான ஓவியர்; ஏறக்குறைய மாயாஜாலம் கற்றவர் என்றே சொல்லலாம். அசையாத தன்னம்பிக்கை கொண்டவர்; ஒப்புக்கொண்ட விஷயத்தை தவறாமல் முடித்துக்கொடுப்பவர்.

கௌதம் பத்மநாபன், பால் வினய் குமார், ரேணுகா சாட்டர்ஜீ, சதீஷ் சுந்தரம், அனுஸ்ரீ பானர்ஜீ, விபின் விஜய், மனிஷா ஸோப்ரஜானி, மற்றும் வெஸ்ட்லேண்ட் பதிப்பாளர் குழு - சிவா முத்தொகுதியின் மீது அவர்களுக்கு இருந்த நம்பிக்கை, மற்றும் துடிப்பான ஆர்வத்திற்காக.

என்னுடைய முகவர், அனுஜ் பாஹ்ரி. எனக்கு நட்பும் ஊக்கமும் மிகத் தேவையாயிருந்தபோது உடனிருந்த நண்பர். இந்த மிகப்பெரும் பயணத்தின் அனைத்துப் புள்ளிகளையும் இணைத்து, சந்தித்த அனைவரையும் குறிப்பிடுவதாக இருந்தால், அனுஜை எனக்கு அறிமுகம் செய்த சந்தீபன் தேப்பையும் குறிப்பிடவேண்டும்.

இந்தப் புத்தகத்தின் அட்டைப் புகைப்படத்தை எடுத்த சந்தன் கௌலி. மிகுந்த திறமைசாலி; நுண்ணறிவாளர்; புகைப்படத்திற்கு என்ன தேவையோ, அதை மிகச்சரியாக அளித்துள்ளார். சீஜீயில் பாம்பை வடிவமைத்த சிந்தன் ஷரீன்; அவருக்குத் துணைபுரிந்த ஜூலியன் டுபாய்ஸ். ஒப்பனைக்காக, ப்ரகாஷ் கோர். கணிப்பொறி இயக்கத்திற்காக, சாகர் புசால்கர். மந்திரஜாலம் செய்பவர்கள், இவர்கள்.

விளம்பரச் சேவை, மற்றும் டிஜிட்டல் மார்க்கெட்டிங் மூலம், இப்புத்தகத்தை பொதுமக்களுக்கு மிகத் தேர்ந்த

முறையில் கொண்டு சென்ற சங்க்ரம் சுர்வே, ஷாலினி ஐயர், மற்றும் தின்க் வை நாட் குழுவினர். இவர்களுடன் பணியாற்றும் வாய்ப்புக் கிடைத்ததை என் பாக்கியமாகக் கருதுகின்றேன்.

தொடக்க மார்க்கெட்டிங் உத்திகளை உருவாக்கும் முயற்சியில் எனக்கு உறுதுணையாக இருந்த கவல் ஷ்ரே, மற்றும் யோகேஷ் ப்ரதான். இந்தப் புத்தகத்தின் விளம்பரம் குறித்த பல கேள்விகளுக்கு அவர்களது பதில்கள் என்னைச் சரியான பாதையில் செலுத்தியது.

அப்புறம் நீங்கள் - அதாவது, என் வாசகர்கள். இந்தப் புத்தகத்தை இரு கைநீட்டி வரவேற்றதற்கு, நான் என்றும் நன்றியுடையவனாக இருப்பேன். சிவா முத்தொகுதியின் இந்த இரண்டாம் பகுதி உங்களுக்கு ஏமாற்றமளிக்காது என்று நம்புகிறேன். இந்தப் புத்தகத்தில் எது உங்கள் மனதைக் கவர்ந்தாலும், அது சிவனின் அருள்; மனதிற்கு ஒப்பாதவையெல்லாம், அவரது அருள் பெற்றும் அவரது கதையை முழுமையாக எழுத்தில் வடிக்க இயலாமல் திண்டாடும் இந்த எழுத்தாளனின் குற்றமே.

சிவா முத்தொகுதி: முன்னுரை

சிவா! மகாதேவர். தெய்வங்களுக்கெல்லாம் தெய்வம். தீய சக்திகளை ஒழிக்க வந்தவர். அன்புக் காதலர். ஆவேசப் போர்வீரர். ஆடல் வல்லான். அற்புதத் தலைவர். அனைத்து சக்திகளையும் தனக்குள் அடக்கினாலும், யாராலும், எதனாலும் சீரழிக்க முடியாதவர். கத்தி போன்ற கூர்மையான நுண்ணறிவு; அதனுடன் கைகோர்த்த, சட்டென்று கொழுந்து விட்டெரியும் கோபம்.

சென்ற பல நூற்றாண்டுகளில், நம் நாடு தேடி வந்த யாரும் - ஆள வந்தோர்; வியாபாரிகள்; சான்றோர்; பயணியர் - இப்படி ஒரு மனிதன் உண்மையில் வாழ்ந்திருக்கலாம் என்பதை நம்பவில்லை. இவன் நிச்சயம் கதைகளிலும், கற்பனைகளிலும் மட்டுமே காணப்படும் அதிசய புருஷனாக, மனித மனம் உருவாக்கிய அபூர்வ வஸ்துவாக இருக்க வேண்டும் என்றே எண்ணினர். துரதிர்ஷ்டவசமாக - அவர்களது கூற்றே, நாமும் போற்றி வணங்கும் சித்தாந்தமாகப் பதிந்து விட்டது.

ஆனால் - அது தவறாக இருந்தால்? சிவபெருமான் ஒரு வேளை, அற்புதமான கற்பனையாக மட்டுமில்லாமல், உங்களையும் என்னையும் போல இரத்தமும் சதையுமான மனிதராக இருந்திருந்தால்? தனது கர்மத்தால் மட்டுமே, கடவுளாக உயர்ந்திருந்தால்? இதுதான் இந்தத் தொகுதியின் அடித்தளம்: நம் நாட்டின் சரித்திரத்தையும், கொஞ்சம் கற்பனையும் கலந்து, பண்டைய இந்தியாவின் அற்புதமான புராணச்சொத்தை, புதுவிதமாக, புதுப்பொலிவுடன் இங்கே கொடுத்திருக்கிறேன்.

இது ஒரு சமர்ப்பணம். சிவபெருமானுக்கும், அவரது வாழ்வு நமக்களித்த பாடத்திற்கும், சமர்ப்பணம். அது என்ன பாடம்? என்றோ நிகழ்ந்து, காலத்தின் கட்டாயத்தினாலும், நம் அறியாமையாலும் இழந்த பாடம். நாமனைவரும் பெரும் உயரங்களை எட்டலாம் என்பதை அறிவுறுத்தும் பாடம். அனைத்து மனிதர்களின் உள்ளத்திலும் தெய்வம் இருக்கிறது என்று இடித்துச் சொல்லும் பாடம். நமக்குள் ஒலிக்கும் குரலை நாம் காது கொடுத்துக் கேட்கவேண்டும்; அவ்வளவுதான்.

சிவன் என்னும் அற்புதக் கதாநாயகனின் வரலாற்றையும், அவர் சந்தித்த அதிசய நிகழ்வுகளையும் சொல்லும் முப்பெரும் தொகுதியில், "*மெலூஹாவின் அமரர்கள்,*" முதல் புத்தகமாகும். இந்தத் தொகுப்பின் இரண்டாவது புத்தகமான ***நாகர்களின் இரகசியம்***, இப்போது உங்கள் கையில். தொடர்வது, மூன்றாவது புத்தகம்: **வாயுபுத்ரர் வாக்கு.**

எழுத்தாளர் குறிப்பு

நாகர்களின் இரகசியம், இதோ, இந்த பக்கத்திலிருந்து வெளிப்படுகின்றது. சிவா முத்தொகுதியில் இது இரண்டாவது புத்தகம்; முதற்புத்தகமான *மெலூஹாவின் அமரர்கள்* முடியும் நொடியிலிருந்து தொடங்குகின்றது. தனியாகவே இந்தக் கதையை நீங்கள் படிக்கலாம் என்றாலும், இதற்கு முந்தைய புத்தகமான *மெலூஹாவின் அமரர்களை* படித்திருந்தால், உங்களது ரசிப்பனுபவம் கூடும். ஒரு வேளை, *மெலூஹாவின் அமரர்களை* நீங்கள் ஏற்கனவே படித்துவிட்டிருந்தால், இந்தப் பகுதியைப் புறக்கணித்துவிடலாம்.

இந்தக் கதையை எழுதுவதில் எனக்குக் கிடைத்த அளப்பரிய ஆனந்தம், படிக்கும் உங்களுக்கும் கிடைக்கும் என்று நம்புகிறேன்.

இன்னொரு விஷயம்: அனைத்து கடவுளரிலும், சிவபெருமானைத்தான் மிகச்சிறந்தவராய் நான் கருதுகிறேனோ என்று பல்வேறு மதங்களைச் சார்ந்தவர்களும் எனக்கு எழுதிக் கேட்கிறார்கள். அவர்களிடம் நான் பலமுறை கூறிய பதிலை இங்கேயும் எழுத விரும்புகிறேன். என் நம்பிக்கைகளின் சாரத்தை சமஸ்க்ரிதத்தில் மிக அழகாக வெளிப்படுத்தும் ரிக் வேத வாசகம் இது:

ஏகம் ஸத் விப்ர பஹூதா வதந்தி

உண்மை என்பது ஒன்றே; காலங்காலமாய், ரிஷிகளால் உணரப்பட்ட அதன் வடிவங்கள் பல.

கடவுள் என்பவர் ஒருவரே; உலகின் பல்வேறு மதங்கள் அவரை அணுகும் முறைகள் பல.

xxii எழுத்தாளர் குறிப்பு

சிவா, விஷ்ணு, அல்லா, ஜீஸஸ் என்று எந்தப் பெயர் கொண்டும் அவரை அழைக்கலாம்; நீங்கள் நம்பும் எந்த வடிவிலும் அவரைத் தொழலாம்.

நம் பாதைகள் வெவ்வேறாய் இருக்கலாம்; நாம் சேருமிடம் ஒன்றே.

www.authoramish.com

பாத்திரங்களின் பெயர் வரிசை

ஆனந்தமயி: அயோத்தி இளவரசி, திலீப சக்கரவர்த்தியின் மகள்.

அதிதிக்வர்: காசியின் அரசன்.

ஆயுர்வதி: மெலுஹாவில் மருத்துவத்தின் தலைவர்.

பப்பிராஜ்: பிரங்காவின் பிரதமர்.

பத்ரா, என்கிற வீரபத்ரா: சிறுவயது நண்பர் மற்றும் சிவனின் நம்பிக்கைக்குரியவர்; கிருத்திகாவை மணந்தார்.

பகீரதன்: அயோத்தியின் இளவரசர், திலீப சக்கரவர்த்தியின் மகன்.

பரதர்: சந்திர வம்சத்தின் ஒரு பண்டைய பேரரசர் சூர்யவம்ச இளவரசியை மணந்தார்.

பூமிதேவி: நாகர்களின் தற்போதைய வாழ்க்கை முறையை நீண்ட காலத்திற்கு முன்பே நிறுவிய மரியாதைக்குரிய நாகா அல்லாத பெண்மணி.

பிருகு: ஒரு சப்திரிஷி உத்ராதிகாரி (சப்தர்ஷிகளின் வாரிசு), மெலுஹாவின் ராஜகுரு.

பிரஹஸ்பதி: மெலுஹாவின் தலைமை விஞ்ஞானி; பிராமண குலத்தினை சேர்ந்தவர்.

பிரம்மா: பண்டைய காலங்களிலிருந்து ஒரு சிறந்த விஞ்ஞானி.

பிரம்மநாயகர்: தக்ஷனின் தந்தை, மெலுஹாவின் முந்தைய பேரரசர்.

சந்திரகேது: பிரங்கா அரசன்.

சேனர்த்வஜர்: ஸ்ரீநகரில் உள்ள காஷ்மீர் ஆளுநர்.

தக்ஷர்: மெலுஹாவின் சூர்யவம்ச பேரரசின் பேரரசர்,

சதியின் தந்தை. வீரினியை மணந்தார்.

திலீபன்: ஸ்வத்வீப் பேரரசர், அயோத்தியின் அரசர் மற்றும் சந்திரவம்சர்களின் தலைவர்.

திவோதாஸ்: காசியில் வாழும் பிரங்கர்களின் தலைவன்.

திரபாகு: மெலுஹாவில் உள்ள கோட்வாரில் வசிப்பவர்.

கனகாலா: மெலுஹாவின் பிரதம மந்திரி, அவர் நிர்வாக, வருவாய் மற்றும் நெறிமுறை விஷயங்களுக்கு பொறுப்பாக உள்ளார்.

கார்கோடகர்: நாகர்களின் பிரதம மந்திரி.

கார்த்திக்: சிவன் மற்றும் சதியின் மகன், சதியின் சிறந்த தோழியும் உதவியாளருமான கிருத்திகாவின் பெயரைக் கொண்டவர்.

க்ருத்திகா: சதியின் நெருங்கிய தோழியும் உதவியாளரும்; வீரபத்ரனின் மனைவி.

மனு: வேத வாழ்க்கை முறையை நிறுவியவர்; அவர் பல்லாயிரம் ஆண்டுகளுக்கு முன்பு வாழ்ந்தவர்.

மோகினி: ருத்ர பகவானின் கூட்டாளி; சிலரால் விஷ்ணுவாக மதிக்கப்படுபவர்.

நந்தி: மெலுஹா படையில் ஒரு கேப்டன்.

பரசுராம்: பிரங்காவில் ஒரு கொள்ளையன்; அவர் ஆறாவது விஷ்ணுவின் பெயரால் அழைக்கப்பட்டார்.

பர்வதேஸ்வர்: மெலுஹான் ஆயுதப் படைகளின் தலைவர், இராணுவம், கடற்படை, சிறப்புப் படைகள் மற்றும் காவல்துறை பொறுப்பாளர்.

பூர்வகா: திரபாகுவின் பார்வையற்ற தந்தை.

ராம்: பல நூற்றாண்டுகளுக்கு முன் வாழ்ந்த ஏழாவது விஷ்ணு. அவர் மெலூஹா பேரரசை நிறுவினார்.

ருத்ர: முந்தைய மகாதேவ், தீமைகளை அழிப்பவர், சில ஆயிரம் ஆண்டுகளுக்கு முன்பு வாழ்ந்தார்.

சதி: மன்னன் தக்ஷா மற்றும் ராணி வீரிணி ஆகியோரின் மகள். மெலுஹாவின் இளவரசி. சிவனை மணம் புரிந்தவள்.

சத்யத்வஜர்: பர்வதேஸ்வரரின் தாத்தா.

சிவன்: குணா குடியின் தலைவன். திபெத்தை சேர்ந்தவர். பின்னர் நிலத்தின் மீட்பர் நீலகண்டன் என்று அழைக்கப்பட்டார்.

ஸ்யமந்தகர்: ஸ்வத்வீப் பிரதமர்.

சூரபத்மன்: மகத நாட்டின் இளவரசர்.

தாரகன்: பிருகுவின் மாணவர்.

முக்காடு போட்ட நாகர்: நாகர்களின் மர்மமான தலைவர்.

வாசுதேவ பண்டிதர்கள்: சிவனுக்கு ஆலோசகர்கள்; முந்தைய விஷ்ணு, ராமரால் விட்டுச் செல்லப்பட்டவர்கள்.

வீரிணி: மெலுஹாவின் ராணி, பேரரசர் தக்ஷனின் மனைவி மற்றும் சதியின் தாய்.

விஷ்வத்யும்னன்: முக்காடு போட்ட நாகாவின் நெருங்கிய கூட்டாளி.

www.authoramish.com

தொடக்கத்திற்கும் முன்பு ...

பின்னங்கால் பிடரியில் பட, அந்தச் சிறுவன் ஓடினான். குளிரில் மரத்துப்போன கட்டைவிரல் 'விண் விண்'ணென்று தெறித்தாலும், ஊசிபோல் வலி முழங்கால் வரை சுருக்கென்று பாய்ந்தாலும், பொருட்படுத்தாமல் பறந்தான். காதில் மட்டும் அந்த அபலையின் ஓலம் விடாமல் ஒலித்தது.

காப்பாத்து. தயவு செஞ்சு காப்பாத்து!

அந்தக் குரலைச் சட்டை செய்யாமல், தன் கிராமத்தை நோக்கி விரைந்தான்.

அப்போது - கருகருவென்று முடிகளடர்ந்த கரம் ஒன்று கழுத்தின் பின்பகுதியைப் பற்றியது. சர்வசாதாரணமாக அவனை வானில் உயர்த்தியது. காற்றில் கால்கள் பாவ, வெற்றிடத்தில் பிடிமானம் இல்லாமல் சிறுவன் தவித்தான். அந்தரத்தில் தொங்கியவனின் காதுகளில் அந்த அரக்கனின் கொடூரச் சிரிப்பு எதிரொலித்தது. கெக்கலி கொட்டியது. இன்னொரு மாபெரும் கரம், அவனை ஒரு புரட்டு புரட்டி, இரும்புப்பிடியில் இறுக்கியது.

சிறுவன் அதிர்ச்சியில் உறைந்துபோனான். கரங்களும் உடலும் அந்த அரக்கனுடையதாயிருக்கலாம் - ஆனால் முகம்? அது, சற்று முன் காட்டில் அவன் தவிக்க விட்டு ஓடி வந்த அழகிய பெண்ணினுடையது! அவளுடைய பவழ வாய் திறந்த போது, வெளிவந்தது பெண்மை ததும்பும் குரலல்ல - மயிர்க்கூச்செறிய வைக்கும் ஆக்ரோஷ கர்ஜனை.

நீ அதை ரசிச்ச இல்ல? என்னை ஒருத்தன் அணு அணுவா சித்திரவதை செய்யிறதை, என் கஷ்டத்தை பாத்து அனுபவிச்ச, இல்ல? என் கெஞ்சலை நீ கண்டுக்கவே இல்ல. இனிமே, உன் வாழ்நாள் முழுக்க என் முகம் உன்னைத் துரத்திக்கிட்டே இருக்கும் - உன்னை உயிரோட கொல்லும்!

2 தொடக்கத்திற்கும் முன்பு ...

திடீரென்று எங்கிருந்தோ சிறிய பட்டாக்கத்தியுடன் வந்த கரடுமுரடான கரம் ஒன்று, அவளது அழகிய சிரத்தை பட்டென்று அறுத்தது.

இல்ல ...! அலறலுடன் சிறுவன் தூக்கம் கலைந்தான்.

வைக்கோல் படுக்கையைச் சுற்றிப் பார்த்து மலங்க மலங்க விழித்தான். அந்தி சாயத் தொடங்கிவிட்டது. இருண்ட குடிசைக்குள் ஒரே ஒரு கீற்று வெளிச்சம் தயங்கித் தயங்கி எட்டிப் பார்த்தது. கதவருகே சிறிதாக நெருப்புக் கங்கு எரிந்தது. கதவை யாரோ திறந்துகொண்டு உள்ளே வர, சட்டென்று புகுந்த காற்றின் பயனாய் குப்பென்று கொழுந்துவிட்டெரிந்தது.

"சிவா? என்னாச்சு? உனக்கொண்ணுமில்லியேப்பா?"

சிறுவன் திகைத்துப் போய் அண்ணாந்து பார்த்தான். அம்மாவின் கரம் தன்னை அரவணைத்து, களைத்த தன் தலையை மார்பின் மீது சார்த்திக்கொள்வதை உணர்ந்தான். பரிவும், புரிதலும் கலந்த அம்மாவின் குரலைக் கேட்டான். "ஒண்ணுமில்லப்பா. நான் இருக்கேன். நான் இருக்கேன்."

இறுகிப்போயிருந்த உடல், மெல்லத் தளர்ந்தது. நீண்ட நேரமாய் அடக்கி வைத்திருந்த கண்ணீர் கண்களிலிருந்து வழிந்தது.

"என்னாச்சுப்பா? அதே கனவா?"

அவன் மறுப்பாய்த் தலையசைத்தான். சொட்டிக்கொண்டிருந்த கண்ணீர் ஆக்ரோஷப் பிரவாகமாய் மாறியது.

"இது உன் தப்பில்லப்பா. உன்னால என்ன செஞ்சிருக்க முடியும்? மூணு மடங்கு பெரியவன், அந்தாளு. மொரடன்."

சிறுவன் பதில் சொல்லவில்லையென்றாலும், உடம்பு விடைத்தது. அம்மா தொடர்ந்து அவன் முகத்தை வருடிக்கொண்டேயிருந்தாள்; கண்ணீரைத் துடைத்துவிட்டாள். "உன்னை அவன் கொன்னிருப்பான்."

சிறுவன் சட்டென்று பின்வாங்கினான்.

"அப்ப நான் செத்திருக்கணும்! அதுதான் எனக்கு தண்டனை!"

அம்மா அதிர்ந்து போனாள். அவள் பார்த்த மகன் நல்லவன். அவளை எதிர்த்து ஒரு வார்த்தை பேசியதில்லை.

குரலை உயர்த்தியதில்லை. மனதில் பொங்கியவற்றை ஒதுக்கிவைத்துவிட்டு, மீண்டும் அவன் முகத்தை வருடினாள். "இன்னொரு முறை அந்த வார்த்தையை சொல்லாதே. நீ போய்ட்டா என் கதி?"

சிவன் விரல்களை முஷ்டியாக்கி, நெற்றியில் குத்திக்கொண்டான். அம்மா அவன் கையை வலுக்கட்டாயமாய் விலக்கும் வரை முட்டிக்கொண்டே இருந்தான். அவன் நெற்றியில், புருவங்களுக்கு மத்தியில், கருஞ்சிவப்பாய், தீப்புண் போலத் தோன்றியது.

அம்மா அவன் கரங்களைப் பிடித்து மீண்டும் தன்பால் இழுத்துகொண்டாள். பிறகு, மகன் கேட்க விரும்பாத ஒரு விஷயத்தை அவன் முன் வைத்தாள். "இதப்பாருப்பா. அவ அவனை எதிர்க்க விரும்பலைன்னு நீயே சொன்னே. அவ நெனைச்சிருந்தா, பக்கத்துல கிடந்த கத்தியை எடுத்து அவனைக் குத்தியிருக்கலாமில்ல?"

அவன் பதில் சொல்லவில்லை. மெல்லத் தலை யசைத்தான்.

"அவ ஏன் அதப் பண்ணல, தெரியுமா?"

அம்மாவைக் கேள்விக்குறியுடன் பார்த்தான்.

"அவ யதார்த்தம் புரிஞ்சவ. திருப்பி அவனைத் தாக்கினா, அவன் அவளக் கொன்னுடுவான்னு அவளுக்குத் தெரியும்."

சிவன் தொடர்ந்து அம்மாவை வெறித்தான்.

"அவளை ஒருத்தன் கண்மண் தெரியாம சித்திரவதை செஞ்சிட்டிருக்கான். இருந்தும் அவ அவனைத் தாக்காததுக்குக் காரணம் - உயிரோட தப்பிக்கணும்கிற எண்ணம்தான்."

அவனது கண்கள் தாயிடமிருந்து இம்மியும் அகலவில்லை.

"நீயும் அதே முடிவெடுத்ததுல, உயிரோட இருக்கணும்னு ஆசைப்பட்டதுல, என்ன தப்பு?"

அம்மாவின் ஆதுரப் பேச்சின் விளைவாய் சற்றே சற்று நிம்மதி மனதிற்குள் பரவ, சிறுவன் மீண்டும் விசும்ப ஆரம்பித்தான்.

அத்தியாயம் 1

விசித்திர அரக்கன்

"சதி!" அலறிய சிவன், சட்டென்று வாளை உருவிக்கொண்டு அவளிருந்த திசையை நோக்கி ஓடினார். கைகள் தாமாய் கேடயத்தை முன்னே, பாதுகாப்பாய் இழுத்துக்கொண்டன.

நேரா வலையில சிக்கப்போறா!

"நில்லு!" அயோத்யாவின் இராமஜன்மபூமி கோயிலுக்குச் செல்லும் சாலையோரமிருந்த மரங்களுக்கிடையில் அவள் விரைந்து மறைவதைக் கண்டவர், வேகத்தைக் கூட்டினார்.

சதியோ, வேட்டையிலேயே குறியாய், தேர்ந்த போர்வீரனைப்போல் வாளை உருவி நீட்டியபடி, முகமூடியணிந்து முன்னே விரைந்து கொண்டிருந்த நாகாவையே குறிவைத்து நகர்ந்து கொண்டிருந்தாள்.

அவளையடைந்து, உடனடி ஆபத்தொன்றுமில்லையென்று அவர் நிச்சயித்துக்கொள்ள சில நிமிடங்கள் பிடித்தன. மீண்டும் முகமூடியை அவர்கள் தொடர, சிவனின் எண்ணங்கள் நாகாவைச் சுற்றிச் சுழன்றன. அதிர்ச்சியடைந்தார்.

அந்த நாய் எப்படி இவ்வளவு சீக்கிரத்துல அவ்வளவு தூரம் போனான்?

மேடும் பள்ளமுமான அந்தப் பிரதேசத்தில், நாகா அடர்ந்து வளர்ந்திருந்த மரங்களினூடே சர்வ சாதாரணமாக விரைந்து கொண்டிருந்தான். அவன் வேகம் கூடியிருந்தது. மேருவின் அருகிலிருந்த பிரம்மா கோயிலில் சதியை முதன்முதலில் சந்தித்த அன்று, இதே நாகாவுடன் தான் போரிட்டது அவருக்கு நினைவுக்கு வந்தது.

அன்னிக்கு அவன் மெதுவா நகர்ந்தது, நிச்சயம் ஒரு போர்த் தந்திரம்தான்.

தன் வேகத்தையும் கூட்டும் பொருட்டு, கையிலிருந்த கேடயத்தைச் சிவன் முதுகில் பொருத்திக்கொண்டார். இடது பக்கம் சதி. 'ஹூம்' என்ற ஒலியை சட்டென்று வெளிப்படுத்தியவள், வலது பக்கம், சற்று முன்னே, பாதை இரண்டாகப் பிரிவதைச் சுட்டிக்காட்டினாள். சிவன் தலையசைத்தார். இருவரும் அங்கு பிரிந்து, வெவ்வேறு வழிகளில் சென்று, சற்று தூரத்திலிருந்த மேட்டுப்பாதையில் எப்படியாவது அவனை முன்னும் பின்னுமாக மடக்கிவிட வேண்டும்.

உடலில் உத்வேகம் குமிழியிட, வாளைப் பற்றியவாறு சிவன் வலப்புறப் பாதையில் பாய்ந்தார். அதே வேகத்துடன் சதி நாகாவைப் பின் தொடர்ந்தாள். சிவனின் பாதங்களுக்கடியில், தரை சமனடைந்தது; ஓட்டத்தில் வேகம் கூடியது. நினைத்ததைவிட விரைவாக மேட்டுச்சாலையில் வந்து சேர்ந்தவர், நாகா தன் வலக்கையில் கேடயத்தைப் பிடித்திருந்ததை பார்த்தார். தவறான கை. சிவனின் புருவங்கள் நெறிந்தன.

சதி இன்னும் சற்று தூரத்தில் இருக்கையிலேயே, சிவன் சட்டென்று நாகாவின் வலப்புறம் வந்தார்; இடக்கையால் கத்தியைப் பற்றி, அவன் கழுத்தைக் குறி பார்த்து எறிந்தார். அடுத்த நொடி, அவரது கண்கள் விரிந்தன. இப்படிப்பட்ட அசாதாரண வீரர்கள் கூட உண்டா என்ன? கனவிலும் அவர் எண்ணாத லாகவத்துடன் நாகா கத்தியைக் கையாண்டான்.

தன்னை நோக்கி வந்த ஆயுதத்தைக் கண்ணெடுத்தும் பாராமல், ஏன், ஓரடிகூட நகராமல், நாகா தன் கேடயத்தை கத்தியின் பாதையில் தூக்கிப் பிடித்தான். கத்தி அதன் மீது மோதி சக்தியற்று தரையில் விழ, எதுவுமே நடக்காததுபோல் மீண்டும் கேடயத்தை அலட்சியமாய்த் தன் முதுகில் பொருத்திக்கொண்டான்.

வேகம் குறைய, சிவன் அதிசயத்தில் வாய் பிளந்து நின்றார்.

கத்தியக் கண்ணாலகூட பாக்காம தடுக்கறான்! யாரிந்த ஆளு?

வேறு திசையிலிருந்து சிவன் நாகா இருந்த பாதைக்கு ஓடி வந்த சேர்ந்த அதே நேரம், சதி, நாகாவை நோக்கி மெல்ல மெல்ல முன்னேறிக்கொண்டிருந்தாள்.

குறுகலான அந்தப் பாதையில் அவள் நகர்வதைக் கண்ட சிவன், அவளை நெருங்கும் உத்வேகத்துடன் விரைந்தார். பாதை மிகச் செங்குத்தாக இருக்கவே, தனக்கு முன்னால் நாகா ஓடி, மலைப்பாதையின் முடிவில் எழுந்த சுவரினருகே நிற்பதைக் காண முடிந்தது. இராமஜன்மபூமிக் கோயிலுக்குள் காட்டு மிருகங்களோ, வேறு மனிதர்களோ நுழைந்து சேதப்படுத்தாமல் இருக்கக் கட்டப்பட்டது அந்தச் சுவர். அதன் உயரம், சிவனுக்குச் சற்று நம்பிக்கையளித்தது; அதன் மீது தாவிக் குதித்துத் தப்பிப்பது நாகாவால் முடியாத காரியம். மெதுவாக ஏறித்தான் தாண்ட வேண்டும். அந்தச் சில நொடிகளில் தானும் சதியும் அவனை நெருங்கி, தாக்கிவிட முடியும்.

நாகாவும் அதைப் உணர்ந்துவிட்டான் போலும். சுவரை நெருங்கியவன், சட்டென்று சுழன்று, இடையிலிருந்து இரு கத்திகளை ஏககாலத்தில் உருவினான். வலக்கையில், சம்பிரதாயமாய்ச் சண்டைகளில் பயன்படுத்தும் நீண்ட வாள்; மாலைச் சூரியனின் கிரணங்கள் அதன் மீது பட்டுச் சிதறின. இடக்கையில் இருந்ததோ, சற்று விசித்திரமான ஆயுதம்: கைப்பிடி அருகில் இருந்த சுழற்பொறியில் சற்றே சிறிய, இரு கூர்மையான கத்திகள். கேடயத்தை முன்னே வைத்துக்கொண்டு சிவன், நாகாவை நோக்கி முன்னேற, சதி நாகாவின் வலப்புறமிருந்து அவனைத் தாக்கினாள்.

நாகா தன் நீண்ட வாளை வேகமாய வீச, சதி பின்வாங்கினாள். அவளது தடுமாற்றத்தைப் பயன்படுத்திக்கொண்டு அவன் தன் இடக்கையை வீசினான். அந்தத் தாக்குதலைச் சமாளிக்க சிவன் டக்கென்று குனிந்தார். நாகாவின் வாள் சேதமேற்படுத்தாமல் அவரைத் தாண்டிச் செல்ல, தடாலென்று ஒரு தாவு தாவி, மேலிருந்து தாக்கினார். கேடயமற்ற எவரும் தன்னைக் காப்பாற்றிக்கொள்ள முடியாத வீச்சு அது - ஆனால், கொஞ்சமும் அசையாமல் சற்றே பின்வாங்கிய நாகா, அதே நொடி, சிறு கத்தியை ஓங்கியவாறு முன்னேறினான். ஓரடி பின்வாங்கிய சிவன், பாதுகாப்பிற்குத் தன் கேடயத்தை உயர்த்திக் கொள்ள வேண்டியிருந்தது.

மீண்டும் முன்னே வந்த சதியின் வாள் நாகாவைப் பின்னுக்குத் தள்ளியது. முதுகுக்குப் பின் தன் இடக்கையைச் செலுத்தியவள், சிறிய கத்தியை உருவி அவன் மீது வீசி னாள். அதே விநாடியில் நாகா தன் தலையை லேசாகத் திருப்ப, அது சுவற்றில் தெறித்து யாருக்கும் பாதகமில்லாமல் 'கிளாங்' கென்று தரையில் விழுந்தது.

சிவனும் சதியும் நாகாவை நேரடியாக ஒரு முறை கூடத் தாக்கவில்லையென்றாலும், அவனைக் கொஞ்சம் கொஞ்சமாய்ப் பின்வாங்க வைத்துக்கொண்டிருந்தார்கள் என்பதென்னவோ நிஜம். இன்னும் சற்று நேரத்தில், சுவற்றோடு சுவராக நெருக்கிவிடுவார்கள்.

புனித ஏரியே! ஒரு மாதிரி இவனைப் புடிச்சிட்டோம்!

நாகா ஆவேசமாய்த் தன் இடக்கையை வீசினான். அவன் கையிலிருந்த குறுவாள் சிவனை எட்டவில்லை; தேவையற்ற செய்கை போலத் தோன்றியது. உற்சாகமடைந்த சிவன், அவன் நெஞ்சில் தன் வாளை இறக்கத் திட்டமிட்டு முன்னேறினார். ஓரடி பின்வாங்கிய நாகா, மீண்டும் குறுவாளை சிவனை நோக்கி நீட்டிய போது, அதன் பிடியிலிருந்து ஒரு பொத்தானை அழுத்தினான். இரு கத்திகளில் ஒன்று சட்டென்று நீண்டு, மேலிருந்த கத்தியுடன் இணைந்து, குறுவாளை நெடுவாளாக்கியது; சிவனின் தோளைத் தாக்கியது. அதில் படர்ந்திருந்த விஷம் அவருக்குள் மின் சாரமாய்ப் பரவி, உடலை உலுக்கியது; செயலிழக்கச் செய்தது.

"சிவா!" அலறிய சதி, நாகாவின் கத்தியைத் தட்டிவிடும் முயற்சியில் தன் வலக்கை வாளை இறக்கினாள். அந்த ஒரு சில நொடிகளுக்குள் நாகா சட்டென்று தன் வாளைக் கீழே எறிந்துவிட, நிலைதடுமாறிய சதியின் கையிலிருந்து வாள் தவறியது.

"இல்ல!" தரையில், அசையக்கூட முடியாத நிலையில் கிடந்த சிவன் கூவினார்.

சதி மறந்துவிட்டிருந்த ஒரு விஷயம் அவருக்கு நன்கு நினைவிலிருந்தது: இராமஜன்மபூமிக் கோயில் மரத்தின் பின் மறைந்து அவர்களை வேவு பார்த்துக்கொண்டிருந்த நாகாவின் மீது சதி எறிந்த கத்தி, அவனது வலக்கையில் கட்டியிருந்தது. தடுமாறி விழுந்து கொண்டிருந்த சதியின் வயிற்றை நோக்கி நாகா அதை இப்போது வீசினான். தன் நொடி நேரப் பிசகை சதி அப்போதுதான் உணர்ந்தாள்.

ஆனால் - கடைசி விநாடியில் நாகா தன் கையைப் பின்னுக்கிழுக்க, மோசமான சேதமாக இருந்திருக்க வேண்டியது, லேசாக இரத்தம் சொட்டும் சிராய்ப்பாய் நின்றது. நாகா தன் இடது முழங்கையால் சதியின் மூக்கில் ஓங்கிக் குத்த, அவள் தரையில் சரிந்தாள்.

தன் இரு எதிரிகளும் நிலைதடுமாறிக்கிடக்க, சந்தர்ப்பத்தைப் பயன்படுத்திக்கொண்ட நாகா, வலது காலால் லாகவமாக தன் நெடுவாளை நெம்பிக் கையில் எடுத்தான். சதியையும் சிவனையும் கண்களால் அளந்தவாறு, இரு ஆயுதங்களையும் உறைகளில் தள்ளினான். பிறகு, திரும்பி, சட்டென்று தாவி, பின்னாலிருந்த சுவற்றின் மேற்புறத்தைக் கைகளால் பற்றினான்.

"சதி!" உடலை நெறித்த விஷம் ஒருவாறு அவரை விடுவிக்க, தன்னை உலுக்கிக்கொண்ட சிவன், மனைவியை நோக்கி ஓடினார்.

வயிற்றைப் பிடித்தபடி சதி அமர்ந்திருந்தாள். நாகா புருவத்தைச் சுருக்கினான். கத்தி அப்படியொன்றும் பெரிய காயத்தை ஏற்படுத்தவில்லையே? தோலின் மீது லேசான சிராய்ப்புதான். பிறகு ஏன் ...? சட்டென்று அவனது கண்கள் விரிந்தன.

அவள் வயிற்றில் கரு வளர்கிறது.

தன் பிரம்மாண்ட வயிற்றை எக்கிய நாகா, கால்களை ஒரே வீச்சில் உயர்த்தி, சுவற்றின் மீது பாய்ந்து, அதைத் தாண்டிவிட்டான்.

"வயித்துல கைய வெச்சு அழுத்து!" ஆழமான காயத்தை எதிர்பார்த்திருந்த சிவன் அலறினார்.

சதியின் முகத்தில் விழுந்த குத்தும், வழிந்துகொண்டிருந்த இரத்தமும் அவருக்குள் கலவரத்தை கிளறினாலும், காயம் அப்படியொன்றும் ஆபத்தாக இல்லை என்பதைக் கண்ட சிவனின் மனம் சற்று நிம்மதியடைந்தது.

அவரை நிமிர்ந்து பார்த்த சதியின் முகத்தில் குருதியும் ஆத்திரமும் பெருக்கெடுத்தன. "போங்க," வாளை எடுத்துக்கொண்டு உறுமியவளின் கண்களில் ரௌத்திரம் தாண்டவமாடியது. "அவனப் புடிங்க!"

வாளை உறையில் செலுத்தியவாறு எழுந்த சிவன், சுவற்றை அடைந்தார். சதி மெதுவாகப் பின்தொடர முயல, தடதடவென்று அதன் மீது ஏறித் தாண்டி, மறுபக்கம், ஜனநடமாட்டம் திமிறும் நெருக்கடியான தெருவிற்குள் குதித்தார். தூரத்தில், நாகா மிக வேகமாக ஓடிக்கொண்டிருந்தான்.

என்னதான் அவனை அடியொற்றி ஓடினாலும், நாகாவைப் பிடிப்பது நடவாத காரியம் என்று சிவனுக்குப் புரிந்துபோயிற்று. தூரம் மிக அதிகம். நாகாவின் மீதான வெறுப்பு பன்மடங்கு பெருகிற்று. தன் மனைவியைக் காயப்படுத்தியவன்! அருமை நண்பனைக் கொன்றவன்! மகா பாதகன்... ஆனாலும், எப்பேர்ப்பட்ட வீரன்! அவனது அசாத்திய வாள் வீச்சும் போர்த்திறனும் அவருக்குள் மரியாதையை விதைத்திருந்தது உண்மை.

ஒரு கடையின் முன்னால் கட்டப்பட்டிருந்த குதிரையை நோக்கி நாகா ஓடிக்கொண்டிருந்தான். ஒரு கணத்தில், பார்ப்போர் நம்பமுடியாத வகையில் வலக்கையை நீட்டியபடி தாவினான். லாகவமாக குதிரையின் மீது அவன் அமர, கையிலிருந்த கத்தியால் 'சரக்'கென்று குதிரையின் சேணக்கயிற்றை வெட்டி, விடுவித்தான். பதற்றத்தில் அது கனைத்தபடி பின்வாங்க, அதைத் திறமையாக சமாளித்த நாகா, கயிறுகளை இடக்கையால் சுருட்டிப் பிடித்தான். சட்டென்று குதிரையின் விலாவில் உதைத்து, காதுக்குள் என்னவோ ஓத, அவனது வார்த்தைகளுக்கு உடனடியாகக் கட்டுப்பட்ட குதிரை, விரைந்தது.

"யோவ்!" கடைக்குள்ளிருந்து ஒரு மனிதன் ஓவென்று கூச்சலிட்டவாறு வெளிப்பட்டான். "நிறுத்து! திருடன்! அது என் குதிரைய்யா!"

சப்தத்தையும் கூச்சலையும் கேட்ட நாகா, தன் அங்கியின் மடிப்புகளுக்குள்ளிருந்து எதையோ எடுத்து வீசிவிட்டு, குதிரையைத் தட்டிவிட்டான். அவன் விட்டெறிந்த பொருள் வந்து விழுந்த வேகத்தில், குதிரைக்குரியவன் தடுமாறி, தடாலென்று மல்லாந்து விழுந்தான்.

"புனித ஏரியே!" கீழே கிடந்தவனுக்கு பயங்கரக் காயமோ என்ற பதற்றத்துடன் விரைந்த சிவன், அவன் மெல்ல எழுந்து உட்கார முயற்சிப்பதைக் கண்டு சற்று அதிசயமடைந்தார்.

"நாசமாப் போக!" அவன் நெஞ்சைத் தடவிக்கொண்டு சபித்துத் தீர்த்தான். "ஆயிரம் நாய்களோட பேனும் பூச்சியும் அவன் கக்கத்தைப் புடுங்கட்டும்!"

"உங்களுக்கு ஒண்ணுமில்லியே?" விழுந்த மனிதனின் மார்பை ஆராய்ந்தார் சிவன்.

குருதி வாரித் தெளித்திருந்த அவரது உடலை அப்போதுதான் பார்த்த குதிரைக்காரன், அதிர்ச்சியில் மௌனமானான்.

நாகா வீசியெறிந்த பொருளைச் சிவன் குனிந்து எடுத்தார். சிறிய சுருக்குப்பை. என்ன மிருதுவான, அற்புதமான பட்டுத் துணி! இம்மாதிரியான உயர்ரகப்பட்டை அவர் இதுவரை கண்டதில்லை. இதில் ஏதாவது சூதிருக்குமோ? பிரித்தார். உள்ளே ...

காசுகள்.

ஒன்றை எடுத்துப் பார்த்தார். அதிசயம்! தங்க நாணயம். குறைந்தது ஐம்பதாவது இருக்கும். நாகா சென்ற திசையை நோக்கித் திரும்பினார்.

என்ன மாதிரியான அரக்கன் இவன்? ஒரு குதிரையத் திருடிட்டுப் போய் அஞ்சு குதிரை வாங்கறளவு தங்கத்தை தூக்கியெறிஞ்சிட்டுப் போறான்!

"தங்கம்!" அதிசயம் ததும்பும் குரலில் முணுமுணுத்த குதிரைக்காரன், சட்டென்று பையைச் சிவனிடமிருந்து பிடுங்கினான். "என்னோடது!"

கையிலிருந்த நாணயத்தின் குறியீடுகளைச் சோதிப்பதில் கவனமாயிருந்த சிவன், அவனை நிமிர்ந்துகூட பார்க்கவில்லை. "எனக்கும் ஒண்ணு வேணும்."

கட்டுமஸ்தான ஒரு வீரனுடன் போரிட விரும்பாத அந்த மனிதன், நெளிந்தான். "வந்து ..."

"ஹூம்." அருவருப்புடன் அவனை ஏறிட்ட சிவன், தன் சுருக்குப்பையிலிருந்து இரு நாணயங்களை எடுத்து நீட்டினார். அடித்த அதிர்ஷ்டத்தை நம்ப முடியாத குதிரைக்காரன், அவருக்கும், தன் மீது கருணை புரிந்த நாளுக்கும் கோளுக்கும் நன்றி செலுத்திவிட்டு, ஓட்டமெடுத்தான்.

திரும்பிய சிவன், தலையைத் தூக்கிப்பிடித்து, மூக்கை அழுத்தியபடி சுவற்றின் மீது சாய்ந்திருந்த சதியைக் கண்டார்.

"உனக்கொண்ணும் இல்லியே?"

இரத்தக்கறை முகத்தில் தீற்றியிருக்க, சதி மறுப்பாய்த் தலையசைத்தாள். "நல்லாத்தான் இருக்கேன். நீங்க? உங்க தோள்ள நல்ல அடியா?"

"பாக்கத்தான் கோரமா இருக்கு. கவலைப்படாதே. எனக்கொண்ணுமில்ல."

நாகா தப்பியோடிய திசையை சதி நோக்கினாள். "அந்தக் குதிரைக்காரன்கிட்ட அவன் என்ன வீசியெறிஞ்சான்?"

"இதத்தான்." சிவன் நாணயங்களைக் காண்பித்தார். "ஒரு பை நெறைய."

"தங்கக் காசா?"

சிவன் தலையசைத்தார்.

புருவத்தைச் சுருக்கியவாறு சதி தலையைக் குலுக்கிக்கொண்டாள். நாணயத்தை உற்றுப் பார்த்தாள். சிரசில் கிரீடத்துடன் விசித்திரமான ஒரு மனிதனின் முகம் - விசித்திரம் ஏனென்றால், நாகாவைப் போலன்றி, இவனிடத்தில் எந்த உடற்குறைபாடும் காணப்படவில்லை.

"பார்த்தா ஏதோ ராஜா போலத் தெரியுது," உதட்டில் வழிந்த இரத்தத்தைத் துடைத்துக்கொண்டாள் சதி.

"ஆனா - இந்தக் குறியீடெல்லாம் பாரேன்," சிவன் அதைத் திருப்பிக் காட்டினார்.

படுக்கவாட்டில் பிறைச்சந்திரன் பொறிக்கப்பட்டிருந்தது. அதைவிட அதிசயம், நாணயத்தின் மேற்புறத்தில் செதுக்கப்பட்டிருந்த விசித்திரமான கோடுகள். கோணலான இரு கோடுகள், நாணயத்தின் நடுவே, ஏறக்குறைய கூம்பு போன்ற வடிவில் இணைந்திருந்தன. பிறகு, நூல்வலை போல கசகசவென்று பல கோடுகளாய்ப் பிரிந்து, இறங்கின.

"நிலா, புரியுது," என்றாள் சதி. "ஆனா இந்தக் கந்தரகோள கோட்டுக்கெல்லாம் என்ன அர்த்தம்?"

"தெரியல," சிவன் ஒப்புக்கொண்டார். ஒன்று மட்டும் அவருக்கு நன்கு புரிந்தது; அடிவயிற்றில் சில்லிட்ட உள்ளுணர்வு அவரைத் தவறான பாதையில் அழைத்துச் சென்றதேயில்லை.

நாகர்களைக் கண்டுபிடி. அவர்கள் மூலம்தான் நீ தீமையை அடையாளம் காணமுடியும். நாகர்களைக் கண்டுபிடி.

சதி, ஏறக்குறைய தன் கணவனின் மனதைப் படித்தாள். "அப்ப தேவையில்லாத மத்த விஷயங்களை அப்புறப்படுத்திடலாமா?"

சிவன் தலையசைத்தார். "மொதல்ல உன்னை ஆயுர்வதிகிட்ட கூட்டிட்டுப் போகணும்."

"உங்களுக்குத் தான் அவங்க தேவை அதிகம்."

"என்ன? உங்களுக்கும் இந்தப் போருக்கும் சம்பந்தம் இல்லையா?" தக்ஷருக்குத் தூக்கிவாரிப் போட்டது. "எனக்குப் புரியத்தான் இல்லை, பிரபு. இதுவரை நாங்கள் கண்டிராத வெற்றியை எங்களுக்கு ஈட்டித் தந்தது தாங்கள்தான். தொடங்கிய வேலையை முடிப்பதுதானே நியாயம்? ஒழுக்கம்கெட்ட இந்த சந்திரவம்சி வாழ்க்கைமுறையையே ஒழித்துக் கட்டினாலல்லவா இந்த மக்களுக்கு நாம் உயரிய சூர்யவம்சி வாழ்வியலை அறிமுகம் செய்ய முடியும்?"

"பிரச்சனை என்னன்னா, அரசே," கட்டுப் போட்டிருந்த தோளின் ஊமைவலியை ஆற்றுப்படுத்தும் முயற்சியில் சற்றே அசைந்த சிவனின் குரல், மிகுந்த பணிவுடன், ஆனால் உறுதியாக வெளிவந்தது. "அவங்க கெட்டவங்கன்னு எனக்குத் தோணலை. என்னுடைய பணியே வேறன்னு இப்ப நான் நினைக்கறேன்."

தக்ஷருக்கு இடப்பக்கம் அமர்ந்திருந்த திலீபருக்கு உச்சி குளிர்ந்தது; புண்ணான அவரது உள்ளத்தில் சிவனின் வார்த்தைகள் இதமாக இறங்கின. சிவனுக்கு வலப்புறம் இருந்த சதியும் பர்வதேஸ்வரரும் அமைதி காத்தனர். இன்னும் சற்றுத் தள்ளியிருந்த நந்தியும் வீரபத்ராவும், காவல் புரிந்தார்களென்றாலும், காதுகளைத் தீட்டிக்கொண்டு சம்பாஷணையைக் கேட்டுக்கொண்டுதானிருந்தனர். ஒரே ஒருவன் மட்டுமே தக்ஷரின் உக்கிரத்தைப் பகிர்ந்துகொண்டவன் போல் காணப்பட்டான்: அயோத்யாவின் பட்டத்து இளவரசன், பகீரதன்.

"அயல் தேசத்துலேர்ந்து ஒரு காட்டுமிராண்டி வந்துதான் இந்த பெரிய உண்மையைக் கண்டுபிடிச்சு சொல்லணுமோ?" உறுமினான். "நாங்க ஒண்ணும் கெட்டவங்க இல்ல!"

"வாயை மூடு," திலீபர் சீறினார். "நீலகண்டரையே அவமதிக்கிறாயோ?" சிவனை நோக்கிக் கரங்களைக் கூப்பினார். "பிரபு, என் மகனுக்குப் படபடப்பு அதிகம் - வார்த்தைகளைக் கொட்டிவிடுவான். தயவுகூர்ந்து அவனை மன்னிக்க வேண்டும். உங்கள் பணி வேறு என்று சற்று முன்னால் சொன்னீர்கள். அயோத்யா இதற்கு எவ்வகையில் உதவக்கூடும் என்று ..."

தந்தையின் கட்டளையை மீற முடியாத ஊமை ஆத்திரத்துடன் இருப்புக்கொள்ளாமல் அமர்ந்திருந்த பகீரதனை ஒரு பார்வை பார்த்த சிவன், திலீபரை நோக்கித் திரும்பினார். "நாகர்களை எப்படிக் கண்டுபிடிக்கிறது?"

தூக்கிவாரிப் போட்டது திலீபருக்கு. பயமும் பதற்றமுமாகத் தன் கழுத்தில் தொங்கிய ருத்ர பதக்கத்தை ஒரு முறை அவர் தொட்டுக்கொள்ள, தக்ஷர் நிமிர்ந்து சிவனை கூர்ந்து பார்த்தார்.

"நாகர்கள், தீமையின் மொத்த உருவம், பிரபு," என்றார். "நீங்கள் அவர்களைத் தேடிப் போக விரும்பும் காரணம்?"

"உங்க கேள்விக்கு நீங்களே பதில் சொல்லிட்டீங்க, அரசே," என்றார் சிவன். திலீபரிடம் திரும்பினார். "நீங்க நாகர்களோட கூட்டு சேர்ந்திருப்பீங்கன்னு நான் நம்பலை - ஆனா, உங்க இராஜ்யத்துல இருக்குற சில பேருக்கு அவங்களோட தொடர்பு இருக்கலாம். அவங்களைக் கண்டுபிடிக்க எனக்கு வழி தெரியணும்."

"பிரபு," திலீபர் மிடறுவிழுங்கினார். "ப்ரங்க தேசத்து அரசர் கடுந்தீய சக்திகளுடன் கூட்டு வைத்திருக்கிறார்; தங்கள் கேள்விகளுக்கு அவர் ஒரு வேளை பதில் சொல்லக்கூடும். ஆனால் - செல்வச் செழிப்பு வாய்ந்த அந்த இராஜ்யத்தில் அயல் தேசத்தவர் - நாங்கள் உட்பட - எவரும் நுழையத் தடை. சில சமயம், எங்களிடம் போரில் தோற்றுவிடுவோம் என்னும் பயத்தைவிட, நாங்கள் அவர்களது எல்லைக்குள் மறந்தும் நுழைந்துவிடக்கூடாது என்ற ஒரே காரணத்திற்குத்தான் ப்ரங்கர்கள் எங்களுக்குக் கப்பம் கட்டுகிறார்களோ என்று கூட சந்தேகித்திருக்கிறேன்."

"உங்க சாம்ராஜ்யத்துல இன்னொரு அரசரா?" சிவன் அதிசயித்தார். "அது எப்படிச் சாத்தியம்?"

"கொள்கைப் பைத்தியமான சூர்யவம்சிகளைப் போலல்ல நாங்கள். எல்லோரும் ஒரே சட்டத்தைத்தான் காப்பாற்றியாக

வேண்டும் என்று தேவையில்லாத வற்புறுத்தல்களுக்கு மக்களை உள்ளாக்குவதில்லை. ஒவ்வொரு இராஜ்யத்திற்கும் தனிப்பட்ட அரசர்கள், சட்டதிட்டங்கள், வாழ்க்கைமுறை என்று உண்டு. மாபெரும் அஸ்வமேத யாகத்தில் அவர்களை நாங்கள் தோற்கடித்துவிட்டோம் என்ற ஒரே காரணத்தால்தான், அயோத்யாவிற்குக் கப்பம் கட்டுகிறார்கள்."

"எது, குதிரை யாகமா?"

"ஆம் பிரபு," தொடர்ந்தார் திலீபர். "இந்த தேசத்தின் எந்த இராஜ்யத்திலும் யாகக்குதிரை தன்னிச்சையாகத் திரியும். எந்த அரசரேனும் எதிர்ப்புத் தெரிவித்துக் குதிரையைத் தடுத்தால், போர் புரிந்து, தோற்கடித்து, அவர்களது நாட்டை எங்களுடையதாக்கிக் கொள்வோம். தடுக்காத நாடு, எங்களுக்குக் கீழ்ப்படிந்து கப்பம் கட்ட வேண்டியது. இருப்பினும், அவர்களுக்குப் பிரத்யேகமான சட்டதிட்டங்களுடன் இயங்கலாம். மெலூஹாவைப் போல் ஆளும் வெறி கொண்ட சாம்ராஜ்யமாக இல்லாமல், பல்வேறு அரசுகள் ஒன்றாக இணைந்து விளங்கும் பரந்தநோக்குடைய கூட்டாட்சி இது."

"அகம்பாவம் பிடித்த முட்டாளே, வாயை மூடும்," தக்ஷர் பொறுமினார். "ஒற்றுமையாம்! கூட்டாட்சியாம்! மிரட்டிப் பணம் பறிக்கும் கொள்ளையர் கூட்டம் என்றுதான் எனக்குத் தோன்றுகிறது. பொன்னும் பொருளும் கொடுக்கத் தவறினால், உள்ளே புகுந்து அவர்கள் நாட்டையும் மக்களையும் துவம்சம் செய்துவிடுவீர்கள் என்ற பயத்தினால் செலுத்தப்படும் கப்பம் அது. இதில் ராஜ தர்மம் எங்கிருந்து வந்தது? மெலூஹாவில் அப்படியல்ல - கப்பம் வாங்கும் உரிமை போல், சாம்ராஜ்யத்தின் கடைசி பிரஜைக்காக, இராஜ்யத்தின் ஒட்டுமொத்த நன்மையின் பொருட்டு உழைக்க வேண்டிய கடமையும் ஒரு சக்ரவர்த்திக்கு உண்டு."

"அடடா, ஒட்டுமொத்த நன்மையா? எது நன்மை பயக்குமென்பதைத் தீர்மானிக்கும் உரிமையுள்ளவர் யார்? நீங்களா? அதெப்படி? இஷ்டம்போல் வாழும் உரிமை மக்களுக்கு உண்டு; அதை மற்றவர்கள் அனுமதிப்பதுதான் நியாயம்."

"அப்படியானால், நாட்டில் அக்கிரமம் தலைவிரித்தாடுவது மட்டும்தான் மிச்சம்," தக்ஷர் கொதித்தெழுந்தார். "வெட்கமில்லாத உமது அநியாய நடத்தையை விட, முட்டாள்தனம்தான் தனித்துத் தெரிகிறது!"

"போதும்!" தன்னை மீறிய எரிச்சலை மிகுந்த பிரயத்தனத்துடன் சிவன் கட்டுப்படுத்திக்கொண்டார். "மன்னர்மார்கள் ரெண்டு பேரும் கொஞ்சம் சும்மா இருக்கீங்களா?"

ஆத்திரமும் ஆச்சர்யமுமாய் தக்ஷர் அவரை வெறித்தார். கடனே என்று இராமல், தன்னம்பிக்கையும் தைரியமும் கொண்ட நீலகண்டராகவே சிவன் உருமாறிவிட்டதைக் கண்டபோது, தக்ஷரின் இதயம் அதலபாதாளத்தில் விழுந்தது. சூர்யவம்சிகளின் உயர்ந்த வாழ்வியலை நாடு முழுதும் பரப்பும் தந்தையின் அருங்கனவும், தன் குடும்பத்தைச் சேர்ந்த ஒருவர் இந்தியாவின் ஏகச்சக்ராதிபதியாகும் சாத்தியமும் வரவரக் குறைந்த கொண்டே போவது அவருக்குப் புரிந்தது. உயர்ந்த தொழில்நுட்பத்தின் மூலம் ஸ்வத்வீபர்களைப் போரில் சுலபமாக அவர் தோற்கடித்திருந்தாலும், ஜெயித்த தேசத்தைத் தொடர்ந்து ஆளப் போதிய வீரர்கள் அவரிடத்தில் இல்லையென்பதுதான் நிஜம். ஸ்வத்வீபர்களுக்கு நீலகண்டரிடத்தில் இருந்த கண்மூடித்தனமான பக்தி, அவருக்குத் தேவையாக இருந்தது. நீலகண்டர் தனக்கு ஒத்தாதவில்லையென்றால், தக்ஷரின் திட்டங்களெல்லாம் தவிடுபொடியாவது நிச்சயம்.

"ப்ரங்கர்கள் நாகர்களோட கூட்டு வெச்சிருக்காங்கன்னு எப்படிச் சொல்றீங்க?" சிவன் கேட்டார்.

"நிச்சயமாகத் தெரியவில்லை, பிரபு," என்றார் திலீபர். "காசியிலிருந்து வரும் வியாபாரிகள் பரப்பும் வதந்திகளை வைத்துத்தான் சொல்ல வேண்டியிருக்கிறது. ஸ்வத்வீபத்தின் இந்த ஒரு நாட்டோடு மட்டுமே ப்ரங்கர்கள் வாணிபம் செய்ய இசைந்திருக்கிறார்கள். அது மட்டுமல்லாமல், ப்ரங்காவிலிருந்து பல அகதிகள் காசியில் வந்து குடியேறியிருக்கிறார்கள்."

"அகதிகளா?" என்றார் சிவன். "அங்கேயிருந்து என்னத்துக்குத் தப்பிச்சு வரணும்? ப்ரங்கா வளமான நாடுன்னு சொன்னீங்களே?"

"ப்ரங்காவில் அடிக்கடிக் கடுமையான கொள்ளைநோய் பரவி, மக்களைத் தாக்கி வருகிறதென்று கேள்வி. உண்மை இன்னதென்று நிச்சயமாய்த் தெரியவில்லை. வெகு சிலரால்தான் ப்ரங்காவின் நிலவரத்தைப் பற்றி எதையும் உறுதியாகக் கூற முடியும்! ஆனால், தங்கள் கேள்விகளுக்கு

காசியின் மன்னர் சரியான பதில்கள் சொல்லக்கூடும். அவரை இங்கே வரவழைக்கட்டுமா, பிரபு?"

இதுவும் ஒரு வெற்று முயற்சியாக முடிந்துவிடுமோ என்ற எண்ணம் சிவனின் மனதில் தோன்றி மறைந்தது. "இல்ல, வேணாம்." ப்ரங்கர்களுக்கு உண்மையில் நாகர்களுடன் தொடர்பிருந்ததா என்று யாருக்கு நிச்சயமாய்த் தெரியும்?

சட்டென்று ஒரு எண்ணம் உதிக்க, நிமிர்ந்த சதி, திலீபர்புறம் திரும்பினாள். "மன்னிக்கணும், அரசே," போட்டிருந்த கட்டால் மூக்கால் பேசுவது போலிருந்தது. "ப்ரங்கா எங்க இருக்குன்னு சொல்ல முடியுமா?"

"கிழக்கே வெகு தூரத்தில், இளவரசி சதி. எங்கள் தெய்வீக கங்கை, வடகிழக்கிலிருந்து பாய்ந்து வரும் அவர்களது புண்ணிய நதியான பிரம்மபுத்ராவைச் சேரும் இடத்தில் அமைந்திருக்கிறது."

பளிச்சென்று ஒரு எண்ணம் மனதில் தோன்ற, புன்னகையுடன் சதியை நிமிர்ந்து பார்த்த சிவனின் பார்வையைச் சந்தித்தவளின் முகத்திலும் புன்சிரிப்பு மின்னியது.

அவையெல்லாம் கோடுகள் இல்ல. நதிகள்!

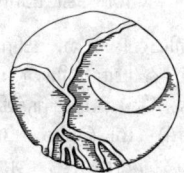

நாகா வீசியெறிந்து தான் பத்திரப்படுத்தி வைத்திருந்த நாணயத்தைத் தன் சுருக்குப் பைக்குள்ளிருந்து எடுத்த சிவன், திலீபரிடம் காட்டினார். "இந்தக் காசு ப்ரங்காவைச் சேர்ந்ததா, அரசே?"

"ஆம் பிரபு," திலீபரின் குரலில் ஆச்சர்யம். "ஒருபுறம் அரசர் சந்திரகேது; மறுபுறம் அவர்கள் தேசத்தில் பாயும் நதிகளின் வரைபடம். ஆனால் - இவ்வகை நாணயங்கள் கிடைப்பது அரிது. ப்ரங்கர்கள் தங்கள் கப்பத்தைத் தங்கக்கட்டிகளாகத்தான் அனுப்புவது வழக்கம்; காசுகளாக நிச்சயம் இல்லை."

அந்த நாணயம் எங்கிருந்து கிடைத்தது என்று கேட்க அவர் வாயெடுக்குமுன், நீலகண்டரே இடைபுகுந்தார்.

"காசிக்கு எவ்வளவு சீக்கிரம் கெளம்ப முடியும்?"

"ம்ம்ம், அருமை," சிவன் புன்னகையுடன் சில்லத்தை வீரபத்ராவிடம் நீட்டினார்.

"சொன்னேன்ல," அவனது கண்களில் சிரிப்பு. "மெலூஹாவைவிட இங்க புல் உயர்ந்த ரகம். ரசனையா வாழறதுன்னா என்னன்னு சந்திரவம்சிங்க நல்லாத்தான் கத்து வெச்சிருக்காங்க."

சிவனின் முகம் மலர்ந்தது; உள்ளே மரியுவானா மெல்லப் படர, இன்னுணர்வு அதிகரித்தது. அயோத்யாவுக்கு வெளியே இருந்த ஒரு சிறிய மலைச்சரிவின் மீது நண்பர்கள் இருவரும் அமர்ந்திருந்தனர்.

கீழே, இயற்கையின் அற்புதப் படுதா கண்ணுக்கு எட்டியவரை படர்ந்து விரிந்திருந்தது. மலையின் லேசான சரிவு, மரங்கள் அங்கொன்றும் இங்கொன்றுமாக அள்ளித் தெளித்த வனப்பகுதியுடன் கலக்க, அது, வெகு தூரத்தில், செங்குத்தான மலையுச்சியில் சென்று முடிந்தது. பலப்பல யுகங்களாக மண்ணைக் கடந்து மலைகளுக்கிடையில் பாதை வெட்டிய ஸரயூ நதி, தெற்கே கம்பீர உறுமலுடன் பாய்ந்தது. சாயங்காலச் சூரியன் மலைவாயிலில் சரிய, அந்தி வேளை மிக ரம்மியமாக, அமைதியாகப் பொலிந்தது.

"மெலூஹச் சக்ரவர்த்தி இப்ப சந்தோஷத்துல மெதந்துட்டிருக்கணுமே?" சில்லத்தை சிவனிடம் நீட்டியவாறு புன்னகைத்தான் வீரபத்ரா.

கண் சிமிட்டிய சிவன், சில்லம்வழி நீளமாக மூச்சை இழுத்துவிட்டார். சந்திரவம்சி கள் விஷயத்தில் தன் மனமாற்றம் தக்ஷருக்கு திருப்தியளிக்கவில்லையென்பதை அவர் அறியாமலில்லை. நாகர்களைத் துரத்திக்கொண்டு செல்லப்போகும் இந்தத் தருணத்தில், தேவையற்ற இடைஞ்சல்கள் கூடாது என்பதன் பொருட்டே, இந்த அபூர்வ உபாயம். தக்ஷர் வெற்றிப் பெருமிதத்தில் திளைக்கவும் இடம் கொடுக்கும்; திலீபரும் சமாதானம் அடைவார்.

தக்ஷரே இனிமேற்கொண்டு இந்தியாவின் ஏக சக்ராதிபதி என்று சிவன் அறிவித்துவிட்டார். தேவகிரியின் இராஜசபையில் நடத்தப்படும் பூஜைகளில் மட்டுமல்லாது, அயோத்யாவிலும் அவரது பெயரே முன்னிற்கும். திலீபர், சந்திரவம்சிப் பகுதிகளில் ஸ்வத்வீபத்தின் சக்ரவர்த்தியாகவும், மெலூஹாவில், சக்ரவர்த்தியின் சகோதரராகவும் அறியப்படுவார். தேவகிரி மற்றும் அயோத்யாவில் நடைபெறும் இராஜ வழிபாடுகளில், தக்ஷருக்கு அடுத்து அவருக்கு அரச மரியாதைகள் வழங்கப்படும். இந்த சமரசத்தின் வெளிப்பாடாக, திலீபரின் இராஜ்யம் மெலூஹாவுக்கு ஒரு இலட்சம் தங்க நாணயங்களை பெயரளவில் கப்பமாக அளிக்க வேண்டியது; அவையும் அயோத்யாவின் இராமஜன்மபூமிக் கோயிலுக்குக் கொடையாக வழங்கப்படும் என தக்ஷர் அறிவித்தார்.

அவரது மிகப்பெரும் கனவுகளில் ஒன்று – இந்தியாவின் சக்ரவர்த்தியாக அறியப்படுவது – நிறைவேறிவிட்ட பெருமிதத்துடன், தக்ஷர் தேவகிரி மீண்டார். யதார்த்தவாதியான திலீபர், போரில் சூர்ய வம்சிகளிடம் தோல்வியைத் தழுவினாலும், தன் இராஜ்யமும் சுதந்திரமும் இன்னமும் தன்னுடையதே என்பதை உணர்ந்து, திருப்தியடைந்தார்.

"காசிக்கு இன்னும் ஒரு வாரத்துல கௌம்பறோமா?" என்றான் வீரபத்ரா.

"ம்ம்."

"நல்லது. எனக்கிங்கே பொழுதே போகலை."

சிவன் சில்லத்தை வீரபத்ராவிடம் திருப்பிக்கொடுத்தார். "இந்த பகீரதன் கொஞ்சம் சுவாரசியமான ஆளா தெரியிறான்."

"அப்புடித்தான் தோணுது." வீரபத்ரா சில்லத்திலிருந்து உறிஞ்சினான்.

"அவனப்பத்தி என்ன கேள்விப்பட்டே?"

"உனக்கொண்ணு தெரியுமோ?" என்றான் வீரபத்ரா. "தர்மகேதத்துல தன் ஆட்கள் ஒரு இலட்சம் பேரை சுத்தி வளைச்சுக் கொண்டுவரலாம்கிற உத்திய மொதல்ல யோசிச்சதே பகீரதன்தான்."

“எது, பின்பக்கமிருந்து நமக்கு வந்த தாக்குதலா? பிரமாதமான யோசனை அது. ஜெயிக்கக் கூட ஜெயிச்சிருக்கும். த்ராபகு மட்டும் இல்லாமருந்திருந்தா.”

“பகீரதனோட உத்தரவுகளை இம்மி பிசகாம அவங்க கடைப்பிடிச்சிருந்தா, த்ராபகுவையும் மீறி ஜெயிச்சிருக்கும்.”

சிவன் சில்லத்தை ஒரு இழுப்பு இழுத்தார். “நெஜமாவா?”

“பிரதான போர்க்களத்துலேர்ந்து இன்னும் தள்ளி, கொஞ்சம் நீளமான பாதை வழியா, நடு ராத்திரில பகீரதன் தன் படையைக் கொண்டு வர உத்தேசிச்சிருந்தானாம். அப்படி அவன் செஞ்சிருந்தா, அவன் படை வர்றதை நம்மளால கண்டுபிடிச்சிருக்கவே முடியாது. சமாளிக்க முடியாமத் திண்டாடி, கடைசீல போர்ல தோத்துப் போயிருப்போம்.”

“அப்பேர்ப்பட்ட திட்டம் ஏன் தப்பாப் போச்சு?”

“பகீரதன் அழைப்பு விடுத்தப்ப, ராத்திரி நேரம். யுத்த மகாசபை கூட மறுத்துட்டாங்களாம்.”

“புனித ஏரியே! அவசரம்னாக்கூடவா? ஏனாம்?”

“தூங்கிக்கிட்டிருந்தாங்களாம்!”

“என்ன விளையாடறியா?”

“நிச்சியமா இல்ல,” வீரபத்ரா தலையசைத்து மறுத்தான். “அது மட்டுமா? காலைல ஒரு வழியா அவங்க ஒண்ணு கூடினப்ப, நமக்கும் தர்மகேதத்துக்கும் இடையில, பள்ளத்தாக்குலதான் பகீரதன் இருக்கணும்னு உத்தரவிட்டாங்களாம். அதான் சுலபமா அவங்களக் கண்டுபிடிச்சிட்டோம்.”

“என்ன பித்துக்குளித்தனம்?” சிவன் அதிசயித்தார். “இப்படி ஒரு அபத்தமான முடிவை யுத்தசபையார் எப்படி எடுத்தாங்க?”

“பகீரதன் மேல அவங்கப்பாவுக்கு நம்பிக்கையில்லையாம். அவரோட அசூயை, ஸ்வத்வீபத்தோட மத்த அரசர்களையும் சேனாதிபதிகளையும் பாதிச்சிருக்கு. ஒரு இலட்சம் வீரர்களை அவனை நம்பி அனுப்பினா, அவங்களோட தப்பிச்சு அயோத்யா போய் தன்னை சக்ரவர்த்தியா அறிவிச்சுக்குவான்னு பயம்.”

"பைத்தியக்காரத்தனம். தன் சொந்த மகன் மேலயே திலீபருக்கு நம்பிக்கையில்லையா? ஏன்?"

"பகீரதன் தன்னை மதிக்கிறதில்லை; தன்னை முட்டாள், மோசமான அரசன்னு நெனைக்கறான்னு திலீபருக்கு எண்ணம்."

"சே. அவன் அப்படியெல்லாம் நெனைக்க வாய்ப்பேயில்ல!"

"நான் கேள்விப்பட்ட வரைக்கும்," சில்லத்திலிருந்து சாம்பலைத் தட்டி வெளியேற்றிய வீரபத்ரா புன்னகைத்தான். "அவங்கப்பா விஷயத்துல நெஜமாவே பகீரதன் எண்ணம் அதுதான். அவன் கணிப்பு அப்படி ஒண்ணும் தப்பில்லையே?"

சிவன் முகத்தில் புன்சிரிப்பு.

"விஷயம் அதோட நிக்கல. நெலமை இன்னும் மோசமாச்சு," வீரபத்ரா தொடர்ந்தான். "மொத்த தோல்விக்கும் பகீரதன்தான் காரணம்னு தீர்ப்பாயிடுச்சு. இலட்சம் வீரர்களை அவன் கூட்டிக்கிட்டுப் போயிட்டதாலதான் எல்லாம் கைவிட்டுப் போச்சாம்."

முட்டாள்களின் சபையில் ஒரு புத்திசாலியின் பேச்சும் நடத்தையும் உதாசீனப்படுத்தப்பட்ட அவலத்தை எண்ணி சிவன், துக்கத்துடன் தலையசைத்துக்கொண்டார். "எதையும் துணிஞ்சு செயல்படுத்தக்கூடியவன்தான். சிறகுகளை பிய்ச்சு தெச்சு வெச்சிருக்கிறதுதான் பரிதாபம்."

'வீ'லென்ற ஒரு அலறல், அந்தத் தருணத்தின் அமைதியைக் கிழித்தது. சிவனும் வீரபத்ராவும் அதிர்ச்சியில் நிமிர்ந்து பார்த்தபோது, தூரத்தில், ஒரு மனிதன் குதிரை மீது வெகு வேகமாய்ச் சென்றுகொண்டிருக்க, பின்னால் வெகு தூரத்தில், அவனைத் துரத்திக்கொண்டு சென்ற அவனது துணைவன், அலறினான். "காப்பாத்துங்க! யாராவது இளவரசர் பகீரதனை காப்பாத்துங்க!"

குதிரையைக் கட்டுக்குள் கொண்டுவர முடியாமல் தவித்த பகீரதன், செங்குத்தான மலைச்சரிவை நோக்கித் தலைதெறிக்கச் சென்று கொண்டிருந்தான். விழுந்தால், எலும்பு கூட மிஞ்சாது.

அடுத்த கணம், வீரபத்ரா தொடர, சிவன் தன் குதிரையின் மீது பாய்ந்து ஏறினார். பகீரதனின் புரவியைத் தடுக்கச்

சிவன் சுற்றுப் பாதையில் செல்ல, தூரம் அதிகம் என்றாலும், மலைச்சரிவானதால், சுலபமாக இடைவெளியைக் கடக்க முடிந்தது. வெகு சில நிமிடங்களில் இளவரசனை அணுகிவிட்டார். வாழ்வுக்கும் சாவிற்கும் ஊசலாடிக்கொண்டிருக்கும் இந்த சமயத்தில் கூட, அவன் சற்றும் கலங்காமல் இருந்தது, அவன் மீது மதிப்பை உயர்த்தியது உண்மை.

பகீரதனோ, முகக்கயிற்றை இழுத்து வேகத்தைக் குறைக்க முடிந்த மட்டும் முயற்சித்தாலும், அவனது செய்கை, குதிரையை மேலும் சலனப்படுத்தியது; தறிகெட்டு, அதிவிரைவாகச் செல்லத் தூண்டியது.

"லகானை விடு!" அருகே, மிக அருகே ஓங்காரத்துடன் பாய்ந்த ஸரயூவின் இரைச்சலையும் மீறிச் சிவனின் குரல் எழுந்தது

"என்ன?" பகீரதன் அலறினான். குதிரையேற்றம் குறித்து அவன் பெற்றிருந்த பயிற்சிகளனைத்தும், சிவனின் யோசனை முட்டாள்தனத்தின் உச்சம் என்று பறைசாற்றின.

"என்னை நம்பு! லகானை விடு!"

பின்னர், இந்த சம்பவத்தை அசைபோடும்போது, விதியே தன்னை நீலகண்டரை நோக்கி இழுத்துச் சென்றதாகவே பகீரதன் எண்ணிக்கொண்டான். இப்போதோ, பெற்ற பயிற்சியனைத்தையும் கைவிட்டுவிட்டு, இந்தத் திபேத்தியக் காட்டுமிராண்டியை முற்றுமாக நம்பும்படி உள்ளுணர்வு வற்புறுத்தியது. அதற்குக் கட்டுப்பட்ட பகீரதன், லகானை விடுவித்தான். என்ன அதிசயம்! குதிரையின் வேகம் உடனே மட்டுப்பட்டது.

ஏறக்குறைய குதிரையின் காதுகளுக்குள் இரகசியம் ஓதும் அளவு அருகே வந்த சிவன், விசித்திரமான கானம் ஒன்றை இசைக்க, குதிரையின் வேகம் மெல்ல, மெல்லக் குறைந்து, மிதமான கதியை அடைந்தது. மலையுச்சியோ அருகே - மிகக் கிட்டத்தில்.

"சிவா!" வீரபத்ரா கூச்சலிட்டான் "உச்சி இன்னும் சில நூறு மீட்டர்தான்!"

அவனது எச்சரிக்கையைப் புரிந்துகொண்ட விதமாய் சிவன் தன் குதிரையின் வேகத்தை, பகீரதனுடையதுடன் இணைத்தார். மிகுந்த பிரயாசையுடன் குதிரையின் மீது

இளவரசன் அமர்ந்திருக்க, சிவன் தொடர்ந்து அதன் செவியில் ஓதினார். கொஞ்சம் கொஞ்சமாக, குதிரை அவரது கட்டுப்பாட்டிற்குள் வந்தது. ஒருவழியாக, மலையுச்சிக்கு வெகு அருகே, சில மீட்டர்களே இருக்கும்போது, நின்றது.

அப்போது வீரபத்ரா வந்து சேர்ந்துகொள்ள, சிவனும் பகீரதனும் சட்டென்று தத்தம் குதிரைகளினின்று இறங்கினார்கள்.

"நாசமாப் போக!" வீரபத்ரா உச்சியை நோக்கினான். "கொஞ்சம் தப்பினா மரணம்தான்!"

அவனை ஒரு பார்வை பார்த்த சிவன், பகீரதனை நோக்கினார். "உங்களுக்கு ஒண்ணுமில்லையே?"

அவரையே வெறித்த இளவரசன், அவமானம் மேலிட தலைகுனிந்தான். "மன்னிச்சுக்குங்க. உங்களுக்கு ரொம்ப தொந்தரவு குடுத்துட்டேன்னு நெனைக்கறேன்."

"அப்படியெல்லாம் எதுவுமில்ல."

பகீரதன் திரும்பினான். தன்னை இத்துணை இக்கட்டான சூழ்நிலைக்கு ஆளாக்கிய குதிரையின் முகத்தில் ஓங்கியடித்தான்.

"குதிரை மேல குற்றமில்ல!" சிவன் குரலெடுத்துச் சொன்னார்.

இளவரசன் புரியாமல் சிவனைப் பார்க்க, அவரோ, குதிரையின் அருகே சென்று, தவறாகக் குற்றம் சாட்டப்பட்ட குழந்தையை ஆற்றுப்படுத்துவது போல், அதன் முகத்தைக் கைகளில் ஏந்திக்கொண்டார். மெதுவாக முகக்கயிற்றை பிரித்து விலக்கினார். பகீரதனை அருகே வரும்படிச் சைகை செய்தவர், குதிரையின் வாயருகே, தோலில் ஆழமாகப் புதைந்திருந்த ஆணியைச் சுட்டிக்காட்டினார்.

பகீரதன் முகத்தில் அதிர்ச்சி. விஷயத்தைப் புரிந்துகொள்வதில் அவனுக்குச் சிரமம் இருக்கவில்லை.

ஆணியை மெல்ல வெளியே இழுத்த சிவன், அவனிடம் அதை நீட்டினார். "யாருக்கோ உங்களைப் பிடிக்கலை, இளவரசே."

இதற்குள், பகீரதனின் துணைவன் வந்து சேர்ந்திருந்தான். "இளவரசே! தங்களுக்கு ஒன்றுமில்லையே?"

பகீரதன் அவனைத் தீர்க்கமாக பார்த்தான். "நல்லாத்தான் இருக்கேன்."

சிவன், அவன்புறம் திரும்பினார். "திலீபர்கிட்ட சொல்லுங்க: அவர் மகன் ரொம்பத் திறமையான வீரர்; இப்படிப்பட்ட கடுமையான, உயிராபத்தான சூழல்ல கூட, நிதானமிழக்காத ஒருத்தரை, குதிரையின் கட்டுப்பாட்டை விட்டுக்குடுக்காத ஒருத்தரை நீலகண்டரே இதுவரைக்கும் பார்த்ததில்லைன்னும் சக்ரவர்த்திகிட்ட சொல்லுங்க. அதோட, இளவரசர் பகீரதனும் தன்னோட காசிக்கு வர நீலகண்டர் விண்ணப்பிச்சுக்கறார்னும் சொல்லுங்க."

திலீபர் இந்தக் கூற்றை கட்டளையாகத்தான் பார்ப்பார் என்பதை சிவன் அறியாமலில்லை. ஆனால் - பகீரதனைத் துரத்தும் கண்ணுக்குத் தெரியாத ஆபத்திலிருந்து அவனைக் காப்பாற்ற இது ஒன்றுதான் வழி.

துணைவன் உடனடியாக மண்டியிட்டான். "ஆணை, பிரபு."

பகீரதன் வாயடைத்து நின்றான். இதுவரை அவன் பார்த்த மனிதர்கள் அநேகம்: தனக்கெதிராக சூழ்ச்சி செய்யும் அயோக்கியர்கள்; தான் கஷ்டப்பட்டு யோசித்து செயல்படுத்திய அற்புத யுக்திகளனைத்திற்கும் அலட்டிக்கொள்ளாமல் புகழை ஏற்றுக்கொண்ட சமர்த்தர்கள்; தன்னை முற்றுமாய் அழிக்க முயன்ற கொடுங்கோலர்கள் - இப்படி எத்தனையோ. ஆனால் இது - இவர் புதிது. துணைவனை நோக்கித் திரும்பினான்.

"தள்ளி நில்லுங்க."

அவன் சட்டென்று விலகிச் சென்றான்.

"இவ்வளவு அக்கறையை இதுவரைக்கும் நான் ஒரே ஒருத்தர்கிட்டதான் பாத்திருக்கேன்," பகீரதனின் கண்கள் பனித்தன. "என் சகோதரி, ஆனந்தமயி. அவ அன்புக்கு இரத்த சம்பந்தம் காரணமா இருக்கலாம். ஆனா உங்க கருணைக்கு எனக்குக் காரணம் தெரியலியே, பிரபு? இதுக்கு எப்படி கைம்மாறு செய்யறதுன்னு ..."

"என்னைப் 'பிரபு'ன்னு கூப்பிடாம இருக்கலாம்," சிவன் புன்னகைத்தார்.

"அந்த ஒரு கட்டளையை மட்டும் நான் மீற நீங்க அனுமதிக்கணும்," கைகளை வணக்கத்துடன் குவித்தான்

பகீரதன். "நீங்க சொல்ற வேற எதையும் நான் சிரமேற்கொண்டு செய்வேன். என் உயிரையே குடுக்கணும்னாலும் சம்மதம்."

"இந்த உருக்கமெல்லாம் தேவையே இல்ல. இவ்வளவு கஷ்டப்பட்டு உங்க உயிரை நான் காப்பாத்தின பிறகு தற்கொலையெல்லாம் செஞ்சுக்கிறதாவது?"

பகீரதன் மென்மையாகப் புன்னகைத்தான். "பிரபு, என் குதிரையோட காதுக்குள்ள என்னவோ பாடினீங்களே, என்ன அது?"

"சமயம் கெடைக்கிறப்ப என்னோட ஒரு சில்லம் போடுங்க. சொல்லித் தரேன்."

"உங்க காலடியில உக்காந்து பாடம் கேக்கறது என் பாக்கியம், பிரபு."

"என் காலடியெல்லாம் வேணாம்; பக்கத்துலயே உக்காரலாம், நண்பா. நல்லா காது கேக்கும்!"

சிவன் தோளை வாத்சல்யத்துடன் தட்ட, பகீரதன் முகமலர்ந்தான்.

அத்தியாயம் 2

ஸரயூ நதி மீதினிலே ...

"சேநாதிபதி வந்திருக்கிறேன்," அரண்மனைப் பெண் காவலர் படைத்தலைவியிடம் பர்வதேஸ்வரர் அறிவித்தார். "இளவரசி ஆனந்தமயிக்குத் தகவல் சொல்லுங்கள்."

"உங்க வருகையை எதிர்நோக்கறதா இளவரசி முன்கூட்டியே தெரிவிச்சிட்டாங்க, சேநாதிபதி," தலைவி குனிந்து வணக்கம் தெரிவித்தாள். "கொஞ்சம் காத்திருக்கீங்களா? இளவரசியைப் பார்த்து, கேட்டுக்கிட்டு வர்றேன்."

ஆனந்தமயியின் பிரத்யேக அறைகளுக்குப் படைத்தலைவி செல்ல, பர்வதேஸ்வரர் திரும்பினார். காசிக்குச் செல்லும் குழுவை மேற்பார்வை செய்யும் பொறுப்பை சிவன் அவரிடம் அளித்திருந்தார். இம்மாதிரி விஷயங்களை அயோத்யாவின் மேலாண்மைப் பெருமக்களை நம்பி ஒப்படைத்தால், செல்ல வேண்டிய மார்க்கம் குறித்து விவாதம் செய்தே அடுத்த மூன்று வருடங்களைக் கடத்திவிடுவார்கள் என்பது சிவனுக்கு நன்கு தெரியும். சூர்யவம்சிக் கொள்கைகளில் மட்டுமல்லாது, எதையும் முறையாகச் செய்வதில் கைதேர்ந்த பர்வதேஸ்வரர், அனைத்து ஏற்பாடுகளையும் ஒரே வாரத்தில் முடித்துவிட்டார். அவர்களது குழு, அரசு க்கப்பல்களில், கீழ்த் திசையில் ஸரயூ கங்கையில் சென்று கலக்கும் மகத நாட்டை அடைந்து, அங்கிருந்து மேற்கே திரும்பி, நதியோடு பயணித்து, *காசி - தெய்வீக ஒளி வீசும் நகரம் -* சென்று சேர்வதாக ஏற்பாடு.

நீலகண்டருடன் பிரயாணம் செய்யும் பேற்றைப் பெற ஆவலாக இருந்த சில அயோத்யா பிரமுகர்களின் அபத்தமான பல கோரிக்கைகளையும் பர்வதேஸ்வரர் சமாளிக்க வேண்டியிருந்தது. ஒரு சிலவற்றை அனுமதிப்பதில் அவருக்கு ஆட்சேபணை இருக்கவில்லை - மூன்றாவது ப்ரஹார் தொடங்கி சரியாய் முப்பத்திரண்டு நிமிடங்கள் கழித்தே தன் கப்பல் செல்ல வேண்டும் என்று விரும்பிய மூடநம்பிக்கைவாதி ஒரு உதாரணம் - ஆனால், வேறு சிலவற்றை - கப்பலில் பெண் வேலையாட்கள் மட்டுமே இருக்க வேண்டுமென்று விண்ணப்பம் செய்தவர் ஒருவர் - நிர்தாட்சண்மாய் மறுக்கத் தவறவில்லை. ஆனந்தமயிக்கும் இதுபோல் பிரத்யேக விண்ணப்பம் ஏதேனும் நிச்சயம் இருக்கும்; சந்தேகமில்லை.

அழகுக் குளியல் செய்யக் கப்பல் முழுதும் பால் நிரப்ப வேண்டும் என்று கேட்பாளோ!

படைத்தலைவி விரைவில் வந்து சேர்ந்தாள். ''நீங்க உள்ளே போகலாம், சேநாதிபதி.''

விறைப்பாக நுழைந்த பர்வதேஸ்வரர், சிரம்தாழ்ந்து, அரச குலத்தாருக்குரிய மரியாதைமுறைகளுக்குக் கட்டுப்பட்டு, வணங்கினார், ''இளவரசியின் விருப்பம்?''

''இவ்வளவு மரியாதை தேவையில்ல, சேநாதிபதி. நிமிர்ந்து பார்க்கலாம்.''

பர்வதேஸ்வரர் நிமிர்ந்தார். அரண்மனைத் தோட்டங்கள் காட்சி தரும் அழகிய சாளரத்தின் முன் ஆனந்தமயி, குப்புறப் படுத்துக்கொண்டிருந்தாள். இளமையும் வசீகர அழகும் ததும்பும் அவளது உடலை இதமாய், கைவிரல்களின் திறமையனைத்தையும் புகுத்திப் பிடித்துவிட்டாள், தோழி கானினி. கீழ்முதுகிலிருந்து தொடைகளின் தொடக்கம் வரை ஒரு சிறிய துணி மட்டுமே இளவரசியின் உடலை மறைத்தது. மற்றவையனைத்தும் கண்களுக்கு விருந்துதான்.

''என்ன அழகு, இல்ல?'' என்றாள் அவள்.

பர்வதேஸ்வரரின் முகம் குப்பென்று சிவந்தது. சிரம் தாழ்ந்தது. கண்கள் வேறெங்கோ பார்த்தன. ஆனந்தமயிக்கோ, அபூர்வ அழகும் கம்பீரமும் செறிந்த ஆண் நாகத்தை ஒத்திருந்தது அவரது நடத்தை. தன்னை விடச் சிறந்த இணையைச் சந்தித்தவுடன், மிகுந்த மரியாதையுடன் தலைவணங்கி, வாழ்க்கை நடனத்தைத் துவக்க விரும்பும் சர்ப்பம் போலத் தோன்றினார் அவர்.

''மன்னிக்க வேண்டும் இளவரசி. தங்களை அவமானப்படுத்தும் எண்ணம் எனக்குத் துளியும் இல்லை. மறுபடியும் மன்னிப்புக் கோருகிறேன்.''

''அரண்மனைத் தோட்டத்தப் பாத்து ரசிக்க மன்னிப்புக் கேப்பானேன், சேநாதிபதி? தாராளமா அனுமதியுண்டு.''

வாழ்நாள் முழுதும் பிரம்மச்சாரியாகக் கழித்துவிட்ட பர்வதேஸ்வரர் மனம், சற்றே சமாதானமடைந்தது. தன் நடத்தையை ஆனந்தமயி தவறாக எடுத்துக்கொண்டதாகத் தெரியவில்லை. தரையை நோக்கித் தாழ்ந்த கண்களுடன், ''தங்களுக்கு நான் செய்யக்கூடிய உதவி ஏதேனும் உண்டா, இளவரசி?'' என்றார் மெல்லிய குரலில்.

''ரொம்பச் சின்ன விஷயம்தான். அரக்கி தாடகையை அழிக்க இராமபிரானும் லக்ஷ்மணனும் முனிவர் விஸ்வாமித்ரரோட வந்துகிட்டிருக்கிறப்ப, பயணத்தை நிறுத்தின இடம், ஸரயூ நதிக்குக் கொஞ்சம் தெற்கே இருக்கு. அங்கதான் மஹரிஷி அவங்க ரெண்டு பேருக்கும் நோயே அண்டாத ஆரோக்கியத்தையும், வாழ்நாள் முழுழும் பசியோ, தாகமோ தாக்காத வரமா பலா, அதிபலா, இரண்டையும் சொல்லிக் குடுத்தார். அங்க இறங்கி, பிரானுக்கு ஒரு பூஜை செய்யணும்னு ஆசை.''

அவள் கொண்டிருந்த பக்தியை எண்ணி அகமும் முகமும் மலர்ந்த பர்வதேஸ்வரர், புன்னகைத்தார். ''தாராளமாய்த் தாமதிக்கலாம், இளவரசி. அதற்குரிய ஏற்பாடுகளனைத்தையும் நானே முன்நின்று செய்துவிடுகிறேன். பிரத்யேகமாய் ஏதேனும் தேவைப்படுமா?''

''அவசியமில்ல. பிரார்த்தனைகள் கடவுளோட பாதத்தை அடைய நல்ல மனசு போதும்.''

தன்னையும் மீறி எழுந்த மரியாதையுடன் பர்வதேஸ்வரர் ஆனந்தமயியை ஏறிட்டார். அவளுடைய விழிகளோ, கேலி செய்யும் பாவனையுடன் அவருடையதைச் சந்தித்தன. ''வேறேதும் உண்டா, இளவரசி?'' சட்டென்று உறுமினார்.

எதிர்பார்த்த ஏதோவொன்று கிடைக்காத ஏமாற்றத்தில், ஆனந்தமயியின் முகம் மாறியது. ''இல்ல, சேநாதிபதி.''

விறைப்பாக வணக்கம் தெரிவித்த பர்வதேஸ்வரர், விருட்டென்று அறையை விட்டு அகன்றார்.

அவர் மறையும் வரை பார்த்துக்கொண்டிருந்த ஆனந்தமயி, ஆழமாகப் பெருமூச்சொன்றை விடுத்து, தலையசைத்துக்கொண்டாள்.

''எல்லோரும் சுத்தி உக்காருங்க,'' என்றார் பண்டிதர். ''பூஜையைத் தொடங்கலாம்.''

இராமபிரானுக்கு அபூர்வ சக்திகள் பலவற்றை விஸ்வாமித்ரர் அருளிய பலா-அதிபலா குண்டத்தில் சிவனின் குழு இறங்கியிருந்தது.

காசி யாத்திரையில் அயோத்யாவின் பல உயர்குடிமக்கள் எப்படியோ, யார் யாரையோ சிபாரிசு பிடித்து ஒட்டிக்கொண்டு வந்துவிட்டதில் சிவனுக்கு சற்று வருத்தமே. ஐந்தே ஐந்து அதி விரைவான கப்பல்களில் சட்டென்று வந்து சேர்ந்திருக்க வேண்டிய குழு, இப்போது மலைப்பாம்பு போல் மெதுவாக ஊரும் ஐம்பது மரக்கலங்கள் கொண்ட மிகப்பெரும் பரிவாரமாக மாறிவிட்டது. எதையும் நேர்முகமாகச் சந்திக்கும் பர்வதேஸ்வரருக்கு, தட்டியில் நுழைந்தால் கோலத்தில் நுழையும் சந்திரம்வம்சிப் பிரபுக்களின் அழகொழுகும் பேச்சை மறுப்பது, மிகுந்த சிரமமாக இருந்தது. இதன் காரணமாகவே, வந்து சேரும் கும்பலைக் கட்டுப்படுத்த பகீரதன் சொன்ன யோசனை, சிவனை மிகக் கவர்ந்தது. நீலகண்டருக்கும் முன்னதாகச் சென்று காசியில் அவரை வரவேற்கப் பிரத்யேகக் குழு ஒன்றை அமைக்கும்படியும், அப்படி செய்தால் பிரபுவின் அன்பிற்குப் பாத்திரமாகலாம் என்றும் அவன் சாமர்த்தியமாய் ஒரு பிரமுகரிடம் சொல்லி வைக்க, அவரும் காசிக்கு விரைந்தார். அவரைப் பின்பற்றி, நீலகண்டரைக் காசியில் முதன்முதலில் வரவேற்கும் பாக்கியத்தைப் பெறும் ஆவலில் வேறு பலரும் அடித்துப் பிடித்துக்கொண்டு செல்ல, சில மணி நேரங்களுக்குள், பிரயாணக்குழு சிவன் நினைத்த அளவு குறுகி விட்டது.

பூஜைக்குரிய மண்டபம், நதிக்கரையிலிருந்து சுமார் ஐம்பது மீட்டர் தூரத்தில் அமைக்கப்பட்டிருந்தது. இப்பிரார்த்தனையை மனமுவந்து செய்யும் யாரையும், வாழ்நாள் முழுதும் நோய் அண்டாது என்பது ஐதீகம். உள் வட்டத்தில், பண்டிதருக்கு மிக அருகில் சிவன், சதி, பர்வதேஸ்வரர், ஆயுர்வதி, பகீரதன் மற்றும் ஆனந்தமயி அமர்ந்திருந்தனர். நந்தி, வீரபத்ரா, த்ராபகு, க்ருத்திகா, மற்றும்

குழுவின் இதர அங்கத்தினர்களான சூர்யவம்சி-சந்திரவம்சி நாடுகளையும் சேர்ந்தோர் சற்றுத் தள்ளி அமர்ந்திருந்தனர். குரு என்றோ கற்றுத்தந்த சமஸ்கிருத ஸ்லோகங்களை, இம்மியும் பிசகாமல், அதே ஏற்ற இறக்கத்தோடு, மிகுந்த பக்தியோடு உச்சரித்தார் பண்டிதர்.

சதி இருப்புக்கொள்ளாமல் தவித்தாள். யாரோ தன்னையே வெறித்து நோக்கிக் கொண்டிருப்பது போல் நமநமத்தது. ஏனோ, தன்னை யாரோ அடக்க முடியாத வெறுப்புடன் உற்றுப் பார்க்கும் உணர்வு - அதனுடன், ஆழம் காண முடியாத அன்பு; எல்லையில்லா சோகம். குழப்பத்துடன் கண்களைத் திறந்தாள். இடதுபுறம் தலையைத் திருப்பினாள். பூஜையின் பிரத்யேக விதிகளுக்குக் கட்டுப்பட்டு, எல்லோரது கண்களும் மூடியிருந்தன. வலப்பக்கம் திரும்ப - சிவன் தன்னையே வைத்த கண் வாங்காமல் பார்ப்பதை உணர்ந்து திடுக்கிட்டாள். அவரது விழிகள் அகன்று, விரிந்திருந்தன. அன்பு பொழிந்தது. முகத்தில் லேசான புன்னகை.

கணவனைப் பார்த்துப் புருவம் நெறித்த சதி, பூஜையில் கவனம் செலுத்தும்படி கண்களால் ஜாடை செய்தாள். சிவனோ, உதடுகளைக் குவித்து காற்றில் முத்தம் ஒன்றைப் பறக்கவிட்டார். அதிர்ந்த சதியின் புருவம் மேலும் சுருங்கியது. சூர்யவம்சிகளின் இறுக்கமான வாழ்வியலில் முழுதும் முழுகிய அவளுக்கு, இம்மாதிரியான விளையாட்டுத்தனமெல்லாம் ஒழுக்கத்திற்கு எதிரானது என்ற தீர்மானமான எண்ணம். சிறு குழந்தையைப் போல் உதட்டைச் சுழித்த சிவன், கண்களை மூடிக்கொண்டு அக்னியை நோக்கித் திரும்பினார். இப்பேர்ப்பட்ட காதல் கணவன் தனக்கு வாய்த்த மகிழ்ச்சியில், இதழில் லேசான புன்முறுவலுடன் சதியும் தன் விழிகளை மூடிக்கொண்டாள். இருந்தாலும் ...

... யாரோ தன்னைத் தொடர்ந்து கவனிக்கும் உறுத்தல். வைத்த கண் வாங்காமல் பார்க்கும் நெருடல்.

நீலகண்டரது பரிவாரத்தின் கடைசிக் கப்பலும் ஸரயூவின் ஒரு வளைவின் திரும்பி, கண்களினின்றும் மறைந்தது. தன் எதிரிகள் மொத்தமும் சென்றுவிட்டதும், மரங்களின் மறைவிலிருந்து நாகா வெளிப்பட்டான். அந்தணர்

அப்போதுதான் முடித்திருந்த பூஜை நடந்த பகுதியை நோக்கி விறுவிறுவென நடைபோட்டான். பின்னோடு, நாகர்களின் அரசியும், போர்க்கோலம் தரித்த நூறு வீரர்களும் தொடர்ந்தனர். மரியாதை கருதி, நாகாவிடமிருந்து சற்று தூரத்தில் விலகி நின்றனர்.

நாகர்களின் அரசிக்கு பிரதமமந்திரியாக விளங்கிய கார்கோடகர், நேரத்தைக் கணக்கிட வானை நோக்கினார். பிறகு, சற்று தர்மசங்கடத்துடன் தூரத்தில் நாகாவைப் பார்த்தார். மக்கள் தலைவன் என்று தன் நாட்டோரிடம் நற்பெயர் பெற்றிருந்தவன், இந்தப் பூஜையில் இவ்வளவு கவனம் செலுத்தக் காரணம் புரியவில்லை. தலைவனிடம் அரும்பெரும் சக்திகளும், ஆழ்ந்த ஞானமும் பொதிந்திருந்தன; நாகர்களின் இராணியை விடவும் திறமை வாய்ந்தவன் என்று எண்ணுவோர் உண்டு.

''தேவி,'' கார்கோடகர் இராணியைப் பார்த்தார். ''வீடு திரும்புவதன் முக்கியத்துவத்தை பிரபுவிற்கு உணர்த்துவதைப் பற்றி தங்கள் எண்ணம் என்னவோ?''

''கார்கோடகரே,'' இராணியின் குரல் பட்டுக்கத்தரித்தாற்போல் வந்தது. ''தங்கள் மேலான கருத்துக்கள் தேவைப்படும்போது, நானே கேட்டுத் தெரிந்துகொள்வேன்.''

அரசியாரின் கடுங்கோபத்தை எதிர்கொள்ள அஞ்சிய கார்கோடகர், மறுவார்த்தை பேசாமல் பின்வாங்கினார்.

பிரதமமந்திரியின் சொற்களை அசைபோட்டவாறு, அரசி நாகாவின் மீது கண்களை ஓட்டினாள். கார்கோடகர் கூற்றில் உண்மை இல்லாமலில்லை. இனியும் தாமதிக்க நேரமில்லை; நாகர்கள் தங்கள் தலைநகருக்குத் திரும்பும் நேரம் வந்துவிட்டது. *நாகர்களின் இராஜ்ய சபை* வெகு விரைவில் கூடும்; ப்ரங்கர்களுக்குத் தொடர்ந்து மருத்துவ உதவி அளிப்பது குறித்த விவாதம் மீண்டும் எழும். பல நாகர்களுக்கு - அதுவும், மோசமான கர்மவினையின் பயனாய் வாய்த்த இந்தக் கொடூர வாழ்க்கையென்னும் ஊழ்வினையிலிருந்து மீண்டெழ சமூகத்திலிருந்து விலகி வாழ்வதுதான் ஒரே வழி என்று அமைதிப் பாதையை விரும்பும் நாகர்களுக்கு - இவ்வாறு அவர்களுக்கு ஒதுக்கப்படும் ஏராளமான பொருள், ப்ரங்கர்களுடனான கூட்டுறவின் மீதே வெறுப்பேற்படக் காரணமாகிவிட்டதை அரசி அறிந்தே இருந்தாள். ஆனால், இந்தக் கூட்டுறவின்றி,

அவள் நினைக்கும் வஞ்சத்தைத் தீர்த்துக்கொள்வது முடியாத காரியம். எல்லாவற்றையும்விட முக்கியம்: தன்னிடம் இதுவரை மிக்க விசுவாசம் காட்டி வந்திருந்த ப்ரங்கர்களைக் கைவிடக்கூடாது. முடியாது.

ஆனால் ... மக்கள் தலைவனான தன் வளர்ப்பு மகனையும் அவளால் தவிக்கவிட முடியவில்லை. இப்போது அவனது மனம் படும் ஏராளமான சஞ்சலத்திற்கு, அந்த மனித உருவெடுத்த பிசாசுதான் காரணம். அவளால்தான் அவனது நிதானம் தவறியிருக்கிறது; தேவையற்ற ஆபத்துக்களில் சிக்குகிறான். இராமஜன்மபூமிக் கோயிலில் சிவன், சதியின் மீது அவன் நடத்திய அபத்தக்களஞ்சியமான தாக்குதல் ஒரு உதாரணம். அவளைக் கொல்லாதிருப்பதுதான் அவனது எண்ணமென்றால் - அவசியமற்ற இந்த அற்ப வேலையில் இறங்குவானேன்? தன்னைத்தானே தீவிர ஆபத்தில் சிக்க வைத்துக்கொள்வானேன்? அவன் உயிரிழந்திருந்தால்? அல்லது, அதைவிடக் கொடுமை - உயிருடன் பிடிபட்டிருந்தால்? அயோத்யாவிற்குள் சதியைப் பிடிப்பது துர்லபம்; வெளியேதான் அவள் மீது தாக்குதல் நடத்த முடியும் என்றும், அதனாலேயே அவர்களை அப்போது தொடர்ந்து சென்றதாகவும் பிறகு சுற்றிவளைத்து விளக்கம் கொடுத்தான். ஓரளவுக்கு இம்முறை அதில் வெற்றி கண்டுவிட்டான் என்றுதான் சொல்லவேண்டும்: காசி வரை அவள் பயணிக்கும்படிச் செய்துவிட்டான் அல்லவா? ஆனால் - இங்கும் அவள் கணவன் மற்றும் பரிவாரம் புடைசூழத்தான் பவனி வந்தாள். இங்கு போய் அவளைக் கடத்துவது நடக்காத காரியம்.

தன் வளர்ப்பு மகன் லேசாக அசைவதைக் கண்ட அரசி, கார்கோடகரையும் தன் வீரர்களையும் பின்னால் நிற்கச் சொல்லி, தான் மட்டும் சற்று முன்னால் வந்தாள்.

தன் இடைப்பட்டியில் புதிதாய்ப் பொருத்தப்பட்ட பிடியிலிருந்து நாகா ஒரு கத்தியை எடுத்திருந்தான். இராமஜன்மபூமிக் கோயிலில் சதி அவன் மீது வீசியது. கட்டைவிரல் மீது அதை ஓட்டியவாறு, ஏக்கத்துடன் அதைப் பார்த்தான். கத்தியின் கூர்முனை தோலை லேசாய்ச் சீய்த்தது. ஆத்திரத்துடன் தலையைக் குலுக்கிக்கொண்டவன், ஓங்கி அதை மணலில் வீச, குத்திட்டு நின்றது. அரசியை நோக்கி நடந்தான்.

சட்டென்று நின்றான். ஏனோ, ஒரு தயக்கம்.

வளர்ப்பு மகனுக்கு காது கேளாத தூரத்தில் நின்ற அரசி, எண்ணங்களை மனதிற்கு மட்டும் கேட்கும் மெல்லிய கிசுகிசுப்பாய் வெளியிட்டாள். ''விட்டுரு, கண்ணா. இதெல்லாம் உன் தகுதிக்கேத்த விஷயமில்ல. விட்டுரு.''

நாகா இருந்த இடத்திலேயே ஆணியடித்தாற்போல் நின்றான். ஒரு முடிவுக்கு வரமுடியாமல் அவன் மனம் தவித்தது. சற்று தூரத்தில் நின்ற வீரர்கள், அவரது சஞ்சலத்தைக் கண்டு திகைத்தனர். கத்தியை எறிந்த இடத்திற்கு மீண்டும் நாகா செல்வதை அரசி ஏமாற்றம் கலந்த ஆதங்கத்துடன் கவனித்தாள். அவன் கத்தியை மிக்க மரியாதையுடன் எடுத்து, நெற்றியில் பக்தியுடன் அதைப் பதித்துக்கொண்டான். பிறகு, மீண்டும் அதை இடுப்பிலிருந்த பிடியில் பொருத்திக்கொண்டான்.

முகச்சுளிப்புடன் ஒரு ஹூங்காரம் செய்த அரசி, கார்கோடகரை முன்னே வருமாறு சைகை செய்தாள். இப்போதைக்கு வேறு வழியில்லை; திக்குத் தெரியாமல் தவித்த தன் வளர்ப்பு மகனை அவனது மெய்க்காப்பாளர்களுடன் இங்கேயே விட்டுவிட்டு, தான் தலைநகர் பஞ்சவடி செல்வது மட்டுமே அவளால் முடிந்தது.

''என்ன, நிலவழிக் கட்டணமா?'' என்ன பைத்தியக்காரத்தனம் இது?'' அயோத்யாவின் பிரதமமந்திரியான ஸ்யமந்தகர் கர்ஜித்தார். ''இந்தக் கப்பல் ஸ்வத்வீபச் சக்ரவர்த்திக்குச் சொந்தமானது. இந்த தேசத்திலேயே ஒப்புவமையில்லாத, மிக முக்கியமான ஒருவரை ஏற்றிச் செல்கிறது.''

பிற சந்திரவம்சிகளைப் போலல்லாமல், சட்டத்தை வார்த்தை வார்த்தையாக மதிப்பதையன்றி வேறெதையும் கண்டுகொள்ளாதவர் எனப் பெயர் பெற்ற மகதநாட்டின் துறைமுக மந்திரி அந்தகரின் முன்னணிப் படகில், ஸ்யமந்தகர் நின்றுகொண்டிருந்தார். நீலகண்டரைச் சுமந்து வந்த மாபெரும் கப்பலை சற்றுப் பதற்றத்துடன் நோக்கினார். பர்வதேஸ்வரர், பகீரதன் சகிதமாய் சிவன் மேல்தளத்தில் நின்றார். மகதநாட்டில் சற்று தாமதிக்க வேண்டும்; நகருக்கு வெளியே

இருந்த நரசிம்மர் ஆலயத்திற்குச் சென்று வர வேண்டும் என்ற ஆவல் அவர் மனதில் வேரூன்றியிருந்தது. அதில் மண்ணையள்ளி வீச ஸ்யமந்தகருக்கு விருப்பமில்லைதான் – ஆயினும், நிலவழிக்கட்டணமெல்லாம் கட்டுவது ஆபத்தான முன்மாதிரியை ஏற்படுத்துவதாகிவிடும். தன் சாம்ராஜ்யத்திலே தன் கப்பலில் செல்ல சக்ரவர்த்தி கட்டணம் செலுத்துவதாவது? தேசமுழுதும் உள்ள அத்தனை நதித் துறைமுக இராஜ்யங்களும் 'கொல்'லென்று போய்விடாதா? அந்தகருடன் மிக அமரிக்கையான, ஜாக்கிரதையான பேச்சு வார்த்தை தொடங்கியது.

''உங்கள் கப்பலில் வருபவர்களைப் பற்றி எனக்குக் கவலையில்லை,'' என்றார் அந்தகர். ''இராமபிரானேயானாலும், எனக்கென்ன? சட்டம் எல்லோருக்கும் ஒன்றுதான்; மகதத் துறைமுகத்தில் வந்திறங்கும் அத்தனை கப்பல்களும் நிலவழிக் கட்டணம் செலுத்தியே ஆக வேண்டும். அப்படியொன்றும் அதிகமல்ல. கேவலம் ஆயிரம் பொற்காசுகளைப் பற்றி திலீபச் சக்ரவர்த்தி கவலைப்படுவானேன்?''

''பணமா இப்போது முக்கியம்? கொள்கையல்லவா?'' ஸ்யமந்தகர் வாதிட்டார்.

''அதையேதான் நானும் சொல்கிறேன்! கட்டணத்தைச் செலுத்திவிடவும்.''

சிவனின் பொறுமை கொஞ்சம் கொஞ்சமாய்க் கரைந்துகொண்டிருந்தது. ''மணிக்கணக்கா என்னத்தைத்தான் அளந்துக்கிட்டிருக்காங்க அங்க?''

''அந்தகர், துறைமுக மந்திரி, பிரபு,'' பகீரதன் விளக்கினான். ''நிலவழிக் கட்டணத்தைச் செலுத்தித்தான் ஆகணும்னு சட்டம். அதப்பத்திதான் விலாவாரியாச் சொல்லிட்டிருக்கார்னு நெனைக்கறேன். எங்கப்பாவோட எந்தக் கப்பலுக்கும் கட்டணம் செலுத்தறதை ஸ்யமந்தகர் ஒத்துக்க மாட்டார். அது எங்கப்பாவோட பிரமாதமான கௌரவத்துக்கு பெரிய இழுக்கு. அந்தகர் வெறும் பைத்தியம்.''

''சட்டத்தைச் சிரமேற்கொண்டு காப்பாற்றுபவரை பைத்தியம் என்று ஏளனம் செய்வானேன்?'' பர்வதேஸ்வரர் குறுக்கிட்டார். ''மரியாதைக்குரியவரல்லவா?''

''சமய சந்தர்ப்பங்களையும் அப்பப்ப பாத்து நடந்துக்கணும், சேநாதிபதி.''

''அது எப்படி? சட்டத்தை மீறும்படியான சந்தர்ப்பமும் அமையுமா என்ன? என்னால் இதை ஏற்கவே முடியாது, இளவரசே.''

சூர்யவம்சி, சந்திரவம்சி வாழ்வியல் மற்றும் கொள்கை முறைகளுக்கிடையே உள்ள வித்தியாசங்கள் குறித்து மற்றுமொரு வாக்குவாதம் துவங்குவதில் சிவனுக்கு விருப்பமில்லை. ''மகத நாட்டோட அரசர் எப்படிப்பட்டவர்?''

''யாரு, *அரசர் மகேந்திரரா?*' பகீரதன் கேட்டான்.

''*உலகத்தையே ஜெயிச்சவர்னுதானே அந்த பேருக்கு அர்த்தம்?*''

''உண்மைதான், பிரபு. ஆனா, அந்தப் பட்டத்துக்கு அவர் தகுதியானவர் இல்ல. ஒரு காலத்துல மகத நாடு மிகப்பெரிய இராஜ்யமா இருந்தது. ஏன், ஸ்வத்வீபமே அவங்களுக்குக் கட்டுப்பட்டதுதான்; மகத நாட்டு அரசர்கள் ரொம்ப மதிப்பும் மரியாதையுமா இருந்ததும் நெஜம். ஆனா, பல உயர்ந்த சாம்ராஜ்யங்களைப் போல, அவங்களுக்குப் பின்னால வந்த, தகுதியோ, அறிவாற்றலோ இல்லாத அரசர்கள், கஜானாவைக் கரைச்சாங்க; அதிகாரத்தைத் துஷ்பிரயோகம் பண்ணாங்க. எல்லாத்தையும் சீரழிச்சிட்டாங்க. எவ்வளவுதான் மகதநாட்டோட பழைய பெருமையை கட்டிக் காப்பாத்த முயற்சி செஞ்சாலும், அதுல அவங்க ஜெயிக்கல. அவங்களோட எங்களுக்கிருக்கிற உறவை விவரிக்கிறது கஷ்டம். முள்ளு மேல நடக்கிற மாதிரி.''

''நெஜமாவா? ஏன்?''

''முன்னூறு வருஷங்களுக்கு முன்னால அவங்களைத் தோக்கடிச்சு ஸவத்வீபத்தோட முழுமுதல் அதிகாரத்தை ஜெயிச்சதே அயோத்யாதானே? இப்ப இருக்குற வெட்டி ராஜாங்கத்துக்கு அப்ப எங்க நாடு பலியாகியிருக்கல. அப்ப நடந்தது, அற்புதமான அஸ்வமேத யாகம். கேக்கணுமா? கப்பம் கட்ட வேண்டிய நிலைமையையோ, அந்தஸ்த்தை இழந்ததையோ மகத நாட்டால தாங்கிக்க முடியல.''

''இருக்கலாம் ... ஆனா, முன்னூறு வருஷம் தாண்டியுமா கோபம் தணியல?''

பகீரதன் புன்னகைத்தான். ''க்ஷத்ரியர்களோட ஞாபக சக்தியே ரொம்ப அலாதியானது, பிரபு.

அயோத்யாகிட்ட அவங்க அடைஞ்ச தோல்வியோட பாதிப்பு இன்னிக்கும் தொடருது. ரெண்டு நதிகளோட சங்கமத்துல அமைஞ்சிருக்கறதால, நியாயப்படி பாத்தா, மகத நாட்டுக்குத்தான் பல நன்மைகள். ஸரயூ, கங்கை மாதிரியான நதிகளோட கரையில அமைஞ்சிருக்கிற பல துறைமுகங்கள்ள வியாபாரம் செய்ய வர்ற வணிகர்களுக்கு, இதுதான் ரொம்ப வாய்ப்பான இடம். எங்ககிட்ட அஸ்வமேத யாகத்துல தோத்த பிறகு, இதெல்லாம் அவங்க கையை விட்டுப் போச்சு. நிலவழிக்கட்டணம், வாணிப வரின்னு எல்லாத்துலயும் உச்சவரம்பு கொண்டு வந்துட்டோம். ஆனா, இதையெல்லாம் தாண்டி, சுமார் நூறு வருஷத்துக்கு முன்னாடி ... எங்களுக்குள்ள இருந்த விரோதம் இன்னும் தழைக்கிற மாதிரி ஒரு சம்பவம் நடந்தது.''

''அப்படியென்ன ஆச்சு?''

''இங்கிருந்து மேற்கே, கங்கை நதிக்கரையில ஒரு ராஜ்யம் இருக்கு. பேரு ப்ரயாக். மகத நாட்டோட அவங்க நட்பு வரலாற்றுப் பிரசித்தம். இன்னும் சொன்னா, ரெண்டு அரச குடும்பங்களும் ரொம்ப நெருங்கின உறவுகூட.''

''அப்புறம்?''

''அப்புறம் ... யமுனை நதி மெலூஹாவிலிருந்து பாதை மாறி தெற்கே பாய ஆரம்பிச்சப்ப, கங்கையோட இணைஞ்ச இடம் ப்ரயாக்தான்,'' என்றான் பகீரதன்.

''அப்ப ப்ரயாக் ரொம்ப முக்கியமான தலமா மாறியிருக்கணுமே?'' என்றார் சிவன்.

''ஆமாம், பிரபு. மகத நாடு மாதிரி, அதுவும் நதிவழி வாணிபத்துல மறுக்க முடியாத ஒரு உன்னத நிலைமையை அடைஞ்சது. ஆனா மகத நாட்டைப் போல, அங்க நிலவழிக் கட்டணங்களோ, வணிக வரிகளோ கெடையாது. யமுனை நதி பாயறதால உருவான புதுப் பகுதிகள்ள வாணிபம் செய்யவோ, அரசாங்கம் அமைக்கவோ விரும்பினவங்க, ப்ரயாக்ல அதுக்கான கட்டணத்தை செலுத்தணும். இதனால, செல்வத்திலயும், செல்வாக்குலயும், ப்ரயாக் அடைஞ்ச உயரம் கொஞ்சம் நஞ்சமில்ல. அவ்வளவு ஏன்? அயோத்யாவுக்கெதிரா மகத நாடு செய்யப்போற அஸ்வமேத யாகத்துல அவங்களோட ப்ரயாக் கூட்டு சேரப்போறதாக் கூட ஏகப்பட்ட வதந்திகள். ஆனா, சூர்யவம்சிகளோட நடந்த போர்ல என் தாத்தாவோட அப்பா தோத்து போனப்ப, மெலூஹாவ நோக்கி யமுனையைத் திருப்ப நதியில ஒரு

அணை கட்டினாங்க... ப்ரயாகோட நிலமை மறுபடியும் சரிஞ்சு போச்சு. அதுலேர்ந்து அவங்களுக்கு அயோத்யா மேல ஆத்திரம். அவங்களை அடக்கி வெக்கறதுக்காகவே நாங்க வேணும்னு போர்ல தோத்துப் போனோம்னு கூட நம்பறாங்கன்னா பாத்துக்குங்களேன்.''

''அடடா.''

''ஆமா.'' பகீரதன் தலையசைத்துக்கொண்டான். ''உண்மைல எங்க தோல்விக்குக் காரணம் - என் கொள்ளுத் தாத்தாவோட பைத்தியக்காரத்தனமான போர்த்தந்திரங்கள்தான்.''

''ஆக, உங்களுக்கிடையில எப்பவுமே விரோதம்தான், இல்லையா?''

''அப்படியும் சொல்ல முடியாது, பிரபு. அயோத்யாவும் மகதமும் ஒத்துமையா இருந்த காலகட்டமும் உண்டு.''

''அப்ப உங்களுக்கு இங்க நல்ல வரவேற்பு கெடைக்குமா?''

பகீரதன் கடகடவென்று சிரித்தான். ''நான் அயோத்யாவோட அதிகாரபூர்வமான பிரதிநிதி இல்லைன்னு எல்லாருக்குமே தெரியும். இங்க என்னைக் கண்டிப்பா யாரும் சந்தேகப்பட மாட்டாங்க. ஆனா - மகேந்திரர் ரொம்பவே சந்தேகப் பேர்வழின்னு கேள்வி. அவரோட ஒற்றர்கள் நம்மளைச் சதா காலமும் வேவு பாத்துக்கிட்டு இருப்பாங்கங்கிறது நிச்சயம். இங்க வர்ற எல்லா முக்கிய விருந்தாளிகளுக்கும் இதே கதிதான். ஆனா, இதையும் சொல்லிடறேன் - அவங்களோட ஒற்றர் படைக்கு திறமை போதாது. பெரிசா பிரச்சனை எதுவும் இருக்காதுன்னுதான் தோணுது.''

''என் நீலக்கழுத்து இங்கேயும் எல்லாக் கதவுகளையும் தெறக்குமா?''

பகீரதனின் முகத்தில் தர்மசங்கடச்சாயை படர்ந்தது. ''எங்கப்பா நம்பற எதையும் மகேந்திரர் நம்பறதில்லை, பிரபு. அயோத்யா சக்ரவர்த்திக்கு நீலகண்டர் மேல நம்பிக்கையிருக்கறதால, மகத நாட்டு அரசருக்கு இருக்காது.''

கப்பல் ஏணியின் மீது ஏறி வந்த ஸ்யமந்தகரின் வரவு, அவர்களது பேச்சை இடைவெட்டியது. நீலகண்டரை

நெருங்கியவர், விறைப்பாக வணக்கம் செலுத்தினார். ''ஆவன செய்துவிட்டேன், பிரபு. நாம் இங்கே இறங்கலாம். ஆனால், குறைந்தது பத்து நாட்களாவது தங்க வேண்டியிருக்கும்.''

சிவன் புருவத்தைச் சுருக்கினார்.

''மகத நாட்டின் விருந்தினர் மாளிகை உரிமையாளர் ஒருவரின் பெயருக்கு இந்தக் கப்பலின் உரிமையைத் தற்காலிகமாக மாற்றியிருக்கிறேன், பிரபு. நாம் அங்கே பத்து நாட்கள் தங்குவோம்; நாம் கொடுக்கும் வாடகையிலிருந்து, மாளிகை உரிமையாளர் அந்தகருக்கு நிலவழிக் கட்டணத்தைச் செலுத்திவிடுவார். நாம் இங்கிருந்து கிளம்ப விரும்பும்போது, கப்பலின் உரிமை மீண்டும் திலீபச் சக்ரவர்த்தியின் பெயருக்கு மாற்றப்பட்டுவிடும். மாளிகை உரிமையாளர் நிலவழிக்கட்டணத்தையும், சற்று இலாபமும் பார்க்க வேண்டுமானால், நாம் இங்கே பத்து நாட்கள் தங்குவதுதான் உசிதம்.''

பேசி நிறுத்திய ஸ்யமந்தகரை சிவன் வாய்பிளந்தபடி பார்த்தார். இப்படிச் சுற்றி வளைத்த ஒரு சமரசத்தை சர்வசாதாரணமாக எடுத்துரைக்கும் மந்திரியைப் பார்த்து சிரிப்பதா? அல்லது, சிவன் மகத நாட்டில் தங்கியதாகவும் இருக்க வேண்டும்; அதே சமயம், திலீபருக்கும் கௌரவக் குறைவு வந்துவிடக்கூடாது என்று மிக சாமர்த்தியமாக வார்த்தையாடி, அரசுக் கோட்பாடுகளை மீறவும் மீறாமல் தேர்ந்த மதிமந்திரியாக, நினைத்ததைச் சாதித்துக்கொண்டு வந்துவிட்டதை நினைத்து வியப்பதா? நிலவழிக்கட்டணம் செலுத்தப்பட்டுவிடும் - ஆனால் திலீபரின் கஜானாவிலிருந்து அல்ல.

சிவன், சதி மற்றும் பரிவாரங்களை ஏற்றிச் சென்ற கப்பலை நாகாவும் அவனது வீரர்களும் மௌனமாகக் கண்காணித்தபடி தொடர்ந்தனர். நாகர்களின் தலைநகர் பஞ்சவடிக்கு அரசி, அமைச்சர் கார்கோடகர் மற்றும் அவளது மெய்க்காப்பாளர்கள் சென்றாகிவிட்டது. விரையும் சிவனின் கப்பல்களை மிக வேகமாய்ப் பின்பற்ற, நாகாவுடன் தங்கிய சிறிய படை சௌகர்யமாயிருந்தது.

பரிவாரத்தின் காவல் படகுகளிலிருப்போர் கண்களில்படாத தூரத்தில், அதே சமயம் செல்லும்

பாதையிலிருந்தும் விலகாதபடி, புத்திசாலித்தனமாக கரைகளிலிருந்து ஒதுங்கியே அவர்கள் பயணித்தனர். மகத நாட்டை நெருங்க நெருங்க, நதியின் அருகாமையிலிருந்து விலகி நிலப்பக்கமாக வந்து, மக்கள் வாழ்விடங்களை விட்டு அகலும்போது, மீண்டும் பிரதான பாதைக்கே வந்து சேர்ந்துகொள்ளலாம் என்று அவர்களது எண்ணம்.

''இன்னும் சற்று தூரம்தான், பிரபு,'' என்றான் விஷ்வத்யும்னன். ''பிறகு நதியோடு போய்ச் சேர்ந்து கொள்ளலாம்.''

நாகா தலையசைத்தான்.

காட்டின் அசாத்திய அமைதியை சட்டென்று சிதறடித்தது ஒரு அலறல். ''இல்ல!''

உடனடியாக மண்டியிட்ட நாகா, விஷ்வத்யும்னனுக்கு மிக விரைவாய் சைகை செய்து, சில உத்தரவுகள் பிறப்பித்தான். மொத்த படையும் அவனைப்போலவே, மிக விரைவாய், அமைதியாய், தரையோடு தரையாகி, ஆபத்து விலகக் காத்திருக்கலானார்கள்.

ஆனால் அபாயமோ - அப்போதுதான் துவங்கியிருந்தது.

''வேணாம்!'' ஒரு பெண் அலறினாள். ''தயவு செஞ்சு அவனை விட்ருங்க!''

தன் வீரர்கள் தாழ்ந்தே இருக்கும்படி விஷ்வத்யும்னன் சைகை செய்தான். அவனைப் பொறுத்தவரை, இனிமேல் அவர்கள் செய்யக்கூடியது ஒன்றே ஒன்றுதான்: பின்வாங்கி, இந்தப் பகுதியைச் சுற்றிக்கொண்டு, நதியை நோக்கி மீண்டும் செல்ல வேண்டியது. இதைப் பற்றித் தன் பிரபுவிடம் பேச அவன் வாயெடுக்க, நாகாவோ, உறைந்து போய், நெஞ்சை உருக்கும் காட்சி ஒன்றை வைத்த கண் வாங்காமல் வெறித்துக்கொண்டிருந்தான்.

சற்று தூரத்தில், காட்டுச்செடிகளும் நெடிதுயர்ந்த மரங்களும் அரைகுறையாய் மறைக்க, ஆறு அல்லது ஏழு வயதுக்கு மேல் சொல்ல முடியாத ஒரு சிறுவனை இறுக்கியணைத்தபடி கிடந்தாள் ஒரு ஆதிவாசிப் பெண். ஆயுதம் தரித்த இரு வீரர்கள் - மகத நாட்டைச் சேர்ந்தவர்களாயிருக்கக்கூடும் - அவளிடமிருந்து சிறுவனைப் பிடுங்க முயன்றுகொண்டிருந்தனர். தொட்டால்

ஒடிந்து விடுவது போன்ற உடற்கட்டைக்கொண்ட அந்தப் பெண்ணிற்கு எங்கிருந்துதான் அவ்வளவு பலம் வந்ததோ தெரியவில்லை; பீதியும் பயமும் ஆட்டிப்படைத்தாலும், சிறுவனை விடாது பிடித்துக்கொண்டிருந்தாள்.

"நாசமாப் போச்சு!" மகத வீரர்களின் தலைவன் கத்தினான். "அவளைப் புடிச்சுத் தள்ளுங்கடா!"

கங்கை மற்றும் நர்மதை நதிகளுக்கிடையே அடர்ந்து பரவி, நாகரீகமே தொடாத, வனப்பகுதி, பல ஆதிவாசி இனங்களுக்கு அகமாய் அமைந்திருந்தது. நதிக்கரையின் நகர நாகரீகத்தின் மோகத்தில் மூழ்கியவர்களுக்கு, இயற்கையோடு இயைந்து வாழ்ந்த இந்த எளிமையான மனிதர்கள், பின்தங்கிய முரட்டுப் பிராணிகளாகத்தான் தோன்றினார்கள். பல அரசாங்கங்கள் அவர்களைக் கண்டுகொள்ளாத போதிலும், சிலர், வளர்ந்து வரும் மக்கள் தொகையைச் சமாளிக்க முடியாமல், அதிக விவசாய நிலம் வேண்டி, காலம் காலமாய் ஆதிவாசிகளின் இருப்பிடங்களாய் இருந்து வந்த பகுதிகளைக் களவாடத் தொடங்கினர். வேறு சிலரோ - அந்த அப்பாவி மக்கள் கூட்டத்தை அடிமைகளாக்குவதில் குரூரத் திருப்தி அடைந்தனர்.

மகதத் தலைவன் அந்தப் பெண்ணை பலம் கொண்ட மட்டும் எட்டி உதைத்தான். "உனக்கு வேற புள்ள கெடைக்கும்டி! ஆனா எனக்கு இந்தப் பையன் வேணும்! என் காளைகளை பந்தயத்துல ஜெயிக்க வெக்கப்போறது இவன்தான்! மூணு வருஷமா தன்னோட காளைதான் பந்தயத்துல தொடர்ந்து ஜெயிக்குதுன்னு பெனாத்திக்கிட்டுத் திரியறானே, எங்கப்பன் - அவன் கொட்டம் அப்பதான் அடங்கும்!"

அவனை அசூயையுடன் வெறித்த நாகா, மனதில் மண்டிய வெறுப்பை மிகுந்த பிரயத்தனத்துடன் கட்டுப்படுத்திக்கொண்டான். சந்திரவம்சிப் பகுதிகளில், இந்தக் காளைப் பந்தயங்கள் வெகு பிரசித்தி பெற்றவை; ஏகப்பட்ட சூதாட்டமும், பகைமையும், புகைச்சலும், அரசு அதிகாரத்தின் ஆசையையே கிளறக்கூடிய காந்த சக்தியும் கொண்டவை. போட்டியில் வலுக்கட்டாயமாய்க் கலந்துகொள்ள வைக்கப்படும் மிருகங்களைக் கத்தி, கூப்பாடு போட்டு, அவற்றை நேர்க்கோட்டில் செலுத்த சவாரி செய்வோர் மிக அவசியம். அதே சமயம், அவர்கள் அதிக உடற்பளு கொண்டவர்களாக இருக்க முடியாததலால்,

ஆறிலிருந்து எட்டு வயது முடிந்த சிறுவர்கள் இந்த வேலைக்கு மிகப் பொருத்தமானவர்களாகக் கருதப்பட்டனர். அவர்களது அலறல் பீதியின் விளைவு; உடற்பளுவும் அதிகமல்ல. சிறுவர்களை காளைகளோடு சேர்த்துக் கட்டிவிடுவார்கள்; அவை விழுந்தால், அவர்களுக்கு பலத்த காயம் ஏற்பட வாய்ப்புகள் அதிகம் - ஏன், இறக்கக்கூட நேரிடும். ஆகையால், ஆதிவாசிச் சிறுவர்களை கடத்திச் சென்று சவாரி செய்ய வைப்பது சர்வசாதாரணம். நடக்கக் கூடாதது ஏதேனும் நடந்துவிட்டால், மேல்தட்டு வர்க்கம் கவலைப்படப்போவதில்லை.

மகதத் தலைவன் லேசாய்த் தலையசைக்க, அவனது வீரர்களில் ஒருவன் தன் வாளை உருவினான். தலைவன் மீண்டும் பெண்ணைப் பார்த்தான். ''நல்லதனமாச் சொல்றேன். உம்பையனை விட்ரு. இல்ல ... உன்னை மோசமா தாக்க வேண்டியிருக்கும்.''

''இல்ல!''

மகத வீரன் வாள், அவளது வலக்கரத்தில் கொடூரமாய் இறங்கியது. அவள் பிடியிலிருந்த சிறுவனின் முகத்தில் இரத்தம் தெறிக்க, அவன் வீறிட்டழுதான்.

அதிசயத்தில் வாய் பிளந்தபடி அவளையே வெறித்தான் நாகா. கிழிந்த வலக்கரத்தைக்கூடப் பொருட்படுத்தாமல், இடது கையால் பிள்ளையைச் சுற்றியணைத்துக்கொண்டு, முன்னைவிட இறுக்கமான பிடியுடன் அவர்களை எதிர்த்தாள் அவள்.

விஷ்வத்யும்னன் தலையசைத்துக்கொண்டான். இன்னும் கொஞ்ச நேரம்தான். அந்தப் பெண் கொல்லப்படுவது நிச்சயம். திரும்பி, தரையோடு தரையாக பின்வாங்கும்படி தன் வீரர்களுக்குச் சைகை செய்தான். மீண்டும் முன்னால் திரும்பியபோது -

அங்கு நாகா இல்லை.

வெகு வேகமாய், அந்தத் தாயை நோக்கிச் சென்று கொண்டிருந்தான். பதறிய விஷ்வத்யும்னன், தலைகுனிந்தவாறு தன் பிரபுவை நோக்கி விரைந்தான்.

''அவளைக் கொல்லுங்கடா!'' மகதத் தலைவன் கர்ஜித்தான்.

வீசத் தயாராய் அந்த வீரன் வாளை ஓங்கினான். சட்டென்று, கையில் கத்தியை உயர்த்திப் பிடித்தபடி, நாகா மரங்களினின்று வெளிப்பட்டான். விஷயம் இன்னதென்று வாளோங்கிய வீரன் புரிந்துகொள்ளுமுன், நாகாவின் கத்தி அவன் கையைப் பதம் பார்த்தது; வாள் சக்தியற்று தரையில் விழுந்தது.

மகத வீரன் வலியில் அலற, நாகா இன்னும் இரண்டு கத்திகளை உருவினான். ஆனால், மகத வீரனின் முதுகுக்குப் பின் நின்ற வீரர் படையை அவன் கவனித்திருக்கவில்லை. நாணேற்றிய வில்லும், அதில்பொருத்திய அம்புமாக தயாராக இருந்த ஒருவன், நாகாவைக் குறி பார்த்து எய்தான். அது நாகாவின் இடது தோளில் பாய்ந்து, தோள்பட்டைக்கும் மார்புக்கவசத்திற்கும் இடைப்பட்ட பகுதியைக் கிழித்து, எலும்பில் முட்டிக்கொண்டு நின்றது. அம்பு பாய்ந்த வேகத்தில் நாகா தரையில் சரிந்தான்; வலி அவனைக் கட்டிப்போட்டது.

தரையில் விழுந்து கிடந்த தங்கள் பிரபுவின் கதியைப் பார்த்த அவனது படை, 'ஓ'வென்ற அலறலுடன் முன்னே பாய்ந்தது.

''பிரபு!'' கதறியபடி நாகாவை மீண்டும் தூக்கி நிறுத்த முயற்சித்தான் விஷ்வத்யும்னன்.

''யார்றா நீ?'' கொடூர மகதத் தலைவன் தன் படையின் பாதுகாப்பைத் தேடி ஜாக்கிரதையாக பின்னோக்கி நகர்ந்து கொண்டு, நாகாவின் வீரர்களைப் பார்த்து சீறினான்.

''உயிரோட தப்பிக்கணும்னா, இப்பவே இங்கருந்து ஓடிடு!'' தன் பிரபுவுக்கு நேர்ந்ததனால் கொதித்துப் போயிருந்த நாகாவின் ஆட்களில் ஒருவன், கர்ஜித்தான்.

''பங்கருங்க!'' அவன் பேச்சை இனம் கண்டுகொண்ட மகதத் தலைவன் கத்தினான். ''இந்திரதேவா! உங்கள மாதிரி குப்பையெல்லாம் இங்க என்னடா பண்றீங்க?''

''அது பங்கா இல்ல, ப்ரங்கா!''

''ரொம்ப முக்கியம்! என்னைப் பார்த்தா இதப் பத்தியெல்லாம் கவலப்படறவன் மாதிரி தோணுதா? மொதல்ல என் எடத்தை விட்டுப் போ!''

விஷ்வத்யும்னன் உதவியுடன் நாகா மெல்ல எழுந்து நிற்பதைக் கண்ட ப்ரங்க வீரன், இதற்கு பதிலேதும்

கூறவில்லை. விஷ்வத்யும்னனை பின்னே போகச் சொல்லிவிட்டு, தன் தோளில் பதிந்திருந்த அம்பை அகற்ற நாகா முயற்சித்தான். மிக ஆழமாய்த் தைத்திருந்ததால், முடியவில்லை. கட்டையை உடைத்து, தூர எறிந்தான்.

நாகாவை நோக்கி மகத தேசத் தலைவன் கை நீட்டினான். ''நான் மகத நாட்டு இளவரசன், உக்ரசேனன். இது என் எடம். இந்த ஜனங்க எனக்குச் சொந்தம். இப்பக் கௌம்புங்க.''

அந்த அரசகுல அரைவேக்காட்டின் ஆணவத்தை நாகா பொருட்படுத்தியதாகத் தெரியவில்லை.

திரும்பி, தான் இதுவரை பார்த்தவற்றிலேயே மிக அற்புதக் காட்சியைக் கண் குளிரக் கண்டான். அவனது படைவீரர்களுக்குப் பின், தரையில் கிடந்தாள் அந்தத் தாய். அதிக இரத்தப்போக்கால் அவளது கண்கள் மூடியிருந்தன. உடல் தளர்ச்சி தாங்காமல் நடுங்கிக் கொண்டிருந்தது. முனகக்கூட சக்தியற்று முடங்கிக் கிடந்தாள்.

அந்த நிலையிலும், அவள் தன் மகனை இழக்கத் தயாராக இல்லை. இப்பொழுதும், அவளது இடக்கரம் அவனைச் சுற்றியிருந்தது. அவளது உடல் அவனுடையதற்கு முன் கவிந்து, அரணாகக் காத்தது.

எப்பேர்ப்பட்ட அம்மா!

நாகா சுழன்று திரும்பினான். அவன் கண்களில் தீப்பொறி பறந்தது. உடல் ஆத்திரத்தில் விறைத்தது; கைவிரல்கள் முஷ்டியாக இறுகின. குரலிலிருந்த நிதானமே பயமுறுத்தும் வகையில் இருந்தது. ''தன் குழந்தையைக் காப்பாத்தின ஒரே குற்றத்துக்காக ஒரு அம்மாவை நீ தாக்குவியா?''

அவனது மெல்லிய குரலில் சொட்டிய அச்சுறுத்தல், ஆவேசம், அரச பதவியின் அகங்காரத்தில் முழுகிப்போயிருந்த அந்த இளவரசனின் மதர்ப்பையும் துளைத்துக்கொண்டு உறைத்தது. ஆனால் - சுற்றிச் சூழ்ந்து அடிவருடும் தன் ஆட்களின் முன்னால், அடிபணிந்து செல்வதாவது? அது அவன் கௌரவத்திற்கு எப்பேர்ப்பட்ட இழுக்கு? நேரம் காலந்தெரியாமல் ஹோலி முகமூடியை அணிந்துகொண்டு தன்னை மிரட்டும் ஒரு பைத்தியக்கார ப்ரங்கன், தான் பறிக்க வேண்டிய பரிசை தட்டிச் செல்வதாவது? ''இது என் நாடு. யாரை வேணுமானாலும் நான் தாக்கலாம். நீ உசுரோட, இந்த உடம்போட தப்பிக்கணும்னா, இங்கேயிருந்து ஓடு. என்னோட சக்தி உனக்கு -''

"தன் குழந்தையைக் காப்பாத்தின ஒரே குற்றத்துக்காக ஒரு அம்மாவை நீ தாக்குவியா?"

பீதி ஒரு வழியாக உக்ரசேனனின் தடித்த மண்டையோட்டை ஊடுருவி, களிமண் மூளையில் உறைத்தது. தன்னுடைய ஆட்களைப் பார்த்தான். நாகாவின் குரலில் தெறித்த ஆக்ரோஷம் அவர்களையும் தாக்கியிருந்தது.

அதிர்ந்து போன விஷ்வத்யும்னன் தன் பிரபுவை வெறித்தான். எதற்கும் அவர் குரல் இவ்வளவு உயர்ந்து அவன் கேட்டதில்லை. எதற்கும். எப்போதும். நாகாவின் கடித்த பற்களுக்கிடையில் அவனது மூச்சு விட்டுவிட்டு வந்தது. ஆத்திரத்தில் உடல் விறைத்திருந்தது.

உடனேயே - நாகாவின் மூச்சு சீரடைந்தது. தன் பிரபு ஏதோ முடிவுக்கு வந்துவிட்டார் என்று விஷ்வத்யும்னனுக்குப் புரிந்துவிட்டது.

நாகா தன் உடலின் ஒரு பக்கம் கையைச் செலுத்தி, நீண்ட வாள் ஒன்றை உருவினான். கை நீட்டி, அதை உயர்த்தினான். தாக்குதலுக்குத் தயாராய் நின்றான். "கருணை கிடையாது." என்றான், மெல்ல.

"**கருணை கிடையாது!**" விசுவாசமுள்ள ப்ரங்க வீரர்கள் கூவினார்கள். தங்கள் பிரபுவின் பின் விரைந்தார்கள். திகைத்து நின்ற மகத வீரர்களின் மீது பாய்ந்தார்கள்.

அங்கே கருணை இல்லை.

அத்தியாயம் 3

மகத நாட்டுப் பண்டிதர்

விருந்தினர் மாளிகையிலிருந்து சிவன் நரசிம்மர் ஆலயத்தை நோக்கிப் புறப்பட்ட சமயம், பொழுது மெல்லப் புலர்ந்தது. உடன், பகீரதன், த்ராபகு, ஸ்யமந்தகர், நந்தி மற்றும் வீரபத்ரா.

அயோத்யாவைவிடச் சிறிய நகரம், மகதம். வணிக மற்றும் இராணுவ வெற்றிகளோ, அவற்றை வால்பிடித்து வரும் புலம்பெயர்ந்த மக்கள்தொகைப் பெருக்கமோ இல்லாததால், மகதம் மரமடர்ந்த குளிர்ச்சியான தெருக்களுடன், அழகு மிளிர விளங்கியது. தேவகிரியின் உயரிய மேலாண்மைக் கொள்கைகளோ, அயோத்யாவின் அற்புதக் கட்டிடக்கலையோ இல்லாதிருப்பினும், மெலூஹாவின் இறுக்கமான ஒழுங்குமுறைக் கட்டாயங்களோ, ஸ்வத்வீபத்தின் தலைநகரை ஆட்டுவிக்கும் உச்சபட்சக் குழப்படிகளோ அங்கில்லை.

ஊரின் மறு கோடியில், மிக அழகாய் நிர்மாணிக்கப்பட்டிருந்த நரசிம்மர் ஆலயத்தை அடைய சிவன் மற்றும் அவரது பரிவாரத்திற்கு அரை மணி நேரத்திற்கு மேல் ஆகவில்லை. பிரம்மாண்டமான அந்தக் கோயிலுக்குள் சிவன் மட்டுமே நுழைய, மற்றவர்கள் அவர் சொற்படி வெளியே காத்திருந்தனர் - சுற்றுப்புறத்தில் சந்தேகத்திற்கிடமாக ஒன்றுமில்லை என்பதை ஊர்ஜிதம் செய்த பிறகுதான்.

இந்தியாவின் மேற்கு எல்லைகளுக்கு அப்பால், வெகு தூரத்தில் இருந்த ருத்ரபகவானின் தேச முறைப்படி, சதுர

வடிவில் மிகப்பெரும் நந்தவனம் கோயிலைச் சூழ்ந்திருந்தது. நடுவே, மிக நுட்பமாய் அமைக்கப்பெற்ற பிரம்மாண்ட வாவியும், அதனினின்று, மிகச்சீரான சிறிய வாய்க்கால்களும், பூந்தோட்டங்களும் புல்வெளிகளும் கிளம்பி நந்தவனம் முழுதும் பின்னிப் பிணைந்தன. ஒரு கோடியில், நரசிம்மர் ஆலயம் மிளிர்ந்தது. பெரிய படிக்கட்டுகள் நேரே போய்ச் சேர, எழுபது மீட்டர் உயரமுள்ள கோபுரமும், நுணுக்கமாய்ச் செதுக்கிய கடவுளர்களின் சிற்பங்களுடன், தூய பளிங்குக் கல்லினால் கட்டப்பட்ட அந்தக் கோயில் பிரகாசித்தது. ஸ்வத்வீபத்தின் அனைத்து இராஜ்யங்களும் மகதத்தின் ஆளுமையின் கீழிருந்த பொழுதுதான் இந்த பிரம்மாண்டமான கோயில் கட்டப்பட்டிருக்க வேண்டும் என்று சிவனுக்குத் தோன்றியது. மிகுந்த பொருட்செலவு, அதன் ஒவ்வொரு அங்கத்திலும் ஒளிர்ந்தது; ஸ்வத்வீபத்தின் அனைத்து செல்வங்களையும் பயன்படுத்தியிருந்தாலொழிய அது அசாத்தியம்.

படிக்கட்டுகளின் தொடக்கத்தில் தன் காலணிகளைக் கழற்றிவைத்து விட்டு, மேலேறி, பிரதானக் கோயிலுக்குள் அடியெடுத்து வைத்தார். மூல மூர்த்தியான நரசிம்மரின் திருவுருவம், கர்பக்ரஹத்தில் கம்பீரமான சிம்மாசனத்தின் மீது பிரதிஷ்டை செய்யப்பட்டிருந்தது. ருத்ரபகவானின் காலத்திற்கும் பல ஆயிரம் வருடங்களுக்கு வாழ்ந்தவர், நரசிம்ம மூர்த்தி. அந்த உருவத்தை தீர்க்கமாய்ப் பார்த்த சிவன், உயரத்தைக் கண்டு வியந்தார். இதுவே அவரது நிஜமான உடலமைப்பின் பிரதிபலிப்பென்றால்... நரசிம்மர் எப்பேர்ப்பட்டவராய் இருந்திருக்க வேண்டும்! அசாதாரண உயரம் கொண்டிருந்தது அவரது திருவுருவச் சிலை: ஏறத்தாழ எட்டடி; அரக்கர்களையே பீதிகொள்ளச் செய்யும் கட்டுமஸ்தான உடல்வாகு. கைகள் உருண்டு திரண்டு, சிறு கத்திகளைப் போன்ற நகங்களைக் கொண்டிருந்தன. அம்மூர்த்தியின் வெறும் கரமே ஆபத்தான ஆயுதமாயிருந்திருக்க வேண்டும்.

ஆனால், இவையெல்லாவற்றையும் விட சிவனின் கவனத்தை அதிகம் ஈர்த்தது, நரசிம்மரின் முகம்தான். வாயைச் சுற்றிய உதடுகள் கற்பனைக்கே எட்டாதளவு பெரிதாயிருந்தன. மீசை, பிற ஆண்களைப் போல் கீழ் நோக்கி வளராமல், பூனையைப்போல் கற்றை கற்றையாக உதடுகளின் ஓரம் துருத்திக்கொண்டு நின்றது. பூதாகாரமான மூக்கின் இருபக்கமும் கூரிய கண்கள். கூந்தல், முகத்தைச்

சுற்றி விரிந்து படர்ந்திருந்தது. சிங்க முகம் கொண்ட மனிதன் போலக் காட்சியளித்தார் நரசிம்ம மூர்த்தி.

இன்னிக்கு மட்டும் இவர் உயிரோட இருந்திருந்தார்னா, இவரை நாகான்னு பட்டம் கட்டி, சந்திரவம்சிங்க பயந்து செத்திருப்பாங்க. இப்படி கோயில் கட்டிக் கும்பிட மாட்டாங்க. எதுலயும் ஒரு வரைமுறையே கெடையாதா இவங்களுக்கெல்லாம்?

"வரைமுறையும் ஒழுங்குமுறையும் கழுதைகளுக்கான நற்குணங்கள்!"

தன் எண்ணங்களை யார் கேட்டிருக்க முடியும்? சிவன் ஆச்சர்யத்துடன் நிமிர்ந்து பார்த்தார்.

தூண்களுக்குப் பின்னாலிருந்து வாசுதேவப் பண்டிதர் ஒருவர் வெளிவந்தார். இதுவரை பார்த்தவர்களிலேயே இவர்தான் குள்ளம்; சற்றேறக்குறைய ஐந்தடி. மற்ற விஷயங்களிலோ, பிற வாசுதேவர்களை உரித்துத்தான் வைத்திருந்தார்: அதே வெண்மையான கூந்தல்; முதிர்ந்து, ஞானம் ஒளிர்ந்த முகம். காவி நிற தோத்தி மற்றும் அங்கவஸ்திரம்.

"உங்களுக்கெப்படி ..."

"அது முக்கியமல்ல," சிவனின் எண்ணங்களைத் தான் தெரிந்துகொண்டதைப் பற்றி விவரிப்பது அவசியமேயில்லை என்பது போல், அவர் கைகளை உயர்த்தினார்.

அதைப் பற்றி ... பிறிதொரு நாள் ... நீலகண்டா.

என்ன இது? பண்டிதரின் குரலா, மனதுக்குள் கேட்கிறது? எங்கோ, வெகு தூரத்திலிருந்து வருவது போல் விட்டுவிட்டு ஒலித்தது. மிக மெலிதாக, சட்டென்று புரிந்துகொள்ள முடியாத வகையில். ஆனால், பண்டிதரின் குரல்தான். சிவனின் புருவம் சுருங்கியது. பண்டிதரின் உதடுகள் அசையவில்லையே?

வாசுதேவ பிரானே ... இந்த அன்னியன் ... அபார ஞானம்.

பண்டிதரின் குரல் சிவனுக்கு மீண்டும் கேட்டது. முகத்தில் லேசான புன்னகை. தன் மனதில் ஓடும் எண்ணங்களை நீலகண்டரால் படிக்க முடிந்ததை அவர் அறிவார்.

“நீங்க எதுவும் சொல்லப்போறதில்ல, இல்ல?” என்றார் சிவன் புன்னகையுடன்.

இல்லை. நீ நிச்சயம் ... இன்னமும் ... தயாராகவில்லை.

பண்டிதரின் உருவம் வேண்டுமானால் மற்றவர்களுடையதுடன் ஒத்திருக்கலாம் - ஆனால் குணத்தில், மாறுபட்டவராகத்தான் இருந்தார். வார்த்தைகள் நறுக்கென்று, ஏறக்குறைய மரியாதையற்று வந்து விழுந்தன. ஆயினும், அவை தன்னைச் சிறுமைப்படுத்தும் எண்ணத்துடன் வெளிவந்தவையல்ல என்பதை சிவன் உணர்ந்தே இருந்தார். இந்தக் குறிப்பிட்ட பண்டிதரின் நுட்பமான குணாதிசயத்திற்கேற்றாற்போல் அமைந்திருந்தது அவரது பட்டென்ற பேச்சு.

ஒரு வேளை பூர்வ ஜன்மத்துல சந்திரவம்சியா இருந்தாரோ, என்னவோ.

“நான் ஒரு வாசுதேவ்,” என்றார் பண்டிதர். “இதைத் தவிர இப்போது எனக்கு எந்த அடையாளமும் இல்லை. நான் யாருக்கும் மகனல்ல. கணவனல்ல. தந்தையுமல்ல. நிச்சயமாக சந்திரவம்சியுமல்ல. நானொரு வாசுதேவ்.”

மனிதனுக்கு எப்போதும் பல அடையாளங்கள் உண்டு, பண்டிட்ஜி.

பண்டிதரின் கண்கள் சுருங்கின.

“நீங்க வாசுதேவராவேவா பொறந்தீங்க?”

“அப்படி யாரும் பிறப்பதில்லை, நீலகண்டா. இது உழைத்துப் பெற வேண்டிய பட்டம். சூர்யவம்சிகளோ, சந்திரவம்சிகளோ, யாராயிருப்பினும், மிகக் கடினமான ஒரு தேர்வில் பங்கெடுத்துக்கொள்ள வேண்டும். வெற்றியடைந்தால், நீ வாசுதேவ். பிற அடையாளங்கள் அனைத்தையும் நீ விட்டொழித்து விட வேண்டும். நீ வாசுதேவனாவாய்.”

“ஆனா, இந்தப் பட்டத்தை கஷ்டப்பட்டு உழைச்சு அடையறதுக்கு முந்தி, நீங்க ஒரு சந்திரவம்சி,” யதார்த்தமான ஒரு விஷயத்தைப் பகிரும் எண்ணத்துடன் சிவன் புன்னகைத்தார்.

அதை ஒப்புக்கொள்ளும் வகையில் பண்டிதரின் முகத்திலும் புன்னகை.

எத்தனையோ கேள்விகள் முட்டி மோதிக்கொண்டு இருப்பினும், இந்தக் குறிப்பிட்ட வாசுதேவரிடம் சிவனுக்குக் கேட்க வேண்டியது ஒன்றிருந்தது.

"சில மாசங்களுக்கு முன்னால, என் வேலை தீமையை அழிக்கிறது இல்ல, அது என்னன்னு தெரிஞ்சிக்கிறதுதான்னு, இராமஜன்மபூமிக் கோயில்ல இருந்த வாசுதேவ பண்டிதர் சொன்னார்," என்றார் சிவன்.

பண்டிதர் தலையசைத்தார்.

"எனக்கு இன்னும் அந்த விஷயமே புதுசு. இப்பத்தான் கிரகிச்சிட்டிருக்கேன். என் கேள்வி அதப் பத்தியில்ல," சிவன் தொடர்ந்தார். "அவர் சொன்ன வேற ஒரு விஷயம். சூர்யவம்சிகள் ஆண் சக்தியையும், சந்திரவம்சிகள் பெண் சக்தியையும் பிரதிபலிக்கிறவங்கன்னு சொன்னார். இதுக்கு என்ன அர்த்தம்? அவர் சொன்னதுக்கும், ஆண்களுக்கும் பெண்களுக்கும் எந்த சம்பந்தமும் இல்லன்னு தோணுது."

"இதை விடப் பட்டவர்த்தனமாய் அதை விளக்க முடியாது, நண்பா! நீ சொல்வது உண்மை: ஆண், பெண்ணுக்கும் இதற்கும் சம்பந்தம் இல்லைதான். அது சூர்யவம்சி மற்றும் சந்திரவம்சி இருவரின் வாழ்க்கைமுறையுடன் தொடர்புள்ளது."

"வாழ்க்கை முறையா?"

"இளவரசர் உக்ரசேனர் கொல்லப்பட்டாரா?" பகீரதன் கேட்டான்.

"ஆம், இளவரசே," என்றார் ஸ்யமந்தகர், மெல்லிய குரலில். "மிக நம்பிக்கையான ஒருவர் மூலம் வந்த செய்தி."

"இராமா! இது ஒண்ணுதான் இப்ப பாக்கி. அயோத்யாதான் இந்தக் கொலையை ஏற்பாடு செஞ்சதுன்னு மகேந்திரர் தீர்மானமா நம்புவார். பழி வாங்கறதுல அவரை மிஞ்ச யாருமே இல்லன்னு உங்களுக்கே தெரியும்."

"அந்தப் பாதையில் அவர் எண்ணம் செல்லாது என்று நம்புவோம், இளவரசே," என்றார் ஸ்யமந்தகர். "இப்போது நமக்கு இது தேவையில்லாத பிரச்சனை."

“அவர்களது ஒற்றர்கள் நம்மை விடாது பின்தொடர்ந்து வந்திருக்கின்றனர்,” என்றார் நந்தி. “நம் நடமாட்டமும், நகருக்குள் நாம் எங்கெல்லாம் சென்றோம் என்றும் அவர்களுக்கு நிச்சயம் அறிக்கை சென்றிருக்கும். நம் மீது சந்தேகம் விழ வாய்ப்பேயில்லை.”

“இல்ல, நந்தி,” என்றான் பகீரதன். “கொலையாளிகளை ஏற்பாடு செஞ்சு அவர் மகனை நாம போட்டுத் தள்ளியிருப்போம்னு கூட மகேந்திரர் நினைக்கலாம். அது சரி, அந்த ஒற்றர்கள் எங்கே?”

“ரெண்டு பேர்,” த்ராபகு கண்களால் அவர்கள் இருந்த திசை நோக்கிச் சைகை செய்தான். “அறிவும் இல்ல, திறமையும் பூஜ்யம். அந்த மரம் அவங்களை முழுமையா மறைக்கலைங்கிறதைக்கூட புரிஞ்சிக்கத் தெரியல!”

பகீரதன் முகத்தில் லேசான புன்னகை தோன்றியது.

“இது சூரபத்மனின் வேலையாகக் கூட இருக்கலாம்,” என்றார் ஸ்யமந்தகர். “மகதத்தின் இளைய இளவல் இருதயமே இல்லாத கொடூரர் என்பது உலகப் பிரசித்தம். இந்தக் கொலையை அவரே ஏற்பாடு செய்திருக்கலாம். பட்டம் அடுத்து அவருக்கு வருமல்லவா?”

“இல்ல,” பகீரதனின் கண்கள் சுருங்கின. “மகேந்திரரோட மகன்கள்ள சூரபத்மன்தான் திறமைசாலி. மகத மன்னர் கிட்ட ஆயிரம் குறைகள் இருக்கலாம் - ஆனா, ஒரு சிலரப் போல இல்லாம, அவருக்கு திறமையானவங்க மேல பற்றும் ஈடுபாடும் உண்டு. இந்த நாட்டின் சிம்மாசனம் ஏறக்குறைய சூரபத்மனோடதுதான். அது கிடைக்கத் தன் சகோதரனைக் கொல்லணும்ங்கிற அவசியம் அவருக்குக் கிடையாது.”

“அப்ப ஏன் பொதுமக்கள் யாரும் துக்கம் காக்கலை?” என்றான் த்ராபகு.

“விஷயத்தை இரகசியமாக வைத்திருக்கிறார்கள்,” என்றார் ஸ்யமந்தகர். “ஏனென்று தெரியவில்லை.”

“உக்ரசேனரோட சாவைப் பத்தி மக்கள் மத்தியில கொஞ்சமாவது நல்லெண்ணம் வரணும்ங்கிறதுக்காக ஏதாவது கதை தயார் பண்ணிக்கிட்டு இருக்காங்களோ, என்னமோ,” என்றான் பகீரதன். “தன் வாள் மேலயே தடுக்கி விழுக்கூடிய புத்திசாலியாச்சே அவன்?”

தலையசைத்த ஸ்யமந்தகர், த்ராபகுவிடம் திரும்பினார். "கோயிலில் இவ்வளவு நேரம் பிரபு இருக்க வேண்டிய காரணம் என்ன? இது வழக்கமல்லவே?"

"சராசரிக்கோ, சாதாரண பழக்கவழக்கத்துக்கோ அப்பாற்பட்டவர், பிரபு. ஆனா - அவர் யாருங்கிற உண்மைய மகதநாட்டுல ஏன் மறைக்கணும்?"

"நீலகண்டரைப் பத்தின புராணக்கதைகளை நம்புற எல்லோரும் அவரைப் பின்பற்றுவாங்கன்னு சொல்ல முடியாது, த்ராபகு," பகீரதன் விளக்கினான். "மகத நாட்டோட அரசருக்கு நீலகண்டர் வரலாற்றுல நம்பிக்கை இல்ல. மக்கள் எல்லாரும் அரசர் வழி நடக்கறவங்க. இந்த மாதிரி இடத்துல பிரபு யாருங்கிறதை வெளியிடாம இருக்கிறது நல்லது."

— ☥ ⦿ ᛒ ♁ ⊕ —

"மிருகங்களோடு ஒப்பிட்டால், நம் போன்ற மனிதர்கள் உயர்ந்து விளங்குவது எதனால், தெரியுமா?" என்றார் பண்டிதர்.

"எதனால?" என்றார் சிவன்.

"நாம் இணைந்து செயலாற்றுவதால். பொதுவான சில குறிக்கோள்களை அடைய நாம் கூட்டு சேர்கிறோம். நமக்குத் தெரிந்தவற்றை அடுத்தவர்களிடத்தில் பகிர்ந்துகொள்கிறோம். எல்லாவற்றையும் அடியிலிருந்து புதிதாய்த் தோண்ட வேண்டிய அவசியமில்லாமல், அடுத்த தலைமுறை, முந்தைய தலைமுறையின் தோள்களின் மீது நின்று முன்னேற்றத்தைத் தேடிக்கொள்ளும்."

"ஒத்துக்கறேன். ஆனா, ஒண்ணா செயல்படறது நாம மட்டுமில்ல - யானை, சிங்கம் மாதிரி மிருகங்கள் கூட இதே கூட்டு முயற்சில ஈடுபடுதே? என்ன - நம்ம அளவுக்கு இல்லை."

"உண்மை. விஷயம் கூட்டு சேர்வதில் மட்டுமல்ல; மனிதர்களுக்கிடையே பொங்கும் போட்டி மனப்பான்மையிலும்தான். அமைதி எப்போதும் முக்கியமல்ல; போர்தான் முன்னிலை வகிக்கிறது."

சிவன் புன்னகையுடன் தலையசைத்தார்.

"இதிலிருந்து நாம் அறியக்கூடிய முக்கியமான சங்கதி: தனிப்பட்ட மனிதனிடத்தில் எந்த சக்தியும் இல்லை,"

என்றார் பண்டிதர். "கூட்டு முயற்சியில் தான் அது அடங்கியிருக்கிறது."

"ஒத்துக்கறேன்," என்றார் சிவன்.

"நாம் அனைவரும் ஒன்றாகத்தான் வாழ வேண்டுமென்றால், அதற்கென ஒரு குறிப்பிட்ட வாழ்க்கைமுறையைப் பின்பற்ற வேண்டும் தானே?"

"ஆமா. எல்லோரும் ஒண்ணா சேர்ந்து வாழ, போட்டி போட, ஒரு வாழ்க்கைமுறை தேவைதான்."

"உலகில் நூற்றுக்கணக்கான வாழ்வியல்கள் இருப்பதாக பலர் நம்புகின்றனர்," என்றார் பண்டிதர். "தங்களிடம் ஏதோவொரு தனிப்பட்ட உயர்வு இருப்பதாக அனைத்து நாகரீகங்களுமே நினைக்கின்றன."

சிவன் மீண்டும் தலையசைத்தார்.

"ஆனால், கூட்டிக் கழித்துப் பார்த்தால், உண்மையில் உலகில் இரண்டே வாழ்க்கைமுறைகள் தான் உண்டென்பது நன்கு புரியும்: ஆண்தன்மை, மற்றும் பெண்தன்மை."

"இந்த ரெண்டு முறைகளைப் பத்தி விளக்க முடியுமா?"

"சட்டபூர்வமாகவே வாழ்க்கையை வாழ்வதுதான் ஆண்தன்மை. இச்சட்டங்கள், விஷ்ணுவாகப் பிறப்பெடுத்த இராமபிரானைப் போன்ற அற்புத மனிதரால் உருவாக்கப்பட்டிருக்கலாம்; ஆதி நாளிலிருந்து வரும் மதம் சார்ந்த கட்டுப்பாடுகள், சட்டமாக மாறியிருக்கலாம். அல்லது, மக்களே ஒன்று சேர்ந்து வாழ்தலுக்குரிய கோட்பாடுகளை உருவாக்கியிருக்கலாம். ஆண்தன்மைக்குரிய வாழ்க்கைமுறையில் ஒரு விஷயம் மட்டும் நிஜம்: இங்கு சட்டங்கள் எந்த மாறுதலுக்கும் உட்பட்டவையல்ல. அட்சரம் பிசகாமல் அவை காப்பாற்றப்பட வேண்டும். குழப்பம் வர வாய்ப்பில்லை. அனைவரும் அவற்றைப் பின்பற்றியே ஆக வேண்டும் என்பதால், வாழ்க்கை மாற்றமே இல்லாமல், ஆண்டாண்டு காலமாய் ஒரே விதமாய் நடந்துகொண்டிருக்கும். இப்படிப்பட்ட சமூகத்திற்கு மெலூஹா மிகச் சரியான உதாரணம். இந்தக் கோட்பாடுகளின்படி வாழும் மக்கள், சத்தியம், தர்மம், மானம் என்ற தத்துவங்களை உயிராய் மதிப்பதில் அதிசயமில்லை. அவர்களது வாழ்வியல் ஸ்திரமாய் விளங்கி மேன்மேலும் உயர, இவை மிக முக்கியம்."

“அப்ப பெண்தன்மை?”

“எதுவும் நடப்பதற்கான சாத்தியக்கூறுகளின் கூட்டுக் கலவையே, பெண்தன்மையான வாழ்வியல். இங்கு அசைக்க முடியாத வரைமுறைகள் எதுவுமே கிடையாது. கறுப்புமில்லை, வெளுப்புமில்லை. குறிப்பிட்ட சட்டதிட்டங்களுக்குக் கட்டுப்பட்டு மக்கள் வாழ்வதில்லை; சந்தர்ப்ப சூழ்நிலைகளுக்கு ஏற்றாற்போல், விளைவுகளைப் பொறுத்து நடந்துகொள்வது வழக்கம். உதாரணத்திற்கு, எந்த மன்னன் பதவியில் இருப்பதற்கான சாத்தியக்கூறுகள் அதிகமோ, அவனைப் பின்பற்றுவர். பதவிக்கான சாத்தியங்கள் மாறும்போது, அவர்களது விசுவாசமும் தடம் மாறிப்போகும். இப்படிப்பட்ட சமூகத்தின் சட்டங்கள் கூட, சந்தர்ப்பத்திற்கேற்றாற்போல வளையும். வெவ்வேறு சூழல்களுக்குத் தகுந்தாற்போல், அவற்றை அர்த்தம் செய்து கொள்ள இடம் உண்டு. இங்கு மாற்றம் மட்டுமே ஸ்திரமானது. ஸ்வத்வீபத்தைப் போல் பெண்தன்மை வாழ்க்கைமுறையைக் கைக்கொண்ட நாகரீகங்கள் இவ்வகையான மாற்றுத்தன்மையை விரும்பி ஏற்று இயங்குவது வழக்கம். இம்மாதிரியான சமூகத்தின் வெற்றிக்கான கோட்பாடுகள்? ஷ்ரிங்காரம், சௌந்தர்யம், மற்றும் சுதந்திரம்தான்.”

“இதுல எந்த வாழ்க்கைமுறையும் ஒண்ணைவிட ஒண்ணு உயர்ந்தது இல்லயா?”

“நிச்சயம் இல்லை. ஆனால், இரு வகையான நாகரீகங்களும் நடைமுறையில் இருந்தே தீர வேண்டும். ஏன் தெரியுமா? அவை ஒன்றையொன்று சமநிலைப்படுத்துவதால்.”

“எப்படி?”

“நன்கு கவனித்தாயானால் - சட்டதிட்டங்களுக்குட்பட்டு வாழ்வது மிகப் பொருந்தும் காலகட்டங்களில், ஆண்தன்மை நாகரீகம் உயர்வாக, ஸ்திரத்தன்மை கொண்டதாக, வலுவாக, வெற்றிகளைக் குவிக்கும் சமூகமாய்ச் சிறந்து விளங்கும். அனைத்தும் சீராக நடைபெறும்; அவையவை நடக்கவேண்டிய முறையில் நடந்தேறும். சூர்யவம்சிகளே இதற்கு உதாரணம். ஆனால், இவ்வகையான சமூகங்கள் சீர்கேடடையும்போது - மிக விரைவாய்த் தகர்ந்துவிடுகின்றன. ஒரு சில கொள்கைகளை இரும்புப்பிடியாகப் பிடித்துக்கொண்டு, விடாப்பிடியாக

நாகர்களின் இரகசியம் 53

நிலைநிறுத்த எந்த எல்லைக்கும் இவை செல்லும். சற்றே மாறுபட்டு விளங்குபவர்களைத் தாக்கும். அவர்களை "மாற்ற" முயற்சிக்கும்; தங்கள் "உண்மை"யை எல்லோரும் ஒப்புக்கொண்டேயாக வேண்டும் என்று வற்புறுத்தும். குழப்பத்தையும் சச்சரவையும் உண்டாக்கும். ஒரு யுகம் மாறும்பொழுது, இவ்வகையான சமூகச் சீர்கேடுகளை நிச்சயம் பார்க்கலாம். ஆண்தன்மையுள்ள சமூகங்கள் மாற்றங்களை எதிர்கொள்வது மிகக் கடினம். தாங்கள் கைக்கொண்ட சட்டங்கள் எவ்வளவு பழைமையானவையாக இருந்தாலும், புது யுகத்திற்கு எவ்வளவு பொருந்தாமல் இருந்தாலும், அவற்றை விடாப்பிடியாக பற்றிக்கொள்வது அவற்றின் இயல்பு. இந்த நாகரீகம் உயர்ந்து விளங்கும் போது, அவை செயல்படுத்தும் சட்டங்களும், ஒழுக்கமுறைகளும் எல்லோருக்கும் உவப்பானதாக இருக்கலாம் - ஆனால், பலவீனமடையும்போது, இதே விஷயங்கள் அச்சமூகத்திற்கு எதிராய்த் திரும்பும். ஆண்தன்மை நாகரீகத்தைக் கைக்கொண்ட அசுரர்கள், தங்கள் பலம் குறைந்த போது, இதே பிரச்சனைகளைச் சந்தித்தனர்."

"இறுக்கமான கொள்கைகளால உருவாகுற திணறலைச் சகிக்க முடியாம புரட்சி வெடிக்கிற நிலைமை வரச்சே, பெண்தன்மை சமூகத்தின் கொள்கைகள் கொஞ்சம் கட்டுத் தளர்த்தின மாதிரி இருக்கும், இல்ல?"

"அதுவேதான். பெண்தன்மை கொண்ட சமூகம் எல்லாவகையான மாறுதல்களுக்கும் இடம் கொடுக்கும். பல்வேறு மதங்களையும் கொள்கைகளையும் பின்பற்றுபவர்கள் ஒன்றாய், இணக்கமாய் வாழ்வது சாத்தியம். யாரும் தத்தம் கொள்கைகளை அடுத்தவர் மீது திணிக்க முயல்வதில்லை. இங்கு மாற்றுக்கருத்துக்கள் வரவேற்கப் படுகின்றன; அவற்றைக் கொண்டாடும் சுதந்திரமும் இருக்கிறது. இதனால் ரசிகத்தன்மை பலமடைகிறது, கலைகள் செழிக்கின்றன; மனிதர்கள் மேன்மேலும் உயர்கின்றனர். சமூகத்திற்கு மிகப்பல நன்மைகள் விளைகின்றன. பெண்தன்மை நாகரீகத்தைப் பின்பற்றிய தேவர்கள், அசுரர்களை வெற்றிகொண்டபோது, தங்கள் வாழ்க்கைமுறையையும் பரப்பினார்கள். ஆனால், இவ்வகையான சமூகங்களுக்கேயுரிய குறைபாடுகள், அவர்களையும் தாக்கியது: தறிகெட்டுப் போனால், எல்லையற்ற சுதந்திரமும் கூட, ஊழல், கொடூரம் எனத் தடுமாற்றத்தில் கொண்டு சேர்த்துவிடும்."

"அப்ப மக்களே ஆண்தன்மை வாழ்க்கைமுறையை வரவேற்க ஆரம்பிச்சிடுவாங்க."

"ஆம். தேவர்களின் பெண்தன்மை சமூகம், இராமபிரானின் காலத்திலேயே நலிவடையத் தொடங்கிவிட்டது. ஊழலும், லஞ்சமும், தலைவிரித்தாடின; ஒழுங்குமுறையோ, கட்டுப்பாடுகளோ இல்லாமல் சமூகம் கெட்டலைந்தது; மக்களே சட்டதிட்டங்கள் வேண்டும் என்று விண்ணப்பம் செய்யத் துவங்கினர். ஒழுங்குமுறை வேண்டும் என்று குரலெடுத்தனர். ஆண்தன்மையுள்ள நாகரீகத்தை உருவாக்கியதன் மூலம், இராமபிரான் புதிய வாழ்க்கைமுறையை அறிமுகப்படுத்தினார். தேவையற்ற குழப்பங்களும் புரட்சிகளும் வெடிக்காமலிருக்கும் பொருட்டு, புத்திசாலித்தனமாக, தேவர்களின் வாழ்க்கை முறையைக் குறை கூறாமல், தான் உருவாக்கிய வாழ்வியலை சூர்யவம்சிப்பாதை என அறிவித்துவிட்டார்."

"ஆனா - இது நாகரீகங்களுக்கு மட்டுமே தான் பொருந்தும்னு சொல்ல முடியாதே?" என்றார் சிவன். "இந்த மாதிரி ஆண்தன்மையும் பெண்தன்மையும் எல்லா மனுஷங்களுக்குள்ளேயும் இருக்கில்லையா? எல்லாருக்குள்ளேயும் கொஞ்சம் சூர்யவம்சியும், சந்திரவம்சியும் இருக்காங்க, இல்லியா? சந்தர்ப்ப சூழலுக்கேத்தமாதிரி, அந்த குணங்கள் அவங்கவங்க வாழ்க்கையை, அவங்க எடுக்குற முடிவுகளை கொஞ்சம் கொஞ்சம் மாத்தும்தானே?"

"நீ சொல்வது சரிதான். ஆனால், ஒவ்வொருவருக்குள்ளும், ஏதேனும் ஒன்றுதான் - அதாவது ஆண்தன்மை, அல்லது பெண்தன்மை - ஓங்கி இருக்கும்."

சிவன் தலையசைத்தார்.

"இவ்விரண்டு வாழ்வியல்களைப் பற்றியும் நீ அறிந்துகொள்ள வேண்டியது அவசியம். ஏன் தெரியுமா? தீமையை நீ இனம் கண்டுகொண்ட பிறகு, எந்த மக்களிடத்தில் நீ இது குறித்து பேசுகிறாயோ, அவர்களது வாழ்க்கைமுறைக்கு ஏற்றாற்போல் பிரச்சனையை நீ அணுக வேண்டும். தீமையை எதிர்த்து நீ நடத்தும் போராட்டம் குறித்து, சூர்யவம்சிகளிடத்தில் ஒரு விதமாகவும், சந்திரவம்சி களிடத்தில் வேறு விதமாகவும் பேச வேண்டியிருக்கும்."

"அவங்ககிட்ட ஏன் பேசணும்? மனசையெல்லாம் மாத்தணும்? ரெண்டு சமூகத்துலயுமே தைரியத்துக்குப் பஞ்ச மில்லையே?"

"தைரியத்திற்கும் இதற்கும் சம்பந்தமில்லை, நண்பா. போர் தொடங்கும்போதுதான் தைரியம் அவசியமாகிறது. முதலில், மக்கள் தீமையை அழிக்கும் போராட்டத்தில் இறங்க, உன் தூண்டுதல் முக்கியம். தீய சக்திகளின் மீதான பற்றை விலக்கி, அதை அவர்கள் புறக்கணிக்க வேண்டுமானால், அவர்களது எண்ண ஓட்டத்தை நீ மாற்ற வேண்டும்."

"தீமைகிட்ட பற்றா?" அதிர்ந்து போனார் சிவன். "புனித ஏரியே! தீமைகிட்ட வலிஞ்சு போய் யாராவது ஆசை வெப்பாங்களா?"

பண்டிதர் புன்னகைத்தார்.

"இப்ப என்ன?" சிவன் சலிப்புடன் பெருமூச்சு விட்டார். "ஏன் பேச்சை அப்படியே நிறுத்திட்டீங்க? நான் இன்னும் தயாராகலியா? இல்ல, இப்ப வேளை சரியில்லையா?"

பண்டிதர் சிரித்தார். "அதை இப்போது சொல்லமுடியாது, நீலகண்டா. சொன்னாலும் உனக்குப் புரியாது. தீமையை நீ நேருக்கு நேர் சந்திக்கும் போது, நான் எதையும் உனக்குச் சொல்லிப்புரிய வைக்க வேண்டிய அவசியமும் இருக்காது. ஜெய் குரு விஷ்வாமித்ரா. ஜெய் குரு வஸிஷ்டா."

அத்தியாயம் 4

அதியுன்னத ஒளி திகழ் நகரம்

"இளவரசர் சூரபத்மனா?" பகீரதன் அதிசயித்தான். "இங்கேயா?"

"ஆம், இளவலே," ஸ்யமந்தகரின் குரலில் ஏராளமான கவலை.

பகீரதன் சிவனை ஏறிட, நீலகண்டர் தலையசைத்தார்.

அயோத்யாவின் இளவரசன், ஸ்யமந்தகரை நோக்கித் திரும்பினான். "இளவரசர் சூரபத்மனை வரச் சொல்லுங்கள்."

வெகு சில நொடிகளுக்குள், அமர்த்தலான ஒரு மனிதன் விறைப்பாக உள்ளே நுழைந்தான். உதட்டிற்கு மேல், எண்ணெய் தடவி பளபளவென்று இருபுறமும் சற்றே வளைந்த இரும்பக் கைப்பிடிகளைப் போல் மீசை; பகட்டான, ஆயினும் அழகான மகுடத்தின் கீழ், திறம்பட அலங்கரிக்கப்பட்ட சிகை. ஆழ்ந்த மஞ்சள் நிற தோத்தியும், வெள்ளை அங்கவஸ்திரமும் அணிந்திருந்த அவனது உடை, சந்திரவம்சிகளின் ஆடம்பரத்தின்படி, மிகையில் சற்றுக் குறைவுதான். க்ஷத்ரியர்களுக்கு மிகப் பெருமை அளிக்கக்கூடிய வகையில், உடல் முழுதும் போரின் விழுப்புண்கள் நிறைந்திருந்தன.

நேரே சிவனிடம் சென்றவன், சட்டென்று மண்டியிட்டு, தன் சிரசைப் பாதங்களில் பதித்தான். "பிரபு - இந்தியாவில் ஒரு வழியாகத் தாங்கள் பிரவேசித்தது, எங்கள் பாக்கியம்."

ஒரு கணம் ஆச்சர்யத்தில் ஆழ்ந்தாலும், பின்னால் அடியெடுத்து வைக்காமல் இருப்பது நலம் என்று சிவனின் உள்ளுணர்வு கூறியது. அது அவமானமாகக் கருதப்பட வாய்ப்பு அதிகம். சூரபத்மனை ஆசிர்வதித்தார். "***ஆயுஷ்மான் பவ***, இளவரசே. நான் யாருன்னு உங்களுக்கெப்படித் தெரியும்?"

"தெய்வீக ஒளியை மறைப்பது எங்ஙனம், பிரபு?" சூரபத்மன் பகீரதனை நோக்கி வீசிய பார்வையில் எத்தனையோ அர்த்தங்கள். "எத்துணை தடிமனான திரை போர்த்தினாலும், அதன் ஜாஜ்வல்யம் வெளியே கசிந்துவிடும் அல்லவா?"

அவனை நோக்கித் தலையசைத்த பகீரதனின் முகத்திலும் புன்னகை.

"உங்க சகோதரரைப் பத்திக் கேள்விப்பட்டேன்," என்றார் சிவன். "என்னோட ஆழ்ந்த அனுதாபங்கள்."

இதை அங்கீகரிக்கும் வகையில் ஏதும் சொல்லாத சூரபத்மன், பணிவுடன் வணங்கிவிட்டு, பேச்சை மாற்றினான். "நெடுநாட்களாக தங்கள் வருகைக்காகக் காத்திருந்தும், நீலகண்டருக்குரிய மரியாதையுடன் தங்களை வரவேற்காதிருந்ததற்கு மன்னிப்புக் கேட்க விழைகிறேன். என் தந்தை - சற்று பிடிவாதக் குணமுள்ளவர்."

"அதனால என்ன? பரவாயில்ல. என்னைப் பெருசா மரியாதை பண்ற அளவுக்கு நான் இன்னும் எதுவும் சாதிக்கலை. சூரபத்மன், நீங்க இங்க வந்ததுக்கான உண்மையான காரணத்தைப் பத்தி பேசுவோமே?"

"தங்களிடமிருந்து எதையும் மறைப்பது நடவாத காரியம்தான் போலும், பிரபு. காட்டில், தன் நண்பர்களும் மெய்க்காப்பாளர்களும் சூழ இருந்த என் சகோதரன், கொல்லப்பட்டான். இந்தப் படுபாதகச் செயலில் அயோத்யாவிற்கு முக்கிய பங்கு இருந்திருக்கலாமென்று ஒரு வதந்தி பரவி வருகிறது."

"நிச்சயமா நாங்க எதுவும் ..." பகீரதன் ஆரம்பிக்க, கையை நீட்டிய சூரபத்மன், அமைதியாயிருக்குபடி சைகை செய்தான்.

"தெரியும், இளவரசே. கொலையைப் பற்றி எனக்குச் சில சம்சயங்கள் உண்டு."

இடையில் கட்டியிருந்த சுருக்குப்பையிலிருந்து, சூரபத்மன் ஒரு தங்கக் காசை எடுத்தான். ப்ரங்க நாணயம். *நாகர்களின் தலைவனி*டமிருந்து சிவன் பறித்த நாணயத்தை அப்படியே ஒத்திருந்தது.

"பிரபு," என்றான் சூரபத்மன். "இந்தக் காசை என் சகோதரனின் உடலுக்கருகிலிருந்து கண்டெடுத்தேன். இதே போன்ற ஒரு நாணயத்தை அயோத்யாவில் நாகா ஒருவனிடத்தில் நீங்கள் கைப்பற்றியதாகக் கேள்விப்பட்டேன். இரண்டும் ஒரே போலத்தான் இருக்கின்றனவா?"

அதிர்ந்து போய் நின்ற பகீரதன், சூரபத்மனை வெறித்தான். நீலகண்டர் எடுத்த நாணயம் பற்றி இவனுக்கெப்படி தெரிந்தது? தனக்கு மட்டுமே அடிபணிந்து பணியாற்றும் ஒரு ஒற்றர் படையை - அதிலும், மகதநாட்டின் மிகப் பலவீனமான அரசாங்க ஒற்றர் படையிலிருந்து எல்லாவிதத்திலும் மாறுபட்டு, உயர்ந்து நின்று, தனித்து இயங்கிய படையை - சூரபத்மன் அமைத்திருந்தான் என்ற வதந்தி உண்மையாகத்தான் இருக்க வேண்டும்.

உடல் ஆத்திரத்தில் விடைக்க, சூரபத்மனிடமிருந்து காசை வாங்கிய சிவன், அதை வெறித்துப் பார்த்தார். "குப்பைல புரள்ற அந்த எலி இன்னும் பிடிபடலியே?"

அவரது கோபம் சூரபத்மனை அதிசயத்தில் ஆழ்த்தியது. "மன்னிக்க வேண்டும் பிரபு - இன்னும் இல்லை. தன் வளைக்குள் மீண்டும் சென்று பதுங்கியிருக்கும் என்று அஞ்சுகிறேன்."

சிவன் நாணயத்தை மீண்டும் சூரபத்மனிடம் கொடுத்தார். அமைதியே அவரது பதிலாக இருந்தது.

"இந்த ஒரு ஆதாரமே எனக்குப் போதும்," சூரபத்மன் பகீரதனிடம் திரும்பினான். "என் தந்தை, மன்னரிடம், நாகர்களின் கொடூரமான தீவிரவாதத் தாக்குதலிலிருந்து நாட்டைக் காப்பாற்றும் முயற்சியில் என் சகோதரன் உக்ர சேனன் வீரமரணம் அடைந்தான் என்று கூறிவிடுகிறேன். அவனது மரணத்திற்கும் அயோத்யாவுக்கும் எந்த சம்பந்தமும் இல்லையென்றும் அறுதியிட்டுச் சொல்லிவிடுவேன். சந்திரவம்சி சாம்ராஜ்யத்தின் இரு தூண்களாக விளங்குபவர்களுக்குள், காரணமின்றி மாபெரும் போர் விளைய தாங்கள் கூட விரும்ப மாட்டீர்கள் என்று நம்புகிறேன். அதுவும் இந்த சந்தர்ப்பத்தில் - நாம் சூர்யவம்சி களிடத்தில் ஏற்கனவே தோற்றுள்ள நிலையில்."

கடைசியாக வந்த வார்த்தைகள், குறி பார்த்து எய்யப்பட்ட அம்புகள். தலைமை சரியில்லாததால், தர்மகேதத்தில் மெலூஹர்களிடம் தோற்றதில், சந்திரவம்சிகளிடத்தில் அயோத்யாவுக்கு தலைகுனிவு ஏற்பட்டுவிட்டதை நாசூக்காய்க் குத்திக்காட்டும் முயற்சி.

"உங்க வார்த்தைகளால மனசுல இருந்து ஒரு பெரிய பாரமே நீங்கியிருக்கு, இளவரசே," என்றான் பகீரதன். "மகத நாட்டைப் பொறுத்த வரையில், அயோத்யா எப்பவுமே நட்புரிமைதான் பாராட்டியிருக்கு. அது இனியும் தொடரும். உங்க சகோதரனோட அகால மரணத்துக்கு, அயோத்யா சார்புல என்னுடைய ஆழ்ந்த அனுதாபங்கள்."

பணிவுடன் தலையசைத்த சூரபத்மன், சிவனை நோக்கி, மிக மரியாதையுடன் குனிந்து வணங்கினான். "தங்களுக்கும் நாகர்களுக்கும் இடையே விரோதம் இருப்பது தெளிவாய்த் தெரிகிறது, பிரபு. இந்த அரக்கனுடன் நீங்கள் போருக்குத் தயாராகும் போது, அடியேனுக்கும் ஒரு வார்த்தை சொல்லியனுப்பினால், கலந்துகொள்வேன்."

சற்று அதிசயத்துடன் அவனைப் பார்த்த சிவனின் புருவம் சுருங்கியது. தான் பார்த்தவரைக்கும், சகோதரன் மீது அபரிமிதமான அன்பையோ, அவனது இறப்பைப் பழிவாங்க வேண்டும் என்ற துடிப்பையோ சூரபத்மன் வெளிப்படுத்தியதாகத் தோன்றவில்லை.

"அவன் எப்படிப்பட்டவனாக இருந்தாலும், பிரபு - என் சகோதரன்; அவனது மரணத்திற்கு நான் பழி வாங்குவதுதான் முறை," என்றான் சூரபத்மன்.

"அந்த நாகா என் சகோதரனையும் தான் கொன்னான், இளவரசே," தன் உடன்பிறப்பைப் போலவே கருதிய ப்ரஹஸ்பதியைக் குறிப்பிட்டார் சிவன். "காலம் கூடி வரும்போது, உங்களை நானே கூப்பிடுவேன்."

மகதத்தை விட்டுச் சிவனின் பரிவாரம் ஆரவாரமின்றிக் கிளம்பியது. மெலூஹா, ஸ்வத்வீபம் போன்ற சாம்ராஜ்யங்களை போலன்றி, இங்கு அவரை வழியனுப்பப் பெருங்கூட்டங்கள் திரளவில்லை. நீலகண்டர் வந்ததோ, சென்றதோ, மகத மக்களுக்குத் தெரியாது. சூரபத்மன் மட்டும்

மகதத் துறைமுகத்திற்கு இரகசியமாக வந்து, நீலகண்டரை மிகுந்த மரியாதையுடன் வழியனுப்பி வைத்தான்.

மெலூஹாவின் பிரயாண முறைகளின்படி, நீலகண்டரும் அவரது சிநேகிதர்களும் பயணித்த பிரதானக் கப்பலை நாலாபுறமும் கப்பல்கள் சூழ்ந்திருந்தன. எந்தத் திசையிலிருந்து எதிரிக் கத்திப்படகுகள் தாக்குதல் நடத்தினாலும், ஒரு மிகப்பெரும் போர்க்கப்பலை வீழ்த்தினால் மட்டுமே நீலகண்டரை நெருங்க முடியும். இந்த வியூகத்தில் முக்கிய பங்கு வகித்தது, முதன்மைக் கப்பல்தான்; பரிவாரம் முழுவதற்குமான வேகத்தைக் கட்டுப்பாட்டுக்குள் வைத்திருப்பதே இதன் பொறுப்பு. முன்பக்கமிருந்து நீலகண்டரின் கப்பலைக் காக்குமளவு மெதுவாகவும், அதே சமயம், ஆபத்து சந்தர்ப்பத்தில், அவரைத் தாங்கிய கப்பல் சட்டென்று இடைவெளியில் புகுந்து தப்பிக்குமளவு வேகமாகவும் செல்ல வேண்டியிருக்கும். முகப்புக் கப்பலைத் தலைமை தாங்கிய சந்திரவம்சி, கடைந்தெடுத்த முட்டாள்; கப்பலின் வேகத்தைப் பிரகடனப்படுத்தவோ என்னவோ, அதை அசுர வேகத்தில் செலுத்திக்கொண்டு சென்றான். இதனால், முன்னணிக் கப்பலுக்கும், நீலகண்டர் இருந்த மரக்கலத்திற்கும் இடையே தூரம் அவ்வப்போது அதிகரித்துக்கொண்டே வந்தது. அடிக்கடி ஒலிப்பானைப் பயன்படுத்தி, பர்வதேஸ்வரர் கப்பல் தலைவனை வழிக்குக் கொண்டுவர வேண்டியிருந்தது.

ஒரு கட்டத்தில் இந்த இழுபறி விளையாட்டால் களைத்தவர், தானே முன்னணிக் கப்பலுக்குச் சென்று, தலைவனுக்குக் கப்பல் செலுத்தும் கலையிலும், கடற்பிரயாணத் தற்காப்பு வியூகங்களில் சில பாடங்களையும் கற்றுத் தருவது என்று தீர்மானித்தார். எடுத்த காரியத்தின் சிக்கலை உத்தேசிக்கையில், ஆனந்தமயி ஏனோ அதே கப்பலில் பிரயாணம் செய்வது, தர்மசங்கடத்தை உண்டாக்கியது.

"ஏன் நாம இவ்வளவு மெதுவா போறோம்?" அவள் கேட்டாள்.

கப்பலின் முன்பகுதியில், கைப்பிடிச்சுவரோரமாய் நின்றிருந்த பர்வதேஸ்வரர், அவள் அடி மேல் அடி வைத்து அருகில் வந்ததைக் கவனிக்கவில்லை. திரும்பினார். சுற்றுச்சுவருக்கு முதுகைக் காண்பித்தபடி நின்றிருந்தவள், முழங்கைகளை சுவற்றின் மீது வைத்து முட்டுக்கொடுத்தவாறு, குதிகாலைச் சுவரின் அடிப்புறக் கட்டையொன்றின் மீது

பதித்து, ஒயிலாக சாய்ந்திருந்தாள். அவளிருந்த நிலையில், வலது தொடையின் மீது ஏற்கனவே உயர்ந்திருந்த தோத்தி இன்னும் மேலேற, மார்பு கண்ணையுறுத்தும் வகையில் எடுப்பாய்த் தெரிந்தது. இன்னதென்று சொல்லமுடியாத சங்கடத்துடன் பர்வதேஸ்வரர், ஓரடி பின்வாங்கினார்.

"இது ஒரு வகையான கடற்பிரயாணப் பாதுகாப்பு வியூகம், இளவரசி," புரிந்துகொள்ள இஷ்டமில்லாத குழந்தையிடம் குழப்பமான கணிதக் கோட்பாட்டை விளக்கும் முயற்சியில் இறங்குவது போல் தொடங்கினார். "இதையெல்லாம் உங்களுக்கு விளக்க ஒரு ஆயுட்காலம் தேவைப்படும்."

"ஒரு ஆயுட்காலம் உங்களோட இருக்கணும்கறீங்களா? யோவ், அரக்கன்யா நீர்."

பர்வதேஸ்வரரின் முகம் 'குப்'பென்று சிவந்தது.

"அது கெடக்கட்டும்," ஆனந்தமயி தொடர்ந்தாள். "ஒரு சாதாரண விஷயத்தை உங்களுக்கு விளக்க எனக்கு ஒரு ஆயுட்காலம்லாம் தேவையில்ல. நம்ம முன்னணிக் கப்பலை இப்படி நத்தை வேகத்துல செலுத்த வேண்டிய அவசியமில்லாம, இங்கிருந்து பிரதானக் கப்பலுக்கு ஒரு கயித்தக் கட்டிவிட்ருங்க. பின்னாடி ஒரு வீரனை நிறுத்தி வையுங்க. எப்பல்லாம் கயிறு தண்ணிக்குள்ள போகுதோ, அப்ப முன்னணிக் கப்பல் வேகம் குறையுதுன்னு அர்த்தம். வேகத்தை அதிகரிக்கணும்னா, வீரன் சைகையால விஷயத்தைத் தெரிவிக்கணும். கயிறு இறுக்கமா நீண்டுச் சுன்னா, முன்னணிக் கப்பல் வேகத்தைக் குறைக்கணும்னு அர்த்தம்."

தன் கூந்தலுக்குள் கைகளைச் செலுத்தி, நீட்டிக்கும் முயற்சியில் அளைந்தாள். "நீங்களும் வேகமா பிரயாணம் செய்யலாம். எனக்கும் இந்த இடுக்கான அறைகள்ளருந்து விடுதலை கிடைக்கும். விஸ்தாரமான காசி அரண்மனைல கொஞ்சம் கையைக் காலை நீட்டிப் படுக்கலாம்."

அவளது நுட்பமான யுக்தி பர்வதேஸ்வரரைக் கவர்ந்தது. "என்ன அற்புதமான யோசனை! உடனடியாகக் கப்பல் தலைவன் இதைச் செயல்படுத்துமாறு ஆணையிடுகிறேன்."

நளினமான கையொன்றை நீட்டி அவரைத் தடுத்த அந்த மெல்லியலாள், தன் பக்கம் இழுத்தாள். "அதுக்குள்ள என்ன அவசரம், பர்வா? ஒரு நிமிஷம் முன்ன பின்ன ஆச்சுன்னா

ஒண்ணும் கொறைஞ்சு போகாது. என்கூட கொஞ்ச நேரம் பேசலாமே."

தன் பெயரை அவள் கையாண்ட விதமும், தன்னை விடாமல் அவள் பற்றுவதும் கூச்சத்தை ஏகமாய்க் கிளப்ப, சிவந்த முகத்துடன் பர்வதேஸ்வரர் அவளது கைகளைப் பார்த்தார்.

சிணுங்கியவாறு ஆனந்தமயி தன் கரங்களைப் பின்னுக்கிழுத்துக்கொண்டாள். "என் கைகள்ள எந்த அழுக்கும் இல்ல, சேநாதிபதி."

"அது என் அர்த்தமல்ல, இளவரசி."

"வேற?" ஆனந்தமயியின் குரலில் லேசான கடுமை.

"எந்தப் பெண்ணையும் நான் தொட முடியாது, இளவரசி. குறிப்பாக, தங்களை நிச்சயம் முடியாது. வாழ்நாள் முழுதும் இல்லற வாழ்வில் இறங்கக் கூடாதென்ற விரதத்தை நான் ஏற்றவன்."

"என்னது!" அதிர்ந்து போன ஆனந்தமயி, வேற்றுலக வாசியை முதன்முதலாகப் பார்ப்பதுபோல் அவரை வெறித்தாள். "என்ன சொல்றீங்க? 180 வயசுல ஒரு தடவை கூட ... இது வரைக்கும் கர்ப்பை இழக்காத கன்னிப்புருஷனா நீங்க?"

பேச்சு வேறேதோ ரஸமற்ற பாதையில் செல்வதை உணர்ந்த பர்வதேஸ்வரர், சங்கடமும் கோபமும் போட்டியிட, வெகு வேகமாக நடந்து சென்றார்.

ஆனந்தமயியோ, அடக்கமுடியாமல், குலுங்கிக் குலுங்கிச் சிரிக்கத் துவங்கினாள்.

— ☼☽♃♆⊕ —

மெல்லிய காலடிச் சத்தம் விஷ்வத்யும்னனின் செவிகளையெட்ட, உடனடியாகத் தன் வாளை உருவியவன், படைவீரர்களும் அவ்வாறே செய்யுமாறு மௌனக் கட்டளையிட்டான்.

இளவரசன் உக்ரசேனன் மற்றும் அவனது படைவீரர்களுடனான மோதலுக்குப் பிறகு, மகதத்திற்குத் தெற்கேயுள்ள அடர்ந்த வனப்பகுதிக்குள் அவர்களது படை

நாகர்களின் இரகசியம் 63

அடைக்கலம் புகுந்திருந்தது. பலத்த காயம் பட்டிருந்த நாகா, அதிகதூரம் பிரயாணம் செய்யும் நிலையிலில்லாததால், கோபவெறிகொண்ட மகத வீரர்கள் ஆத்திரத்துடன் வனத்தை சல்லடையிட, நாகாவின் ஆட்களோ, அவனையும் அழைத்துக்கொண்டு, மிக விரைவாக அங்கிருந்து நகர்ந்தனர்.

தான் கேட்ட சப்தங்கள் மகத வீரர்களாயிருக்குமோ? விஷ்வத்யும்னனின் மனம் தவித்தது. எதிர்த்துப் போராடவோ, ஏன் தப்பிக்கும் நிலையில் கூட நாகா இல்லை.

"வாளைக் கீழே போடு, முட்டாளே," பெண் குரல் ஒன்று மிக மெலிதாகக் ஒலித்தது. "உன்னைக் கொல்வதுதான் என் உத்தேசமென்றால், நீ வாளை உருவுமுன் உன் தலை துண்டுபட்டிருக்கும்."

கிசுகிசுப்பான அந்தக் குரலை விஷ்வத்யும்னனால் இனம் காண முடியவில்லை. பல காதம் பிரயாணம் செய்ததினால் உண்டான களைப்போ, அல்லது, குளிர்காலந்தான் அந்தக் குரலை கரகரப்பாக்கியதோ, தெரியவில்லை - ஆனால், அதன் தொனியை அவன் அறியாமல் இல்லை. உடனடியாக வாளைக் கீழே போட்டவன், தலைகுனிந்து வணங்கினான்.

தன் குதிரையை மெல்லச் செலுத்திக்கொண்டு, மரங்களினின்று நாகர்களின் அரசி வெளிப்பட்டாள். அவளது நன்மதிப்பிற்கும் நம்பிக்கைக்குமுரிய பிரதம மந்திரி கார்கோடகரும், தனிப்பட்ட மெய்க்காப்பாளர் படையின் ஐம்பது வீரர்களும் பின்தொடர்ந்தனர்.

"உன்னை நான் செய்யச் சொன்னது ஒரே ஒரு சாதாரண காரியம்," அரசி சீறினாள். "உன் பிரபுவைப் பாதுகாப்பது கூட உன்னால் முடியாத விஷயமோ? அவ்வளவு கடினமான கட்டளையையா பிறப்பித்துவிட்டேன்?"

"தேவி," பதற்றத்தில் விஷ்வத்யும்னனுக்கு வார்த்தைகள் குழறின. "அதாவது, திடீரென்று சூழ்நிலை விபரீதமாகி -"

"வாயை மூடு!" தன் குதிரையின் முகக்கயிற்றை வீரன் ஒருவனிடம் வீசிய அரசி, அவர்கள் பாசறையின் நட்டநடுவே அமைக்கப்பட்ட கூடாரத்தை நோக்கிச் சென்றாள். குறுகலான அவ்விடத்திற்குள் நுழைந்தவள், முகமூடியைக் கழற்றினாள்.

வைக்கோல் படுக்கையொன்றின் மீது அவளது வளர்ப்பு மகன், மக்கள் தலைவன், படுத்திருந்தான். உடல் தளர்ந்து,

பலவீனமுற்றிருக்க, அங்கங்கே துணியால் கட்டுகள் போடப்பட்டிருந்தன.

ஆதுரத்துடன் அவனை உற்றுப் பார்த்தாள் அரசி. "இப்ப நம்ம நிலைமை என்ன? ஆதிவாசிகளோட கூட்டு சேர்ந்துட்டமா?" அவளது குரல், இப்பொழுது கனிந்திருந்தது.

நாகா கண்களைக் கீற்றாகத் திறந்தான். முகத்தில் புன்னகை மலர்ந்தது. "இல்லை, அரசி." குரலில் பலவீனம்.

"பரமாத்மா! அப்படீன்னா, அந்தக் காட்டுவாசிகளைக் காப்பாத்த இவ்வளவு போராடுவானேன்? எனக்கு இவ்வளவு துக்கத்தை ஏற்படுத்துவானேன்? இருக்கற பிரச்சனைகள் போதாதா?"

மன்னிக்கணும், மாஸி - ஆனா, உங்க பிரச்சனைகள்ள முதன்மையானதைத்தான் நான் தீர்த்துட்டேனே?

"தீர்த்திருக்கேங்கிறது நிஜம். அந்த ஒரு காரணத்துக்காகத்தான் நான் உன்னைப் பாக்க இவ்வளவு தூரம் வந்தேன். நாகர்கள் அத்தனை பேரோட விசுவாசத்தையும் நீ சம்பாதிச்சிருக்கலாம் - ஆனா, உன் கர்மா இன்னும் முடிவடையலை. நீ செய்ய வேண்டியது இன்னும் எவ்வளவோ இருக்கு. அந்தப் பட்டியல்ல, திமிர் பிடிச்ச இளவரசர்கள் தப்பு செய்யாம தடுக்கறதுக்கெல்லாம் முக்கியத்துவம் இல்ல. ஆணவம் பிடிச்ச அரச குடும்ப வெறியர்களுக்கா இந்த நாட்டுல பஞ்சம்? அத்தனை பேரையும் நாம எதிர்க்க முடியுமா?"

"அது அவ்வளவு சுலபமில்ல, மாஸி."

"சுலபம்தான். அந்த மகத நாட்டு இளவரசன் செஞ்சது தவறுதான். ஆனா, அநியாயம் பண்ற அத்தனை பேரையும் தடுக்கற பொறுப்பு உன்னுடையதில்ல. நீ ருத்ரபகவான் இல்ல."

"காளைப் பந்தயத்துக்காக ஒரு சின்ன பையனைக் கடத்த முயற்சி பண்ணிக்கிட்டிருந்தான்."

அரசி பெருமூச்செறிந்தாள். "எல்லா இடத்துலயும் நடக்கறதுதான். ஆயிரக்கணக்கான குழந்தைகள் படற கஷ்டம்தான். இந்தக் காளைப் பந்தயத்தை மாதிரி வெறி பிடிக்க வெக்கற விஷயத்தை நான் கண்டதில்லை. எத்தனை பேரை நீ தடுக்கப்போறே?"

"அவன் அதோட நிக்கலை," நாகாவின் குரல் மேலும் மெலிந்தது. "அந்தப் பையனைக் காப்பாத்த வந்ததுக்காக, அவன் அம்மாவைக் கொல்ல முயற்சி பண்ணிக்கிட்டிருந்தான்."

அரசியின் உடல் விடைத்தது. ஆத்திரம் சடக்கென்று தலை வரை ஏறியது.

"இந்த மாதிரி தாய்மார்கள் உலகத்துல ரொம்ப அபூர்வம்," எதற்கும் அசையாத நாகா, உணர்ச்சிப் பெருக்கில் திளைத்தவாறு கிசுகிசுத்தான். "அவங்களை எப்படியாவது காப்பாத்தணும்."

"போதும்! இதையெல்லாம் நீ மறந்தாகணும்னு எவ்வளவு முறை சொல்லியிருக்கேன்?"

தன் முகமூடியை அவசரமாக அணிந்த அரசி, வெகு வேகமாய் கூடாரத்திலிருந்து வெளிப்பட்டாள். அவளது நிலைகொள்ளா ஆத்திரத்தைக் கண்டு குலைநடுங்கிய வீரர்கள், தலைகுனிந்தே நின்றனர். "கார்கோடகரே!"

"தேவி?"

"இன்னும் ஒரு மணி நேரத்தில் வீடு நோக்கிக் கிளம்புகிறோம். ஆவன செய்யவும்."

பிரயாணம் குறித்து அரசியாரின் கட்டளை எவ்விதமிருந்தாலும், மக்கள் தலைவனால் ஓரடிகூட எடுத்து வைக்க முடியாது என்பதைக் கார்கோடகர் அறிந்தே இருந்தார். "ஆனால், தேவி -"

அரசியாரின் கதிர்வீச்சுப் பார்வையில் அவரது வார்த்தைகள் வற்றிவிட்டன.

— ☥ ⓜ ⋃ ⚔ ⊛ —

அதியுன்னத ஒளி திகழ் நகரமான காசியை சிவனது பரிவாரம் நெருங்கிய பொழுது, சற்றேறக்குறைய மூன்று வாரங்களாகிவிட்டன. புனித கங்கை கிழக்கு நோக்கிப் பாயும் பாதையில், சாவதானமாக வடதிசை நோக்கி மிக லாவண்யமாய் ஒரு வளைவு திரும்பும் இடத்தில் அமைந்திருந்தது காசி. மேலிருந்து பார்த்தால், நதியின் பாதை

பிறைச்சந்திர வடிவத்தை ஒத்திருக்கும். இதுவே சந்திரவம்சி அரசு சின்னமும் ஆகையால், சந்திரவம்சி நகரங்களில் மிக இயற்கையானதாகக் காசி கருதப்பட்டது.

இந்நகருக்கென்று சில பிரத்யேக நம்பிக்கைகள்: உதாரணத்திற்கு, நதியின் மேற்குக் கரை மீது மட்டுமே நகரம் நிர்மாணிக்கப்பட்டிருக்க, கிழக்குக்கரை வெறுமையாகக் காட்சியளித்தது. அங்கே இல்லம் அமைக்கும் எவருக்கும் வாழ்க்கையில் மிகக் கொடூர துரதிர்ஷடம் வாய்க்குமென்று நம்பிக்கை. இதன் காரணத்தால், கிழக்குக்கரை முழுவதையும் காசியின் அரச குடும்பத்தாரே விலைகொடுத்து வாங்கி, தவறிக்கூட யாரும் அங்கே குடியேறி, தெய்வங்களின் சாபத்திற்கு ஆளாகிவிடாமல் பார்த்துக்கொண்டனர்.

பரபரப்பான அந்நகரின் மிகப் பிரசித்தமான படகுத்துறைகளில் ஒன்றான *அஸ்ஸி காட் - **அதாவது, எண்பதின் துறை**யில்* - சம்பிரதாயமான வரவேற்பாய், மத்தளங்களை முழக்கியவாறு, ஆரத்தி எடுக்கத் தயாராய் கூட்டம் படிக்கட்டுகளில் காத்து நின்றது.

"என்ன அழகான நகரம்," மேடிட்டிருந்த வயிற்றைத் தடவியவாறு சதி முணுமுணுத்தாள்.

அவளைப் பார்த்து புன்னகைத்த சிவன், அவளது மென்மையான கையைப் பற்றி, தன் நெஞ்சினருகே வைத்துக்கொண்டார். "ஏன்னு சொல்லத் தெரியலை, ஆனா, சொந்த வீட்டுக்கு வந்திட்ட மாதிரி இருக்கு. நம்ம குழந்தை இங்கதான் பொறக்கணும்."

சதியின் முகத்திலும் புன்சிரிப்பு. "ஆமா. இந்த இடம்தான்."

வெகுதூரத்திலிருந்தாலும், விளக்குகளைத் தூக்கிப்பிடித்து நீலகண்டரை வரவேற்பதில் காசியின் பிரமுகர்களுடன் அயோத்யாவின் மேல்தட்டு வர்க்கத்திற்கு இருந்த போட்டியும், அந்த நெரிசலிலும் அவர்கள் தத்தம் குடும்பத்தாரின் பதாகைகளைத் தூக்கிப்பிடிக்கச் சொல்லி, வேலைக்காரர்களை விரட்டுவதையும் பகீரதனால் தெள்ளத் தெளிவாகப் பார்க்க முடிந்தது. மகாதேவர் தங்களைமட்டுமே பிரத்யேகமாய்க் கவனித்து, அருள் புரிய வேண்டுமென்பது ஒவ்வொருவரின் விருப்பம். ஆனால் நீலகண்டரோ, வேறொரு அதிசயத்தை விசேஷமாய்க் கவனித்தார்.

"பகீரதா," இடதுபுறம் திரும்பினார். "இந்த நகரத்துக்குக் கோட்டை கொத்தளம்னு எதுவும் இல்லையே? புனித

ஏரியே! ஏன் இப்படி எந்தப் பாதுகாப்பும் இல்லாம இருக்காங்க?"

"அது ஒரு பெரிய கதை, பிரபு," என்றான் பகீரதன்.

"எனக்கு ஏகப்பட்ட பொழுதிருக்கு; சொல்லுங்க. இந்தியாவுல இதுவரைக்கும் இந்த மாதிரிக் காட்சியை நான் பாத்ததேயில்ல."

"பிரபு, நம்ம கதை, இப்ப நாம எறங்கப்போறோமே, அஸ்ஸி காட், அங்கேயிருந்துதான் ஆரம்பிக்குது."

"ஹ்ம்."

"இந்தப் படகுத்துறையோட எண்பது படிக்கட்டுக்களால பேரு ஏற்படல; பக்கத்துல சின்னதா ஓடற அஸ்ஸி ஆறுனாலயும் இல்ல. இங்க நிறைவேற்றப்பட்ட மரணதண்டனைதான் அஸ்ஸி காட்னு பேர் வரக் காரணம். அதுலயும், எண்பது தண்டனைகளும் ஒரே நாள்ள நிறைவேத்தப்பட்டுச்சு."

"இராமபிரானே," சதி அதிர்ந்தாள். "யார் அந்த அப்பாவி ஜனங்க?"

"அப்படியெல்லாம் எதுவுமில்ல, தேவி," என்றான் பகீரதன். "சரித்திரத்திலே இதுவரைக்கும் அந்த மாதிரி கொடூரப் பிறவிகளை யாரும் பாத்திருக்க முடியாது. போர்க் குற்றங்களுக்காக எண்பது அசுரர்களுக்கு இங்கதான் ருத்ர பகவான் மரண தண்டனை நிறைவேத்தினார். அசுரர்களோட அட்டகாசத்தை ஒட்டுமொத்தமா ஒழிச்சது அவங்களுக்கும் தேவர்களுக்கும் நடந்த ஓயாத போரில்ல; ருத்ரபகவான் தன்னுடைய நுண்மையான நியாயவுணர்வுக்குக் கட்டுப்பட்டு நிறைவேத்தின இந்த தண்டனைதாங்கிறது நெறைய பேரோட கருத்து. தேவர்களுக்கெதிரா துணிஞ்சு போர் நடத்தத் திறமையான தலைவர்கள் இல்லாம, அசுரர்களோட எதிர்ப்பும் பிசுபிசுத்துப் போச்சு."

"அப்புறம்?" அயோத்யாவின் வாசுதேவ பண்டிதர் கூறியது நினைவில் பளிச்சிட்டது.

அசுரர்கள் கெட்டவங்கன்னு யார் சொன்னது?

"கொஞ்சம் அதிசயமான ஒரு விஷயம் நடந்தது. நிகரில்லாத வீரர், உலகத்துல இதுவரைக்கும் யாரும் பார்த்தறியாத அளவு தைரியமும் தீரமும் கொண்ட

ருத்ரபகவான் - போர்த்தொழிலை மொத்தமா, முழுசா கைவிட்டார். தேவாசுர யுத்தத்துல அவ்வளவு நாசம் விளைவிச்ச தைவி அஸ்திரங்களை தடை செஞ்சார். அவருடைய உத்தரவை யாராவது மீறினா, தன்னுடைய அஹிம்ஸாவாதத்தையும் உடைச்சிட்டு, தைவி அஸ்திரங்களைப் பயன்படுத்தினவனோட ஏழு தலைமுறைச் சந்ததிகளை அழிச்சிட்டுத்தான் மறுவேலைன்னு சபதம் எடுத்தார்."

"அவர் *தெய்வீக அஸ்திரங்களைத்* தடை செஞ்சது எனக்குத் தெரியும்," என்றாள் சதி; மெலூஹர்களுக்கும் இந்த சரிதம் அத்துப்படி. "ஆனா, அதுக்குப் பின்னாடியிருந்த வரலாறு தெரியாது. எதனால இப்படி ஒரு உத்தரவு போட்டார்?"

"தெரியலை, தேவி," என்றான் பகீரதன்.

எனக்குத் தெரியும், சிவனின் மனதில் எண்ணங்கள் ஓடின. *அசுரர்கள் கெட்டவங்க இல்ல, மாறுபட்டவங்க, அவ்வளவுதான்னு ருத்ர பகவான் உணர்ந்த போது, குற்ற உணர்வால பாதிக்கப்பட்டதன் விளைவா எடுத்த முடிவு இது.*

"ஆனா, கதை அதோட முடியல. அஸ்ஸி காட், காசி, ரெண்டும் இனிமே புனிதத் தலங்கள்னு ருத்ரபகவான் அறிவிச்சார். காரணம் யாருக்கும் தெரியல; ஆனா, போர் மொத்தமா முடிவுக்கு வந்த இடங்கிறதால இருக்கலாம்னு பலரும் நெனைச்சாங்க. அஸ்ஸி காட்ல இனிமே, எக்காரணத்தைக் கொண்டு இரத்தம் சிந்தாதுன்னு பகவான் உத்தரவாதம் குடுத்தார். இந்த இடம் எல்லோராலும் மதிக்கப்படணும். செத்தவங்களுக்கு இங்க ஈமக்கிரியைகள் நடத்தினா, அஸ்ஸி காட்லயும், காசிலயும் நடமாடற நல்ல ஆத்மாக்கள், அவங்க பாவங்களை, அது எப்பேர்ப்பட்டதா இருந்தாலும், போக்கி, நல்லகதிக்குக் கொண்டு சேர்த்திடும்."

"சுவாரசியமா இருக்கே," என்றாள் சதி.

"ருத்ரபகவானோட பரம பக்தர்களா மாறிட்ட காசி அரசர்கள், அஸ்ஸி படகுத்துறைல எந்தவித மரண தண்டனையும் நிறைவேத்தக்கூடாதுன்னு அறிவிச்சது மட்டுமில்லாம, இனம், மதம், பால்னு எந்த பாரபட்சமுமில்லாம, எந்த ராஜ்யத்தைச் சேர்ந்தவங்களும் இங்க வந்து ஈமக்கிரியைகள் நடத்திக்கலாம்னு அனுமதி

அளிச்சாங்க. யாருக்கும் இங்க மோட்சம் கிடைக்கும். காலப்போக்குல, காசியில கடைசிக் காரியங்களைப் பண்ணா எந்த ஆத்மாவும் சாந்தி அடையும்கிற நம்பிக்கை பரவி வேரூனிடுச்சு; பல ஆயிரக்கணக்குல மக்கள், தங்களோட கடைசிக்காலத்தைக் கழிக்க இங்க வந்து குவிய ஆரம்பிச்சாங்க. இவ்வளவு சின்ன அஸ்ஸி காட்ல அவ்வளவு பேரை அடக்க முடியாம போச்சு. அதனால இங்க ஈமக்கிரியைகள் செய்யறதை நிறுத்தி, மணிகர்னிகாங்கிற பேருள்ள இன்னொரு படகுத்துறைய ஈமச்சடங்குகளை பெருமளவுல நடத்த வசதியா மாத்தியமைச்சாங்க."

"இதுக்கும். இங்கே கோட்டை கொத்தளமில்லாம இருக்குறதுக்கும் என்ன சம்பந்தம்?" என்றார் சிவன்.

"விஷயம் இருக்கே. தங்களோட பாவம்லாம் தொலைஞ்சு, நல்ல கதி கெடைக்கும்ங்கிற நம்பிக்கைல கடைசி காலத்தை இங்க கழிக்க வர்ற ஸ்வத்வீபத்தோட பெரிய மனுஷங்களுக்கு, ஓயாம இந்த இராஜ்யங்களோட கூட்டாட்சியில நடக்குற போர்களால காசிக்கு பாதிப்போ, அழிவோ ஏற்பட்டா ... பிரச்சனைதானே? அது மட்டுமில்ல: ருத்ர பகவானோட அஹிம்ஸைக் கோட்பாடுகளை காசி மன்னர்கள் ரொம்ப தீவிரமா எடுத்தாள ஆரம்பிச்சாங்க. அரச குடும்பத்தைச் சேர்ந்தவங்களோ, அவங்க சந்ததியினரோ, இனி போர்கள்ள ஈடுபட மாட்டோம்னு வாக்குறுதியளிச்சாங்க. அவ்வளவு ஏன், தற்காப்பு தவிர வேற எந்தக் காரணத்துக்காகவும் இன்னொரு உயிரைக் கொல்றதில்லைன்னு பிரதிக்ஞை எடுத்தாங்க. அவங்க வாக்குக்குக் குடுக்குற மரியாதையை பிரகடனப்படுத்த, நகரைச் சுத்தியிருந்த கோட்டையை தரைமட்டமாக்கிட்டு, சுத்தி ஒரு திறந்தவெளிச்சாலையை அமைச்சாங்க. சாலையோரமா பெரிய கோயில்களை எடுப்பிச்சு, இந்த எடத்தையே ஒரு பெரிய புனிதத் தலமா மாத்திட்டாங்க."

"காசி மேல யாரும் போர் தொடுக்கலியா? யாரும் அதை ஜெயிக்கலியா?"

"சொன்னா அதிசயமா இருக்கும் - ஆனா, அதுதான் நிஜம்," பகீரதன் தொடர்ந்தான். "ருத்ரபகவானோட கோட்பாடுகளை மிகத் தீவிரமா அவங்க ஏத்துக்கிட்ட காரணத்தினாலேயே, காசி ஒரு புனிதத் தலமா மாறிப்போச்சு. இந்த நகரைத் தாக்கினா, அது பகவானையே அவமதிக்கிற மாதிரி. நாளடைவுல அமைதி பரவி, அதன் வழியில, செல்வமும் செழிப்பும் பெருகிப்போச்சு. இந்த

இடம்தான் வணிகத்துக்குச் சிறப்பானதுன்னு வியாபாரிகள் உணர்ந்தாங்க. மக்கள் நிம்மதியா, அமைதியா வாழற இடம்; ஸ்வத்வீபத்தோட எந்த ராஜ்யத்தோடையும் கூட்டு சேராத தன்மைன்னு இந்த மாதிரிக் காரணங்களால, வேற எங்கேயும் சுலபத்துல பாக்க முடியாத ஸ்திரத்தன்மையை இங்க உணரலாம்."

"அதான் இங்க இத்தனை ப்ரங்கர்கள் இருக்காங்களா?"

"ஆமா, பிரபு. வேற எங்கே அவங்க பாதுகாப்பா இருக்க முடியும்? காசியில யாருக்கும் ஆபத்தில்ல, ஆனா - இந்த நகரத்தோட விருந்தோம்பலையும், அமைதியையும் கூட ப்ரங்கர்கள் தேவைக்கதிகமா சோதிக்கிறாங்கன்னுதான் சொல்லணும்."

"நெஜமாவா?"

"அவங்களோட பழகறது ரொம்ப கஷ்டம்னு கேள்வி. காசி பரந்த நோக்கத்தை ஆதரிக்கிற நகரம்; இங்க எல்லாவிதமான வாழ்க்கைமுறைகளையும் அனுசரிக்கலாம். ஆனா, ப்ரங்கர்கள், தங்களுக்குன்னு சில தனிப்பட்ட பழக்கவழக்கங்கள் இருக்குறதால, தனியிடம் கேக்கறாங்க. தங்க நாட்டுல அவங்க ரொம்ப கஷ்டம் அனுபவிச்சதால, இங்கயாவது கொஞ்சம் நிம்மதியா இருக்கட்டும்; நாமதான் கொஞ்சம் விட்டுக்குடுத்துப் போகணும்னு காசி அரச குடும்பம், இங்க உள்ள மக்கள்கிட்ட கேட்டுக்கிட்டு இருக்காங்க. ஆனா, நடைமுறைல அது அவ்வளவு சுலபமா இல்ல. சொல்லப்போனா, நிலமை ரொம்ப மோசமாகி, ப்ரங்கர்கள் காசியை விட்டு வெளியேறிடும்படி மன்னர் உத்தரவே போடப்போறதா சில வருஷத்துக்கு முன்ன ஒரே வதந்தியா இருந்துச்சு."

"அப்புறம் என்ன ஆச்சு?" என்றார் சிவன்.

"நல்ல எண்ணம் சாதிக்க முடியாததை நல்ல தங்கம் சாதிச்சிடுச்சு. இன்னிய தேதிக்கு எல்லா தேசங்கள்ளயும் மிகச் செழிப்பானது ப்ரங்காதான். காசியோட பத்து வருஷ வரிக்குச் சமானமான தங்கத்தை ப்ரங்க மன்னர் அனுப்பிட்டதா பேச்சு. வெளியேற்றம் பத்தின அரசு ஆணையும் அப்படியே அமுங்கிப்போச்சு."

"தன் நாட்டைவிட்டு வெளியேறின மக்களைக் காப்பாத்த ப்ரங்க மன்னர் தன் கைக்காசை செலவழிப்பானேன்?"

"தெரியலை, பிரபு. ப்ரங்கர்களோட பல விசித்திரங்கள்ள இதுவும் ஒண்ணுன்னு வெச்சுக்க வேண்டியதுதான்."

கப்பல் அஸ்ஸி காட்டில் மெல்ல வந்து நிற்க, தன்னை வரவேற்க அங்கே சேர்ந்திருந்த ஜன சமுத்திரத்தை சிவன் நோக்கினார். அவர் தரையிறங்குவதற்கான ஏற்பாடுகளில் பர்வதேஸ்வரர் ஏற்கனவே மூழ்கிவிட்டார். தூரத்தில், நந்தி மற்றும் வீரபத்ராவுக்கு த்ராபகு கட்டளைகள் பிறப்பிப்பதைக் கண்டார். காசியின் காவல்படைத் தலைவனைத் தேடி பகீரதன் எப்போதோ கப்பலை வீட்டு இறங்கிச் சென்றாகிவிட்டது. சதி சிவனை மெல்லத் தட்டினாள். அவர் திரும்ப, கண்ணால் லேசாக ஜாடை செய்தாள். சற்று தூரத்தில், கூட்டத்திலிருந்து விலகி, காசி மற்றும் அயோத்யாவின் பிரமுகர்கள் அடித்துப்பிடித்து நடத்திக்கொண்டிருந்த வரவேற்பில் கலந்துகொள்ளாமல், பகட்டின் சாயலற்ற கொற்றக்குடையின் கீழ் அடக்கமாய் நின்ற வயோதிகரைச் சிவன் கண்டார். காசியின் மன்னர் அதிதிக்வரை நோக்கி சிவன் இரு கை கூப்பி நமஸ்தே, என்று வணங்கினார். பதிலுக்கு, மிகத் தாழ்ந்து, நீலகண்டருக்கு வணக்கம் தெரிவித்தார் அதிதிக்வர். அதிக தூரமிருந்ததால் சிவனால் அறுதியிட்டுக் கூறமுடியவில்லை - ஆனால், காசி மன்னரின் கண்களில் திரையிட்டது என்ன, கண்ணீரா?

அத்தியாயம் 5

ஒரு சிறு தவறு?

"ம்ம்ம்," மென்மையான முத்தங்கள் சிவனை மெல்ல மெல்ல விழிப்பிற்கு இட்டு வர, சதியின் முகத்தைக் காதலுடன் கைகளில் ஏந்திக்கொண்டார். "என் கண் என்னை ஏமாத்துதா? இல்ல, நாளுக்கு நாள் நீ இன்னும் அழகாயிட்டே வரியா?"

தன் வயிற்றை லேசாய்த் தடவிக்கொண்ட சதி புன்னகைத்தாள். "காலங்கார்த்தால புகழ்ச்சியா? வேணாம்."

முழங்கையை முட்டுக் கொடுத்தவாறு எழுந்த சிவன், அவளை மீண்டும் முத்தமிட்டார். "இடம் பொருள் காலம் எல்லாம் பார்த்துத்தான் பாராட்டு வழங்கணுமோ?"

மீண்டும் சிரித்துக்கொண்டே சதி படுக்கையை விட்டு மெல்ல எழுந்தாள். "போய்க் குளியுங்களேன். நம்ம அறைக்கே காலை உணவைக் கொண்டுவரும்படி சொல்லியிருக்கேன்."

"அப்பாடா - ஒரு வழியா உன்னை என் வழிக்குக் கொண்டுவந்திட்டேன், பாத்தியா?" ஒழுங்குமுறைக்குக் கட்டுப்பட்டு, போஜன அறைகளில் தினம் தினம் நியதிப்படி உண்பது சதிக்கு வேண்டுமானால் இரசிக்கலாம்; சிவனுக்கு உவப்பாய் இல்லை.

காசி அரண்மனையில், தங்களது அறையுடன் இணைந்த வசதியான குளியலறைக்குள் சிவன் மறைய, சதி வெளியே பார்த்தாள். பிரசித்தி பெற்ற வளைவுச் சாலை - அதாவது புனிதப் பெருவழி, இங்கிருந்து நன்கு புலப்பட்டது. என்ன அற்புதக் காட்சி! காசி நகரின் நெருக்கமான

வீதிகளைப் போலன்றி, ஆறு வண்டிகள் ஒரே சமயத்தில் இணைந்து செல்லக்கூடிய அளவு விஸ்தாரமான பரப்பு. இந்திய துணைக்கண்டத்தின் அத்தனைச் செடி வகைகளும் அங்கே கொட்டிக்கிடக்கின்றனவா என்ன? பச்சைப் பசேலென்று மரமும் கொடியுமாக, இந்தச் சாலை கண்ணுக்கு எவ்வளவு குளிர்ச்சி! பெருவழியைத் தாண்டி, பலப்பல கோயில்கள் கண்ணுக்குத் தெரிந்தன. அகன்ற அந்த வீதி, பெருவளைவாக, ஏறக்குறைய முப்பது கிலோமீட்டர் நீண்டிருக்க, பக்கங்களில் எழும்பி நின்ற கோயில்களனைத்தும் வழிப்பாட்டுத் தலங்களேயன்றி வேறில்லை. கிட்டத்திட்ட அனைத்து இந்தியக் கடவுளர்க்கும் காசிப் பெருவீதியில் இடமுண்டு என்று சந்திரவம்சிகள் கூறுவது வழக்கம். அது முழுதும் உண்மையென்று சொல்வதற்கில்லை - இந்தியர்கள் மொத்தம் மூன்று கோடி தெய்வங்களைப் பூஜிப்பவர்கள் ஆயிற்றே? ஆயினும், மக்கள் மத்தியில் மிகப் பிரசித்தி பெற்ற தெய்வங்களுக்கெல்லாம் அந்தப் புனிதப் பெருவீதியில் இடமிருந்ததென்பதில் ஐயமில்லை. அவையெல்லாவற்றிலும் ஒப்புயர்வற்று விளங்கிய கோயில், தெய்வங்களுக்கும் தெய்வமாய், மகாதேவராய் வணங்கப்பட்ட ருத்ரபகவானுடையதுதான். இந்த ஆலயத்தைத்தான் சதி இமைக்காமல் பார்த்துக்கொண்டிருந்தாள். ருத்ரபகவான் வாழ்ந்த காலத்தில், தேவர்களாலேயே வடிவமைக்கப்பட்ட இந்தக் கோயில், பிரம்மா படித்துறைக்கருகில், அஸ்ஸி காட்டில், பகவான் தர்மத்தை நிலைநாட்டிய அதே புனிதத் தலத்தில்தான் அமைக்கப்பட வேண்டுமென முடிவு செய்யப்பட்டதாய்க் கதைகள் உண்டு. ஆனால் அப்பேர்ப்பட்ட மகாதேவர், அசுரர்களை பூண்டோடழித்த வீராதி வீரர், அஸ்ஸி காட் அருகே தனக்கு எந்த நினைவுச் சின்னமும் ஏற்படுத்தக்கூடாதென்பதில் பிடிவாதமாயிருந்தது மட்டுமல்லாமல், அவர் இதுவரை உரைக்காத விசித்திரக் கருத்தை வெளியிட்டார்: ***"இங்கில்லை. வேறு எங்கு வேண்டுமானாலும் - ஆனால் இங்கில்லை ..."*** இதன் உள்ளர்த்தம் யாருக்கும் புரியவில்லை - ஆனால், கோபாவேசமான மகாதேவருடன் வாக்குவாதம் புரியும் தைரியம் யாருக்குண்டு?

"அதுதான் *விஸ்வநாதர்* கோயிலாம். சொல்றாங்க," சட்டென்று அங்கு வந்து சதியை திடுக்கிட வைத்தார் சிவன். "*உலகின் தலைவர்னு அர்த்தமாம்.*"

"எப்பேர்ப்பட்டவர்," சதி கிசுகிசுத்தாள். "உண்மையிலேயே கடவுள்தான்."

"ஆமா," சிவன், *ருத்ரபகவானுக்குத் தலை வணங்கினார்.* "*ஓம் ருத்ராய நம.*"

"ஓம் ருத்ராய நம."

"மன்னர் அதிதிக்வர் உண்மையிலேயே பெருந்தன்மையானவர்தான். ராத்திரி நம்மைச் சும்மா விட்டார். அஸ்ஸி காட்ல நேத்திக்கு நடந்த ஏகப்பட்ட நிகழ்ச்சிகளுக்கப்புறம், ஓய்வு தேவையாத்தான் இருந்தது."

"நல்ல மனுஷர் மாதிரிதான் தெரியுது. ஆனா இன்னிக்கு உங்களைச் சும்மா விடமாட்டார்னு நெனைக்கறேன். உங்ககிட்ட பேச ஏகப்பட்ட விஷயம் வெச்சிருக்காப்புல தெரிஞ்சார்."

சிவன் சிரித்துவிட்டு, "எனக்கென்னவோ, அவரோட நகரம் பிடிச்சுதான் இருக்கு," என்றார். "பார்க்கப் பார்க்க, ஏதோ சொந்த வீட்டுக்கு வந்துட்ட மாதிரி இருக்கு."

"காலை உணவு சாப்பிடலாம் வாங்க," என்றாள் சதி. "இன்னிப்பொழுதுக்கு செய்ய வேண்டியது நெறைய இருக்கு!"

"*குறிப்பா உங்களை முடியாதா?*" கானினி கேட்டாள். "நெஜமாவே அப்படிச் சொன்னாரா என்ன?"

"அச்சு அதே வார்த்தைகளைத்தான் பயன்படுத்தினார்," என்றாள் ஆனந்தமயி. "எந்தப் பெண்ணையும் தொட மாட்டாராம். அதுலயும் என்னைக் கண்டிப்பா முடியாதாம்!"

புத்துணர்வூட்டும் எண்ணெய்யை இளவரசியின் சிரஸில் லாகவமாக அழுந்தத் தேய்த்தாள் கானினி. "அவர் சொன்னதும் சரிதானே, தேவி? வாழ்நாள் முழுக்க பிரம்மச்சர்ய விரதம் எடுத்துக்கிட்ட ஆண்களை ரெண்டே ரெண்டு பெண்கள்தான் அசைச்சுப் பாக்க முடியும். ஒண்ணு *அப்ஸரஸ்* மேனகை. இன்னொருத்தர் நீங்க."

"எது, ரெண்டு பேரா?" *தேவலோக மங்கை* ஒருத்தியுடன் ஒப்பிடப்பட்டதைக் குறித்து ஆனந்தமயியின் புருவம் உயர்ந்தது.

"மன்னிக்கணும்," கானினி கிளுகிளுத்தாள். "உங்க முன்னாடி மேனகையெல்லாம் எந்த மூலைக்கு?"

ஆனந்தமயி கலகலவென்று சிரித்தாள்.

"ஆனா, மேனகை சந்திச்ச சவாலை விட இது இன்னும் கடுமையா இருக்கும் போலருக்கே, இளவரசி," கானினி தொடர்ந்தாள். "பிரம்மச்சர்ய விரதத்தை மகரிஷி விஸ்வாமித்ரர் பல நாள் கழிச்சுத்தான் எடுத்தார். காதல் பசியை அவர் ஏற்கனவே உணர்ந்தவர். முன்னமே அனுபவிச்ச ஒரு சுகத்தை மேனகை நினைவுபடுத்தத்தான் வேண்டியிருந்ததே தவிர, புதுசா உருவாக்க அவசியம் இருக்கலை. நம்ம சேநாதிபதியோ ... கன்னி கழியாதவராச்சே?"

"இருக்கலாம். ஆனா, விலைமதிப்பில்லாத, அழகான ஒரு விஷயத்தை அடையறது சுலபமில்லையே?"

கானினியின் கண்கள் சுருங்கின. "அவரோட இதயத்தை ஜெயிக்கிறதுக்கு முன்னாடி, உங்களோடதை இழந்துற வேண்டாம், இளவரசி."

"அதெல்லாம் ஒண்ணுமில்ல!" ஆனந்தமயியின் முகத்தில் கடுமை ஏறியது.

அவளை உற்று நோக்கிய கானினி, சட்டென்று புன்னகைத்தாள். இளவரசி காதல்வயப்பட்டுவிட்டாள் என்பதில் சந்தேகமில்லை. தன்னுடைய அதிர்ஷ்டம் எத்தகையது என்பதை பர்வதேஸ்வரர் தக்க சமயத்தில் அறிய வேண்டுமே என்ற யோசனையில் ஆழ்ந்தாள்.

"உங்களுடைய தலைநகரம் ரொம்ப அழகு, அரசே," என்றார் சிவன்.

தன் தினசரிப் பிரயாணத்தில் மூன்றில் ஒரு பங்கைச் சூரியன் கடந்தாகிவிட்டது. மன்னர் அதிதிக்வரின் பிரத்யேக அறையில், சதியுடன் அமர்ந்திருந்தார் சிவன். கையில் சிறு தடியுடன் வாயிலில் காவல் காத்து நின்ற காசியின் அரண்மனைக் காவலர்களுக்குத் துணையாக த்ராபகு, நந்தி மற்றும் வீரபத்ரா நின்றனர். அரச குடும்பத்தாரைக் காக்க இந்தச் சிறிய கட்டை எப்படிப் போதும்? த்ராபகுவிற்கு இது புரியாத புதிர். கடுமையான தாக்குதலின் பட்சத்தில் என்னதான் செய்வார்கள்?

இன்னொரு பக்கம், காசியின் காவல்துறைத் தலைவனுடன் பர்வதேஸ்வரர் சுற்றுப் பிரயாணம் சென்றுவிட்டார். அன்று மதியம், நீலகண்டரும் அவரது பரிவாரமும் அரண்மனையிலிருந்து விஸ்வநாதர் கோயில் வரை மேற்கொள்ள இருந்த பயணத்தின் போது, சாலையில் எந்தவித ஆபத்தும் ஏற்படாமலிருக்கத் தன்னாலான முயற்சி களை எடுத்துக்கொண்டிருந்தார். அஸ்ஸி காட்டில் நீலகண்டர் வந்திறங்கியபோது, காசியின் மேல்தட்டு வர்க்கம் மட்டுமே அவரை வரவேற்கும் பேற்றைப் பெற்றிருந்ததால், அவர் கோயிலுக்குச் செல்லும் வழியில், தரிசனம் செய்யும் பாக்கியத்தை அடைய மக்கள் கூட்டம் திரண்டு புனிதப் பெருவழி முழுவதும் நிறைத்திருக்கும் என்பதில் சந்தேகமில்லை.

"உண்மையில், இது தங்கள் நகரம், பிரபு," தாழக் குனிந்து, மிகுந்த மரியாதையுடன் உரைத்தார் அதிதிக்வர்.

சிவனின் முகம் சிறுத்தது.

"காசியை ருத்ரபகவான் தான் தத்தெடுத்த நகரமாகவே பாவித்தார்; இங்கே பல காலம் கழித்தார்," அதிதிக்வர் விளக்கினார். "மேற்கே, தான் பிறந்த பூமிக்கு அவர் திரும்பிய பிறகு, அஸ்ஸி காட்டில், ருத்ரபகவானையும், அவரது வழித்தோன்றல்களையுமே இந்நகரத்தின் அரசர்களாக நியமனம் செய்யும் விதமாய் காசியின் அரச குடும்பத்தார் பூஜையாற்றினார்கள். அவர்களுக்கும், என் குடும்பத்தாருக்கும் சம்பந்தமில்லை என்றாலும், அவர்கள் கொடுத்த வாக்குறுதியை நானும் காப்பாற்றவே விழைகிறேன். ருத்ரபகவானின் வழித்தோன்றல்களாகிய உண்மையான மன்னர்களின் பிரதிநிதியாக, இந்நகரின் காவலர் பொறுப்பில் இருக்கிறோம்; அவ்வளவே."

கொஞ்சம் கொஞ்சமாய் அதிகரித்த தர்மசங்கடத்தின் விளைவாய் சிவன் நெளிந்தார்.

"இப்பொழுது ருத்ரபகவானின் வழித்தோன்றலாகிய தாங்களே வந்துவிட்டீர்கள்; இனி, காசியின் அரியணையில் தாங்கள் அமர்ந்து, பொறுப்பையேற்று, இந்நகரைப் பரிபாலனம் செய்ய வேண்டும்," அதிதிக்வர் வேண்டுகோள்விடுத்தார். "தங்கள் காலடியில் சேவை செய்வதை என் பாக்கியமாகக் கருதுவேன், பிரபு."

ஆச்சர்யமும் எரிச்சலும் கலந்து சிவனுக்கு ஏறக்குறைய தொண்டையை அடைத்தது.

இவங்களுக்கெல்லாம் மொத்தமா கிறுக்குப் புடிச்சுப் போச்சு! நல்ல எண்ணமுள்ளவங்கதான் - ஆனா, பைத்தியங்கள்!

"அரசாட்சிய ஏத்துக்கற எண்ணமே எனக்கில்ல, அரசே," சிவன் புன்னகைத்தார். "அதுவும், ருத்ரபகவானுடைய வழித்தோன்றல்ங்கிற பட்டத்துக்கெல்லாம் நான் அருகதையானவன் இல்ல. அப்படி நான் என்னை நெனைச்சுக்கவும் இல்ல. நீங்க இந்த நகரை நல்லா ஆட்சி செய்யறீங்க. நீங்களே தொடர்ந்து உங்க மக்களை ஆளணும்னு நான் கேட்டுக்கறேன்."

"பிரபு ..."

"ஆனா, எனக்கு சில கோரிக்கைகள் இருக்கு," மேற்கொண்டு அரச பதவி பற்றியும், காசியை ஆளத் தகுதியுடையோர் பற்றியும் விவாதிக்க இஷ்டமில்லாத சிவன் இடைமறித்தார்.

"கட்டளையிடுங்கள், பிரபு."

"முதல்ல - எங்க குழந்தை இங்கதான் பொறக்கணும்னு நானும் என் மனைவியும் விரும்பறோம். அதுவரை உங்க நகரத்துல தாமதிக்க அனுமதிப்பீங்களா?"

"பிரபு - இந்த அரண்மனை முழுதும் தங்கள் சொத்து. தாங்களும், தேவி சதியும், காலம் முழுதும் இங்கே வாழலாம்."

சிவனின் முகத்தில் லேசான புன்னகை. "அவ்வளவு நாள் நாங்க இருக்க வாய்ப்பில்லை. அது மட்டுமில்ல: உங்க நகரத்துல வாழற ப்ரங்கர்களோட தலைவரை நான் சந்திக்கணும்."

"அவரது பெயர் திவோதாஸ், பிரபு. நிச்சயம் அவர் தங்களை வந்து சந்திக்குமாறு பணிக்கிறேன். துரதிர்ஷ்டமே உருவான அந்தக் குலத்தைச் சேர்ந்த வேறு யாரிடமும் பேசிப் பலனில்லை; பிறரிடம் நயமாய்ப் பேசிப் பழகும் பொறுமை திவோதாஸ் ஒருவரிடம்தான் உண்டு. வாணிபம் தொடர்பாக வெளியூர் சென்றிருக்கிறார் என்று எண்ணுகிறேன். இன்றிரவு திரும்பிவிடுவார். எவ்வளவு

சீக்கிரம் முடியுமோ, அவ்வளவு சீக்கிரம் அவர் இங்கு இருக்குமாறு பார்த்துக்கொள்கிறேன்."

"பிரமாதம்."

"அங்கே கூட்டம் கட்டுக்கடங்காமல் போய்விடும்போல் தெரிகிறதே, த்ராபகு," பர்வதேஸ்வரர் சுட்டிக்காட்டினார்.

பகீரதன், த்ராபகு மற்றும் காசியின் காவல்துறைத் தலைவர் த்ரத்யா ஆகியோருடன், புனிதப்பெருவழியின் மீது அமைக்கப்பட்டிருந்த மேடை மீது நின்றிருந்தார், அவர். நீலகண்டரை ஒரு முறையாவது கண்ணால் காணும் பாக்கியத்தைப் பெறக் காசியின் இரண்டு இலட்சம் குடிமக்களும் அங்கே குழுமிவிட்டாற்போலிருந்தது. அவர்களைச் சமாளிக்கும் திறன் காசியின் காவல்துறைக்கு இருந்தது போலவும் தெரியவில்லை. அவர்கள் கையாண்ட பணிவு, காசி மக்களிடம் வழக்கமாய்ப் பலிக்கும்தான். ஆனால், இன்றோ, ஒவ்வொரு குடிமகனும் எப்படியாவது பிரபுவை ஒரு முறைத் தொட்டுவிட வேண்டும் என்று அலைபாயும்போது, சூர்யவம்சிகளின் கண்டிப்பு மிகத் தேவையாயிருந்தது.

"நான் பாத்துக்கறேன், சேநாதிபதி," த்ராபகு, கீழே காத்திருந்த நந்தியிடம் சில கட்டளைகளைப் பிறப்பிக்க வெகுவேகமாய் இறங்கிச் சென்றான்.

"அவர் கையுயர்த்தாமல் இருக்க வேண்டும்," என்றார் த்ரத்யா.

"சூழ்நிலைக்கேற்ப நடந்துகொள்வார், த்ரத்யா," பர்வதேஸ்வரரின் குரலில் எரிச்சல்.

த்ராபகுவின் கட்டளைகளைக் கேட்ட நந்தி, சிறிய படையுடன் கிளம்பிச் சென்றார். வெட்டுப்பட்டிருந்த தன் இடக்கையில் பொருத்தியிருந்த கொக்கியைச் சாதகமாக்கி, மிக லாகவமாய்த் த்ராபகு மேடை மீது ஏறிக்கொண்டான்.

"முடிச்சாச்சு, சேநாதிபதி," என்றான். "கூட்டம் பின்வாங்கிடும்."

தலையசைத்த பர்வதேஸ்வரர், திரும்பி, சிவன் மற்றும் சதியை நோக்கினார். தன் பெயரைக் கூவிய ஒவ்வொருவரையும் கவனித்து, முகத்தில் புன்னகை

பொலிய, சதியின் கரத்தைப் பற்றியவாறு சிவன் நடந்து வந்தார். சதிக்கு சற்று பின்னால் அவளது தோழி க்ருத்திகா வர, உண்மை பக்தனின் உளம் நிறைந்த நெகிழ்ச்சி முகத்தில் விகசிக்க, அமைச்சர்கள் மற்றும் குடும்பத்தினர் புடைசூழ வந்தார் மன்னர் அதிதிக்வர்.

"தலைவர் த்ரத்யா," பீதியில் குரல்கொடுத்தவாறு மேடை மீது பாய்ந்து ஏறினான் ஒரு காசி காவல்துறை அதிகாரி.

த்ரத்யா கீழே நோக்கினார். "என்ன விஷயம், காவஸ்?"

"ப்ரங்கர் பகுதியில் கலவரம்!"

"என்ன நடந்ததென்று தெளிவாய்ச் சொல்."

"மீண்டும் ஒரு மயிலைக் கொன்றிருக்கிறார்கள். ஆனால், இம்முறை, கையும் களவுமாகப் பிடிபட்டுவிட்டதால், கடும்பாவத்திற்குப் பழிவாங்கப் போவதாய் அக்கம்பக்கத்திலுள்ளோர் கருவிக்கொண்டிருக்கிறார்கள்."

"இதில் என்ன அதிசயம்? மரியாதை கெட்ட இந்தக் காட்டுமிராண்டிகளை மன்னர் ஏன் இன்னமும் இங்கு வாழ அனுமதித்திருக்கிறார் என்றுதான் புரியவில்லை. என்றேனும் நம் குடிமக்கள் பொறுமையிழந்து எதையாவது செய்து தொலைப்பதற்கான வாய்ப்புகள் அதிகம்."

"என்னாயிற்று?" என்றார் பர்வதேஸ்வரர்.

"ப்ரங்கர்கள்தான். ருத்ரபகவானின் பிரியத்திற்குப் பாத்திரமான பறவைகள் என்பதால் காசியில் மயில்களைக் கொல்லத் தடை - இதை அவர்கள் நன்கு அறிவர். என்னென்னவோ விசித்திரமான சடங்குகள் செய்து மயில்களைத் தங்கள் பகுதியில் பலி கொடுக்கிறார்கள் என்ற நம்பிக்கை இங்கே பரவிக்கிடக்கிறது. இப்போது பிடிபட்டுவிட்டார்கள். அவர்களுக்கு ஒரு பாடம் கற்பிக்க வேண்டும்."

"உங்கள் ஆட்களில் சிலரை அனுப்பி கலவரத்தை அடக்க ஆவன செய்யலாமே?"

த்ரத்யா பர்வதேஸ்வரரை சற்று விசித்திரமாகப் பார்த்தார். "சில விஷயங்கள் உங்களுக்குப் புரிய வாய்ப்பில்லை. இந்தியாவின் அனைத்துச் சமூகத்தினரையும் காசியில் நாங்கள் வரவேற்கிறோம். எல்லோரும் இங்கே அமைதியாக, இந்தப் பெருநகரில் ஒற்றுமையாக வாழ்க்கை

நடத்துகிறார்கள். ஆனால் ப்ரங்கர்களோ, வேண்டுமென்றே எங்கள் ஒவ்வொருவருக்கிடையிலும் வேற்றுமையை விதைக்கிறார்கள். ஒரு நல்ல முடிவுக்கு இந்த அமர்க்களம் சற்று மோசமான வழி; அவ்வளவே. இந்தக் கலவரம் நடப்பதுதான் நல்லது."

சற்று முன்னால் அஹிம்ஸையின் உயரிய தத்துவங்கள் குறித்துப் பாடமெடுத்த அந்தக் காவல்துறைத் தலைவரின் இந்த வார்த்தைகள், பர்வதேஸ்வரரைத் திகைக்க வைத்தன. "அவர்கள் குற்றம் புரிந்திருந்தால், உரிய தண்டனை வழங்க வேண்டியது நீதிமன்றத்தின் கடமை. அதை விடுத்து, பொதுமக்கள் சட்டத்தைத் தத்தம் கைகளில் எடுத்துக்கொண்டு, அந்தப் பறவைக்கொலையில் சம்பந்தமில்லாதவர்களுக்கு ஆபத்து விளைவிக்க உரிமை கிடையாதல்லவா?"

"நிரபராதியாவது ஒன்றாவது? ப்ரங்கர்களை இந்நகரை விட்டு ஒட்டுமொத்தமாய் விரட்ட இந்தக் கலவரம் உதவினால், அவர்களது உயிர் அதற்கு மிகச் சிறிய விலை. என்னால் ஆகக்கூடியது எதுவுமில்லை; செய்ய விருப்பமும் இல்லை."

"அப்படியானால், நான் செய்ய வேண்டியிருக்கும்," பர்வதேஸ்வரர் எச்சரித்தார்.

எரிச்சலுடன் அவரை ஏறிட்ட த்ரத்யா, திரும்பி நீலகண்டரின் பரிவாரத்தைப் பார்வையிட்டார். அவரை ஆழமாய்ப் பார்த்த பர்வதேஸ்வரர், ஒரு முடிவுக்கு வர ஒரு கணம் போதுமானதாய் இருந்தது.

"த்ராபகு, பொறுப்பு உன் கையில்," என்றார் சட்டென்று. "விஸ்வநாதர் கோயிலுக்குள் பிரபு சென்றவுடன் கூட்டம் கலையுமாறு பார்த்துக்கொள். இளவரசே, என்னுடன் வருகிறீர்களா? சந்திரவம்சிப் பழக்க வழக்கங்கள் நான் அறியாதவை; தங்கள் உதவி எனக்குத் தேவையாயிருக்கும்."

"என் பாக்கியம்," என்றான் பகீரதன்.

"இது உன் வேலையல்ல," முதல் முறையாக, த்ரத்யாவின் குரல் உயர்ந்தது. "எங்கள் விஷயத்தில் தலையிட உனக்கெந்த உரிமையும் இல்லை."

"உண்டு," அரச குலத்திற்கேயுரித்தான ஆணவத்துடன் பகீரதன் குறுக்கிட்டான். "இராமபிரானோட வார்த்தைகளை

மறந்தாச்சா? குற்றம் நடக்கறப்ப அதைத் தடுத்து நிறுத்தாம பார்த்துக்கிட்டு நிக்கறது, குற்றம் செய்யறதுக்குச் சமம். சேநாதிபதி உங்க வேலையச் செய்யறாரேன்னு நியாயப்படி நீங்க அவருக்கு நன்றி செலுத்தணும்."

மேடையிலிருந்து காவஸ்ஸுடன் இறங்கிய பர்வதேஸ்வரரும் பகீரதனும், நூறு வீரர்களுடன் வீரபத்ராவைப் பின்தொடரக் கட்டளை பிறப்பித்துவிட்டு, ப்ரங்கப் பகுதியை நோக்கி விரைந்தனர்.

"இது கொஞ்சம் சிக்கலான விஷயமா இருக்கும் போலருக்கே," என்றான் பகீரதன்.

ப்ரங்கக் குடியிருப்பின் முன் அவர்கள் நின்றார்கள். கிழக்கிலிருந்து இங்கு வந்து குவிந்த அகதிகள் நிரப்பிய தங்கத்தின் பயனாய், கசகசவென்று இருக்கும் நகரின் இந்த பகுதியில் மட்டும், இல்லங்கள் விஸ்தாரமாய் இருந்தன. விஸ்வநாதர் ஆலயம் மற்றும் அரண்மனைகளைத் தவிர்த்து, காசியிலேயே மிக உயரமாய், அழகாய், ஆடம்பரமாய், நுட்பமாய் வடிவமைக்கப்பட்ட அடுக்குமாடி மாளிகையொன்றில், ப்ரங்கர்கள் வசித்து வந்தனர். மகதநாட்டின் நரசிம்மர் ஆலயத்தில் உள்ளது போல் அற்புதமாய், பச்சைப்பசேலென்ற செடிகொடிகளுடன், அதே சமயம், ஒரு நியதிக்குட்பட்ட லாவண்யத்துடன் வடிவமைக்கப்பட்ட பெரிய நந்தவனம் ஒன்று, மாளிகையைச் சுற்றி அமைந்திருந்தது. "ருத்ரபகவானின் ஆசிகள் தெய்வீக ப்ரங்க தேசத்திற்கு என்றும் உரித்தாகுக," என்ற வார்த்தைகளைத் தாங்கிய பலகை, அங்கு குடியிருப்போரின் விசுவாசத்தைப் பறைசாற்றும் வகையில் பெரிதாகத் தொங்கவிடப்பட்டிருந்தது.

நந்தவனம் முடிந்தவுடனேயே, நகரின் இறுக்கமும் இடப்பற்றாக்குறையும் அப்பட்டமாய் விளங்கும் முறையில், நெரிசலான சிறிய தெருக்கள் பிரிந்து, அயோத்யா, மகதம், ப்ரயாக், மற்றும் சந்திரவம்சிக் கூட்டணி தேசங்களைச் சேர்ந்த அகதிகள் குடியிருப்புக்களை நோக்கிச் சென்றன. இவ்வளவு ஏன்? தங்கள் நாட்டின் இறுக்கமான சட்டதிட்டங்களைச் சகிக்கமாட்டாத, மயிகாவுக்குக் குழந்தைகளைக் கொடுக்க

விரும்பாத சில மெலூஹர்களே அங்கு வாழ்ந்தனர் என்பது வெளியே அதிகம் தெரியாத செய்தி. தங்கள் குழந்தைகள் கண்ணெதிரே வளர்வதைப் பார்க்கும் கொடுப்பினைக்காக, சந்திரவம்சி வாழ்க்கைமுறையின் அபத்தத்தை சகித்துக்கொண்டு வாழ்ந்து வந்தனர்.

"இந்தச் சண்டை வெறும் பழக்கவழக்கம் காரணமா முத்தியிருக்கும்னு எனக்குத் தோணலை." காசியின் நடுத்தரவர்க்கத்திற்கும், ப்ரங்கர்களின் வாழ்க்கைமுறைக்கும் இருந்த மலைக்கும் மடுவுக்குமான வித்தியாசத்தைக் கவனித்த வீரபத்ரா, சொன்னான். "ப்ரங்கர்கள்கிட்ட புழங்கற அளவுக்கதிகமான சொத்துகூட அவங்க மேல இருக்குற அசூயைக்குக் காரணமா இருக்கலாம்."

தலையசைத்த பகீரதன், நிலைமையைக் கண்ணால் அளவெடுத்துக் கொண்டிருந்த பர்வதேஸ்வரரை நோக்கினான். "என்ன சொல்றீங்க, சேநாதிபதி?"

தற்காப்பு ரீதியில் கணக்கிட்டால், ப்ரங்கர்களின் நிலைமை கவலைக்கிடம்தான். பாறைக்கும் பள்ளத்தாக்கிற்கும் இடையில் மாட்டிக்கொண்டது போலத்தான் அவர்களது நிலைமை. நெரிசலான, ஆத்திரமும் அசூயையும் நிறைந்த மக்கள் நாலாபுறமும் வாழும் பகுதிகள் வழியே ப்ரங்கக் குடியிருப்புக்குச் செல்லும் குறுகலான தெருக்கள் ஊர்ந்தன. தப்பிக்க வழியே இல்லை; இந்தத் தெருக்களில் மாட்டிக்கொண்டால் விழி பிதுங்கிவிடும். கொஞ்சம் பாதுகாப்பளித்தது நந்தவனம்தான்; தாக்க வரும் கூட்டம் மாளிகையை அடையுமுன், ஒரு நிமிட காலமாவது அங்கே, வெட்டவெளியில் தாமதிக்க வேண்டிவரும்.

நிலைமையின் தீவிரம் புரிந்து எப்போதும் ஒரு விதப் பதற்றத்துடனேயே வாழ்ந்து வந்த ப்ரங்கர்கள், மாளிகையின் மேல்மாடியில் ஏகப்பட்ட கற்களை அடுக்கி வைத்திருந்தனர். அங்கிருந்து வீசினால் ஒரு ஏவுகணையின் தாக்கத்துடன் கீழே தெறிக்கும் கற்கள், மிக மோசமான காயமும், ஏன், இடம் பார்த்து அடித்தால், இறப்பையே கூட ஏற்படுத்த வாய்ப்புண்டு.

இந்தப்புறம், அழுக்கும் அசிங்கமும் நிறைந்தவை என ப்ரங்கர்கள் கருதிய நாய்களைக் காசிக் கூட்டம், நந்தவனத்திற்குள் அனுப்பிக்கொண்டிருந்தது. அவற்றை விரட்ட ப்ரங்கர்கள் பக்கமிருந்து கல்வீச்சு நடக்குமென்பதை அனைவரும் அறிவர். மாறி மாறி நடக்கும் தாக்குதல்களில், ஏதேனும் ஒரு கட்டத்தில் ப்ரங்கர்களின் கற்கள் தீர்ந்துவிடும்;

மொத்தமாய் அழிக்கப்படுவார்கள் என்பதை பர்வதேஸ்வரர் உணர்ந்தார். சமையல் கத்தி, துவைக்கும் கட்டை என அபத்தமான ஆயுதங்களைக் காசிக்கூட்டம் ஏந்தியிருந்தாலும், ஒரு ப்ரங்கனுக்கு நூறு காசி மக்கள் என்ற விகிதத்தில், ப்ரங்கர்கள் உயிர் தப்பச் சாத்தியங்கள் மிகக் குறைவு.

"ப்ரங்கர்கள் நிலை சொல்லிக்கொள்ளும்படியாக இல்லை," என்றார் பர்வதேஸ்வரர். "காசிக் கூட்டத்திடம் பேச்சுவார்த்தை பலனளிக்குமா?"

"ஏற்கனவே முயற்சி பண்ணிட்டேன், சேநாதிபதி," என்றான் பகீரதன். "கேக்க மாட்டேங்கறாங்க. இருக்குற தங்கத்தை வெச்சு ப்ரங்கர்கள் காசி நீதிமன்றத்தை விலைக்கு வாங்கிடுவாங்களாம்."

"செய்தாலும் செய்வார்கள்," மனதின் ஆழத்தில் ஓடிய எண்ணங்கள், காசித் தளபதி காவஸ்ஸின் வாய் வழியே முணுமுணுப்பாய் வெளிவந்தன.

சட்டென்று பகீரதன் அவனை வெறிக்க, காவஸ் பீதியுடன் பின்வாங்கினான். காசியிலும்கூட, பகீரதனின் கீர்த்தி மிகப் பிரசித்தம்.

"நீங்களும் அந்தக் கொலைகார கூட்டத்தோட ஒத்து ஊதறீங்களோ?" என்றான் பகீரதன்.

"அவர்களைக் கண்ணால் காண்பதே எனக்கு கசப்புதான்," காவஸ்ஸின் முகம், உள்ளக்கொதிப்பைக் காட்டியது. "அயோக்கியர்கள். எந்தச் சட்டத்தையும் மதிக்காதவர்கள். எல்லாவற்றையும் மீறிவிட்டு, தங்கத்தை வாரியிறைப்பார்கள்." மனக்குமுறலைக் கொட்டித் தீர்த்தவுடன், சற்று அமைதியடைந்தவன் போல் தோன்றினான். சிரம் தாழ்ந்தது. "ஆனால், அவர்களை இப்படித்தான் நடத்த வேண்டுமா, என்றால் ... " என்றான் கிசுகிசுப்பாய். "ருத்ரபகவான் இதை அனுமதித்திருப்பாரா? மாட்டார், இளவரசே."

"அப்ப இதுக்கு ஒரு தீர்வு சொல்லுங்க."

தங்களைச் சூழ்ந்துகொண்டிருந்த ஆவேசக் கூட்டத்தைச் சுட்டிக்காட்டினான் காவஸ். "எந்த வகையிலாவது ப்ரங்கர்கள் தண்டிக்கப்பட்டாலொழிய இந்தக் கூட்டம் பின்வாங்காது, இளவரசே. ப்ரங்கர்கள் உயிருக்குச் சேதமில்லாமல், அதைச் செய்வது எப்படி? எனக்குத் தெரியவில்லை."

"சூர்யவம்சிகள் அவர்களைத் தாக்கினால்?" சட்டத்திற்கு சற்றே புறம்பான, ஆனால் நிச்சயமாய்ப் பலனளிக்கக்கூடிய

இந்தத் தீர்வு தனக்குத் தோன்றியது பர்வதேஸ்வருக்கே தூக்கிவாரிப்போட்டது.

அவர் என்ன சொல்ல வருகிறார் என்பது சட்டென்று புரிய, பகீரதன் முகமலர்ந்தான். “நம்ம ஆயுதங்களைப் பயன்படுத்த வேண்டாம்; காசி காவல்துறையோட தடிகளைப் பயன்படுத்தலாம். தாக்குவோம்; கொல்ல மாட்டோம்.”

“அதுவேதான்,” என்றார் பர்வதேஸ்வரர். “அந்தக் கூட்டம், நியாயம் வழங்கப்படுவதை உணர்ந்து, பின்வாங்கிவிடும். ப்ரங்கர்களுக்கு அடி படலாம்; ஆனால் உயிர் பிழைப்பார்கள். இது முற்றும் சரியல்ல என்பது எனக்கும் தெரியும் - ஆனால், சில சமயம், மிகப்பெரும் குற்றங்களைத் தடுக்க, மிகச் சிறிய குற்றங்கள் சிலவற்றை செய்யத்தான் வேண்டியிருக்கிறது. பரமாத்மாவின் முன்னிலையில், இதற்கான பொறுப்பை நான்தான் ஏற்றுக்கொள்ளவேண்டும்.”

பகீரதன் லேசாய்ப் புன்னகைத்தான். சில சந்திரவம்சிக் கொள்கைகள் பர்வதேஸ்வருக்குள் பிடிவாதமாய் நுழைந்தே விட்டன. அவனது சகோதரி மெலூஹ சேநாதிபதியை தன் வழியில் ஏகமாய்க் கவனித்துக் கொண்டிருந்ததும் அவன் பார்வைக்குத் தப்பவில்லை.

பர்வதேஸ்வரர் காவஸ்ஸிடம் திரும்பினார். “எனக்கு நூறு தடிகளாவது தேவைப்படும்.”

புனிதப்பெருவழியை நோக்கிக் காவஸ்ஸுடன் ஏறக்குறைய பறந்த பகீரதன், இம்மெனும்முன் வந்து சேர்ந்துவிட்டான். இந்தப்புறம், காசிக் கூட்டம் ஆயுதங்களைக் கீழே வைத்தால், தர்மம் கிடைக்க உதவுவதாய் பர்வதேஸ்வரர் உத்தரவாதம் அளித்துக்கொண்டிருந்தார். அவர்களும் அவர் வார்த்தைக்குக் கட்டுப்பட்டு, சூர்யவம்சிகள் காரியம் சாதிக்கப் பொறுமையாகக் காத்திருந்தனர்.

பர்வதேஸ்வரர், தன் வீரர்களை இணைத்தார். “மெலூஹர்களே, வாட்களைப் பயன்படுத்த வேண்டாம்; தடிகள் மட்டும்தான். கைகால்களின் மீது தான் பிரயோகிக்க வேண்டும்; சிரத்தின் மீது அல்ல. ஆமை வியூகத்தில் கேடயங்களைப் பொருத்திக்கொள்ளுங்கள் - மிக உயரத்திலிருந்து விழும் கற்கள், கொல்லும் சக்தி வாய்ந்தவை.”

சூர்யவம்சிகள் தங்கள் சேநாதிபதியை வெறித்தார்கள்.

“இந்த யுக்தி மட்டுமே நாம் ப்ரங்கர்களைக் காக்க உதவும்,” என்றார் பர்வதேஸ்வரர்.

பர்வதேஸ்வரர், பகீரதன் மற்றும் வீரபத்ரா தலைமையில் மெலூஹர்கள் மின்னல் வேகத்தில் போர் வியூகத்தில் தங்களை வகுத்துக்கொண்டனர். அவர்களது போர்த்தந்திரங்களில் பரிச்சயமில்லாத காவஸ், நடுவில், பாதுகாப்பு அதிகமுள்ள இடத்தில் நிறுத்தப்பட்டான். ப்ரங்க நந்தவனத்திற்குள் அவர்கள் வரிசைக்கிரமமாக நுழைய, மேலிருந்து சரமாரியாகக் கற்கள் வந்து விழுந்தன. கேடயங்களின் பாதுகாப்புடன் வீரர்கள் மெல்ல, மெல்ல, மாளிகை வாயிலை நோக்கி நகர்ந்தனர்.

நந்தவனப் பாதையை விட இது இன்னும் குறுகலாக இருந்தது. இங்கே ஆமை வியூகம் செல்லாது; உடைபடத்தான் வேண்டும். இரு பந்தியாகப் பிரிந்து, கேடயங்களை இடம்-வலமாகப் பிடித்துக்கொண்டு மாளிகைக்குள் புகுமாறு பர்வதேஸ்வரர் கட்டளையிட்டார். உள்ளே கற்கள் பயன்படுத்தப்படமாட்டாது என்பது அவர் ஊகம்.

அது எவ்வளவு பெரிய தவறென்பது சீக்கிரத்தில் வெளியாயிற்று.

“அம்மாடி,” ருத்ரபகவானின் பிரம்மாண்டமான அந்தச் சிலையுருவத்தைப் பார்த்த சதி வாய்பிளந்தாள். “எப்பேர்ப்பட்ட சிலை!”

சிவனும் அவளும் அப்போதுதான் விஸ்வநாதர் கோயிலுக்குள் நுழைந்திருந்தனர்.

பிரம்மா காட்டிலிருந்து சற்றே தூரத்தில் நிர்மாணிக்கப்பட்டிருந்தது கோயில். நூறு மீட்டர் உயரத்திற்கு வானை முட்டும் உயரம் மட்டுமல்ல; அதன் அதீத எளிமையே, கவனத்தைக் கவர்ந்தது. புனிதப் பெருவழியினின்று கோயிலுக்குச் செல்லும் வாயிலே, ருத்ரபகவானின் தேசத்தில் வழக்கமாய் அமைந்திருக்கும் திறந்தவெளித் தோட்டங்களையொத்து வடிவமைக்கப்பட்டிருந்தது.

செக்கச்சிவந்து, ஏறக்குறைய இரத்த நிறமுள்ள மணற்கல்லால் கட்டப்பட்டிருந்த அந்தக் கோயிலில்

மிளிர்ந்த அடக்கம், அதிசயிக்க வைத்தது. சிவன் பார்த்த பிற கோயில்களைப் போலல்லாமல், நந்தவனத்தின் ஒரு மூலையில், கிட்டத்தட்ட இருபது மீட்டர் உயரத்தில், எந்த அலங்காரமும், ஆடம்பர சிற்ப அதிசயங்களும் அற்று எழும்பி நின்றது மேடை. நூறு படிகள் அதில் வெட்டப்பட்டிருந்தன. அவற்றின் மீதேறி வரும் பக்தர்கள், அங்கிருந்து, நம்ப முடியாத உயரத்தில் எண்பது மீட்டர் வரை வானையளாவிய சிவந்த மணற்கல் கோபுரத்தைப் பார்த்து அதிசயித்து நின்றுவிடுவர். மேடையைப் போலவே, கோபுரமும் வேலைப்பாடற்றுதான் இருந்தது. நூறு தூண்கள், கோபுரத்தைத் தாங்கின. மற்ற கோயில்களைப் போல், கர்ப்பக்ரஹம் ஒரு கோடியில் அல்லாமல், நட்ட நடுவே அமைந்திருந்தது. உள்ளே, நாடெங்கிலுமிருந்து பக்தர்களைக் கோடிக்கணக்கில் அங்கே வரவழைத்த திருவுருவச் சிலை பிரதிஷ்டை செய்யப்பட்டிருந்தது.

ருத்ரபகவான் அநேகமாய்த் தனியாகத்தான் பணிபுரிந்தார் என்பது ஐதீகம். கோயில் சுவர்களில் சிற்பமாய், ஓவியமாய் வாழ்க்கையைப் பதிவு செய்யக்கூடிய நண்பர்கள் எவரையும் அவர் பெற்றிருக்கவில்லை. அவர் பாதங்களில் அமர்ந்திருப்பது போல் சிலை வடிக்க, மனதுக்கியைந்த பக்தர்கள் எவரும் இருக்கவில்லை. சிறிதளவாவது அவர் யாருடைய அறிவுரைக்கேனும் செவி சாய்த்திருந்தால், அது, அவரது ஒரே துணை, மோகினி மட்டுமே. அத்தகைய தேவியின் அபூர்வ அழகு, சிலையாக அங்கு வடிக்கப்படாததைக் கண்டு க்ருத்திகா அதிசயித்தாள்.

அதிதிக்வரின் உதவியாளரிடம் கிசுகிசுத்தாள். "ஏன் மோகினி தேவியோட சிலை இங்கே இல்ல?"

"பிரபுவைப் பற்றிய கதைகளை நீங்கள் அறியாமலிருந்திருக்க முடியாது," என்றாள் அவள். "வாருங்கள்."

கர்ப்பக்ரஹத்தின் மறுபுறம் அவளை உதவியாளர் இட்டுச் சென்றாள். பின்புறம், இன்னொரு வாயில்; அங்கே, அழகிற்குப் பெயர் போனவள் என்று புகழப்பெற்ற மோகினி, ஒரு சிம்மாசனத்தின் மீது அமர்ந்திருப்பது போன்ற உருவச் சிலை, பக்தர்கள் பார்வைக்கு அமைக்கப்பட்டிருந்தது. அழகிய விழிகள் மயக்கும் வகையில் பாதி மூடியிருந்தாலும் - முதல் பார்வையில் சட்டென்று தெரியாத ஒரு விஷயத்தை க்ருத்திகா கவனித்தாள்: மோகினியின் கரத்தில் ஒரு கத்தி

இருந்தது. மனதைப் பித்தாக்கும் கவர்ச்சியும், படமெடுத்து ஆடும் பாம்பின் கொடூரமும் ஒன்றாக இணைந்த அபூர்வப் படைப்பு, மோகினி. க்ருத்திகா முகம் மலர்ந்தது. ருத்ரபகவான் மற்றும் மோகினி தேவியின் உருவச்சிலைகள் ஒன்றன்பின் ஒன்றாக அமைக்கப்பட்டிருந்தது பொருத்தம் என்றுதான் தோன்றியது. ஒன்றாய் அவர்கள் பணிபுரிந்திருப்பினும், வெவ்வெறு கோணங்களையும், கொள்கைகளையும் கொண்டவர்கள்; அவர்களுக்கிடையே இருந்த உறவு, சாமான்யத்தில் விவரிக்க முடியாத, சிக்கலான பந்தம்.

தேவியின் முன் க்ருத்திகா மிகக் குனிந்து வணங்கினாள். மோகினியும் ஒரு ***விஷ்ணு*** என்பதைச் சிலர் ஒப்புக்கொள்ள மறுத்தாலும், அநேகரைப்போல், அவள் ***பிரபஞ்சத்தைக் காக்க அவதரித்தவள்*** என்பதில் க்ருத்திகாவிற்கு எந்த சந்தேகமும் இல்லை.

இன்னொரு பக்கம், ருத்ரபகவானின் உருவத்தை சிவன் வெறித்துக்கொண்டிருந்தார். பார்ப்பவர் கவனத்தைக் கவரும் வகையில், நம்ப முடியாதக் கட்டுமஸ்தான உடற்கட்டுடன் காணப்பட்டார் அவர். மயிரடர்ந்த மார்பில், ஒரு பதக்கம். உற்றுப் பார்த்த போது, அது ஒரு புலிநகம் என்பதை சிவன் உணர்ந்தார். கேடயம், சிம்மாசனத்தின் அருகே, தரையில் வைக்கப்பட்டிருந்தது. கத்தியும் ஆசனத்திற்கு அருகில் சார்த்தப்பட்டிருந்தாலும், பகவானின் கரம் அதன் பிடிக்கருகில் இருக்குமாறு செதுக்கப்பட்டிருந்தது. உலகம் கண்டிராத ஆக்ரோஷமான வீரர், போர்க்களத்தைக் கைவிட்டு, அமைதியைக் கைக்கொண்டிருந்தாலும், அவர் இயற்றிய சட்டங்களை மீறுவோரைத் தண்டிக்க, ஆயுதங்கள் அருகிலேயே இருப்பதை சந்தேகத்திற்கிடமில்லாமல் சுட்டிக்காட்டின. ருத்ரபகவானின் உடல் முழுதும் பொலிந்திருந்த பெருமைமிகு விழுப்புண்களை யாரும் பார்த்து சிலிர்க்கும் வண்ணம் சிற்பி ஒன்றுவிடாமல் வடித்திருந்தார். வலது நெற்றிப்பொட்டிலிருந்து, இடது கன்னம் வரையில், முகத்தில் ஒரு தழும்பு. பெருந்தாடியும், மீசையும் முகத்தை மறைக்க, பல மயிற்கற்றைகள் பொறுமையாக பிணைக்கப்பட்டு, அவற்றில் மணிகளும் கோர்க்கப்பட்டிருந்தன.

"தாடியில மணி கோர்த்துக்கிட்டு நான் இந்தியாவுல இதுவரைக்கும் யாரையும் பார்த்ததில்ல," சிவன் அதிதிக்வரிடம் கூறினார்.

ஒரு சிறு தவறு?

"பரிஹாவில், பகவானின் மக்கள் இப்படித்தான் அணிவது வழக்கம், பிரபு."

"பரிஹா?"

"ஆம், பிரபு. தேவதைகளின் தேசம். நம் மாபெரும் மலைத்தொடரான இமய மலைக்கப்பால், இந்தியாவின் மேற்கு எல்லையைத் தாண்டி உள்ளது."

மீண்டும் பகவானின் உருவச்சிலையைப் பார்த்தார் சிவன். அவர் மனதில் அப்போது அதிகம் அலையடித்த உணர்வு, பயம்தான். ஒரு தெய்வத்தின் சந்நிதியில் இப்படி உணர்வது சரிதானா? அன்பல்லவா அதிகம் மேலிட வேண்டும்? அன்பு - மரியாதை - அளவிரந்த அதிசயம் - ஆனால், பீதி?

ஏனென்றால், சில சமயம், மனதின் குப்பைகளை நீக்கி, அதை சட்டென்று ஒருமுகப்படுத்த பயம்தான் மிகச்சிறந்த ஆயுதம். தன் இலட்சியங்களை அடைய, ருத்ரபகவானும் பயத்தைத்தான் பயன்படுத்த வேண்டியிருந்தது.

குரல், மனதிற்குள் தெளிவாய் ஒலித்தது. எங்கிருந்தோ வருவது போல் இருந்தாலும், துல்லியமாக, பிசிறில்லாமல் கேட்டது. வாசுதேவ பண்டிதரின் குரல்தான் என்பது புரிந்தது.

எங்கே இருக்கீங்க, பண்டிட்ஜி?

உமது கண்களினின்று மறைந்துள்ளேன், பிரபு நீலகண்டரே. இங்கே பலர் இருக்கின்றனர்.

உங்ககிட்ட நான் பேசணும்.

எதற்கும் வேளை வர வேண்டும், நண்பரே. நிற்க - உம்மால் என் குரலைக் கேட்க முடிகிறதென்றால், உமது மிகப்பெரும் பக்தர், ஒழுக்கசீலரின் நெஞ்சைக் கிழிக்கும் அலறல் கேட்கவில்லையா?

அது யாரு ஒழுக்கசீலரான பக்தர்?

குரல் அமைதியிலாழ்ந்தது. சிவன், கவலையுடன் சுற்றுமுற்றும் பார்த்தார்.

அத்தியாயம் 6

மலையும் சரியும்

"மறைந்து கொள்ளுங்கள்!" பர்வதேஸ்வரர் கூச்சலிட்டார்.

அவரும் பகீரதனும் ப்ரங்கர்கள் குடியிருப்பிற்குள் நுழைந்தபோது, கல்வீச்சு முகமன் கூறி வரவேற்றது.

மாளிகையின் வாயிலில்,, மேற்கூரையில் வான்-பலகணி சகிதம், ஒரு பெரிய திறந்தவெளி முற்றம், காற்றும், வெளிச்சமும் தங்குதடையின்று வரும்வகையில் மிக நேர்த்தியாய், திறமையாக மழைக்காலங்களுக்கென திறந்து மூடும் கூரை வசதியுடன் வடிவமைக்கப்பட்டிருந்தது. ஆனால் சூர்யவம்சிகளுக்கோ, சுற்றியுள்ள மேன்மாடங்களிலிருந்து ப்ரங்கர்கள் எறிந்த கற்களால், அதே முற்றம் கொலைக்களமாக மாறியது.

கூரிய கல் ஒன்று பர்வதேஸ்வரரின் இடது தோளைப் பதம் பார்க்க, கழுத்தெலும்பு உடைவதை உணர்ந்தார். ஆத்திரம் பெருக்கெடுக்க, கையிலிருந்த தடியை உயர்த்திப் பிடித்தவாறு, "ஹர ஹர மகாதேவ்!" என்று ஓங்கார கர்ஜனை புரிந்தார்.

"ஹர ஹர மகாதேவ்!" சூர்யவம்சிகள் கூவினர்.

அவர்கள் கடவுளர்! கேவலம் கற்கள் அவர்களைத் தடுக்க முடியுமா? பெண்கள் உட்படத் தங்கள் வழியை மறித்த அனைவரையும் சகட்டுமேனிக்கு தடிகளால் நைய்யப் புடைத்தவாறு சூர்யவம்சிகள் படிகளின் மீது தடதடவென்று ஏறினர். அந்த அமர்க்களத்திலும், பர்வதேஸ்வரரின் கட்டளையை அவர்கள் மறக்கவில்லை; மீறவும்

இல்லை. தலையின் மீது அடி விழக்கூடாது. ப்ரங்கர்கள் காயம்பட்டார்களேயொழிய, இறக்கவில்லை.

அப்போதுதான், பர்வதேஸ்வரரின் காதில் அது விழுந்தது. ஆயிரம் ப்ரங்கர்களின் வலிநிறைந்த அலறல்களை மீறி, அந்தக் கடூரமான சப்தம் எழுந்தது. நூற்றுக்கணக்கான குழந்தைகள் சகிக்க முடியாத வேதனையில், உயிரே போவது போல் அலறும், மயிர்க்கூச்செறிய வைக்கும் ஓலம்.

ப்ரங்கர்கள் கைக்கொண்ட கோரச் சடங்குகளையும் பூஜைகளையும் பற்றி எத்தனையோ வதந்திகளைப் பர்வதேஸ்வரர் கேள்விப்பட்டதுண்டு. அடிவயிற்றில் பயம் சில்லிட, சப்தம் வந்த அறையை நோக்கி விரைந்தார். கதவை ஓங்கி ஒரு உதை விட, படாரென்று திறந்துகொண்டது. உள்ளே அவர் பார்த்த காட்சி, வயிற்றைப் புரட்டியது.

அறையின் மூலையில், தலை துண்டிக்கப்பட்ட ஒரு மயில் தூக்கிப் பிடிக்கப்பட்டிருக்க, அதன் உடலிலிருந்து கொட்டிய இரத்தம் ஒரு பாத்திரத்தில் வடிந்துகொண்டிருந்தது. சுற்றிப் பல பெண்கள், வலியின் துடித்துக் கொண்டிருந்த குழந்தைகளைப் பிடித்துக்கொண்டிருந்தனர். சிலவற்றின் வாயோரமாய் இரத்தம் வழிந்துகொண்டிருந்தது. அதிர்ந்து போன பர்வதேஸ்வரரின் கைகளிலிருந்து தடி நழுவி விழுந்தது; கரம் தானாய் வாளைப் பற்றியது. சட்டென்று இடப்புறமாய் மசமசவென்று என்னவோ தெரிய, இன்னதென்று அவர் உணருமுன், தலையில் சுரீரென்று தாக்கியது. உலகம் இருண்டது.

'ஓ'வென்ற கர்ஜனையுடன் பகீரதன் வாளையுருவ, மற்ற சூர்யவம்சிகளும் அவனைப் பின்பற்றினர். பர்வதேஸ்வரரைத் தடியால் அடித்தவனை அவன் வாளால் ஒரே சீவில் சீவுமுன், ஒரு பெண் அலறினாள். "வேண்டாம்! தயவு செஞ்சு வேண்டாம்!"

பகீரதன் தயங்கினான். அவள் கருவுற்றிருந்தாள் என்று நன்கு தெரிந்தது.

ப்ரங்கன் மீண்டும் தடியைத் தூக்க, அந்தப் பெண் மீண்டும் அலறினாள். "இல்ல!"

பகீரதன் அதிசயத்துடன் பார்க்க, அந்த ஆணும் தயங்கினான்.

அறையின் பின்பக்கமிருந்த ப்ரங்கப் பெண்கள் சகிக்கமுடியாத அந்தச் சடங்கில் இன்னமும் ஈடுபட்டிருந்தனர்.

"நிறுத்துங்க!" பகீரதன் கூவினான்.

கர்ப்பவதி பகீரதன் காலில் விழுந்தாள். "இல்ல, இளவரசே - தயவு செய்யணும். உங்களைக் கெஞ்சிக் கேக்கறேன். எங்களைத் தடுக்காதீங்க."

"அம்மா! என்ன காரியம் இது?" அந்த ஆண் அலறினான். "உயர்குருவான நீங்க இந்த ஈனத்தனமான காரியம் செய்யலாமா? உங்களை நீங்களே தாழ்த்திக்கலாமா?"

மீண்டும் அறையின் மீது பார்வையை ஓட்டிய பகீரதனுக்கு, அப்போதுதான் உண்மை நிலவரம் சற்றே உறைத்தது. அதிர்ச்சியில் சமைந்து போய் நின்றான். வாயில் இரத்தம் இல்லாத குழந்தைகள் மட்டுமே வீலென்று அலறிக்கொண்டிருந்தன. ஏதோ ஒரு கோர சக்தி அவர்களது சின்னஞ்சிறு உடல்களுக்குள் புகுந்துகொண்டு ஆட்டிப் படைப்பது போல், கை கால்கள் திருகிக் கொண்டிருந்தன. மயில் இரத்தத்தில் கொஞ்சம் அவைகளின் வாயில் பட்டவுடன், குழந்தைகள் அதிசயமான முறையில் வாய் மூடி அமைதியடைந்தன.

"என்ன எழவுதான் நடக்குது இங்க ...." பகீரதன் அதிர்ந்து போய் முணுமுணுத்தான்.

"தயவு செஞ்சு," ப்ரங்காவின் உயர்குரு கெஞ்சினாள். "எங்க குழந்தைகளுக்கு இது தேவை. இல்லைன்னா செத்திடுவாங்க. உங்களக் கெஞ்சிக் கேட்டுக்கறேன்; அவங்களைக் காப்பாத்த உதவுங்க."

பகீரதன் சிலையாய் நின்றான்.

"இளவரசே," என்றான் வீரபத்ரா. "சேநாதிபதி."

உடனடியாக பர்வதேஸ்வரரைச் சோதிக்கக் குனிந்த பகீரதன், இதயம் துடித்துக் கொண்டிருந்தாலும், நாடி பலவீனமடைந்துவிட்டதை உணர்ந்தான்.

"சூர்யவம்சிகளே," என்றான். "சேநாதிபதியை ஆயுராலயத்துக்குத் தூக்கிட்டுப் போகணும். சீக்கிரம்! அதிக நேரமில்ல!"

அவனது கட்டளைக்கு உடனே கீழ்ப்படிந்த வீரர்கள், தங்கள் தலைவரைத் தூக்கிச் சென்றனர்.

பர்வதேஸ்வரரை *மருத்துவமனைக்குக்* கொண்டு சேர்ப்பது அவசியமாகிவிட்டது.

— ⅄◯Ⅱ↑⊗ —

அறுவை சிகிச்சையறையினின்று ஆயுர்வதி வெளியே வந்தாள். பர்வதேஸ்வரருக்கு ஏற்பட்டிருந்த காயத்திற்கு சிகிச்சையளிக்கக் கூடிய திறமை வாய்ந்த சந்திரவம்சி மருத்துவர்கள் யாருமில்லையாதலால், அவசரமாக வரவழைக்கப்பட்டிருந்தாள்.

சிவனும் சதியும் உடனடியாக எழுந்தனர். ஆயுர்வதியின் முகத்திலிருந்த துக்கத்தைக் கண்ட சதியின் முகம் விழுந்தது.

"எவ்வளவு சீக்கிரம் குணம் தெரியும், ஆயுர்வதி?" என்றார் சிவன்.

"துரதிர்ஷ்டவசமாக, தடி மிக மோசமான இடத்தில், அவரது நெற்றிப்பொட்டைத் தாக்கிவிட்டது, பிரபு. மூளைக்குள் மிக மோசமான குருதிப்போக்கு ஏற்பட்டுவிட்டது. உயிருக்கே ஆபத்தாய் முடியலாம்."

சிவன் உதட்டைக் கடித்துக்கொண்டார்.

"நான் ..." என்றாள் ஆயுர்வதி.

"அவரைக் காப்பாத்த யாராலாவது முடியும்னா, அது நீங்கதான்," என்றார் சிவன்.

"இவ்வளவு கடுமையான தாக்குதலை குணப்படுத்தக்கூடிய சிகிச்சை முறைகள் எதுவும் என்னிடமுள்ள மருத்துவ நூல்களில் இல்லை, பிரபு. மூளை அறுவை சிகிச்சை செய்யலாம்தான் – ஆனால், நோயாளியின் நினைவு திரும்பாத நிலையில், அது சாத்தியமில்லை. அறுவை சிகிச்சையின் போது, நினைவுள்ள நோயாளியே மருத்துவர்களுக்கு சிகிச்சையில் வழிகாட்டும் வகையில் அடிபட்ட இடம் மட்டும் மரத்துப் போகும்படி மருந்தளிப்போம். பர்வதேஸ்வரர் நினைவற்றிருக்கும் சமயத்தில் இதைச் செய்தால், பட்டிருக்கும் காயத்தைவிடவும் மோசமான விளைவுகளை அது ஏற்படுத்தக்கூடும்."

சதியின் கண்களில் கண்ணீர் தளும்பியது.

"இதை நாம அனுமதிக்க முடியாது, ஆயுர்வதி," என்றார் சிவன். "நிச்சயமா முடியாது!"

"தெரியும், பிரபு."

"அப்ப ஏதாவது யோசிங்க. நீங்க ஆயுர்வதி - இந்த உலகத்தோட மிகச் சிறந்த மருத்துவர்!"

"என்னிடம் இருப்பது ஒரே ஒரு தீர்வுதான், பிரபு," என்றாள் அவள். "ஆனால், அது பலனளிக்குமா என்றுகூட உறுதியாகச் சொல்லமுடியாத நிலையில் இருக்கிறேன்."

"சோமரஸமா?" என்றார் சிவன்.

"தங்களுக்குச் சம்மதமா?"

"பயன்படுத்தித்தான் பார்ப்போமே."

தன் உதவியாளர்களைத் தேடி ஆயுர்வதி விரைந்தாள்.

கவலையுற்ற சிவன், சதியிடம் திரும்பினார். தன் *பித்ரதுல்யா*விடம் சதியின் பாசம் எத்தகையது என்று அவருக்கு நன்கு தெரியும். அவளுக்குள் அலைபாய்ந்த அளவற்ற துக்கம், வயிற்றில் வளரும் அவர்களது குழந்தையையும் பாதிக்கும். "அவருக்கு ஒண்ணும் ஆகாது. என்னை நம்பு."

— ☥ ௐ ௶ ♀ ☥ —

"அந்த சனியன் புடிச்ச சோமரஸம் எங்கே?" சிவன் இரைந்தார்.

"மன்னிக்க வேண்டும், பிரபு," என்றார் அதிதிக்வர். "எங்களிடம் சோமரஸம் அதிகளவில் இல்லை. ஆயுராலயத்திலும் நாங்கள் அதை வைத்துக்கொள்வதில்லை."

"வந்துகொண்டிருக்கிறது, பிரபு," ஆயுர்வதி சமாதானம் சொன்னாள். "என் அறையிலிருந்து மஸ்த்ரக்கைக் கொஞ்சம் எடுத்து வரச் சொல்லி அனுப்பியிருக்கிறேன்."

"ஹும்," என்ற சிவன், பர்வதேஸ்வரரின் அறையை நோக்கி நடந்தார். "விட்றாதீங்க, நண்பரே. எப்படியும் உங்களைக் காப்பாத்திடுவோம். விட்றாதீங்க."

ஒரு சிறிய மரக்குடுக்கையுடன் மஸ்த்ரக் மூச்சு வாங்க வந்து சேர்ந்தான். "அம்மா?"

"எல்லாம் சரியாகத் தயார் செய்து வைத்திருக்கிறாயா?"

"ஆம், தேவி."

ஆயுர்வதி பர்வதேஸ்வரரின் அறைக்குள் விரைந்தாள்.

அறையின் ஒரு மூலையில் பர்வதேஸ்வரர் படுக்க வைக்கப்பட்டிருந்தார். அருகில் அமர்ந்திருந்த ஆயுர்வதியின் உதவியாளர்கள் மஸ்த்ரக் மற்றும் த்ருவினி, நகக்கண்களில் வேப்பிலைச் சாற்றைத் தடவிக்கொண்டிருந்தனர். மூச்சு விட வசதியாக, அவரது மூக்குடன் குழாய் ஒன்று இணைக்கப்பட்டிருந்தது.

"இரத்தப்பெருக்கு நின்றுவிட்டது, பிரபு," என்றாள் ஆயுர்வதி. "உடல்நிலை மோசமாகவில்லை."

பர்வதேஸ்வரரின் உடலுடன் இணைக்கப்பட்டிருந்த இயந்திரங்களைப் பார்த்த சிவனுக்கு என்னவோ போலிருந்தது. மெலூஹ சேநாதிபதியைப் போன்ற ஒருவருக்கா இப்படியொரு நிராதரவான நிலை? "அப்ப எதுக்கு அந்தக் குழாயெல்லாம்?"

"உள்ளே நிகழ்ந்த இரத்தப்போக்கால் மூச்சைக் கட்டுப்படுத்தும் மூளைப்பகுதி பாதிக்கப்பட்டுள்ளது, பிரபு," இம்மாதிரியான சந்தர்ப்பங்களில் தன்னை இரும்புக்கட்டுப்பாட்டிற்குள் வைத்திருக்கும் வழக்கமுள்ள ஆயுர்வதியின் குரலில் சிறிதும் பிசிறில்லை. "பர்வதேஸ்வரரால், சுயமாய் மூச்சுவிடமுடியாது. குழாய்களையும் இயந்திரத்தையும் நீக்கிவிட்டால், இறந்துவிடுவார்."

"அப்படீன்னா, மூளையைக் குணப்படுத்துங்களேன்?"

"முன்னமே சொன்னது போல், பிரபு, நோயாளி நினைவின்றி இருக்கையில், மூளையில் அறுவைச் சிகிச்சை செய்யமுடியாது. மிக ஆபத்து. என் ஆயுதங்கள் மூளையின் பிற பகுதிகளைச் சிதைத்தாலும் சிதைத்துவிடும்."

"சோமரஸம் ..."

"இரத்தப்பெருக்கை நிறுத்திவிட்டது, பிரபு. இப்போது அவரது நிலைமை ஸ்திரமாகியுள்ளது. ஆனால், மூளைக்காயத்தை குணப்படுத்துவதாகத் தெரியவில்லை."

“இப்ப என்ன செய்யறது?”

ஆயுர்வதி மௌனம் சாதித்தாள். அவளிடம் பதில் - அதாவது, சமயத்திற்குதவும், உருப்படியான பதில் - எதுவும் இல்லை.

“ஏதாவது வழி இருந்தேயாகணும்.”

“ஒருவழி - சற்று சுற்றிவளைத்த வழி, ஒன்று புலப்படுகிறது, பிரபு,” என்றாள். “சஞ்சீவனி மரத்தின் பட்டை. சோமரஸத்தின் ஒரு கருப்பொருள். மிக நீர்க்க வைக்கப்பட்டது.”

“அப்ப அதைப் பயன்படுத்த வேண்டியதுதானே?”

“ஸ்திரத்தன்மை சிறிதும் அற்றது, பிரபு. மரப்பட்டை வெகு சீக்கிரத்தில் உருத்தெரியாமல் அழிந்துவிடும். உயிருள்ள சஞ்சீவனி மரத்திலிருந்து எடுத்து வெகு சில நிமிடங்களுக்குள் பயன்படுத்திவிடவேண்டும்.”

“அப்ப கண்டுபிடிச்சு ...”

“இங்கே அவை வளர்வதில்லை, பிரபு; இமயமலை அடிவாரத்தில் மட்டும்தான் இயற்கையில் காணப்படும். மெலூஹாவில் தோட்டங்கள் உள்ளன. ஆனால், அவற்றில் ஒன்றைக் கொண்டுவர மாதங்கள் பிடிக்கும். மரப்பட்டையுடன் நாம் இங்கு வருவதற்குள்ளேயே அழிந்திருக்கும்.”

ஏதாவது வழி இருக்கணும். புனித ஏரியே, ஏதாவது ஒரு வழியை எனக்குக் காட்டு!

— ⚲ —

“இளவரசே,” தளபதி என்பதிலிருந்து, படைத்துறையில் பணித்துறை அதிகாரியாய் பதவியுயர்வு பெற்றிருந்த நந்தி, முன்னே வந்தார்.

“சொல்லுங்க, தலைவர் நந்தி,” என்றான் பகீரதன்.

“என்னுடன் சற்று வர முடியுமா?”

“எங்கே?”

“முக்கியமான விஷயம், இளவரசே.”

ஆயுராலயத்தில் பர்வதேஸ்வரர் உயிருக்குப் போராடிக்கொண்டிருக்கும்போது நந்தி தன்னை அழைப்பது

சற்று விசித்திரமாகப் பட்டாலும், அவர் நீலகண்டரின் நெருங்கிய நண்பர் என்பதும் பகீரதனுக்குத் தெரியும். அதுவுமல்லாமல், நந்தி அறிவாளி; நிதானமுடையவர். அவனை எங்கேயாவது அழைக்கிறார் என்றால், காரணமில்லாமல் இருக்காது.

பகீரதன் சென்றான்.

ப்ரங்கர்களின் குடியிருப்பிற்கு நந்தி அவனை அழைத்துச் செல்ல, பகீரதனால் ஆச்சர்யத்தைக் கட்டுப்படுத்த முடியவில்லை.

"என்ன விஷயம் தலைவரே?"

"அவரை நீங்கள் சந்திக்க வேண்டும்," என்றார் நந்தி.

"எவரை?"

"என்னைத்தான்," என்றபடி உயரமான, கருநிற மனிதர் ஒருவர் கட்டிடத்தினின்று வெளிவந்தார். நீளக்கூந்தல் எண்ணெயிட்டு நன்கு வாரி குழலிடப்பட்டிருந்தது. மான்போன்ற கண்கள்; கன்னத்து எலும்புகள் வடிவாய், சற்றே உயர்ந்திருந்தன. சருமம் பளபளவென்றிருக்க, கஞ்சியிட்ட வெள்ளைநிற வேட்டியொன்றும், பால்வண்ண அங்கவஸ்திரமும் அவரது ஒடிசலான உடலைச் சுற்றியிருந்தன. ஒரு வாழ்நாளின் தேவைக்கதிகமான துக்கத்தை அதற்குள்ளே சந்தித்துவிட்டதன் அடையாளம் முகத்தில் நன்கு தெரிந்தது.

"நீங்க யாரு?"

"என் பெயர் திவோதாஸ். இங்க வாழற ப்ரங்கர்களின் தலைவன் நான்."

"உங்க அத்தனை பேர் உயிரையும் சேநாதிபதி காப்பாத்தினார்," பகீரதன் பற்களைக் கடித்தான். "உங்க ஆளுங்க என்னடான்னா, அவரை சாவோட வாசலுக்கே கொண்டுவந்து நிறுத்திட்டாங்க."

"தெரியும், இளவரசே. எங்க குழந்தைகளைக் காப்பாத்துற முயற்சியை சேநாதிபதி தடுத்து நிறுத்த வந்திருக்கார்னு

நெனைச்சோம். தப்பு எங்களுடையதுதான் - ஆனா, மனசறிஞ்சு செய்யலை. தயவு செஞ்சு மன்னிக்கணும்."

"மன்னிப்பு கேட்டா? உயிர் பொழைச்சிடுவாரா?"

"இல்லதான். எனக்கும் அது தெரியும். என் குடிமக்கள் அத்தனை பேரையும் காப்பாத்தினவர் அவர். என் மனைவியும், அவ வயித்துல வளர்ற குழந்தையும் உயிரோட தப்பிக்க அவர்தான் காரணம். அந்தக் கடனை அடைக்கத்தான் வேணும்."

"கடன்" என்ற வார்த்தை, பகீரதனின் மனதில் ஏற்கனவே பற்றியெரிந்த தீயை விசிறிவிடுவது போல் ஆயிற்று. "கேவலமான உங்க தங்கத்தைக் கட்டி கட்டியாத் தூக்கிக் கொடுத்தா? எல்லாம் சரியாயிடுமா? இதுலேர்ந்து தப்பிச்சிருவீங்களா? கொண்டு போய்ச் சாக்கடைல கொட்டுங்க அதை! நல்லாக் கேட்டுக்குங்க: சேநாதிபதிக்கு மட்டும் ஏதாவது ஆச்சு, இங்க வந்து உங்க அத்தனை பேரையும் வெட்டி சாய்ச்சிருவேன். ஒருத்தர் பாக்கியில்லாம கொன்னுடுவேன், ஜாக்கிரதை!"

மௌனம் சாதித்த திவோதாஸின் முகம் உணர்ச்சியற்று இருந்தது.

"இளவரசே," என்றார் நந்தி. "அவர் சொல்வதை முழுதும்தான் கேட்டுவிடுவோமே."

மிகுந்த எரிச்சலுடன் பகீரதன் அரைமனதாய் ஹூங்காரம் செய்தான்.

"தங்கம் ஒரு பொருட்டில்ல, இளவரசே," என்றார் திவோதாஸ். "எங்க தேசத்துல ஆயிரக்கணக்கான கிலோ கணக்குல கொட்டிக்கிடக்கு. ஆனா, எங்க துயரத்தையோ, கஷ்டத்தையோ தீர்க்கற சக்தி அதுக்கில்ல. உயிரை விட முக்கியமானது எதுவும் இல்லை. இல்லவே இல்ல. தினம் தினம் சாவை நேருக்கு நேர் பாக்கறபோதுதான், அந்த உண்மை முகத்துல அறையறமாதிரி உறைக்குது."

பகீரதன் எதுவும் பேசவில்லை.

"சேநாதிபதி பர்வதேஸ்வரர் மகாவீரர். நேர்மையாளர். அவருக்காக, என் மூதாதையர் பெயரால நான் எடுத்த சத்தியபிரமாணத்தை மீறுவேன். அதனால் காலாகாலத்துக்கும் என் ஆத்மா நரகத்துல உழண்டாலும் சரி."

பகீரதனின் புருவம் நெறிந்தது.

"ப்ரங்கர்களைத் தவிர யார்கூடவும் நாங்க இந்த மருந்தைப் பகிர்ந்துக்கிறது இல்ல. ஆனா, உங்க சேநாதிபதிக்காக, இந்த விதியை மீர்றேன். அவரோட நெத்திப்பொட்டுலயும், மூக்குத்துவாரத்துலயும் இதைத் தடவச்சொல்லி உங்க மருத்துவர்கிட்ட சொல்லுங்க. பொழைச்சுப்பாரு."

— ⁂ —

"என்ன இது?" பகீரதன் அப்போதுதான் நீட்டிய பட்டுச் சுருக்குப்பையைப் பார்த்தாள் ஆயுர்வதி.

"அதையெல்லாம் அப்புறம் பாத்துக்கலாம்," என்றான் அவன். "அவரோட நெத்திப்பொட்டுலயும் மூக்குத் துவாரத்துலயும் இதைத் தடவுங்க. இது அவரைக் காப்பாத்தலாம்."

ஆயுர்வதியின் புருவம் சுருங்கியது.

"முயற்சி செஞ்சு பாக்கறதுல என்ன தவறு, தேவி?" என்றான் பகீரதன்.

பையைத் திறந்து பார்த்த ஆயுர்வதி, உள்ளே, கருஞ்சிவப்பாய் ஒரு வகைப் பசை இருப்பதைக் கண்டாள். இதுகாறும் இப்படிப்பட்ட வஸ்துவை அவள் பார்த்ததில்லை. முகர்ந்தவள், அதிர்ந்துபோய் பகீரதனை ஏறிட்டாள். "இதை எங்கே கண்டுபிடித்தீர்கள்?"

"அதைப்பத்தியென்ன கவலை? பயன்படுத்துங்க."

அவனையே உற்றுப்பார்த்த ஆயுர்வதியின் மனதிற்குள் ஆயிரம் கேள்விகள் படபடத்தன. ஆனால், செய்ய வேண்டிய மிக முக்கியக் காரியம் ஒன்று கண்முண் நின்றது: இந்தப் பசை பர்வதேஸ்வரரை குணப்படுத்திவிடும் என்று அவளுக்கு நன்கு தெரியும்.

— ⁂ —

மூச்சுத் திணறியபடி பர்வதேஸ்வரர் நினைவுலகுக்கு வந்து சேர்ந்தார்.

"நண்பரே," என்றார் சிவன்.

“பிரபு,” முணுமுணுத்த பர்வதேஸ்வரர், எழ முயற்சித்தார்.

“இல்ல, வேண்டாம்,” சிவன் மெல்ல அவரைக் கையமர்த்தினார். “நீங்க ஓய்வெடுக்க வேண்டியது முக்கியம். உங்களுக்குப் பிடிவாதம் ஜாஸ்திதான் - ஆனா, அதை செயல்படுத்துற அளவு உடல்வலு இன்னும் இல்ல.”

பர்வதேஸ்வரர் முகத்தில் புன்னகை கீற்றாகத் தோன்றியது.

அவர் மனதில் முதன்முதலில் தோன்றப்போகும் கேள்வி இன்னதென்பதை சிவன் அறியாமலில்லை. “ப்ரங்கர்கள் எல்லாரும் பத்திரம். உங்க தந்திரம் பிரமாதம்.”

“அப்படியா? எனக்கு அவ்விதம் தோன்றவில்லை, பிரபு. நான் செய்தது பாவம்; பிராயச்சித்தம் செய்ய வேண்டும்.”

“நீங்க செஞ்ச காரியத்தால காப்பாத்தப்பட்ட உயிர்கள் எத்தனையோ. இதுக்கு எந்த வகையான பிராயச்சித்தமும் தேவையில்ல.”

பர்வதேஸ்வரர் பெருமூச்செறிந்தார். தலை சம்மட்டியால் அடிப்பது போல் வலித்தது. “மிகக் கொடூரமாய் என்னென்னவோ சடங்குகளையெல்லாம் நிறைவேற்றிக்கொண்டிருந்தார்கள் ...”

“அதைப் பத்தியெல்லாம் யோசிக்கவேண்டிய அவசியமேயில்ல, நண்பரே. இப்ப உங்களுக்குத் தேவை ஓய்வுதான். உங்களை யாருமே தொந்தரவு செய்யக்கூடாதுன்னு ஆயுர்வதியோட கடுமையான உத்தரவு. நான் உங்களைத் தனியா விடறேன். கொஞ்சம் தூங்க முயற்சி பண்ணுங்க.”

“ஆனந்தமயி!”

பர்வதேஸ்வரர் படுக்க வைக்கப்பட்டிருந்த ஆயுராலயத்தை நோக்கி விரைந்தவளை பகீரதன் தடுக்க முயற்சித்தான். நகருக்குச் சற்று வெளியே இருந்த ஆசிரமத்தில் நாள் முழுதும் இசை கற்றுக்கொண்டிருந்தவள், அப்போதுதான் திரும்பியிருந்தாள். சகோதரனின் கரங்களில் சாய்ந்தாள்.

“அவருக்கு ஒண்ணுமில்லியே?”

"இல்ல," என்றான் பகீரதன்.

"இந்த மகாபாதகத்தைச் செஞ்சது யார்?" ஆனந்தமயி கொதித்தாள். "அந்த நாயைக் கொன்னுட்டே இல்ல?"

"என்ன செய்யணும்கிறதைப் பர்வதேஸ்வரர் முடிவு செய்யறதுதான் நல்லது."

"நெத்திப் பொட்டுல தாக்கிட்டாங்கன்னு கேள்விப்பட்டேன். இரத்தப்போக்கு ரொம்ப அதிகமாமே?"

"ஆமா."

"அக்னி பகவானே! அது ரொம்ப ஆபத்தாச்சே?"

"உண்மைதான். ஆனா, ப்ரங்கர்கள் கொடுத்த சில மருந்துகள் அவர் உயிரைக் காப்பாத்திடுச்சு."

"ப்ரங்கர்களா? மொதல்ல அவரை ஏறக்குறைய கொல்ல வேண்டியது; அப்புறம் மருந்து கொடுத்து காப்பாத்த வேண்டியது! இவங்க பைத்தியக்காரத்தனத்துக்கு எல்லையே இல்லையா?"

"மருந்தைக் குடுத்தது அவங்க தலைவர், திவோதாஸ். சில மணி நேரத்துக்கு முன்னாலதான் காசிக்கு வந்து சேர்ந்தாராம்; விஷயத்தைக் கேள்விப்பட்டாராம். நல்ல மனுஷராத்தான் தெரிஞ்சாரு."

ப்ரங்கர்களின் தலைவர் குறித்து ஆனந்தமயி எந்த ஆர்வமும் காட்டவில்லை. "பர்வதேஸ்வரருக்கு முழிப்பு வந்துருச்சா?"

"ம். நீலகண்டப் பிரபு அவரைப் போய்ப் பார்த்துகூட ஆச்சு. மறுபடியும் தூங்கிட்டாரு. ஆபத்துக் கட்டத்தைத் தாண்டியாச்சு. கவலைப்படாதே."

கண்கள் பனிக்க, ஆனந்தமயி தலையசைத்தாள்.

"அது மட்டுமில்ல," பகீரதன் தொடர்ந்தான். "என் காயங்கள்ளாம் கூட ஆறிப் போயாச்சு."

ஆனந்தமயிக்கு சிரிப்பு பொத்துக்கொண்டு வந்தது. "மன்னிச்சுக்கோ சகோதரா. நான் நலம் விசாரிச்சிருக்கணும்."

பகீரதன் நாடகத்தனமாய் ஒய்யாரமாய் நின்றான். "உன் சகோதரனை யாராலும் அசைக்க முடியாது. சந்திரவம்சி வீரர்கள்ளேயே சிறந்தவனில்லையா அவன்?"

"நீ பர்வதேஸ்வரர் முதுகுக்குப் பின்னால ஒளிஞ்சிட்டிருந்தா உன்னை யாராலயும் அசைக்க முடியாதுதான்."

பகீரென்று சிரித்தவன், விளையாட்டாய் அவளைக் குட்ட முயல, அவளோ, அருமைத் தம்பியை அணைத்து உச்சி முகர்ந்தாள்.

"போ," என்றான் அவன். "அவரைக் கண்ணால பார்த்தா மனசுக்குக் கொஞ்சம் நிம்மதியா இருக்கும்."

தலையசைத்த ஆனந்தமயி, பர்வதேஸ்வரரின் அறைக்குள் நுழைய, இன்னொரு அறையிலிருந்து வெளிப்பட்டாள் ஆயுர்வதி. "தேவி?"

"வணக்கம், தேவி ஆயுர்வதி," பகீரதன் கரம் குவித்தான்.

"பிரபு நீலகண்டரும் நானும் தங்களிடம் சில வார்த்தைகள் பேச வேண்டும். என்னுடன் வருகிறீர்களா?"

"தாராளமா."

"இந்த மருந்து எங்கேயிருந்து கெடைச்சுது, பகீரதா?" என்றார் சிவன்.

இதுகாறும் பொறுமையும் ஆதுரமுமாய் மட்டுமே தான் பார்த்துப் பழகியிருந்த சிவனின் முகமும், குரலும் மாறுபட்டிருந்ததை கண்டு பகீரதன் திகைத்தான். கடுமையும், மூன்றாம் மனிதரிடத்தில் பேசுவது போன்ற ஒரு தன்மையும் மட்டுமே சிவனிடத்தில் தென்பட்டது.

"என்ன விஷயம், பிரபு?" கவலையுடன் பகீரதன் கேட்டான்.

"கேட்ட கேள்விக்குப் பதில், இளவரசே. மருந்து உங்களுக்கு எங்கேயிருந்து கெடைச்சுது?"

"ப்ரங்கர்கள்கிட்டருந்து."

அவனைச் சிவனின் கண்கள் ஊடுருவின. தன் வார்த்தைகளை நம்ப நீலகண்டர் மிகுந்த பிரயத்தனப்படுகிறார் என்பதை பகீரதன் உணர்ந்தான்.

"நான் பொய் சொல்லலை, பிரபு," என்றான். "அதுக்கு எந்த அவசியமுமில்ல. இந்த மருந்துகள்தான் சேநாதிபதி உயிர் பொழைக்கக் காரணம்."

சிவன் அவனைத் தொடர்ந்து வெறித்தார்.

"பிரபு, என்னதான் பிரச்சனை?"

"பிரச்சனை இதுதான், இளவரசே," ஆயுர்வதி இடைமறித்தாள். "இந்த மருந்து சப்தசிந்துவில் எங்கும் கிடைப்பதில்லை. சஞ்சீவனி மரப்பட்டைகளைக் கொண்டு தயாரிக்கப்பட்டது என்று பார்த்தவுடனேயே எனக்குப் புரிந்துவிட்டது. அதில் ஒரு சிறு விஷயம் - சஞ்சீவனியைக் கொண்டு தயாரிக்கப்படும் எந்த மருந்தும், மிகச் சீக்கிரம் அழுகிக் கெட்டுவிடும். உயிருள்ள மரத்திலிருந்து அப்படியே எடுத்து பயன்படுத்தினால் மட்டுமே அது பயனளிக்கும். இந்த மருந்தில் ஒரு ஸ்திரத்தன்மை உள்ளது; அது சேரும் விதமாய்த் தயாரிக்கப்பட்டுள்ளது. பசை வடிவில் இருப்பதால், எங்களால் பயன்படுத்தவும் முடிந்தது."

"மன்னிக்கணும், ஆயுர்வதி தேவி - ஆனா, பிரச்சனை என்னன்னு எனக்கு இன்னும் விளங்கலை."

"சஞ்சீவனி மரப்பட்டையுடன் மிகச் சரியாகக் கலந்து, அதற்கு ஸ்திரத்தன்மையூட்டும் சக்தி இன்னும் ஒரே ஒரு கருப்பொருளுக்கு, ஒரே ஒரு அரைத்த மரப்பட்டைக்குத்தான் உண்டு. அந்த மரம் - சப்தசிந்துவில் வளர்வதில்லை."

பகீரதனின் புருவங்கள் நெறிந்தன.

"அது வளர்வது நர்மதைக்குத் தெற்கே மட்டுமே. நாகர்களின் தேசத்தில்."

அயோத்யாவின் இளவரசன் ஸ்தம்பித்துப்போனான். நீலகண்டரின் எண்ண ஓட்டம் எந்தப் பாதையில் சென்றுகொண்டிருக்கும் என்பதை அவன் அறியாதவனில்லை. "நாகர்களுக்கும் எனக்கும் எந்த சம்பந்தமும் கெடையாது, பிரபு. ப்ரங்கர்கள் தலைவர் திவோதாஸ் கிட்டருந்துதான் இந்த மருந்து எனக்குக் கெடைச்சுது. அயோத்யா மேல ஆணையா - என் அருமைச் சகோதரி மேல சத்தியமா - நாகர்களுக்கும் எனக்கும் எந்தச் சம்பந்தமுமில்ல."

சிவன் இன்னமும் பகீரதனை வெறித்தவண்ணம் இருந்தார். "திவோதாஸை நான் சந்திக்கணும்."

"பிரபு - சத்தியமாய்ச் சொல்றேன் - நாகர்களுடன் எனக்குச் ஸ்நானப்ராப்திகூடக் கிடையாது."

"அடுத்த ஒரு மணி நேரத்துக்குள்ள திவோதாஸை இங்க கொண்டு வந்து சேர்க்கணும், இளவரசே."

பகீரதனின் இதயம் தறிகெட்டுத் துடித்தது. "பிரபு, என்னை நம்புங்க ..."

"இதப் பத்தி அப்புறம் பேசலாம், இளவரசர் பகீரதரே," என்றார் சிவன். "திவோதாஸைக் கூட்டிட்டு வாங்க."

"நாளைக் காலைல எப்படியும் திவோதாஸ் உங்களைச் சந்திக்க மன்னர் அதிதிக்வர் ஏற்பாடு செஞ்சிருக்கார்னு நம்பறேன், பிரபு."

சற்றே சிறுத்த கண்களால் அவனைச் சிவன் ஒரு பார்வை பார்த்தார்.

"இதோ, இப்பவே திவோதாஸை அழைச்சிக்கிட்டு வர்றேன், பிரபு." பகீரதன் ஏறக்குறைய அறையைவிட்டு ஓடினான்.

பர்வதேஸ்வரரின் படுக்கைக்கருகில் அமைதியாய் அமர்ந்திருந்தாள் ஆனந்தமயி. மூச்சு மெலிதாய், சிரமப்பட்டு வெளிவர, உறக்கத்திலிருந்தார் சேநாதிபதி. அவரது திரண்ட தோள்களில் ஆரம்பித்து, விரல்நுனி வரையிலும் தன் விரல்களால் வருடினாள், இளவரசி. சேநாதிபதியின் உடல் சற்றே சிலிர்த்தது போல் தோன்றியது.

"என்னதான் வீர சபதம் எடுத்தாலும்," ஆனந்தமயி மெல்லச் சிரித்தாள். "நீங்க ஆம்பளைதான்."

உள்ளுணர்வு உந்தித் தள்ளியது போல், பர்வதேஸ்வரர் தன் கரத்தை நகர்த்திக்கொண்டார். தூக்கத்தில் வாய் என்னென்னமோ குளறியது. வார்த்தைகள் இன்னதென்று சரியாய் விளங்காததால், ஆனந்தமயி சற்று முன்னே சாய்ந்தாள்.

"என் சபதத்தை மீற மாட்டேன் ... அப்பா. அதுதான் என் ... தசரத சபதம். என் சபதத்தை ... ஒரு போதும் ... மீற மாட்டேன்."

இராமபிரானின் தந்தை ஒரு சமயம் எடுத்த சபதமாகிய தசரத சபதத்தின் பெயரால் விளங்கப்பெற்ற, எப்படியும் அர்த்தம் செய்துகொள்ளக்கூடிய - ஆனால் மீற முடியாத வாக்குறுதி இது. தலையைக் குலுக்கிக்கொண்ட ஆனந்தமயி,

பெருமூச்செறிந்தாள். *பிரம்மச்சர்ய* விரதத்தின் போது கொடுக்கும் வாக்கைத்தான் பர்வதேஸ்வரர் மீண்டும் மீண்டும் ஒப்பித்துக்கொண்டிருந்தார்.

"என் வாக்கை ... நான் ... மீறவேமாட்டேன்."

ஆனந்தமயியின் முகத்தில் லேசான புன்னகை. "பாக்கலாம்."

"பிரபு," திவோதாஸ் உடனடியாக நீலகண்டரின் பாதங்களில் விழக் குனிந்தார்.

"*ஆயுஷ்மான் பவ*, திவோதாஸ்," சிவன் ஆசீர்வதித்தார்.

"உங்களைச் சந்திச்சது எப்பேர்ப்பட்ட பாக்கியம், பிரபு! எங்க வாழ்க்கையின் இருட்டெல்லாம் போயே போயாச்சு. எங்க பிரச்சனையெல்லாத்தையும் நீங்க தீர்த்துருவீங்க. நாங்க வீடு திரும்பலாம்."

"திரும்பணுமா? இன்னமுமா அதை நீங்க விரும்பறீங்க?"

"ப்ரங்காதான் என் உயிர், பிரபு. இந்தக் கொள்ளைநோய் மட்டும் வந்து சேரலைன்னா, என் தாய்நாட்டை விட்டுட்டு நான் வந்திருக்கவேமாட்டேன்."

சற்று புருவம் நெறிந்த சிவன், விஷயத்துக்கு வந்தார். "நீங்க நல்லவர், திவோதாஸ். உங்களுக்கே அதனால பாதிப்பு ஏற்பட்டிருந்தாலும் - என் நண்பரின் உயிரைக் காப்பாத்திட்டீங்க."

"இது மானம் சம்பந்தப்பட்ட விஷயம், பிரபு. நடந்தது என்னன்னு எனக்கு நல்லாத் தெரியும். சாவிலிருந்து சேநாதிபதி பர்வதேஸ்வரர் எங்களைக் காப்பாத்தினார். அந்த நன்றிக்கு நாங்க பிரதியுபகாரம் செஞ்சுதானே ஆகணும்? இதுல எனக்கு எந்த நஷ்டமும் இல்ல."

"அது வேற சில விஷயங்களைப் பொறுத்தது, நண்பரே. உங்களைக் கட்டுப்படுத்தற தர்மநியாயக் கோட்பாடுகளை நல்லா நெனைவுல வெச்சுக்கிட்டு, பதில் சொல்லுங்க."

திவோதாஸின் புருவம் நெறிந்தது.

"நாகர்களின் மருந்து உங்களுக்கு எப்படிக் கெடைச்சது?" என்றார் சிவன்.

திவோதாஸ் உறைந்தார்.

"பதில் சொல்லுங்க, திவோதாஸ்." என்றார் சிவன் மெல்ல.

"பிரபு ..."

"அந்த மருந்தை நாகர்களால மட்டும்தான் தயாரிக்க முடியும். கேள்வி இதுதான்: உங்க கைக்கு எப்படி அது கெடைச்சது?"

பொய் சொல்ல திவோதாஸுக்கு விருப்பம் இல்லையென்றாலும், உண்மையைப் போட்டு உடைக்கவும் பயமாக இருந்தது.

"உண்மையச் சொல்லுங்க," என்றார் சிவன். "பொய் சொல்றதைப் போல எனக்கு ஆத்திரம் உண்டாக்கறது வேற எதுவும் இல்ல. உண்மையச் சொல்லுங்க. உங்களுக்கு எந்த ஆபத்தும் இல்ல; அதுக்கு நான் உத்தரவாதம். எனக்கு வேணுங்கிறது நாகர்கள்தான்."

"அது முடியுமான்னு தெரியலை, பிரபு. என் மக்களுக்கு இந்த மருந்து ஒவ்வொரு வருஷமும் அவசியம். ஒரு சில நாட்கள் தாமதமானதுக்கே எவ்வளவு அமர்க்களமாச்சுன்னு நீங்களே பாத்தீங்க. அதில்லாம அவங்க சாகறது நிச்சயம், பிரபு."

"அந்த அயோக்கியர்களை எங்க கண்டுபிடிக்கணும்னு மட்டும் சொல்லுங்க. மருந்து வருஷா வருஷம் உங்களுக்குத் தவறாம கெடைக்க நான் ஏற்பாடு பண்றேன்."

"பிரபு ..."

"வாக்குத் தர்றேன், திவோதாஸ். உங்களுக்கு மருந்து எப்பவும் கெடைக்கும். என் வாழ்நாள் முழுக்க இந்த ஒரு காரியத்துக்காக செலவிடறதுன்னாலும் சரிதான். மருந்தில்லாம இனி உங்க குடிகள் யாரும் சாக மாட்டாங்க."

திவோதாஸ் தயங்கினார். புராணகால நீலகண்டர் காவியத்தின் மீதிருந்த அளவுகடந்த பக்தியும், தெரியாத விஷயத்தின் மீதிருந்த அதீத பயமும் போட்டியிட்டன; பக்தியே இறுதியில் வென்றது. "நான் எந்த நாகாவையும் பார்த்ததில்ல, பிரபு. அவங்க ப்ரங்கர்கள் மேல சாபம்

விட்டிருக்கிறதா எங்க மக்களிடையில ஒரு நம்பிக்கை உண்டு. வெய்யில் காலத்துல ஒவ்வொரு வருஷமும் தவறாம கொள்ளைநோய் உச்சத்தை எட்டுது. நாகர்கள் எங்களுக்குத் தர்ற மருந்துகள் மட்டும்தான் பலன் தருது. இந்த ஒரு விஷயத்துக்காக, மன்னர் சந்திரகேது கணக்கில்லாம தங்கமும், ஏகப்பட்ட ஆட்களையும் குடுத்தனுப்பறார்."

சிவன் அதிர்ந்து போனார். "என்ன சொல்றீங்க? நாகர்களோட இந்த மாதிரி பரிவர்த்தனைகள்ள எறங்க மன்னர் சந்திரகேது நிர்பந்திக்கப்படறாரா? அவர் என்ன அவங்களோட பணயக்கைதியா?"

"அவர் ரொம்ப நல்லவர், பிரபு. ப்ரங்காவை விட்டுத் தப்பிச்சு, அகதிகளா வெளியேறின எங்களை மாதிரி சிலருக்குக் கூட தங்கம் கொடுத்து பிழைக்க வழி செஞ்சவர். மருந்து வாங்க நாங்க வருஷா வருஷம் ப்ரங்காவுக்குத்தான் போறோம்."

சிவன் மௌனம் காத்தார்.

திவோதாஸின் கண்களில் கண்ணீரின் மெல்லிய தடயம். "எங்க அரசர் ரொம்ப பெரிய மனுஷர், பிரபு. தன் மக்களைக் காப்பாத்த, அரக்கர்களோட போக்குவரத்து வெச்சுக்கிட்டு, தன்னைத் தானே அழிச்சுக்கிட்டிருக்கார்."

சிவன் மெல்லத் தலையசைத்தார். "நாகர்களோட தொடர்பில் இருக்கிறது மன்னர் மட்டும்தானா?"

"எனக்குத் தெரிஞ்சவரை, அவரும், நம்பிக்கைக்குப் பாத்திரமான ஒரு சில அறிஞர்களும்தான், பிரபு. வேற யாரும் இல்ல."

"என் குழந்தை பிறந்ததும், ப்ரங்காவுக்குப் போறேன். நீங்களும் என்னோட வர வேண்டியது அவசியம்."

"பிரபு!" திவோதாஸ் அலறினார். "ப்ரங்கர்களில்லாதவங்களை எங்க நாட்டுக்குள்ள அனுமதிக்க முடியாது. எங்க இரகசியங்கள் எங்க தேசத்துக்குள்ள பூட்டிக் கெடக்க வேண்டியது அவசியம். என் மக்களோட - ஏன், எங்க தேசத்தோட எதிர்காலமே இதுல அடங்கியிருக்கு."

"இது உங்களையோ, உங்க குடியினரையோ, ஏன், என்னைவிடவும் பெரிய விஷயம்; இந்தியா சம்பந்தப்பட்ட விஷயம். நாகர்களை நாம கண்டுபிடிக்கணும்."

பீதியும் குழப்பமுமாக திவோதாஸ் சிவனை ஏறிட்டார்.

நாகர்களின் இரகசியம் 107

"என்னால உதவ முடியும்னு நெனைக்கறேன், திவோதாஸ்," என்றார் சிவன். "யோசிச்சுப் பாருங்க: இந்த மாதிரி ஒரு வாழ்க்கை வாழ்ந்துதான் ஆகணுமா? இப்படி வருஷா வருஷம் மருந்துக்காக பிச்சையெடுத்துக்கிட்டு, உங்க மக்களை வாட்டுற வியாதி என்னன்னு கூடத் தெரியாம ...? இந்தப் பிரச்சனையைத் தீர்த்துதான் ஆகணும். என்னால நிச்சயம் முடியும் - ஆனா, உங்க உதவியில்லாம, நடக்காது."

"பிரபு ..."

"மயில் இரத்தத்துக்கும் எத்தனையோ மோசமான பின்விளைவுகள் உண்டுன்னு கேள்விப்படறேன். நீங்க மட்டும் நாகர்களோட மருந்தோட சமயத்துல வந்து சேர்ந்திருக்கலைன்னா? உங்க மக்களுக்கு என்ன ஆகியிருக்கும்? உங்க மனைவி? அவங்க வயித்துல வளர்ற குழந்தை? ஒரு வழியா, மொத்தமா இதுக்கு தீர்வு கெடைக்கணும்னு உங்களுக்கு ஆசை இல்லையா?"

திவோதாஸ் மெல்லத் தலையசைத்தார்.

"அப்ப உங்க தேசத்துக்கு என்னைக் கூட்டிட்டுப் போங்க. நாகர்கள்கிட்டேர்ந்து உங்க மன்னரையும், ப்ரங்கர்களையும் விடுவிக்கலாம்."

"சரி, பிரபு."

— ✥ ⓌⓋ ✤ ✪ —

"சத்தியமாச் சொல்றேன், பிரபு - எனக்கும் நாகர்களுக்கும் எந்த சம்பந்தமுமில்ல," சிரம் தாழ்ந்த பகீரதன் ஆணையிட்டுச் சொன்னான்.

சிவனின் அறைகளுக்கு வெளியே நின்றுகொண்டிருந்த நந்தி, ஆதுரத்துடன் கேட்டுக்கொண்டிருந்தார்.

"வாக்குறுதி அளிக்கிறேன், பிரபு, உங்களுக்கு எதிரா நான் ஒரு போதும் செயல்படமாட்டேன்," என்றான் பகீரதன். "நிச்சயமா மாட்டேன்."

"தெரியும்," என்றார் சிவன். "அந்த மருந்தைப் பாத்தபோது, கொஞ்சம் கலங்கிப்போயிட்டேன். நந்தி ஏற்கனவே என்கிட்ட பேசிட்டார். உங்க கைக்கு அந்த

மருந்து எப்படி வந்துச்சுன்னு தெரிஞ்சுக்கிட்டேன். உங்களைச் சந்தேகப்பட்டதுக்கு மன்னிக்கணும்."

"பிரபு," பகீரதன் கூவினான். "இதென்ன பெரிய வார்த்தை?"

"இல்ல, பகீரதா. தப்பு என் பேர்ல இருந்தா, மன்னிப்பும் நான்தானே கேக்கணும்? இனியும் உங்களை சந்தேகிக்க மாட்டேன்."

"பிரபு..." என்றான் பகீரதன்.

அவனை இழுத்து சிவன் இறுக அணைத்துக்கொண்டார்.

"தாங்கள் இங்கே வருகை புரிந்தமைக்கு, மீண்டும் எங்களது ஆழ்ந்த நன்றியைத் தெரிவித்துக்கொள்கிறோம், பிரபு," *மஹரிஷி* ப்ருகுவின் பாதங்களில் மெலூஹப் பிரதம மந்திரி கனகாலா பணிந்தாள். "விடைபெறுகிறேன்."

"*ஆயுஷ்மான் பவ*, குழந்தாய்," லேசான புன்னகையுடன் ப்ருகு ஆசீர்வதித்தார்.

சாமான்யத்தில் எங்கும் பயணம் செய்யாத ப்ருகு மகரிஷி, திடீரென்று மெலூஹாவின் தலைநகர் தேவகிரிக்கு வருகை புரிந்திருந்ததில் அவளுக்கு மிகுந்த அதிசயம். ஆனால், சக்ரவர்த்தி தக்ஷர் அவ்விதம் ஆச்சர்யமடைந்ததாகத் தெரியவில்லை. *சப்தரிஷி உத்தராதிகாரி, சப்தரிஷிக்களின் வழித்தோன்றல்*, எப்பேர்ப்பட்ட கடுமையான தவ வாழ்க்கை நோற்றுவந்தார் என்பது கனகாலா அறியாததல்ல. ப்ருகு மகரிஷியின் இமயமலைக் குகையைப் போலவே, அவரது அறையைத் தயார் செய்ய ஏற்பாடு செய்திருந்தாள். தற்போது அவர் அமர்ந்திருந்த கல் ஆசனம் தவிர்த்து, அங்கு வேறு எதுவும் இல்லை. மலைகளின் ஈரப்பதமும் சில்லிப்பும் கலந்த சுகமற்ற சீதோஷ்ணத்தையும் நினைவுபடுத்துமாறு, தரையிலும், சுவர்களின் மீதும் குளிர்ந்த நீர் தெளிக்கப்பட்டிருந்தது. பலகணியின் மீது தடிமனான திரைச்சீலைகள் போர்த்தப்பட்டு, வெளிச்சம் மிகக் குறைவாய் வந்தது. அறையில் ஒரு கும்பாவில் பழங்கள் - இப்போதெல்லாம் ரிஷி உட்கொள்ளும் ஒரே உணவு - வைக்கப்பட்டிருந்தது. எல்லாவற்றிலும் மிக முக்கியமாக, அறையின் வட மூலையில், சுவரில் உள்ளடங்கிய

ஒரு பகுதியில், ப்ரம்மதேவரின் மூர்த்தி பிரதிஷ்டை செய்யப்பட்டிருந்து.

கனகாலா வெளியேறும் வரைக் காத்திருந்த ப்ருகு, தக்ஷரிடம் நிதானமான, இனிமையான குரலில் பேசினார். "இது நிச்சயம்தானா, அரசே?"

ப்ருகுவின் காலடியில், தரையில் அமர்ந்திருந்தார் தக்ஷர். "ஆம், பிரபு. என் பேரக்குழந்தைக்காக. உலகில் வேறு எந்த விஷயம் குறித்தும் நான் இவ்வளவு நிச்சயமாயிருந்ததில்லை."

லேசான புன்னகை ப்ருகு முகத்தில் அரும்பினாலும், கண்களின் மகிழ்ச்சி மிளிரவில்லை. "தங்கள் மக்களின் பொருட்டு, எத்தனையோ அரசர்கள் தர்மமிழந்து செயல்படுவதை நான் கண்டிருக்கிறேன், அரசே. மகள் மீது தங்களுக்கிருக்கும் அளப்பரிய அன்பு, நாட்டிற்கு ஆற்ற வேண்டிய கடமையினின்று தங்களைத் திசை திருப்பாமலிருந்தால் சரி."

"இல்லை, பிரபு. உலகிலேயே என் அன்புக்கு மிகப் பாத்திரமானவள் சதிதான் என்றாலும், அவள் பொருட்டும் நாட்டிற்கு நான் ஆற்ற வேண்டிய கடமையை மறக்கமாட்டேன்."

"நன்று. ஆகையினாலேதான் நீங்கள் சக்ரவர்த்தியாக என்னாலான ஆதரவை அளித்தேன்."

"தெரியும், பிரபு. எடுத்த காரியம் தவிர்த்து வேறெதுவும் முக்கியமல்ல; இந்தியாவைத் தவிர வேறொன்றும் முக்கியமல்ல."

"இதைப் பார்த்தவுடன் கேள்வி கேட்கக்கூடிய அறிவாற்றல், உமது மருமகப்பிள்ளைக்குக் கிடையாதென்றா எண்ணுகிறீர்?"

"இல்லை, பிரபு. அவர் என் மகளை விரும்புகிறார். இந்தியாவையும்தான். நாம் ஆற்ற வேண்டிய அரும்பெரும் செயலைக் கெடுக்கும் விதமாய் எதுவும் செய்யமாட்டார்."

"வாசுதேவர்கள் அவரைத் திசைதிருப்பத் துவங்கிவிட்டனர், அரசே."

வார்த்தைகள் வறண்டுவிட, தக்ஷர் முகத்தில் அதிர்ச்சி வெளிப்படையாகத் தெரிந்தது. பேச்சை வளர்த்துவதில்

பயனில்லை என்பதை ப்ருகு உணர்ந்தார். இந்த விவகாரத்தின் பின்விளைவுகள் எத்தகையதாக இருக்கும் என்பது தக்ஷருக்கு புரிய வாய்ப்பில்லை; புரிந்துகொள்ளும் சக்தியும் அவருக்கில்லை. இல்லை, எடுத்த காரியத்தை, செய்த தீர்மானத்தை, ப்ருகுவேதான் நிறைவேற்ற வேண்டும்.

"உங்களுக்கு நம்பிக்கையிருந்தால், தாராளமாய்ச் செய்யுங்கள்," என்றார் ப்ருகு. "ஆனால், அது எங்கிருந்து வந்ததென்று யார் கேட்டாலும், பதிலளிக்கக்கூடாது. யாரிடமும் மூச்சு விடக்கூடாது. புரிகிறதா?"

தக்ஷர் தலையசைத்தார். சிவன் மற்றும் வாசுதேவர்கள் குறித்து ப்ருகு சொன்னவை அவரை அவ்வளவாய் ஆட்டி வைத்திருந்தன.

"உங்கள் மகளையும் சேர்த்துத்தான், அரசே," என்றார் ப்ருகு.

"அப்படியே, பிரபு."

ப்ருகு தலையசைத்து, மூச்சை இழுத்துவிட்டார். மனம் கலங்கியிருந்தது. இந்த விலைமதிப்பில்லாத பொக்கிஷத்தைக் காக்க அவர் மிகவும் போராட வேண்டியிருக்கும். போராடித்தான் ஆகவேண்டும். இந்தியாவின் எதிர்காலமே இந்த விஷயத்தில் ஊசலாடிக்கொண்டிருந்தது.

"எப்படியாயினும், கவலையில்லை, பிரபு," மனதில் தோன்றாத அறிவொளியின் வெளிச்சம் பேச்சில் விகசிக்கப் பேசினார் தக்ஷர். "ப்ரஹஸ்பதியின் நிலை என்னவாகயிருந்தாலும், இரகசியம் பத்திரமாய் இருக்கிறது. இன்னும் பல நூற்றாண்டுகள் இறவாது உயிருடன் விளங்கும். இந்தியா மேன்மேலும் சிறந்து விளங்கி, உலகைத் தொடர்ந்து ஆளும்."

"ப்ரஹஸ்பதி ஒரு பரம முட்டாள்!" ஆத்திரம் தலைக்கேற, ப்ருகு சீறினார். "நான் சந்தேகிக்கிறபடி அவன் துரோகியாகவும் இருந்தால் ... நிலைமை இன்னும் மோசம்."

மகரிஷியின் கோபம் எப்போதும் போல் பீதியைக் கிளப்ப, தக்ஷர் பெட்டிப்பாம்பாய் அடங்கியிருந்தார்.

"இந்த மடமந்திக்குப் போய் என் சிஷ்யை தாராவைத் திருமணம் செய்துகொடுக்கலாம் என்று எண்ணியிருந்த என் முட்டாள்தனத்தை என்னவென்று சொல்ல?" ப்ருகுவின்

சீற்றம் சற்று அடங்கியது. "அந்த அப்பாவிப் பெண்ணின் வாழ்க்கை சின்னாபின்னமாகியிருக்காதா?"

"தாரா எங்கே, பிரபு? சந்தோஷமாய், நலமாய் இருக்கிறாள் என்று நம்புகிறேன்."

"பத்திரமாய்த்தான் இருக்கிறாள். ருத்ரபகவானின் நாட்டில் அவளை வைத்திருக்கிறேன். அங்கேயிருக்கும் சிலர் இன்னமும் என் விசுவாசிகள். ஆனால், சந்தோஷமாயிருக்கிறாளா என்றால் ..." ப்ருகு ஆயாசத்துடன் தலையசைத்துக்கொண்டார்.

"இன்னமுமா அவரை விரும்புகிறாள்?"

"பைத்தியமாய் இருக்கிறாள். அவன் இனி இல்லை என்றான பிறகும் கூட."

"ப்ரஹஸ்பதியைப் பற்றி இனி பேசிப் பயனில்லை," என்றார் தக்ஷர். "தங்கள் அனுமதிக்கு மிக்க நன்றி, பிரபு. என் இதயத்தின் ஆழத்திலிருந்து தங்களுக்கு நான் நன்றி செலுத்துகிறேன்."

தலையசைத்த ப்ருகு, குனிந்து, தக்ஷர் காதில் ஓதினார். "ஜாக்கிரதை, அரசே. இந்த யுத்தம் இன்னும் முடிவடையவில்லை. நீலகண்டரைப் பயன்படுத்தக்கூடியவர் நீங்கள் மட்டும்தான் என்று எண்ண வேண்டாம்."

அத்தியாயம் 7

பேறுகால வேதனை

அரண்மனை வளாகத்தில் அமைந்திருந்த தஸாஸ்வமேத காட்டின் எல்லையின் நின்றிருந்தார் சிவன். அருகில், மன்னர்கள் திலீபர் மற்றும் அதிதிக்வர் நின்றிருக்க, மேல்தட்டைச் சேர்ந்த பிற அங்கத்தினர்கள், பின்னால் அணிவகுத்திருந்தனர். அங்கிருந்து சற்று தள்ளிக் கூடியிருந்த காசி நகர மக்களிடையே பெரிதாக எந்த ஆரவாரமும் தென்படவில்லை. நீலகண்டர் தங்கள் நகரில் தற்காலிகமாய்த் தன் இல்லத்தையமைத்துக் கொண்டதிலிருந்து, காசி ஈர்த்த கவனமும், அதன் மீது விழுந்த வெளிச்சமும், அவர்களுக்கு வெகுவாகப் பழகிப் போயிருந்தன.

காசியின் அரசாங்க அதிகாரிகளுக்கு அன்று மிக முக்கிய தினம். திலீபர் அன்று காலைதான் வந்து சேர்ந்திருந்தார். அரண்மனைப் பகுதிக்குள் பிறைச்சந்திரன் மிக அழகாய்த் தைக்கப்பட்ட ஒரேயொரு வெள்ளைக்கொடி நாட்டுவதிலிருந்து, ஸ்வத்வீபத்தின் சக்ரவர்த்திக்கு சம்பிரதாயப்படி நடக்க வேண்டிய அனைத்து மரியாதைகளும் ஒரு குறைவுமின்றி மிகச்சிறப்பாய் நடந்தன. இப்போது, இந்தியாவின் சக்ரவர்த்தி தக்ஷரை வரவேற்க அவர்கள் காத்திருந்தனர்.

இரு சக்ரவர்த்திகளுக்குமான வரவேற்பு விதிமுறைகளை, இரு தரப்பினருக்கும் மனச்சுணக்கம் ஏற்படாமல் எப்படி நிறைவேற்றுவது என்பதில் பல சிக்கல்கள். இறுதியில், வளாகத்தின் மிக உயரமான இடத்திலிருந்து சிவப்பு நிற சூர்யவம்சிக் கொடியை நாட்டுவதென்று முடிவாயிற்று.

பெருமான் நீலகண்டர்தான் தக்ஷரை இந்தியாவின் சக்ரவர்த்தியாக அறிவித்துவிட்டாரே? திலீபரின் மனம் நோகாதபடி, காசியின் அரச அதிகாரிகள், சூர்ய வம்சிக் கொடிக்குச் சற்றுத் தாழ்ந்து, சந்திரவம்சிக் கொடியை ஏற்றியிருந்தனர்.

இந்தச் சடங்குகளிலோ, சம்பிரதாயங்களிலோ, சிவனுக்கு எந்த நாட்டமுமில்லை. நதியைத் தாண்டி, தற்காலிகமாய் அமைக்கப்பட்ட கப்பல் கட்டுமானச்சாலையில், திவோதாஸின் தலைமையில், ப்ரங்கர்கள் கடந்த மூன்று மாதங்களாய் இரவு பகல் பாராமல் உருவாக்கிக் கொண்டிருந்த கப்பல் மீதே அவர் கவனம் முழுதும் படிந்திருந்தது. கங்கையின் கிழக்கு வளைவில் குடியிருப்போருக்கு துரதிர்ஷ்டம் வாரியடிக்கும் என்ற பரவலனான மூடநம்பிக்கையின் பலனாக, ப்ரங்கர்கள் கப்பல் கட்டவும் அந்த இடமே மிகப் பாதுகாப்பானது என்று முடிவாயிற்று. கங்கை நதியின் மீது, ப்ரங்க தேசத்தின் தடுப்பரண்களாக அமைந்திருந்த மிகப்பெரும் ப்ரங்க வாயில்களைத் தாண்டிச்செல்லக்கூடிய, பிரத்யேக விசைப்பொறி பொருத்திய கப்பல்களைக் கட்டுவதில் ப்ரங்கர்கள் முனைந்திருந்தனர். கங்கையைப் போன்ற மிகப் பிரம்மாண்டமான நதியின் மீது தடுப்புகள் அமைப்பது எங்ஙனம் என்று சிவனுக்குப் புரியத்தான் இல்லை. ஆனால் திவோதாஸோ, அவற்றைக் கடக்கப் பிரத்யேகக் கப்பல்கள் தேவைப்படும் என்று சாதித்தார். ப்ரங்கர்களின் இந்தத் தீர்மானத்தில் சிறிதும் நம்பிக்கையில்லாது, அதை எதிர்த்த அதிதிக்வரிடம் தான் சொன்னது அவருக்கு அப்போது நினைவுக்கு வந்தது. “உங்களால கற்பனை கூட செஞ்சு பாக்க முடியலைங்கிற ஒரே காரணத்துக்காக, அப்படியொரு விஷயமே இல்லைன்னு ஆகிடுமா?” என்ன வாதித்தும், கிழக்கு அரண்மனையையும் வளாகத்தையும் கப்பல் கட்டுமானத்திற்கு அளிக்க அதிதிக்வர் சம்மதிக்காத நிலையில், சற்றேதான் காய்ந்திருந்த நதிக்கரை மீது, ஆபத்தான சதுப்புநிலத்திலேயே ப்ரங்கர்கள் பணிபுரிய வேண்டியதாகிவிட்டது.

நீலகண்டருடன் ப்ரங்கா வருவதாய் வாக்களித்திருந்த திவோதாஸ், அடுத்த நாளே வேலையைத் துவங்கிவிட்டார்.

கொடுத்த வாக்கை திவோதாஸ் காப்பாத்திக்கிட்டு வர்றாரு. நல்ல மனுஷந்தான்.

தக்ஷரின் கப்பல் ஒருவழியாக காட்டுக்கு வந்திறங்கிய ஓசை ஒலிகள், சிவனின் எண்ண ஓட்டத்தைத் தடுத்து நிறுத்தியது. கயிற்றினால் பலகைப்பாலம் இறக்கப்படுவதைக் கவனித்தார். அரச பரிவாரங்களுக்குரிய மரியாதைச் சம்பிரதாயங்களைப் பற்றிச் சிறியும் கவலைப்படாத தக்ஷரோ, பாதையின் மீது ஏறக்குறைய பாய்ந்து, சிவனிடம் ஓடியே வந்தவர், மிகக் குனிந்து வணங்கினார். "மகன்தானா பிரபு?" மூச்சு வாங்கியவரின் குரலில் பதற்றமும் ஆர்வமும் போட்டியிட்டன.

இந்தியாவின் சக்வர்த்தியை வரவேற்கும் முகமாய் எழுந்து நின்ற சிவன், உபசாரமாய்க் கரம் குவித்து, லேசாகப் புன்னகைத்தார். "இன்னும் எங்களுக்கே தெரியாது, அரசே. நாளைக்குத்தான் பிரசவத்துக்கு நாள் குறிச்சிருக்கு."

"அப்பாடா! நல்ல வேளை. தாமதமாகிவிட்டதோ என்று கவலை. மகிழ்ச்சியான இந்தத் தருணத்தை எங்கே தவறவிட்டுவிடுவேனோ என்று ரொம்பவும் பயந்துவிட்டேன்."

சிவன் கடகடவென்று சிரித்தார். இந்தக் குழந்தையின் வருகையில் அதிக ஆர்வம் காட்டியது யார்? தந்தையா, பாட்டனா? தெரியவில்லை!

"உங்களை மறுபடியும் சந்திச்சதுல ரொம்ப மகிழ்ச்சி, பூர்வகர்ஜி," மரியாதை விளியைப் பயன்படுத்தியவாறு, நாற்காலியினின்று எழுந்து, பார்வையற்ற அந்த முதியவரின் கால்களின் பணியக் குனிந்தார் சிவன்.

மெலூஹாவின் கோட்த்வார் நகரத்தில், சில வருடங்களுக்கு முன், ஆசீர்வாதம் கேட்டுச் சிவன் பணிந்த விகர்மாதான் பூர்வகர் - த்ராபகுவின் பார்வையற்ற தந்தை. விகர்மாச் சட்டத்தை சிவன் அவ்வளவு பட்டவர்த்தனமாய் மீறியது, அன்று கோட்த்வார் மக்களை அதிர்ச்சிக் குள்ளாக்கியது உண்மை. விகர்மாக்களின் தொடுகையே அசுத்தமானது என்ற பரவலான நம்பிக்கையை சட்டை செய்யாதது மட்டுமல்லாமல், சிவன் அப்படிப்பட்ட ஒருவரின் ஆசியையே அல்லவா கேட்டுப் பெற்றார்?

காசிக்கு, தக்ஷரின் பரிவாரத்துடன் வந்திருந்தார் பூர்வகர். சிவனின் எண்ண ஓட்டத்தைக் குறிப்பால் அறிந்தவர் போல், சட்டென்று ஓரடி பின்வாங்கினார். "பிரபு - நீங்க நீலகண்டர். என் பாதத்தைத் தொட எப்படி அனுமதிப்பேன்?"

"ஏன் கூடாது, பூர்வகரே?" என்றார் சிவன்.

"நீங்க எப்படி எங்கப்பா காலைத் தொட முடியும், பிரபு?" என்றான் த்ராபகு. "நீங்க மகாதேவர்."

"நான் யார் காலைத் தொடணும்கிறது என் இஷ்டம் இல்லியா?" சிவன் வினவினார். பூர்வகரிடம் திரும்பியவர், "நீங்க வயசுல மூத்தவர். உங்க ஆசி எனக்குக் கெடைக்கற உரிமையப் பறிச்சிட மாட்டீங்கன்னு நம்பறேன். அதனால, சீக்கிரம் ஆசீர்வாதம் பண்ணுங்க. ரொம்ப நேரமாக் குனிஞ்சு எனக்கு முதுகு வலியெடுத்துப் போச்சு."

"உங்க பேச்சைத் தட்ட முடியுமா, மகாப்பிரபு?" சிரித்தபடி சிவன் சிரத்தில் கை வைத்தார். "***ஆயுஷ்மான் பவ.***"

நீண்ட ஆயுள் கிடைக்க ஆசி பெற்ற திருப்தியுடன், சிவன் எழுந்தார். "இனி உங்க பிள்ளையோட காலம் கழிக்கப்போறீங்க?"

"ஆமாம், பிரபு."

"ரொம்ப ஆபத்தான பிரயாணம் மேற்கொள்ளப் போறோமே? நல்லா யோசிச்சுத்தான் சொல்றீங்களா?"

"ஒரு காலத்துல நானும் போர்வீரனா இருந்தவன்தான், பிரபு. உடம்புல இன்னமும் பலம் மிச்சமிருக்கு. என் முன்னாடி வர்ற எந்த நாகாவையும் என் கைகளாலக் கொல்ல முடியும்!"

புன்னகைத்த சிவன், புருவங்களை உயர்த்தியபடி த்ராபகுவை நோக்கினார். தன் தந்தையைப் பாதுகாக்கும் பொறுப்பு தன்னுடையது என்பது போல் சைகை செய்த த்ராபகுவின் முகத்திலும் புன்முறுவல்.

"நீ சொல்றது எனக்குப் புரியாதுன்னு நினைக்காதடா, பையா," என்றார் பூர்வகர். "எனக்குக் கண்ணு தெரியாம இருக்கலாம் - ஆனா, என் கைகளப் புடிச்சுக்கிட்டுத்தான் நீ வாள்வித்தை கத்துக்கிட்டங்கிறதை மறந்துறாதே. என்னை மட்டுமில்ல, உன்னையும் சேர்த்துக் காப்பாத்த எனக்குத் தெரியும்."

சிவனும் த்ராபகுவும் "குபீ'ரென்று சிரித்தனர். கோட்த்வாரத்தில், தன் விதியை மீறும் சக்தியற்று, 'எல்லாம் தலையெழுத்து" என்று சுரத்தின்றி, வீரமும் வலிமையுமான இயற்கையை வலிந்து கட்டுப்படுத்திக்கொண்டு ஏனோதானோவென்று வாழ்ந்த பலவீனக்கிழவர் மறைந்து, மீண்டும் தனக்குள் ஒளிந்திருந்த சக்தித் தீயை வெளிக்கொணர்வதில் முனைந்திருந்த இந்தப் புதிய மனிதரைப் பார்க்கவே மகிழ்ச்சியாக இருந்தது.

"உங்க பிள்ளைய விடுங்க," என்றார் சிவன். "நீங்க எனக்கு மெய்க்காப்பாளரா வந்துட்டாலே எனக்கு சந்தோஷம்!"

"பயமா இருக்கு, சிவா."

அவர்களது அறையில், கட்டிலின் மீது அமர்ந்திருந்தாள் சதி. தட்டில் உணவுடன் சிவன் அப்போதுதான் உள்ளே நுழைந்திருந்தார். மனைவிக்குத் தன் கையாலேயே சமைத்துத் தீருவது என்ற நீலகண்டரின் தீர்மானம், அரண்மனைச் சமையல்காரர்களை வெகுவாக அதிர்ச்சிக் குள்ளாக்கி யிருந்தது.

"என் சமையல் என்ன அவ்வளவு கேவலமாவா இருக்கு?" பொய்ச்சினத்துடன் சிவன் கேட்டார்.

சதி கலகலவென்று சிரித்தாள். "அதைச் சொல்லலை, நான்."

அவளருகில் வந்தவர், தட்டை மேஜையின் மீது வைத்துவிட்டு, புன்னகையுடன் முகத்தை வருடினார். "தெரியும். பிரசவத்தை ஆயுர்வதி கவனிச்சிக்கணும்னு கேட்டுக்கிட்டேன். உலகத்துலேயே சிறந்த மருத்துவர் அவங்கதான். ஒண்ணும் தப்பாப் போகாது."

"ஆனா - இந்தக் குழந்தையும், ஒரு வேளை - செத்துப் பொறந்துட்டா? என்னோட பூர்வஜன்மக் கர்மவினை நம்ம குழந்தையையும் பாதிச்சிட்டா?"

"பூர்வஜன்மப் பாவம்னு எதுவும் கெடையாது, சதி! இந்த ஜன்மம் மட்டும்தான் நிஜம். இது மட்டுமே கண்முன்னால இருக்கற உண்மை; மத்ததெல்லாம் வெறும் கற்பனைதான். உன் மனசுக்கு அமைதியைத் தர்ற நம்பிக்கைகளை மட்டும்

வெச்சுக்க; வலியும், பீதியும் ஏற்படுத்தற விஷயங்களை மறந்துறு. உனக்கு மனக்கஷ்டத்தைக் தரக்கூடிய விஷயத்தை ஏன் பிடிவாதமா நெனைச்சிக்கிட்டே இருக்கே? குழந்தையையும், உன்னையும் பாதுகாக்கக்கூடிய எல்லாத்தையும் நீ சரியாக் கடைப்பிடிச்சாச்சு. நம்பிக்கையோட இரு."

மனதில் இன்னமும் இழையோடிய பீதி கண்களில் பிரதிபலிக்க, சதி மௌனம் காத்தாள்.

அவளது முகத்தை மீண்டும் வருடினார் சிவன். "என்னை நம்பு, கண்ணம்மா. நீ இப்படிக் கவலப்படறதுக்கு அர்த்தமே இல்ல. நல்லதையே நினை. சந்தோஷமா இரு. அதுதான் நீ நம்ம குழந்தைக்குச் செய்யக்கூடிய மிகப்பெரிய நன்மை. மத்ததையெல்லாம் விதிகிட்ட விட்டுரு. எப்படியிருந்தாலும், நாளைக்கு நீ உன் சவால்ல தோக்கப்போறங்கிறதுதான் விதி."

"என்ன சவால்?"

"இனிமே நீ பின்வாங்க முடியாது!" என்றார் சிவன்.

"நிஜமா சொல்லுங்க - என்ன சவால்?"

"நமக்கு பொண்ணுதான் பொறக்கும்கிறதுதான்."

"அட, இதை நான் மறந்து போயிட்டேனே," சதி புன்னகைத்தாள். "எனக்கென்னவோ, பையனாத்தான் இருக்கும்னு ரொம்ப தீவிரமாப்படுது."

"சே, போ!" சிவன் சிரித்தார்.

அவருடன் சேர்ந்து சிரித்த சதி, சிவனின் கைகளுக்குள் தன் முகத்தைப் புதைத்துக்கொண்டாள்.

ரொட்டியின் ஒரு துண்டைப் பிய்த்து, அதில் காய்கறிகளைப் பக்குவமாய் வைத்துச் சுருட்டி, சதியிடம் நீட்டினார் சிவன். "உப்பு சரியா இருக்குல்ல?"

"பூர்வ ஜன்ம வினைன்னு நெஜமாவே ஏதாவது இருக்கா என்ன?" என்றார் சிவன்.

காசி விஸ்வநாதர் கோயிலில் அமர்ந்திருந்தார் நீலகண்டர். எதிரே, ஒரு வாசுதேவ பண்டிதர். கோயில்

தூண்களுக்கிடையில் மாலைச் சூரியன் ஒளிர்ந்தது. அந்தி சாயும் வேளையில், ஆதவனின் கிரணங்கள் சிவப்புக்கல்லின் மீது பளீரென்று பிரகாசிக்க, அந்த இடமே ஜோதிமயமாய் விளங்கியது.

"நீர் என்ன நினைக்கிறீர்?" என்றார் பண்டிதர்.

"ஆதாரமில்லாமல் நான் எதையும் நம்பத் தயாரா இல்ல. அப்படிப்பட்ட விஷயங்களை நாம சந்திக்க நேரும்போது, மனசுக்கு நிம்மதியளிக்கிற தத்துவங்களை நம்பறது நல்லது - அது நிஜமா, பொய்யாங்கிறது முக்கியமில்ல."

"மகிழ்ச்சியான வாழ்க்கைக்கு அது நல்ல உத்திதான்; சந்தேகமில்லை."

அவர் மேலும் பேசக் காத்திருந்த சிவன், பண்டிதர் அமைதி காக்க, தொடர்ந்தார். "என் கேள்விக்கு இன்னும் நீங்க பதில் சொல்லலியே? போன ஜன்மத்துல பண்ண பாவங்களுக்கான பலனை இந்த ஜன்மத்துல நாம அனுபவிக்கிறோமா?"

"நான் பதில் சொல்லாததற்குக் காரணம், என்னிடம் பதில் இல்லாததுதான். போன ஜன்மப் பாவங்கள் இந்த ஜன்மத்தை பாதிக்கும் என்று மக்கள் உண்மையில் நம்பினால், இந்த முறையாவது ஒழுக்கமான வாழ்க்கை வாழ முயல மாட்டார்களோ?"

சிவன் புன்னகைத்தார். *இவர்கள் உண்மையில் வாய்ச் சாலகர்களா? இல்ல, அதிதிறமையான தத்துவ மேதைகளா?*

பண்டிதர் முகத்திலும் புன்முறுவல். *இதற்கும் என்னிடத்தில் பதில் இல்லை.*

சிவன் "குபீ"ரென்று சிரித்தார். பண்டிதரால் தன் எண்ணங்களைப் படிக்க முடியும் என்பதையும், தானும் அவரது எண்ணங்களைத் துல்லியமாக அறியமுடியும் என்பதையும் இத்தனை நேரம் மறந்துதான் போயிருந்தார்.

"எப்படீங்க இது? என்னால எப்படி உங்க எண்ணங்களைப் படிக்க முடியுது?"

"இதெல்லாம் மிக எளிமையான விஞ்ஞானம். வானொலி அலைகளை ஆதாரமாய்க் கொண்டது."

"ஆக, வெறும் வறட்டுத் தத்துவம் இல்ல?"

பண்டிதர் புன்னகைத்தார். "நிச்சயமாக இல்லை. இது விஞ்ஞானம் கண்டறிந்த உண்மை. நாம் கண்ணால்

பார்க்க வெளிச்சம் உதவுவது போல், நன்கு கேட்க வானொலி அலைகள் உதவுகின்றன. அநேக மனிதர்களால் வெளிச்சத்தில் நன்கு பார்க்க முடியும் - ஆனால், இவ்வகை வானொலி அலைகளை எல்லோராலும் பயன்படுத்த முடியாது; சாதாரண ஒலியலைகளை மட்டுமே பயன்படுத்துகிறோம். காற்றை விட இவை மிக மெதுவாகவும், குறைந்த தூரமும் மட்டுமே பயணிக்கின்றன. ஆனால் வானொலி அலைகளோ, மிக வேகமாய், அதிக தூரம் பயணிக்கும் - ஒளியைப் போலவே."

தன் எண்ணங்களைப் படிக்கும் சக்தி கொண்டவரோ என்று தன் மாமனைப் பற்றித் தான் சந்தேகித்தது சிவனுக்கு அப்போது நினைவுக்கு வந்தது. சிறு வயதில், அதை ஏதோ மாயாஜாலம் என்று எண்ணி அதிசயித்திருக்கிறார். இப்போது, விவரம் தெரிந்த பிறகு - அதன் பின்னணியில் இருந்த விஞ்ஞானம் விளங்கியது. "ரொம்ப சுவாரசியமா இருக்கு - அப்படீன்னா, வானொலி அலைகளைச் சாதாரண ஒலியலைகளா மாத்த ஒரு இயந்திரத்தை ஏன் கண்டுபிடிக்கலை?"

"ஆ, அது சற்றுக் கடினம். இன்னமும் அதில் வெற்றியடையவில்லை. ஆனால், எங்கள் மூளைகளை இந்த விஷயத்தில் பயிற்றுவித்து, அதில் வெற்றியும் கண்டுவிட்டோம். இதில் திறன் பெற எத்தனையோ வருடம் பிடிக்கும். அதனால் தான் - பயிற்சியே இல்லாமல் நீர் இதை இவ்வளவு சுலபத்தில் சாதித்தது, எங்களுக்கு மிகுந்த அதிசயம்."

"அதிர்ஷ்டம் அடிச்சிருச்சு போல."

"இதில் அதிர்ஷ்டத்திற்கு இடமில்ல பெருமானே. தங்கள் பிறப்பே மிக விசேஷமானதுதான்."

சிவனின் புருவங்கள் நெறிந்தன. "எனக்கு அப்படித் தோணலை. அதிருக்கட்டும்; இதன் சூட்சுமம் என்ன? வானொலி அலைகளை எப்படி உள்வாங்கிக்கிறது? ஏன் என்னால எல்லாரோட எண்ணங்களையும் கேக்க முடியலை?"

"நம் எண்ணங்களை வானொலி அலைகளைப் போல் துல்லியமாய் வெளியே செலுத்தவே மிகுந்த முயற்சி செய்யவேண்டும். எத்தனையோ பேர், பயிற்சியில்லாமலே, தங்களையறியாமல் அதைச் செய்துகொண்டுதான் இருக்கிறார்கள். ஆனால், வானொலி அலைகளையுணர்ந்து,

அடுத்தவர் எண்ணத்தைப் படிப்பது? அது வேறு விஷயம். அவ்வளவு சுலபமில்லை. மிகச் சக்தி வாய்ந்த செலுத்தும் கருவிகள் தேவை. அவற்றின் அருகாமையில் நாம் இருக்க வேண்டியதும் அவசியம்."

"கோயில்களா?"

"நீர் மிக தீர்க்கமான அறிவு படைத்தவர், நீலகண்டரே," பண்டிதர் முகம் மலர்ந்தது. "ஆம் - கோயில்கள்தான் செலுத்தும் கருவிகளாய் பணிபுரிகின்றன. ஆகையால்தான், குறைந்தது ஐம்பது மீட்டராவது உயரம் கொண்ட கோயில்கள் எங்களுக்கு வேண்டியிருக்கிறது. இதன் பயனாக, பிற வாசுதேவர்களிடமிருந்து வானொலி அலைகளைப் பெறுவது மட்டுமல்லாது, என் எண்ணங்களை அவர்களுக்குச் செலுத்துவதும் சாத்தியமாகிறது."

என்ன சொல்றீங்க? மற்ற வாசுதேவர்கள் நாம பேசறதையெல்லாம் கேட்டுக்கிட்டேவா இருக்காங்க?

ஆம். கேட்க விழைபவர்களால், தாராளமாய் முடியும். அதிலும் - நம் காலத்தின் மிகப்பெரிய சக்தியை, எங்களையெல்லாம் காக்க வந்தவர் பேச்சைக் கேட்க விரும்பாத வாசுதேவர்கள் வெகு சிலரே.

சிவனின் புருவம் சுருங்கியது. பண்டிதர் சொல்வது உண்மையானால் - இந்தியாவில் எந்த மூலையில் இருந்த கோயிலில் உள்ள வாசுதேவ பண்டிதரிடமும் அவரால் பேச முடியும். *மகத நாட்டு வாசுதேவப் பண்டிதரே, இதுக்குப் பதில் சொல்லுங்க: மக்கள் தீய சக்தியினிடத்துல பற்றுதலோட இருப்பாங்கன்னு சொன்னீங்களே? அதுக்கு என்ன அர்த்தம்?*

"குபீ"ரென்ற பலத்த சிரிப்பு எங்கோ, வெகுதூரத்திலிருந்து வருவது போலிருந்தது. மகத நாட்டின் நரசிம்மர் ஆலயத்திலிருந்து வாசுதேவ பண்டிதர்தான். *நீ மிகச் சாமர்த்தியசாலி, நீலகண்டா.*

சிவன் புன்னகைத்தார். *முகஸ்துதிக்குப் பதிலா பதில்கள் கெடைச்சா நல்லாருக்கும், வாசுதேவப் பிரபுவே.*

மௌனம்.

மகத நாட்டிலிருந்து குரல், துல்லியமாய்க் கேட்டது. *தர்மகேத யுத்தத்தில், நீ நிகழ்த்திய உரை மிகப் பிரமாதம். இரசித்தேன். ஹர ஹர மகாதேவ். நாமனைவரும்*

மகாதேவர்களே. நம் ஒவ்வொருவரிடத்திலும் கடவுள் உறைகின்றார். என்ன அழகான தத்துவம்.

அதுக்கும் என் கேள்விக்கும் என்ன சம்பந்தம்? மக்கள் ஏன் தீய சக்திகளிடத்துல பற்றுதலோட இருக்கணும்னு கேக்கறேன்.

தொடர்பு இருக்கிறதே. மிக ஆழ்ந்த தொடர்பு. நம் அனைவரிடத்திலும் கடவுள் உறைகிறார் என்றால், அதன் தொடர்ச்சியாக நமக்குத் தோன்றுவது என்ன?

நம்ம எல்லாருக்குள்ளயும் இருக்குற கடவுளைத் தேடறது நம்ம கடமை.

இல்லை, நண்பா. அது தத்துவம். நான் கேட்டது, அனுமானம்.

எனக்குப் புரியலை, பண்டிட்ஜி.

எல்லாவற்றிலும் சமநிலை அவசியம், நீலகண்டா. ஆண்தன்மைக்குப் பெண்தன்மை அவசியம். சக்திக்குப் பொருள் தேவை. யோசி. ஹர ஹர மகாதேவ்! இதன் அனுமானம் என்ன? இந்த வாக்கியத்தைச் சமநிலைப்படுத்துவது எது?

சிவனின் புருவங்கள் நெறிந்தன. மனதிற்குள் ஒரு எண்ணம் தோன்றியது. அது அவருக்கு இரசிக்கவில்லை.

அயோத்யாவின் வாசுதேவர் சிவனைத் தூண்டினார். உங்கள் எண்ண ஓட்டத்தைத் தடுக்க வேண்டாம், நண்பரே. தங்குதடையில்லாத எண்ணமே உண்மையைச் சேரும் பாதை.

சிவனின் முகம் சுணக்கமடைந்தது. ஆனா - இதெப்படி உண்மையா இருக்க முடியும்?

உண்மை விரும்பத்தக்கதாக இருக்க வேண்டும் என்ற அவசியமில்லை. அது வெளிப்படுத்தப்பட வேண்டியது முக்கியம். பேசும். வெளிப்படுத்தும். உண்மை உம்மைச் சுடலாம் - ஆனால், அதுவே உம்மை விடுதலையும் செய்யும்.

இது - நம்பமுடியாத விஷயமா இல்ல இருக்கு?

உண்மை நம்பத்தகுந்ததாய் இருக்க வேண்டிய அவசியம் இல்லை. அது உள்ளது, அவ்வளவே. உமக்குத்

தோன்றுவதைச் சொல்லும். நம் அனைவரிடத்திலும் கடவுள் உறைகின்றார். இதனால் என்ன அனுமானிக்கிறீர்?

நம்ம எல்லார்கிட்டையும் கெட்டதும் இருக்கு.

அதுவேதான். நம் அனைவரிடத்திலும் நல்லவை இருக்கின்றன. கெட்டவையும்தான். நன்மைக்கும் தீமைக்குமான உண்மையான போராட்டம் நமக்குள்தான் நிகழ்கிறது.

வெளியே இருக்குற மிகப்பெரிய தீமையெல்லாம், நமக்குள்ள இருக்குற தீமையோட இணையுது. அதனால்தான் மக்களுக்கு அது மேல ஈர்ப்பு ஏற்படுதா?

நம் யுகத்தின் மிகப்பெரும் தீய சக்தி யாதென நீர் கண்டுபிடித்துவிட்டால், அதனிடத்தில் மக்களுக்கு ஈர்ப்பு ஏற்படக்கூடிய காரணம் உமக்கு எளிதில் புரிந்துவிடும் என்பது என் எண்ணம்.

தன் எதிரில் அமர்ந்திருந்த பண்டிதரை சிவன் வெறித்தார். அந்தப் பேச்சு அவரை வெகுவாய் உலுக்கியிருந்தது. தீய சக்தியைக் கண்டுபிடிப்பது மட்டும் அவரது வேலையல்ல; அது அவ்வளவு கடினமாயுமிராது. ஆனால் - மக்களுக்கு அதன் மீதான பிடிப்பை ஒழிப்பது எங்ஙனம்?

"இப்போதே எல்லாக் கேள்விகளுக்குப் பதில் தேட வேண்டிய அவசியமில்லை, நண்பரே," என்றார் காசி வாசுதேவர்.

மனதில் கிலேசம் படர, சிவன் சோகையாகப் புன்னகைத்தார். அப்போதுதான், தூரத்தில், இதுவரை அவர் கேளாத ஒரு குரல் ஒலித்தது. கம்பீரமான குரல்; கட்டளையிட்டே பழகிய, உறுதியான குரல். ஆயினும், ஒருவித நிதானம் விரவிய குரல்.

அந்த மருந்து ...

"நிச்சயம்," என்றவாறு அவசரமாய் எழுந்து சென்ற காசிப் பண்டிதர், வெகு விரைவில், ஒரு சிறிய பட்டுச் சுருக்குப்பையுடன் திரும்பிவந்தார்.

சிவன் புருவம் சுருக்கினார்.

"இதை உமது மனைவியின் வயிற்றின் மீது தடவும், நண்பரே," என்றார் காசிப் பண்டிதர். "உமது குழந்தை ஆரோக்கியமாக, எந்தக் குறைவுமின்றி பிறக்கும்."

"என்னது இது?"

"இது என்ன என்பது முக்கியமல்ல. இது வேலை செய்யும் என்பதுதான் முக்கியம்."

சிவன் பையைத் திறந்தார். உள்ளே, கருஞ்சிவப்பாய், கொழகொழவென்ற பசை இருந்தது. **நன்றி. இதனால என் குழந்தை ஆரோக்கியமாய் பிறக்கும்னா, உங்களுக்கு நான் என்னென்னிக்கும் கடமைப்பட்டிருப்பேன்.**

சிவன் அடையாளம் காண முடியாத, காசிப் பண்டிதரை அதிகாரம் செய்த அந்தக் குரல், பேசியது. **நீர் நன்றியுடையவராக இருக்கவேண்டிய அவசியமில்லை, பிரபு நீலகண்டரே. உங்களுக்கு எவ்விதமான உதவியும் செய்ய வேண்டியது எங்களது கடமை மட்டுமல்ல; எங்கள் பாக்கியம். ஜெய் குரு விஷ்வாமித்ரா; ஜெய் குரு வஸிஷ்டா.**

சிவன் ஜன்னலருகே நின்றிருந்தார். அரண்மனை மாடத்தின் உயரத்திலிருந்து பார்த்தால், கீழே, கசகச வென்ற நகரப்பகுதியும், அதையும் தாண்டி, அகன்ற புனிதப்பெருவழியும் நன்கு தெரிந்தன. அதையொட்டி, ப்ரம்மா காட்டின் மிக அருகே இருந்தது பிரம்மாண்டமான விஸ்வநாதர் கோயில். கைகளைக் குவித்து பிரார்த்தனை செய்தபடி அதைப் பார்த்துக்கொண்டு நின்றார்.

ருத்ரபகவானே, என் குழந்தையைக் காப்பாத்துங்க. தயவு பண்ணுங்க. எதுவும் தப்பாகாம பாத்துக்குங்க.

மெல்லிய இருமல் சப்தம் கேட்டுத் திரும்பினார்.

இந்தியாவின் மிகமுக்கிய பிரமுகர்கள் அனைவரும், சதி மற்றும் சிவனின் குழந்தை பிறந்த செய்தி கேட்க மூச்சு கூட விட மறந்து தவம் கிடந்தனர். தக்ஷருக்கோ, பீதியில் கைகால்கள் பதறின.

சதியைப் பத்தி உண்மையிலேயே கவலைப்படுறார். குணம் எப்படியிருந்தாலும், நல்ல தகப்பன்கிறதுல சந்தேகமேயில்ல.

சலனமற்ற வீரிணி, தக்ஷரின் கரத்தைப் பற்றிக்கொண்டிருந்தாள். அருகே, தாழ்ந்த குரலில், உணர்ச்சிப்பெருக்குடன் பேச்சுவார்த்தையில் ஈடுபட்டிருந்த

தன் மக்கள் பகீரதன் மற்றும் ஆனந்தமயியைப் பார்த்தவாறு அமர்ந்திருந்தார் சக்ரவர்த்தி திலீபர்.

திலீபர் பகீரதனையே பார்த்துக்கிட்டிருக்கார் ...

அடைந்த காயங்களிலிருந்து கடந்த மூன்று மாதங்களில் முற்றுமாக குணமடைந்திருந்த பர்வதேஸ்வரர், அறையின் ஒரு மூலையில் நின்றிருந்தார். நீலகண்டரின் முதல் குழந்தையின் பிரசவத்தின் போது, தனது பிரத்யேக மருத்துவர்களே உதவும் பாக்கியம் மறுக்கப்பட்ட குறையுடன் குறுக்கும் நெடுக்குமாக நடையிட்டுக் கொண்டிருந்தார், மன்னர் அதிதிக்வர். இந்த விஷயத்தில் சிவன் எந்தவிதமான ஆபத்திற்கும் இடம்கொடுக்கத் தயாராக இல்லை. ஆயுர்வதிதான் இதற்குச் சரி.

திரும்பிப் பார்த்த சிவன், சுவரருகே நின்ற நந்தியைக் கண்களால் ஜாடை செய்து அழைத்தார்.

"பிரபு?" நந்தி அருகில் வந்தார்.

"ரொம்ப கையாலாகாத்தனமா இருக்கு, நந்தி. பதட்டமா உணர்றேன்."

"ஒரே ஒரு நொடி, பிரபு." நந்தி அறையை விட்டு விரைந்தார். வீரபத்ராவுடன் திரும்பிவந்தார்.

நண்பர்கள் இருவரும் ஜன்னலருகே சென்றனர்.

"இது பிரமாதமா இருக்கு!" வீரபத்ரா சிலாகித்தான்.

"நெஜமாவா?" என்றார் சிவன்.

சில்லத்தைப் பற்றவைத்த வீரபத்ரா அதைச் சிவனிடம் நீட்ட, வாங்கியவர், நீளமாகப் புகையை இழுத்துவிட்டார்.

"ஹ்ம்ம்ம் ..." சிவன் முணுமுணுத்தார்.

"என்ன?"

"இன்னும் பதட்டமாத்தான் இருக்கு!"

வீரபத்ராவுக்குச் சிரிப்பு பீறிட்டுக்கொண்டு வந்தது. "என்னவா இருக்கும்னு நெனைக்கிற?"

"பொண்ணு."

"பொண்ணா? நிச்சயமா? பொண்ணுங்கல்லாம் போர் செய்ய முடியாதே?"

நாகர்களின் இரகசியம் 125

"பேத்தாதே. சதி இல்ல?"

வீரபத்ரா தலையசைத்தான். "அதுவும் சரிதான். பேரு?"

"க்ருத்திகா."

"க்ருத்திகாவா? அவ்வளவு தூரம் செய்ய வேண்டியதில்ல, நண்பா."

"உனக்காகப் பண்றதா எவன்டா சொன்னான், முட்டாளே," என்றார் சிவன். "நீதான் காரணம்னா, என் பொண்ணுக்குப் பத்ரான்னு பேர் வெப்பேனே? க்ருத்திகாவுக்காகவும், சதிக்காகவும்தான். என் மனைவியோட வாழ்க்கைல, க்ருத்திகா அவளுக்கு எல்லா விதத்துலயும் உறுதுணையா இருந்திருக்கா. அதைக் கொண்டாட விரும்பறேன்."

வீரபத்ராவின் முகம் மலர்ந்தது. "அருமையானவதான், இல்ல?"

"அதுல சந்தேகமேயில்ல. நீ நிச்சயம் அதிர்ஷ்டம் பண்ணவன்."

"டேய், அவளும் அதிர்ஷ்டசாலிதான். நான் ஒண்ணும் அவ்ளோ கொடூரமான புருஷன் இல்லியே?"

"சொல்லப்போனா, அவளுக்கு இன்னும் உசத்தியா வரன் அமைஞ்சிருக்கலாம்."

சிவனின் மணிக்கட்டை பத்ரா விளையாட்டாய் அடிக்க, நண்பர்கள் இருவரும் அமைதியாய்ச் சிரிப்பைப் பகிர்ந்துகொண்டனர். சிவன் சில்லத்தை மீண்டும் வீரபத்ராவிடம் நீட்டினார்.

திடீரென்று, உள்ளறை படாரென்று திறந்தது. புயற்காற்றைப் போல் ஆயுர்வதி வெளிப்பட்டு, சிவனிடத்தில் வந்தாள். "மகன் பிறந்திருக்கிறான், பிரபு! வலுவும், அழகும், கம்பீரமும் பொருந்திய மகன்!"

கலகலவென்று சிரித்த சிவன், ஆயுர்வதியை அலாக்காய்த் தூக்கிச் சுழற்றினார். "பையனா இருந்தாலும் சரிதான்!"

அவளைத் தரையில் இறக்கிய சிவன், உள்ளறைக்குள் விரைந்தார். வேறு யாரும் அவர் பின்னோடு செல்லாமல் ஆயுர்வதி தடுத்து நிறுத்தினாள்.

படுக்கையின் மீது படுத்திருந்தாள் சதி. அருகே இரு செவிலியர் எந்த உதவிக்கும் தயாராய்க் காத்திருந்தனர்.

படுக்கைக்கருகே, சதியின் கரத்தைப் பற்றியவாறு அமர்ந்திருந்தாள் க்ருத்திகா. வாழ்நாளில் சிவன் பார்த்தவற்றிலேயே மிக அழகான குழந்தை, சதியின் அருகே படுக்க வைக்கப்பட்டிருந்தது. சிறிய, தூய வெள்ளைத் துணி ஒன்றில் இறுக்கமாய்ச் சுற்றப்பட்டு, உறக்கத்தில் ஆழ்ந்திருந்தது.

சதி மென்மையாகப் புன்னகைத்தாள். "பையன்தான். நான்தான் ஜெயிச்சிட்டேன் போலருக்கே, அன்பே?"

"நெஜம்தான்," பிஞ்சுக் குழந்தையைத் தொடக்கூடப் பயந்தவராய், சிவன் முணுமுணுத்தார். "ஆனா, நான் எதுலயும் தோக்கலை!"

சிரித்த சதி, உடனடியாக மௌனமானாள். தையல் போட்டிருந்த இடத்தில் வலித்தது. "இப்ப என்ன பேர் வெக்கறது? க்ருத்திகான்னு கூப்பிட முடியாதே?"

"நிச்சயமா முடியாது." சதியின் தோழி புன்னகைத்தாள். "பெண் பேராச்சே?"

"உன் பேரைக்கொண்டுதான் அவனுக்கும் பேர் வெக்கணும்னு விரும்பறேன், க்ருத்திகா," என்றார் சிவன்.

"ஒப்புக்கறேன்," என்றாள் சதி. "ஆனா, அது என்னவா இருக்க முடியும்?"

சிவன் ஒரு நொடி யோசித்தார். "தெரிஞ்சுபோச்சு!" என்றார் சட்டென்று. "கார்த்திக்னு கூப்பிடலாம்."

அத்தியாயம் 8

இணைகளின் நடனம்

அனுமதி கிடைத்த மறுகணம், வீரிணி பின்னோடு வர, தக்ஷர் புயல் வேகத்தில் அறைக்குள் நுழைந்தார்.

"அப்பா," என்றாள் சதி மெல்லிய குரலில். "உங்க முதல் பேரக்குழந்தை ..."

தக்ஷர் பதில் கூறவில்லை. கார்த்திக்கை மென்மையாகக் கைகளில் தூக்கினார். சதியின் முகத்தில் ஒரு கணம் மின்னிய எரிச்சலைப் பொருட்படுத்தாது, குழந்தையைச் சுற்றி இறுக்கமாய்க் கட்டியிருந்த வெள்ளைத் துணியை அகற்ற, அது படுக்கையில் விழுந்தது. கார்த்திக்கை உயரே தூக்கிப்பிடித்த தக்ஷர், அங்குலம் அங்குலமாய்த் தன் பேரனை ஆராய்ந்து இரசித்தார். இந்தியாவின் சக்ரவர்த்தியின் கண்களில் ஆனந்த பாஷ்பம் பெருகியது. "அடடா, என்ன அழகு! எப்படி இருக்கிறான் பாரும், என் பேரன்!"

திடுக்கிட்டு விழித்த கார்த்திக் வீறிட்டு அழ - ஆகா, பலம் பொருந்திய, வலிமையான குழந்தையின் ஓங்கிய குரல்! சதி தன் மகனை வாங்கிக் கொள்ளக் கை நீட்டினாள். தக்ஷரோ, முகமலர்ச்சியுடன் அருகே நின்ற வீரிணியிடம் குழந்தையைக் கொடுக்க, அது உடனடியாக அமைதியடைந்ததைக் கண்டு சதி அதிசயமடைந்தாள். அரசியார் மீண்டும் கார்த்திக்கை வெள்ளைத் துணியின் மீது கிடத்தி, சுற்றினாள். பிறகு, குழந்தை சதியின் தோள்களில் தன் சிறிய சிரத்தைச் சாய்த்துக்கொள்ளுமாறு வைத்தாள். "களுக்"கென்ற குழந்தை, உடனடியாகத் தூங்கிப் போயிற்று.

தக்ஷரின் கண்ணீர் கூட தனி உயிர் பெற்றுவிட்டது போல் தோன்றியது. சிவனை இறுக்கக் கட்டிக்கொண்டார். "என்னைப் போல் மகிழ்ச்சியடைந்தவன் வரலாற்றிலேயே யாரும் இல்லை, பிரபு! என் மகிழ்ச்சிக்கு எல்லையே இல்லை!"

சக்ரவர்த்தியின் தோளை லேசாய்த் தட்டிய சிவன், முறுவலித்தார். "தெரியும், அரசே."

ஓரடி பின்வாங்கிய தக்ஷர், கண்களைத்துடைத்துக்கொண்டார். "எல்லாம் நன்றாகவே நடந்துகொண்டிருக்கிறது. என் குடும்பத்தில் நிகழ்ந்த தவறுகளனைத்தும் தங்களால், நீலகண்டரால், நிவர்த்தியடைந்துவிட்டது, பிரபு. எல்லாம் சரியாகிவிட்டது. மீண்டும் சரியாகிவிட்டது."

கண்கள் சிறுத்து, நெஞ்சு விம்ம, வீரிணி தக்ஷரை வெறித்தாள். அவளது பற்கள் நெறிந்தாலும், அமைதி குலையவில்லை.

— ⁂ —

திவோதாஸ் ஆட்களின் கப்பல் கட்டுமானப் பணி எத்துணை தூரத்தில் இருக்கிறதென்பதைப் பார்த்துவிட்டு, நதிக்கரையிலிருந்து பகீரதன் நடந்து வந்து கொண்டிருந்தான். நேரமாகிவிட்டதால், மெய்க்காப்பாளர்களை வீட்டிற்கு அனுப்பிவிட்டான். என்ன இருந்தாலும், இது காசி நகரம். எந்தெந்த தேசங்களிலிருந்தோ இங்கு வந்து தஞ்சம் புகுவோர்தான் அதிகம், அல்லவா? அமைதியின் உறைவிடம், இல்லையா?

தெருக்களில் நிசப்தம் குடிகொண்டிருந்தது. பின்னால், "சரக்"கென்ற மெல்லிய காலடிச் சப்தம் கேட்குமளவு அமைதி.

அசட்டையாக நடப்பது போன்ற பாவனையுடன், அயோத்யாவின் இளவரசன் தொடர்ந்து சென்றான். கைகள் இடுப்பில் செருகியிருந்த ஆயுதத்தில் படர, காதுகள் தீட்டிக்கொண்டன. காலடிச் சப்தம் அருகே வந்தது. அதோடு, வாள் மெல்ல உருவப்படும் "சிய்க்"கென்ற ஓசை. தடாலென்று சுழன்ற பகீரதன், கத்தியை உருவி வீசினான். அது அவனைத் தாக்க வந்தவனின் வயிற்றில் குறி தவறாது பாய்ந்தது; ஒரே நொடியில் செயலிழக்க வைத்தது. உயிர் போகும் வலி - ஆனால் உயிர் போகாது.

ஓரக்கண்ணால், வேறேதோ நகர்வதை பகீரதன் கண்டான். இன்னொரு கத்தியை உருவ யத்தனிக்கையில், தன்னைப் புதிதாய்த் தாக்க வந்தவன் தடாலென்று சுவரில் சாய்வதைக் கண்டான். நெஞ்சில் வாள் ஒன்று இறங்கியிருந்தது. இறந்திருந்தான்.

இடப்பக்கம், நந்தி நிற்பதை பகீரதன் கண்ணுற்றான். "வேற யாராவது?" கிசுகிசுப்பாய்.

நந்தி மறுப்பாய்த் தலையசைத்தார்.

முதலில் தாக்க வந்தவனிடத்தில் பகீரதன் விரைந்தான். "யார் உன்னை அனுப்பிச்சது?" தோள்களைப் பிடித்து உலுக்கினான்.

கொலையாளி மௌனம் சாதித்தான்.

அவன் வயிற்றில் செருகியிருந்த கத்தியை பகீரதன் திருகினான்.

"யாரு?"

அந்த மனிதன் வாய் திடீரென்று நுரைக்க ஆரம்பித்தது. சட்! எலி அதற்குள் விஷத்தை முழுங்கிவிட்டது. சில நொடிகளுக்குள் இறந்து போனான்.

"நாசமாப் போக!" எரிச்சலுடன் பகீரதன் இரைந்தான்.

புதிதாய் ஏதேனும் தாக்குதல் வந்தால் சமாளிக்கத் தயாராய் உருவிய வாளுடன் நந்தி அயோத்யாவின் இளவரசனைப் பார்த்தார்.

தலையைக் குலுக்கிக்கொண்டு, பகீரதன் எழுந்தான். "நன்றி நந்தி. நல்ல வேளை நீங்க பக்கத்துல இருந்தீங்க."

"நல்ல வேளையெல்லாம் இல்லை, இளவரசே," என்றார் நந்தி மெல்ல. "தங்கள் தந்தையார் இங்கே தங்கியிருக்கும் வரையில், என்னைத் தங்களைத் தொடரும்படி நீலகண்டரின் உத்தரவு. பிரபு தேவையின்றிக் கவலைப்படுகிறார் என்றுதான் நினைத்தேன். எந்தத் தந்தையாவது தன் சொந்தப் பிள்ளையின் உயிரை வாங்கத் துணிவாரா? ஆனால், என் கணிப்பு தவறு என்பது இப்போது புரிகிறது."

பகீரதன் மீண்டும் தலையசைத்தான். "இது எங்கப்பாவோட வேலையில்ல. குறைஞ்சது அவரோட நேரடியான தலையீட்டால கூட நடக்கல."

“நேரடியாக இல்லையா? அப்படியென்றால்?”

“துணிச்சல் பத்தாது. ஆனா, அவருக்கு என்னைப் பிடிக்காதுங்கிறதை வெளியில காமிச்சிக்க அவர் தயங்கினதே இல்ல. சிம்மாசனப் போட்டியில எனக்கெதிரா செயல்படறவங்களுக்கு, அவரோடவே பயணம் செய்யறவங்களுக்கு, இது ஒரு ஆயுதமாப் போச்சு. என்னை எப்படியாவது போட்டுத் தள்ளிட்டாப் போதும். என்னோட சாவு ஒரு விபத்துன்னு அமைச்சிட்டா பிரச்சனை ஒழிஞ்சது.”

“ஆனால், இது,” நந்தி கிழே விழுந்து கிடந்த கொலையாளியைச் சுட்டிக் காட்டினார். “பார்த்தால் விபத்து போலத் தெரிய வாய்ப்பில்லையே?”

“ஆமா. சம்பந்தப்பட்டவங்களுக்கு ஏதோ இக்கட்டு; அவசரம் அதிகமாயிடுச்சுன்னு அர்த்தம்.”

“ஏன்?”

“எங்கப்பாவுக்கு உடல்நிலை சரியாயில்ல. அவங்களுக்கு நேரம் அதிகமில்லைன்னு நெனைக்கறாங்க. நான் உயிரோட இருக்கறப்ப எங்கப்பா செத்தா, எனக்குத்தான் இராஜ்யம் வரும்.”

நந்தி தலையைக் குலுக்கிக்கொண்டார்.

பகீரதன் அவரைத் தட்டிக்கொடுத்தான். “உங்களுக்கு நான் ரொம்பக் கடமைப்பட்டிருக்கேன், நண்பரே. வாழ்நாள் முழுக்க. என் உயிர் இருக்குற வரைக்கும்.”

நந்தி புன்னகைத்தார். “தங்களுக்கு நீண்ட ஆயுள் நிச்சயம், இளவரசே. நான் இருக்கும்வரையில் தங்கள் உயிருக்கு ஒரு ஆபத்தும் இல்லை. தங்களுக்கும், தாக்க வரும் எவனுக்கும் இடையில் நின்று காப்பேன். இந்த உருவம் உங்களை மறைக்கும் வரையில், எதுவும் நடக்க வாய்ப்பில்லை - இதை வீழ்த்த சாமான்யரால் ஆகுமா?”

யானை போன்ற தன் ஆகிருதி குறித்து நந்தியின் வலிந்த நகைச்சுவையைக் கண்டு பகீரதன் புன்னகைத்தான்.

"பேரு ஏதாவது கெடைச்சுதா? யாரு அனுப்பினாங்க?"

"தெரியல, பிரபு," என்றான் பகீரதன். "பதில் எதுவும் வாங்கறதுக்குள்ள செத்துத் தொலைஞ்சுட்டாங்க."

சிவன் பெருமூச்செறிந்தார். "பொணங்கள்?"

"காசிக் காவல் துறைகிட்ட ஒப்படைச்சாச்சு," என்றான் பகீரதன். "ஆனா, அவங்களால பெரிசா எதையும் கண்டுபிடிக்க முடியும்னு எனக்குத் தோணலை."

"ஹ்ம்ம்," என்றார் சிவன்.

"ரெண்டாவது முறையா, என் உயிரக் காப்பாத்தின உங்களுக்கு நான் கடமைப்பட்டிருக்கேன், பிரபு."

"எனக்கு நீங்க எந்த வகையிலும் கடமைப்படல," என்ற சிவன், நந்தியிடம் திரும்பினார். "உண்மையில இதுக்கான நன்றி உங்களுக்குத்தான் உரியது, நண்பரே."

நந்தி தாழ்ந்து வணங்கினார். "தங்களின் சேவை என் பாக்கியம், பிரபு."

சிவன் பகீரதனிடம் திரும்பினார். "ஆனந்தமயிகிட்ட என்ன சொல்றதா உத்தேசம்?"

பகீரதனின் புருவங்கள் நெறிந்தன. "எதுவுமில்ல. வீணா எதுக்கு அவ மன உளைச்சல் அனுபவிக்கணும்? எனக்குத்தான் ஒண்ணுமில்லியே? யாருக்கும் எதுவும் தெரிய வேண்டிய அவசியமில்ல."

"ஏன்?"

"அப்பா இந்தத் தாக்குதலைப் பத்தி விசாரணை கூட செய்யமாட்டார்னு எனக்கு நல்லாத் தெரியும். அவர் அப்படி சும்மா இருக்கிறத பாக்கிற மற்ற பிரபுக்கள், கஷ்டப்பட்டு விபத்தை ஏற்பாடு பண்ணி என்னைப் போட்டுத் தள்றதைவிட, நேர்முகமாவே என்னைக் கொன்னாலும் ஆட்சேபணையில்லன்னுதான் அர்த்தம் பண்ணிப்பாங்க. இந்த விஷயத்தை வெளியிடறது, சிம்மாசனப் போட்டியில எனக்கெதிரானவங்களைத் தூண்டிவிடற மாதிரி ஆகும்."

"உங்களக் கவுக்க இத்தன பிரபுகள் கறுவிக்கிட்டிருக்காங்களா என்ன?"

"அரசவையில் பாதிக்குமேல எங்கப்பாவுக்கு உறவு, பிரபு. எல்லாருமே அடுத்த அரசராக தனக்கே எல்லா உரிமையும் இருக்கிறதா நெனைக்கிறாங்க."

சிவன் மூச்சை இழுத்துவிட்டார். "உங்கப்பா இங்கிருக்கிற வரைக்கும், தனியா இருக்கவே இருக்காதீங்க. அப்புறம், இங்கேயிருந்து வெகு தூரத்துல இருக்குற ப்ரங்காவுக்கு என்கூட கண்டிப்பா வர்றீங்க."

பகீரதன் தலையசைத்தான்.

சிவன் அவனது தோளைத் தட்டிக்கொடுத்தார். "யார் கைலயும் மாட்டிச் சாகாம இருக்க முயற்சி பண்ணுங்க, என்ன? நீங்க எனக்கு ரொம்ப முக்கியம்."

பகீரதன் புன்னகைத்தான். "உங்களுக்காக உயிரோட இருக்க முயற்சிக்கிறேன், பிரபு!"

சிவன் மெல்லச் சிரித்தார். நந்தியும்தான்.

"அரசே, இவ்வளவு சோமரஸப்பொடியைக் கொடுக்கறது நல்லதுன்னு எனக்குப் படல," என்றார் சிவன்.

அவரும் தக்ஷரும் சிவனின் அறையில் இருந்தனர். கார்த்திக் பிறந்து ஒரு வாரமாகியிருந்தது. க்ருத்திகா மற்றும் செவிலியர் குழாத்தின் பாதுகாப்பில் குழந்தையும் சதியும் அடுத்த அறையில் படுத்திருந்தனர். கார்த்திக்கிற்குப் பரிசாக தக்ஷர் கொண்டு வந்திருந்த சோமரஸப்பொடியின் அளவைப் பார்த்துச் சிவன் வாய்பிளந்தார். பிறந்தது முதல், ஒவ்வொரு நாளும் சோமரஸத்தை கார்த்திக் உட்கொண்டு, மிக வலிமை பொருந்திய வீரனாய் வளர வேண்டுமென்பது அவரது அளப்பரிய அவா. பதினெட்டாவது பிறந்த நாள் வரைக்குமான பொடியையே கையோடு கொண்டுவந்தும்விட்டார்!

"பிரபு," என்றார் தக்ஷர். "அருமைப் பேரக்குழந்தைக்கு இன்னது கொடுக்கலாம், கொடுக்கக் கூடாதென்று அன்பான தாத்தாவுக்கு நீங்கள் எப்படி அறிவுரை கூறலாம்?"

"ஆனா, அரசே - மந்தர மலை அழிஞ்ச பிறகு, உங்களுக்கே சோமரஸப்பொடி குறைவான அளவுலதான இருக்கும்? உங்க நாட்டு மக்களுக்கே அது தேவையா இருக்கும்போது, என் மகனுக்கு மட்டும் நீங்க இவ்வளவு தர்றது நியாயமில்லன்னு தோணுது."

"அந்தக் கவலை உங்களுக்கு வேண்டாம், பிரபு. என்னைத் தடுக்க மட்டும் தடுக்காதீர்கள்."

சிவன் வாதத்தைக் கைவிட்டார். "மந்தர மலையை மறுபடியும் கட்டற வேலைகள் எவ்வளவு தூரத்துல இருக்கு?"

"அதிக காலம் பிடிக்கும் போல் தோன்றுகிறது," தக்ஷர் கைகளை அசட்டையாக வீசினார். "அதை விடுங்கள். எவ்வளவு மகிழ்ச்சியான தருணம் இது? எனக்குப் பேரன் பிறந்திருக்கிறான். அழகான, முழுமையான, குறையோ, ஊனமோ இல்லாத வலிமை பொருந்திய பேரன். இந்தியாவின் வருங்காலச் சக்ரவர்த்தி!"

குழந்தை பிறந்த ஏழாம் நாள், அந்த மகிழ்ச்சியான நிகழ்வை ஆட்டமும் பாட்டமுமாய்க் காசியின் குடிமக்கள் கொண்டாடுவது வழக்கம். அந்த சம்பிரதாயத்தைக் கடைபிடித்து, மரியாதை செய்வதென்று சிவன் முடிவெடுத்தார்.

நாட்டிய அரங்கில் அமைந்திருந்த சிம்மாசனத்தில் நீலகண்டர்; அருகே, காசியின் அரசிக்கென அமைந்திருந்த ஆசனத்தில், தூங்கிக்கொண்டிருந்த கார்த்திக்கை அணைத்தவாறு, சதி. இருவருக்கும் அருகே, மரியாதைக்குரியோருக்கென இருந்த பிரத்யேக ஆசனங்களில் தக்ஷரும் திலீபரும் உட்கார்ந்திருந்தனர். பின்னால், காசியின் அரச குடும்பத்தினர். ஒரு இராஜ்யத்தின் வேந்தர், இவ்வளவு மரியாதைக்குறைவான ஆசனத்தில் அமர்வது அரசமுறைப்படி வழக்கமில்லையென்றாலும், அதிதிக்வர் அதைப் பொருட்படுத்தவில்லை.

சதி, சிவனை நோக்கிக் குனிந்தாள். "எப்பவும் போல - பிரமாதமா ஆடினீங்க!"

"கவனிச்சியா?" என்றார் சிவன் கேலியாக.

சற்று முன்பு, தன் நடனத்தின் மூலம் கொண்டாட்டங்களைத் துவக்கி வைப்பதாக சிவன் வற்புறுத்த, நீலகண்டரே தங்கள் முன்னர் நாட்டியமாடப்போகும் அதிர்ஷ்டத்தை நம்பமுடியாதவர்களாக மக்கள் ஸ்தம்பித்தனர். அவரது

அற்புத ஆடற்திறமையை நேரில் கண்ட மக்கள், எழுந்து, ஏறக்குறைய ஐந்து நிமிடங்கள் நிறுத்தாமல் கரகோஷம் செய்தனர். இதுவரை சிவன் ஆடியதிலேயே இதுதான் மிகச் சிறந்த நடனம்; பார்த்துக்கொண்டிருந்த மக்களும் தலைகால் புரியாத சந்தோஷத்துடன், ஆரவாரம் செய்து ஆர்ப்பரித்தனர். அப்பேர்ப்பட்ட நடனத்தில் சதியின் முழுக்கவனமும் பதியவில்லை என்பதை அவர் கொஞ்சம் ஆற்றாமையுடன் கவனித்துத்தான் இருந்தார். தக்ஷர் எடுத்து வந்த சோமரஸப்பொடி பற்றி சிவன் கூறியதிலிருந்து, அவள் மனம் சஞ்சலமடைந்திருந்தது.

"கவனிக்காம இருப்பேனா?" சதி புன்னகைத்தாள். "அப்பா இவ்வளவு சோமரஸத்தைக் குடுக்கறாரேன்னு கவலையா இருக்கு. சரியில்ல. இது மெலூஹா முழுசுக்கும் சொந்தம். அரசகுமாரன்கிறதால கார்த்திக்குக்கு மட்டும் தனியா எந்த உபசாரமும் நடக்கக்கூடாது. இராமபிரானோட கொள்கைகளுக்கே அது எதிரானது."

"அப்ப, உங்கப்பாகிட்ட பேசேன்."

"பேசறேன். சரியான சமயத்துல."

"நல்லது. இப்போதைக்கு, ஆனந்தமயியோட நாட்டியத்தைப் பாரு. என்னை மாதிரி அவளுக்கு எல்லாத்தையும் மன்னிக்கிற தாராள மனசு கெடையாது."

புன்னகைத்த சதி சிவனின் தோள்களில் சாய்ந்தவாறு அரங்கத்தை மீண்டும் பார்க்கவும், ஆனந்தமயி உள்ளே நுழையவும் சரியாக இருந்தது. மிக மிகச் சிறிய தோத்தி ஒன்றையும், அதைவிட அதிர்ச்சிகரமான மேலாடையையும் அணிந்திருந்தவளின் உடலில் காண முடியாததை விட காணக்கூடியவைதான் அதிகம். கற்பனைக்கு எதையும் விட்டுவைக்காத அந்த அலங்காரத்தைக் கண்டு சதி சிவனைப் பார்த்து புருவம் உயர்த்த, அவர் முகத்திலோ புன்னகை தவழ்ந்தது.

"இந்த நடனத்துக்கு இதுதான் சரியான உடை," என்றார்.

தலையசைத்து மீண்டும் அரங்கத்தை நோக்கித் திரும்பினாள் சதி. ஓரக்கண்ணால் பர்வதேஸ்வரரை ஒரு பார்வை பார்த்த சிவன், முறுவலித்தார். சேநாதிபதியின் முகம் உணர்ச்சியற்ற முகமூடி போல் இருந்தது. சூர்யவம்சிக் கோட்பாடுகளின்படி அவர் தன்னைக் கட்டுக்குள்

வைத்திருந்தாலும், இறுகிய தாடையும், புருவத்திற்கு மேல் துடித்த நரம்பும், மனத்தின் சஞ்சலத்தைக் காட்டின.

கற்பனை வளம் பெருகி, நடனம் சிறப்பாக அமையும் பொருட்டு ஆசி பெற, குனிந்து, நெற்றி நிலத்தில் பட, ஆனந்தமயி அரங்கத்தை வணங்கினாள். வெளிப்படையாகத் தெரிந்த அவளது மார்பழகை உற்றுப் பார்த்து இரசிக்க முன் இருக்கைகளில் அமர்ந்திருந்த சந்திரவம்சிகளும் கழுத்தை முன்னே நெட்டிக்கொண்டனர். வேறு யாராகவேனும் இருந்திருந்தால், இந்நேரம் சீழ்க்கை ஒலி நாலாபுறமும் பறந்திருக்கும். ஆனால், ஆடுவது ஸ்வத்வீபத்தின் இளவரசியல்லவா? வாய் திறக்க தைரியமில்லாமல், அதே சமயம் கண்களை அவளது உடல் மீது தாராளமாய் மேயவிட்டு, அரங்கத்தினர் இரசித்தனர்.

அப்போது, இன்னொரு நடனமணி நடந்து வந்தான்: உத்தங்கன். மகத நாட்டின் மிகச்சிறந்த தளபதி ஒருவரின் மகனான இவனது இராணுவ வாழ்க்கையை, ஒரு காயத்தின் பலனாய் ஏற்பட்ட வலது தோள் முண்டு, பாதியில் முடித்தது. வாழ்க்கையில் விரக்தியடைந்த எத்தனையோ பேரைப்போல் காசிக்கு ஆறுதல் தேடி வந்து சேர்ந்தவனுக்கு, அங்குதான் நடனத்தின் அற்புத உலகம் அறிமுகமாயிற்று. ஆனால், எந்த காயம் அவனது இராணுவ வாழ்க்கையைக் குட்டிச் சுவராக்கியதோ, அதுவே அவனது நடனத்திற்கும் இடைஞ்சலாய் வந்து சேர்ந்தது. தோளை அதிகம் நகர்த்த முடியாததால், உண்மையில் அற்புதமான ஒரு நடனக் கலைஞன் அடையக்கூடிய உயரங்களை அவனால் தொட முடியாமல் போயிற்று. உண்மையான சந்திரவம்சி களுக்கேயுரிய இளகிய மனம் படைத்த ஆனந்தமயி, பலவீனமான உத்தங்கனின் மீது பரிதாபப்பட்டு, தன்னுடன் நடனமாட அழைத்திருந்தாள் என்ற செய்தி மெல்லிய கிசுகிசுப்பாய் அரங்கம் முழுதும் பரவியது.

ஆனால், இந்தப் பரிதாபம் தேவையற்றது என்ற எண்ணமும் பரவலாக இருந்தது. உத்தங்கனால் நிச்சயம் நன்றாக நடனமாட முடியப்போவதில்லை; அவமானம் அடைவான். விஸ்வாமித்ரரையும், அவரை மயக்கிய தேவலோக மங்கை மேனகையையும் முக்கியக் கதாபாத்திரங்களாகக் கொண்ட ஒரு நுட்பமான, கடினமான நடனத்தை ஆடுவதாக அன்று உத்தேசம். உத்தங்கனால் தன் பங்கைச் சரிவர நிறைவேற்றமுடியுமா?

இந்தப் பரபரப்பையெல்லாம் சிறிதும் கண்டுகொள்ளாத ஆனந்தமயி, உத்தங்கனை வணங்கினாள். அவனும் அப்படியே. பிறகு, இருவரும் நெருங்கி - இவ்வகையான நடனத்தின்போது நிற்க வேண்டியதற்கும் சற்று அதிகப்படியாகவே நெருங்கி - வந்து நின்றனர். உத்தங்கனின் கரம் நீள முடியாததற்கு ஈடுகொடுக்கவே அவ்விதம் நின்றனர் போலும். சிவனின் கண்கள் மீண்டும் பர்வதேஸ்வரரை நாடின. லேசாய் இடுங்கிய விழிகளுடன் மூச்சுவிடக்கூட மறந்தவர் போல் அந்தக் காட்சியைக் கவனித்துக்கொண்டிருந்தார்.

பொறாமைப்படறாரா, என்ன?

அதிகம் நகரமுடியாத உத்தங்கனின் கரம், நடனத்தில் சுமையாகி அதைக் கெடுக்காத வகையில், பண்டைய முறைகள் சிலவற்றைத் திறம்பட மாற்றியிருந்த அயோத்யாவின் அரச குமாரி, மிக அழகாகவே நடனத்தின் காட்சித்தொகுப்பையும், கதையம்சத்தையும் அமைத்திருந்தாள். அவளது அத்தகைய மாற்றங்களே, அவர்கள் இருவரும் மிக நெருக்கத்தில் ஆடுமாறு, சந்தர்ப்பத்தை மீறிய ஒரு அணுக்கத்தை, இனம்புரியாத ஒரு இச்சையைப் பரப்பும் விதமாக அமைந்திருந்தது. முதலில் இந்த ஆச்சர்ய நடனத்தை அதிர்ச்சியுடன் கண்ணுற்ற அரங்கத்தினர், நேரம் செல்லச் செல்ல, வாய்பிளந்தபடி அதில் லயித்தனர். முன்காலத்தில் படைவீரனாயிருந்த ஒருவன், இளவரசி ஆனந்தமயியை இங்ஙனம் அணைத்துக்கொள்ளத் தகுமா? இப்படியெல்லாம் அவர்கள் எண்ணினாலும் - நடனத்தின் நேர்த்தி அவர்களைக் கட்டிப்போட்டது. விஸ்வாமித்ரர் மற்றும் மேனகையின் நடனத்தை, இவ்வளவு காதல் ரஸம் சொட்டச் சொட்ட யாரும் ஆடி அவர்கள் கண்டதேயில்லை.

நடனம் முடிந்தபோது, எழுந்த “ஓ”வென்று ஆர்ப்பாட்டக் கரகோஷமும் சீழ்க்கையும், வானைப் பிளந்தன. உண்மையிலேயே, அது மிக அற்புதமான நாட்டியமாக அமைந்துவிட்டிருந்தது. குனிந்து வணங்கிய ஆனந்தமயி, உத்தங்கனுக்கே அந்தப் பாராட்டுக்கள் உரியவை என்பதாய், ஊனமுற்றிருந்த அந்த முன்னாள் போர்வீரனைப் பெருந்தன்மையுடன் சுட்டிக்காட்டினாள். கரகோஷம் கேட்டு முகமும் அகமும் மலர்ந்த உத்தங்கனுக்கு, பிறவிப்பயனை அடைந்துவிட்ட பெருமிதமும், வாழ்நாளில் அப்போதுதான் எதையோ சாதித்துவிட்ட மகிழ்ச்சியும் சேர்ந்து திக்குமுக்காடச் செய்தன.

அங்கிருந்தோரில் கரகோஷம் செய்யாத ஒரே ஒருவர், பர்வதேஸ்வரர் மட்டுமே.

மறுநாள், காசியின் அரண்மனை வளாகத்திற்குள் தற்காலிகமாய் அமைக்கப்பட்டிருந்த இராணுவப் பாசறையின் பயிற்சிக் களத்தில், பூர்வகருடன் போர்ப்பயிற்சியில் ஈடுபட்டிருந்தார் பர்வதேஸ்வரர். அந்த முன்னாள் படைத்தளபதி, இழந்த தன் பயங்கர, அசாதாரண போர்த்திறமையை வெகு விரைவில் மீட்டுக்கொண்டிருப்பதாகப்பட்டது. கண்பார்வையை இழந்துவிட்டாலும், அற்புதச் செவித்திறன் கொண்டு பர்வதேஸ்வரரின் செய்கைகளை அறிந்துகொண்டது மட்டுமல்லாமல், பிரமாதமாய் அவற்றிலிருந்து தப்பித்து, சமயம் கிடைத்தபோது பதிலடிகளையும் மிகச் சாமர்த்தியமாகக் கொடுத்துக்கொண்டிருந்தார்.

பர்வதேஸ்வரர் புளகாங்கிதமடைந்தார்.

பயிற்சியை அப்போதைக்கு நிறுத்த உத்தரவு கொடுத்தவர், த்ராபகுவை நோக்கித் தலையசைத்தார். பூர்வகரை நோக்கித் திரும்பி, மெலூஹ இராணுவத்தின் பிரத்யேக முறைப்படி வணக்கம் செலுத்தியவர், லேசாக சிரத்தையும் தாழ்த்தினார். தன் மார்பில் தானும் கைகளை முஷ்டியாக்கிக்கொண்டு குத்திய பூர்வகர், பர்வதேஸ்வரரது வீரப்பிரதாபத்தின் மீது மிகுந்த பக்தி கொண்டவராய், இன்னும் தாழ்ந்து வணக்கம் செலுத்தினார்.

“படைத்தளபதி பூர்வகரே, நீலகண்டருடன் பிரயாணிக்கும் சூர்யவம்சிப் படையில் தங்களுக்கு இடமளிப்பது என் பாக்கியம்,” என்றார் பர்வதேஸ்வரர்.

பூர்வகர் முகம் மலர்ந்தது. தன்னைப் “படைத்தளபதி” என்று பிறர் அழைப்பதைக் கேட்டு எத்தனையோ காலமாகிவிட்டது. “பாக்கியம் என்னுடையது, சேநாதிபதி. என்னைச் சந்திரவம்சி படையோட கோத்துவிடாம இருந்தீங்களே, அதுவே சந்தோஷம். அவங்களோட துப்புக்கெட்டத்தனத்தை என்னால சமாளிச்சிருக்க முடியுமான்னு தெரியலை!”

அறையில் ஒரு மூலையில் நின்றிருந்த பகீரதனிடமிருந்து சிரிப்பு தன்னையறியாமல் வெளிப்பட்டது. “பூர்வகரே,

நீலகண்டருக்காக யாரு அதிகமா உயிர விடறாங்கன்னு பார்க்கத்தான போறோம்! நீங்க இப்ப சந்திரவம்சி பூமியில இருக்கீங்கங்கிறதை மறந்துற வேண்டாம். இங்க போர் செய்யற முறையே வேற."

பூர்வகர் பதில் சொல்லவில்லை; அரசகுலத்தாரிடம் எதிர்ப்பேச்சு பேச அவரது வளர்ப்பு தடுத்தது. தலையை மட்டும் அசைத்தார்.

அப்போது பார்த்து, ஆனந்தமயி உள்ளே நுழைந்தாள். அவளைப் பார்த்துப் புன்னகைத்த பகீரதன், பர்வதேஸ்வரரை ஒரு பார்வை பார்த்துவிட்டு, மீண்டும் அவள்புறம் திரும்பினான். உடலை ஒப்புக்கு மூடியிருந்த பளீரென்ற பச்சை மேலாடையும் மிகச் சிறிய தோத்தியும், ஆனந்தமயி போல் அழகும், கவர்ச்சியும் பொருந்திய பெண் மட்டுமே சாமர்த்தியமாய் அணிந்து வெளிக்கிளம்பக்கூடிய உடைகள். பர்வதேஸ்வரரை எப்படியேனும் கவர்ந்துவிடவேண்டும் என்பதுதான் நாளுக்கு நாள் வெட்கம் குறைந்து கொண்டே வரக் காரணமாயிருக்க வேண்டுமென்று பகீரதனுக்குத் தோன்றியது. அவனது சகோதரியை இப்படியொரு நிலையில் அவன் கண்டதேயில்லை. அவளைத் தனியாய் அழைத்துப் பேசுவதா? அல்லது பர்வதேஸ்வரரைத் தனியாக அழைத்து, அவரது உத்தேசங்களைப் பற்றிக் கேள்வி கேட்கவா?

சகோதரனை நோக்கி அசட்டையாகக் கை அசைத்துவிட்டு, உத்தங்கன் பின்னால் தொடர, ஆனந்தமயி நேராய்ப் பர்வதேஸ்வரரிடம் வந்தாள். தேவைக்கதிகமான நெருக்கத்துடன் அவள் நின்ற நிலையைக் கண்டு, அவரே ஓரடி பின்வாங்கினார். "எப்படியிருக்கார், என் மிகப் பிரிய மெலூஹ சேநாதிபதி?" அவரை ஏற இறங்க ஒரு பார்வை பார்த்துவிட்டு, புருவங்களை உயர்த்தினாள்.

"மெலூஹாவிற்குள் தனித்தனியாகப் பல்வேறு இராஜ்யங்கள் கிடையாது, தேவி," என்றார் பர்வதேஸ்வரர். "ஆகையால், படையும் ஒன்றுதான்."

ஆனந்தமயியின் புருவம் நெறிந்தது.

"மெலூஹ சேநாதிபதியும் ஒரே ஒருவர்தான்; இன்னார்தான் பிடித்தமானவர் என்று கொண்டாட அவசியம் இல்லை."

"உண்மைதான். ஒரே ஒரு பர்வதேஸ்வரர்தானே?"

சேநாதிபதியின் முகம் சிவந்தது. த்ராபகுவின் முகம் அருவருப்பில் கோணியது.

"என்னால் ஆக வேண்டியது ஏதேனும் உளதா, இளவரசி?" எப்படியாவது இந்தப் பேச்சை சீக்கிரம் முடித்துவிட வேண்டும் என்று பர்வதேஸ்வரர் பரபரத்தார்.

"எங்கே கேக்கவே மாட்டீங்களோன்னு நெனைச்சேன்," புன்னகையுடன் ஆனந்தமயி உத்தங்கனை நோக்கிக் கைகாட்டினாள். "இவர் இருக்காரே, மகத நாட்டு அகதி. பெயர் உத்தங்கன். படைவீரனாகிறதுதான் இலட்சியம்னு இருந்தார். குதிரையோட்டும் போது தோள்ள அடிபட்டுடுச்சு. திறமைதான் முக்கியம்னு பேத்தின அந்த அரைவேக்காட்டு இளவரசன் சூரபத்மன், இவரை வேலையவிட்டு தூக்கிட்டான். விரக்தியடைஞ்சவங்க பலரைப் போல, இவரும் காசி வந்து சேர்ந்துட்டார். நேத்திக்கு இவர் நாட்டியமாடினதை நீங்க பாத்திருப்பீங்களே? பிரமாதமா ஆடினார். நீலகண்டரோட பரிவாரத்துல இவரையும் நீங்க சேத்துக்கணும்."

"நாட்டியக்காரனாகவா?" அதிர்ந்து போய்க் கேட்டார் பர்வதேஸ்வரர்.

"பைத்தியம் மாதிரி உளர்றது உங்களுக்குப் பிடிக்குமா - இல்ல, சும்மா வேஷம் போடறீங்களா?"

பர்வதேஸ்வரரின் முகம் சுருங்கியது.

"கண்டிப்பா நாட்டியமாடறவரா இல்ல," பொறுமையிழந்த ஆனந்தமயி தோள்களைக் குலுக்கிக்கொண்டாள். "படைவீரனாத்தான்."

உத்தங்கனை நோக்கித் திரும்பினார் பர்வதேஸ்வரர். அகன்ற கால்கள்; இடையில் பொருத்தப்பட்டிருந்த ஆயுதங்களுக்கருகே கைகள். போருக்குத் தயாராய்த் தோற்றம். உத்தங்கன் நன்கு பயிற்றுவிக்கப்பட்டிருந்தான் என்பதில் சந்தேகமில்லை. பர்வதேஸ்வரரின் கண்கள் அவனது தோள்களுக்குச் சென்றன. அங்கு ஏற்பட்டிருந்த காயம், அவனது தோள் விரைவாக நகர்வதைத் தடுத்தது. "உயரமான மனிதனை எதிர்த்து உன்னால் போரிட முடியாது."

"பின்வாங்கறதைவிட நான் சாகத் தயார், பிரபு," என்றான் உத்தங்கன்.

"செத்து மடியும் வீரர்களால் எனக்கு எந்தப் பயனும் இல்லை," என்றார் பர்வதேஸ்வரர். "பகைவர்களை வெட்டிச் சாய்த்து உயிருடன் மீளும் வீரர்கள்தான் எனக்குத் தேவை. நீ நடனம் ஆடுவதுடன் திருப்தியடையலாமே?"

"அப்ப, நாட்டியமாடறவங்க எல்லாம் போர் செய்ய முடியாதுங்கறீங்களா?" ஆனந்தமயி குறுக்கே புகுந்தாள்.

பர்வதேஸ்வரர் அவளை முறைத்தார். நீலகண்டர் ஆவேசமான வீரர் மட்டுமல்ல, அற்புதமான ஆடற்கலைஞர் என்பது உலகறிந்த உண்மை. திரும்பி, இரு மரக்கத்திகளையும் கேடயங்களையும் கையில் எடுத்து, அவற்றில் ஒரு கத்தி மற்றும் கேடயத்தை உத்தங்கனை நோக்கி வீசினார். தன் கத்தியைப் பிடித்துக்கொண்டு, கேடயத்தை உயர்த்தியவர், மகத நாட்டுவீரனும் போர் புரியத் தயாராகும்படி சைகை செய்தார்.

"அவரோட சண்டையா போடப்போறீங்க?" ஆனந்தமயி அதிர்ந்தாள். உத்தங்கனால் பர்வதேஸ்வரரை ஒரு நாளும் சமாளிக்கமுடியாதென்பது அவளுக்கு நன்கு தெரியும். "என்னதாங்க உங்க பிரச்சனை? பேசாம அவரும் உங்க படையோட கூட வந்து ..."

அவளது தோளைத் தொட்டு பகீரதன் இழுக்க, மௌனமடைந்தவள், பின்வாங்கினாள். பூர்வகரும் த்ராபகுவும் கூட பின்னுக்கு நகர்ந்தனர்.

"இப்போதும் ஒன்றும் கெட்டுவிடவில்லை, வீரனே," என்றார் பர்வதேஸ்வரர். "விலகிக்கொள்."

"என்னைத் தூக்கிட்டுத்தான் போகணும், பிரபு," என்றான் உத்தங்கன்.

பர்வதேஸ்வரரின் கண்கள் சிறுத்தன. இந்த மனிதனின் தைரியம் அவருக்குப் பிடிக்காமலில்லை. ஆனால், அவனது ஆற்றலைப் பரிசோதிக்க வேண்டியது முக்கியம். திறனில்லாத வேகம், போர்க்களத்தில், கோரமான சாவில் முடிவதுதான் வழக்கம்.

உத்தங்கன் தாக்கக் காத்திருந்த பர்வதேஸ்வரர், மெதுவாகத்தான் நகர்ந்தார். அவனோ, அசையாமல் நின்றான். அந்த மகத நாட்டு வீரன் தற்காப்பில் இறங்கியிருப்பதை அவர் உணர்ந்தார். பர்வதேஸ்வரரைப் போல் உயரம் பொருந்திய மனிதனை நேரடியாகத் தாக்க உத்தங்கனின் தோள் அனுமதிக்காது என்பது அவருக்குப் புரிந்தது.

சேநாதிபதி தொடங்கிய தாக்குதல், சம்பிரதாயத்தைக் கடைப்பிடிக்கவில்லை. தன் கேடயத்தை மத்திம உயரத்தில் பிடித்துக்கொண்டிருந்தவர், மேலிருந்து மட்டுமே தாக்குதல்களை நிகழ்த்தினார். வேறு வழியில்லாமல் இடக்கையால் கேடயத்தை உயர்த்திப் பிடித்த உத்தங்கன், அந்தத் தாக்குதலின் வேகத்தைச் சமாளிக்க முடியாமல் பின்வாங்க வேண்டியதாயிற்று. வலக்கரத்தைத் தூக்க முடிந்திருந்தால், பர்வதேஸ்வரரின் பாதுகாப்பற்ற சிரத்தையும், தோளையும் தாக்கியிருக்கலாம். முடியவில்லை. அவரது நெஞ்சை நோக்கியே வாளை நீட்டிப் போரிட முயன்றான். அவனைச் சமாளிப்பது பர்வதேஸ்வருக்குக் கடினமாக இல்லை; மிகச் சுலபமாக கேடயத்தால் தடுத்து வந்தார். மெல்ல, அடி பிசகாமல், உத்தங்கனை சுவற்றை நோக்கி நெருக்கினார். இன்னும் சற்று நேரத்தில் உத்தங்கன் பின்வாங்க இடமின்றிப் போய்விடும்.

மெலூஹ சேநாதிபதியின் பொறாமை ஒரு பக்கம் குதூகலமளித்தாலும், உத்தங்கனை நினைத்து ஆனந்தமயியால் கவலைப்படாமல் இருக்க முடியவில்லை. "கொஞ்சங்கூட ஈவு இரக்கமே இல்லாம இப்படிப் பண்றாரே?"

பகீரதன் சகோதரியை நோக்கித் திரும்பினான். "சரியாத்தான் செய்யறார். போர்னு வந்துட்டா, பகைவர்கள் எந்தக் கருணையும் காட்ட மாட்டாங்க."

உத்தங்கனின் முதுகு சுவரில் தடாலென்று மோதியது. கேடயம் தடுமாறியது.

உடனடியாகப் பர்வதேஸ்வரர் வலப்புறமிருந்து தாக்க, உத்தங்கனின் மார்பில் அடி பலமாய் விழுந்தது.

"இது நிஜ வாளாக இருந்திருந்தால், இந்நேரம் நீ சடலமாகியிருப்பாய்," என்றார் அவர், மெல்ல.

தலையசைத்த உத்தங்கன், வலித்த மார்பை ஆற்றிக்கொள்ள முயலவில்லை.

அறையின் மத்திக்கு பர்வதேஸ்வரர் மீண்டும் சாவதானமாக நடந்து வந்தார். "மறுபடியும்?"

துவண்ட கால்களை இழுத்தவாறு உத்தங்கன் வந்து நின்றான். பர்வதேஸ்வரர் மீண்டும் தாக்கினார். மீண்டும் அதே முடிவு.

உத்தங்கனின் வலியைக் கண்டு ஆனந்தமயி சீறினாள். அவள் ஓரடி முன்னே எடுத்து வைப்பதற்குள், பகீரதன்

அவளைத் தடுத்தான். அவனுக்கும் கவலையாகவே இருந்தாலும், இந்த விஷயத்தில் தலையிட முடியாதென்பது நன்கு தெரியும். அப்படிச் செய்வது, சேநாதிபதிக்கும், அவருடன் போராடும் அந்தப் பித்துப் பிடித்த வீர இளைஞனுக்கும் அவமானம் ஏற்படுத்துவது போலாகிவிடும்.

"எதுக்கு இந்த ஆளைக் கூட்டிக்கிட்டு வந்தே?" பகீரதன் கேட்டான்.

"பிரமாதமா ஆடறான் உத்தங்கன். ப்ரங்கா பிரயாணத்துல அவனும் வந்தா பொழுது போகுமேன்னு நெனைச்சேன்."

சுருங்கிய கண்களால் பகீரதன் தன் சகோதரியை ஏறிட்டான். "அது முழு உண்மையில்ல. நீ என்ன பண்ண முயற்சிக்கிறேன்னு எனக்குத் தெரியும். இது நியாயமே இல்ல."

"காதல்லயும் கடும்போர்லயும் எல்லாமே நியாயம்தான், பகீரதா. ஆனா, உத்தங்கன் அடிவாங்கணும்கிற எண்ணம் எனக்கு நிச்சயம் இல்ல."

"அப்ப அவனை நீ இங்க கூட்டிட்டு வந்திருக்கக் கூடாது!"

பர்வதேஸ்வரர் மீண்டும் மையத்திற்கு வந்திருந்தார். "மறுபடியும்?"

உத்தங்கன் மிக மெல்ல நடந்துவந்தான். முகத்தில் அடுக்கடுக்காய் பரவிய ஆத்திரமும் கையாலாகாத்தனமும், உடலை வியாபித்த கடும் வலியைப் பிரகடனப்படுத்தின. பர்வதேஸ்வரர் கவலையில் மூழ்கினார். இன்னொரு முறை சண்டையிட்டால், மார்பெலும்புகளை நிச்சயமாய்த் உடைத்துவிடுவோம் என்று தோன்றியது. இந்தப் பைத்தியக்காரத்தனத்தை நிறுத்தியே ஆக வேண்டும். இதுவே உண்மையான போராயிருந்திருந்தால், இதற்குள் உத்தங்கன் இரு முறை சாவைத் தழுவியிருப்பான்.

மீண்டும் உத்தங்கனை நோக்கிப் பாய்ந்தார். ஆனால் ... இம்முறை, ஆச்சர்யம் அவரைத் தழுவியது: அவரது வேகமே முன்னே தள்ளிவிடும்படி, உத்தங்கன் ஒருபுறமாய் நகர்ந்துகொண்டான். திரும்பி அவரைத் தாக்க முன்னேறியவன், இடப்புறம் சுழன்று கேடயத்தை இறக்கியபோது, விலா பாதுகாப்பின்றி இருந்தது. பர்வதேஸ்வரர் தன் வாளை வீசினார். அதைத் தவிர்க்க

வலப்பக்கம் சுழன்ற உத்தங்கன், வலக்கரத்தையும் வீச, அவன் நகர்ந்த வேகத்தில், அடிபட்ட தோள் வழக்கத்தைவிட அதிகமாய் உயர முடிந்தது. மேலே சென்ற கரம், பர்வதேஸ்வரரின் கழுத்தில் இறங்கியது. இது நிஜ வாளாக இருந்திருந்தால் - கொலை வீச்சு.

பர்வதேஸ்வரர் அதிர்ந்துபோய் நின்றார். உத்தங்கனால் எப்படி இது சாத்தியம்?

உத்தங்கனே ஸ்தம்பித்துப்போயிருந்தான். இதுவரை, காயமடைந்த தோளை அவனால் இவ்வளவு உயர்த்த முடிந்ததேயில்லை. ஒருபோதும் இல்லை.

பர்வதேஸ்வரரின் முகம் லேசாய் மலர்ந்தது. தன்னைக் காத்துக்கொள்வதை விடுத்து, தாக்குதலில் நேரடியாக இறங்கிய உத்தங்கன், ஜெயித்துவிட்டான்.

"கேடயத்திடம் உனக்குள்ள பற்றை விலக்கு," என்றார் பர்வதேஸ்வரர். "ஆக்ரோஷமாய்த் தாக்கும்போது, கொல்வதற்கான ஆற்றல் உன்னிடம் இருக்கத்தான் செய்கிறது."

மூச்சு வாங்க நின்ற உத்தங்கனின் முகத்தில், சிறிய புன்னகை வெளிச்சம்.

"மெலூஹ இராணுவத்திற்கு நல்வரவு, வீரனே."

கண்கள் பனிக்க, உடனடியாக வாளைக் கீழே எறிந்த உத்தங்கன், பர்வதேஸ்வரரின் பாதங்களில் பணிந்தான்.

அவர் அவனைத் தூக்கி நிறுத்தினார். "இப்போது நீ மெலூஹப் படையைச் சேர்ந்தவன். என் வீரர்கள் கண்ணீர் சிந்துவதில்லை. இனி, மெலூஹ இராணுவ படைவீரனின் நடத்தையையொட்டி உன்னுடையதும் அமைய வேண்டும்."

ஆசுவாச பெருமூச்சுடன் பகீரதன் ஆனந்தமயியை நோக்கித் திரும்பினான். "இந்த முறை தப்பிச்சிட்ட."

தலையசைத்தாலும், ஆனந்தமயியின் எண்ண அலைகள் அசுரகதியில் மேலெழும்பி விழுந்தன. ஆக, இராணுவத் தேர்ச்சிதான் பர்வதேஸ்வரரைக் கட்டிப்போடுமோ? தன் சேநாதிபதியைக் கவர ஆனந்தமயி புதிதாய் ஒரு திட்டம் தீட்டத் துவங்கினாள்.

“சிவா சொல்றது சரிதான், அப்பா,” என்றாள் சதி. “இவ்வளவு சோமரஸத்தை வாரி வழங்கறது நியாயமில்ல, மெலூஹாவுக்கும் இது அவசியமில்லையா?”

கார்த்திக் பிறந்து பத்து நாட்களாகிவிட்டன. சக்ரவர்த்தி திலீபரும் அவரது பரிவாரமும் அயோத்யா திரும்பிவிட்டனர். கங்கைக்கரையில் நடந்துகொண்டிருந்த கப்பல் கட்டுமானப்பணியை மேற்பார்வையிடச் சிவன் சென்றிருந்தார். பெருமிதத்துடன் தாய் சதி தொட்டிலை மெல்ல ஆட்டிக்கொண்டிருக்க, தக்ஷரும் வீரிணியும் அருகே, அவளது பிரத்யேக அறையில் அமர்ந்திருந்தனர்.

தக்ஷர் மீது வீரிணி ஒரு பார்வை வீசினாலும், ஏதும் பேசாமல் மௌனம் சாதித்தாள்.

“மெலூஹாவைப் பற்றிய கவலை என்னுடையது, குழந்தாய்,” என்றார் தக்ஷர். “கார்த்திக்கைப் பற்றிக் கவலைப்படுவது மட்டுமே மெல்லியலாளான உன் கடமை.”

இம்மாதிரி மட்டம்தட்டும் பேச்சு சதிக்கு என்றுமே இரசித்ததில்லை. “கார்த்திக்கைப் பத்தி நான் யோசிக்காம இல்லப்பா. நான் அவன் அம்மா இல்லியா? ஆனா, மெலூஹாவுக்கு நாம செய்ய வேண்டிய கடமையையும் நான் மறக்கத் தயாரா இல்ல.”

“குழந்தாய்,” தக்ஷர் புன்னகைத்தார். “மெலூஹாவிற்கு ஒரு கேடும் இல்லை. என்றும் இல்லாத அளவு பாதுகாப்பாய் இருக்கிறது. மக்களைக் காக்கும் விஷயத்தில் என் ஆற்றலை நீ குறைவாய் எடைபோட வேண்டியதில்லை.”

“உங்களையோ, உங்க கடமை உணர்ச்சியையோ நான் குறைவா நெனைக்கவே இல்லப்பா. மெலூஹ மக்களுக்கு நியாயமாப் போக வேண்டியதுக்குப் பதிலா, சோமரஸத்துல கார்த்திக்குக்கு இவ்வளவு பெரிய பங்கு கெடைக்கணுமா? தப்புன்னு தோணுது. மந்தர மலை அழிஞ்ச பிறகு, சோமரஸத்துக்குக் பெரிய பத்தாக்குறை ஏற்பட்டிருக்கும்னு சந்தேகிக்கறேன். என் மகனுக்கு ஏன் இவ்வளவு குடுக்கணும்? சக்ரவர்த்தியின் பேரன்கிறதுக்காகவா? இது இராமபிரானோட கொள்கைகளுக்கு எதிரானதில்லையா?”

தக்ஷர் வாய்விட்டுச் சிரித்தார். “என் அருமை மகளே, ஒரு சக்ரவர்த்தி தன் பேரக்குழந்தைக்கு சோமரஸம் அளிக்கக்கூடாதென்று இராமபிரானின் எந்தக் கட்டளையும் கூறவில்லையே?”

“அந்தக் குறிப்பிட்ட வாசகங்களே இருக்காதேப்பா,” சதி வாதம் செய்தாள். “விஷயம் வார்த்தைகள்ளயா இருக்கு? இராமபிரானோட கொள்கைகள்ள இருக்கு. ஒரு சக்ரவர்த்தி, எப்பவும் தன் குடும்பத்தை விட மக்களத்தான் அதிகமா மதிக்கணும். நாம அப்படியா செய்யறோம்?”

“என்ன சொல்கிறாய்? கொள்கையை கடைபிடிக்கவில்லையென்றால் - அதற்கு என்ன அர்த்தம்?” தக்ஷரின் குரலில் கோபம் கொப்பளித்தது. “நான் சட்டத்தை மீறுபவன் என்கிறாயா?”

“அப்பா, தயவு செஞ்சு குரலை உசத்தாதீங்க. கார்த்திக் முழிச்சிக்குவான். சாதாரண மக்களுக்குப் பதிலா நீங்க கார்த்திக்குக்கு அதிகம் குடுக்கணும்னு நெனைச்சீங்கன்னா -மெலூஹாவோட சட்டங்களை நீங்க மீர்றீங்கன்னுதான் அர்த்தம்.”

வீரிணி கூனிக்குறுகினாள். “தயவு செய்து ...”

அவளைத் தக்ஷர் கண்டுகொள்ளவில்லை. “நான் இராமபிரானின் எந்த விதியையும் மீறவில்லை!”

“ஆமா, மீர்றீங்க,” என்றாள் சதி ஆணித்தரமாக. “சூர்யவம்சிகளுக்கு போதுமான அளவு சோமரஸம் இருக்குன்னா சொல்றீங்க? மத்த, அதிர்ஷ்டமில்லாத சாதாரண மெலூஹர்களோட இழப்பினால கார்த்திக் நன்மையடையலைன்னு உங்களால நிச்சயமா சொல்ல முடியுமா? இதுக்கு நீங்க உத்தரவாதம் தரலைன்னா, இந்த சோமரஸப்பொடியெல்லாம் பயன்படாமதான் இருக்கும். யாரும் இதை கார்த்திக்குக்குக் குடுக்கவும் நான் விடமாட்டேன்.”

“உன் மகனுக்கே தீங்கிழைப்பாயோ?” தூங்கிக் கொண்டிருந்த தன் பேரப்பிள்ளையைப் பார்த்துவிட்டு, சதியை முறைத்தார்.

“கார்த்திக் என் மகன். மத்தவங்களை அடிச்சுக் கெடைக்கிற எந்த விஷயமும் அவன் அனுபவிக்க மாட்டான். அது அவனுக்குப் பிடிக்காது. *ராஜதர்மம்*னா என்னன்னு நான் அவனுக்கு சொல்லிக் குடுப்பேன்.”

என் மகளா எனக்கு இராஜதர்மம் போதிப்பது? தக்ஷர் வெடித்தார். “*என் ராஜதர்மத்தை நான் மிகச்சரியாகத்தான் நிறைவேற்றியிருக்கிறேன்!*”

கார்த்திக் திடுக்கிட்டு விழித்துக்கொள்ள, சதியின் கரம் தன்னையறியாமல் அவனை நோக்கி நீண்டது. அம்மாவின் அண்மையும், அவளுக்கேயுரிய வாசமும் அவனை சாந்தப்படுத்த, சதி தன் தந்தையை முறைத்தாள்.

"உன்னிடம் இதைச் வெளியிட நான் விரும்பவில்லை," என்றார் தக்ஷர். "ஆனால், கார்த்திக்கின் ஆரோக்கியத்தையே காவு கொடுக்க நீ சித்தமாகயிருப்பதால், சொல்கிறேன், கேள்: சோமரஸத்தைத் தயாரிக்கும் இன்னொரு ஆலை இருக்கத்தான் செய்கிறது. பல வருடங்களுக்கு முன்னால், மகரிஷி ப்ருகுவின் கட்டளையின் பேரில் கட்டுமானம் தொடங்கியது. மந்தர மலைக்கு ஒரு மாற்றாக அதை எண்ணினோம். நம்மிடையே எத்தனையோ துரோகிகள் நடமாடுவதால், இதுவரை இந்த விஷயத்தை இரகசியமாய்க் காத்தோம்."

சதி அதிர்ந்து போய் அவரை வெறித்தாள். வீரிணியோ, தலையில் கைவைத்தபடி அமர்ந்திருந்தாள்.

"ஆகையினாலே, எனதருமை மகளே," தக்ஷரின் குரலில் இகழ்ச்சி சொட்டியது. "என் ராஜதர்மத்தை நான் சரிவர நிறைவேற்றித்தான் வந்திருக்கிறேன். மெலூஹாவில் அடுத்த சில நூற்றாண்டுகளுக்குத் தேவையான சோமரஸம் அதிக அளவிலேயே இருக்கின்றது. கார்த்திக்கிற்குப் பதினெட்டு வயதாகும் வரை தினம் இந்த அமுதபானத்தைக் கொடுத்துக்கொண்டே இரு. வரலாற்றிலேயே இவனைப் போல் பலம் பொருந்திய வீரன் எவனும் இல்லையென்று பெயர் வாங்குவான்."

சதி எதுவும் பேசவில்லை. இரகசியமாய் இன்னொரு சோமரஸத் தயாரிப்பு ஆலை இருக்கிறதென்ற விஷயம் அவளைக் கட்டிப்போட்டிருந்தது. நூற்றுக்கணக்கான கேள்விகள் அவள் மனதிற்குள் சுழன்று சுழன்று அடித்தன.

"நான் சொல்வது கேட்கிறதல்லவா?" என்றார் தக்ஷர். "சோமரஸத்தை நீ கார்த்திக்கிற்கு தினமும் கொடுக்கவேண்டும். தினமும்!"

சதி தலையசைத்தாள்.

—

வறண்ட நதிக்கரையில், ப்ரங்கர்கள் தற்காலிகமாய் அமைத்திருந்த தொழிற்பட்டறையில் சிவன்

நின்றுகொண்டிருந்தார். ஐந்து மரக்கலங்கள் அப்போது கட்டுமானத்தில் இருந்தன. கரச்சாபாவில் இதைவிடவும் பிரம்மாண்டமான கப்பல்கள் கட்டப்படுவதை நேரில் பார்த்திருந்த சிவன், ப்ரங்கர்களின் அதிசயோக்தமான, அபூர்வக் கப்பல் வடிவமைப்பைக் கண்டு வியந்தார். அவர் மட்டுமா? பர்வதேஸ்வரரும்தான்.

கப்பல்கள் நிறுத்தப்பட்டிருந்த மிகப்பெரும் மரத்தளங்களைச் சுற்றிச் சுற்றி நடந்தனர். வழக்கமான ஸ்வத்வீபக் கலங்களுடன் ஒப்பிட்டால், இவற்றின் பரிமாணங்களும், அமைப்பும் மிக உயர்ந்த தரத்துடன் இருந்தன. வித்தியாசம், கப்பல் முகப்பின் கீழ்ப்பாகத்தில் காணப்பட்டது. தண்ணீர்மட்டத்திற்கும் கீழே கப்பலின் முகம், அபத்தம் என்று தோன்றுமளவு மிக மெலிதாக்கப்பட்டு, இன்னும் இரண்டு அல்லது மூன்று மீட்டர் தூரத்திற்குக் கீழேயும் சென்றது.

“இதனால என்ன பிரயோஜனம், பர்வதேஸ்வரரே?” என்றார் சிவன்.

“தெரியவில்லை, பிரபு,” என்றார் அவர். “இம்மாதிரியான விசித்திர வடிவமைப்பை நான் கண்டதேயில்லை.”

“ஒரு வேளை, தண்ணீரை ரொம்ப வேகமாக் கிழிச்சிட்டுப் போகும்னு நெனைக்கறீங்களா?”

“சரியாகத் தெரியவில்லை. ஆனால் - இவ்வகையான நீட்டிப்பால் கப்பலின் ஸ்திரத்தன்மை குறையுமில்லையா?”

“மேல்பூச்சு கொஞ்சம் கனம் கொடுக்குமோ என்னவோ,” மரத்திற்குள் ஆணியடித்து செலுத்தப்பட்டிருந்த இரும்புத் தகடுகளைத் தடவியவாறு சொன்னார் சிவன். “உங்க மக்கள் சமீபத்துல கண்டுபிடிச்ச அபூர்வ புது உலோகம் இதுதானா?”

“ஆம், பிரபு. பார்த்தால் இரும்பு போலத்தான் தெரிகிறது.”

“அப்படீன்னா, இதோட கனம் கப்பலை ஸ்திரமா செலுத்த உதவும்.”

“அதே கனம் கப்பலின் வேகத்தையும் குறைக்கலாமல்லவா?”

“உண்மைதான்.”

முகப்பின் நீட்சியின் மீது அடித்திருந்த இரும்புத் தகடுகளில் பதிந்திருந்த ஆழமான வரிப்பள்ளத்தின் மீது கைகளை ஓட்டினார் பர்வதேஸ்வரர், "இந்த விசித்திரத்தின் பலன் யாதாயிருக்கும் என்று தெரியவில்லை."

"இந்த கொக்கிகளுக்கும்தான்." முகப்பின் மீது, வரிப்பள்ளத்திற்கு இரண்டு மீட்டர் உயரத்தில் அமைந்திருந்த பல பெரிய கொக்கிகளைப் பார்த்தார் சிவன்.

அப்போது, ஆயுர்வதி சகிதமாய் திவோதாஸ் வந்து சேர்ந்துகொண்டார். இரண்டு வேளைகளாகப் பிரித்து மாற்றி மாற்றிக் கடும் வெய்யிலில் வேலை செய்வது ப்ரங்கர்களை வாட்டியதால், ஆயுர்வதியின் உதவியை திவோதாஸ் நாட வேண்டியதாயிற்று. ப்ரங்கர்கள் இழந்த சக்தியை மீட்டுக்கொடுக்கும் வகையில், மருந்துகள் தயாரித்துக் கொடுப்பதில் ஆயுர்வதியும் அவளது குழுவினரும் மட்டற்ற மகிழ்ச்சி அடைந்தனர்.

"பிரபு," திவோதாஸ் புன்னகையுடன் அருகே வந்தார். "ஆயுர்வதி தேவி உண்மையில் ஒரு அற்புதப் பிறவி. அவர் தர்ற மருந்தை சாப்ட்டா, உடம்புல சக்தி சும்மா ஊத்தெடுக்குது. கடந்த சில நாட்கள்ள எங்க வேலையாட்கள் சக்தி பல மடங்கா பெருகியிருக்கு."

வெட்கமடைந்த ஆயுர்வதியின் முகம் "குப்"பென்று சிவந்தது. "சேச்சே, இதெல்லாம் ஒரு விஷயமா?"

"உங்களை மாதிரி சூர்யவம்சிகளுக்கு என்னதான் பிரச்சனை?" திவோதாஸ் வினவினார். "பாராட்டினா ஏன் ஏத்துக்க இவ்வளவு கூச்சப்படறீங்க?"

சிவனும் ஆயுர்வதியும் வாய்விட்டுச் சிரித்தனர். பர்வதேஸ்வரர் இந்த ஹாஸ்யத்தை இரசித்ததாகத் தெரியவில்லை. "மாபெரும் மனிதர்களின் அடையாளம், அவர்களது தன்னடக்கம்தான் என்பது இராமபிரானின் வாக்கு. நாம் அடக்கத்தைத் துறந்தால், இராமபிரானையே அவமதிப்பதாகும்."

"இராமபிரானைக் குறைகூறும் விதமாய் திவோதாஸ் எதையும் சொல்லவில்லை என்பது என் அனுமானம், பர்வதேஸ்வரரே," என்றாள் ஆயுர்வதி. "நாம் எல்லோரும் பெருமானிடத்தில் பக்தியுடையவர்களே. வாழ்க்கையை இன்னும் கொஞ்சம் சந்தோஷமாய், சில கட்டுக்களைத்

நாகர்களின் இரகசியம் 149

தளர்த்திக்கொண்டு அனுபவிக்கலாமே என்ற எண்ணத்தில்தான் திவோதாஸ் கூறியிருப்பார். அதில் தவறொன்றுமில்லை."

"என் கவனத்தைக் கவர்ந்தது என்னன்னா," சிவன் பேச்சை மாற்றினார். "கப்பலோட கீழ்ப்பகுதியில நீண்டிருக்கிற இந்தப் பகுதிதான். இதை வடிவமைக்கிறதே ரொம்ப கஷ்டமாயிருந்திருக்குமே? அதோட கனத்தையும், பரிமாணத்தையும் அக்ஷர சுத்தமா கணக்கிட்டு அமைக்கலைன்னா, கப்பல் கவுந்துரும். உங்க பொறியாளர்களை நான் பாராட்டியே ஆகணும்."

"பாராட்டுக்களை ஏத்துக்கறதுல எனக்கு எந்தப் பிரச்சனையுமில்ல, பிரபு," திவோதாஸ் புன்னகைத்தார். "என் பொறியாளர்கள் உண்மையில ரொம்ப சாமர்த்திய சாலிகள்தான்!"

சிவன் முறுவலித்தார். "நிச்சயமா. ஆனா, இந்த நீட்சிக்கு என்ன அர்த்தம்? இதனால என்ன பிரயோஜனம்?"

"பூட்டுக்களைத் திறக்கும், பிரபு."

"என்னது?"

"இது ஒரு சாவி. ப்ரங்காவின் வாயிலை நாம நெருங்கும்போது, இது வேலை செய்யற விதத்தை நீங்களே பார்ப்பீங்க."

சிவனின் புருவங்கள் சுருங்கின.

"இந்தப் பொறிகள் இல்லாத கப்பல் ப்ரங்காவுக்குள்ள நுழைய முடியாது. சிதைஞ்சு போயிடும்."

"கங்கையின் மீது வாயில்களா?" என்றார் பர்வதேஸ்வரர். "அவையெல்லாம் வெறும் கட்டுக்கதை என்றல்லவா நினைத்திருந்தேன்? இத்துணை பிரம்மாண்டமான நதியின் மீது, அதன் வெள்ளப்பெருக்கைச் சமாளிக்கும் வாயில்கள் அமைப்பது எங்ஙனம்? என்னால் கற்பனைகூட செய்து பார்க்க முடியவில்லை."

திவோதாஸின் முகத்தில் புன்னகை தோன்றியது. "கற்பனைக் கதையை நிஜமாக்க, அதியற்புதத் திறம்படைத்த பொறியாளர்கள் வேணும். அப்படிப்பட்ட திறமை சாலிகளுக்கு ப்ரங்காவுல பஞ்சமேயில்ல!"

"இந்த வாயில் எப்படி வேலை செய்யுது?" என்றார் சிவன்.

“நீங்க நேர்ல பாத்தீங்கன்னா இன்னும் நல்லாப் புரியும், பிரபு,” என்றார் திவோதாஸ். “இந்த மாதிரி பிரம்மாண்டமான, வியப்பூட்டற கட்டுமானங்களை வார்த்தைகள்ள விவரிக்கிறது கஷ்டம். பார்த்தால்தான் அதோட மகத்துவம் விளங்கும்.”

அப்போது, ஒரு மாதக் குழந்தை ஒன்றைக் கையில் ஏந்தியவாறு, ஒரு பெண்மணி வந்தாள். ப்ரங்காவின் உயர்குரு. ப்ரங்கர்கள் குடியிருப்பில் பகீரதனின் தாக்குதலைத் தடுத்த அதே பெண்மணிதான்.

குழந்தையை பார்த்த சிவனின் முகத்தில் புன்னகை மலர்ந்தது. “அடடே - என்ன அழகான குழந்தை!”

“என்னோட பொண்ணுதான், பிரபு,” என்றார் திவோதாஸ். “இது என் மனைவி, யஷினி.”

யஷினி குனிந்து சிவனின் பாதங்களில் விழுந்து வணங்கிவிட்டு, ஆசி பெறும் பொருட்டு தன் குழந்தையையும் அவரது பாதத்தில் கிடத்தினாள். சிவன் உடனடியாகக் குனிந்து குழந்தையைத் தூக்கினார். “பெயர் என்ன?”

“தேவயானி, பிரபு,” என்றாள் யஷினி.

சிவனின் முகம் மலர்ந்தது. “ஆசான் சுக்ராச்சாரியாரின் மகள் பெயரை வெச்சிருக்கீங்க?”

யஷினி தலையசைத்தாள். “ஆம், பிரபு.”

“அழகான பெயர். அவ வளர்ந்த பெறகு, உலகத்துக்கும் பெரிய பாடங்கள் கத்துத் தருவாங்கிறதுல எந்த சந்தேகமும் இல்ல,” குழந்தையை யஷினியிடம் திருப்பிக் கொடுத்தவாறு கூறினார் சிவன்.

“குழந்தைகளோட வருங்காலத்தைப் பத்தியெல்லாம் கவலைப்படுறது ப்ரங்கர்களைப் பொறுத்தவரை அதீத ஆசை, பிரபு,” என்றாள் யஷினி. “அவங்க வருங்காலத்தைக் கண்ணால பாக்கற வரையிலாவது வளர்வாங்கங்கிற நம்பிக்கை மட்டும் தான் எங்களுடையது.”

சிவன் ஆறுதலாய் புன்னகைத்தார். “இந்த நிலைமையை மாத்தற வரைக்கும் நான் ஓயமாட்டேன், யஷினி.”

“மிக்க நன்றி, பிரபு,” என்றார் திவோதாஸ். “நீங்க ஜெயிப்பீங்கங்கிறதுல எனக்கு சந்தேகம் இல்ல. எங்க உயிரைப் பத்தி எங்களுக்குக் கவலையில்ல - ஆனா, எங்க குழந்தைங்களைக் காப்பாத்தியே ஆகணும். நீங்க

மட்டும் ஜெயிச்சிட்டீங்கன்னா, நாங்க என்னென்னிக்கும் உங்களுக்குக் கடமைப்பட்டிருப்போம்."

"ஆனால், திவோதாஸ்," என்றாள் ஆயுர்வதி. "பிரபுவும் தங்களுக்குக் கடமைப்பட்டுள்ளார்."

சிவனும் திவோதாஸும் ஆயுர்வதியை நோக்கித் திரும்பினர். இருவர் முகங்களிலும் ஆச்சர்யம்.

"ஏன்?" என்றார் திவோதாஸ்.

"உங்களது மருந்து கார்த்திக்கின் உயிரைக் காப்பாற்றிவிட்டது," ஆயுர்வதி விளக்கினாள்.

"நீங்க சொல்றது எதுவும் புரியலை."

"பல சமயம், தாயின் வயிற்றில் இருக்கும்போது, தொப்புள்கொடி குழந்தையின் கழுத்தைச் சுற்றிக்கொள்ளும். சமயத்தில், இது மிக ஆபத்தாய் முடியும்; பிரசவத்தின் போது மூச்சுத் திணறி, குழந்தை இறந்து பிறக்க வாய்ப்புண்டு. இளவரசியின் முதல் பிரசவத்தின்போது நான் அங்கே இல்லாததால், சரியாகச் சொல்லமுடியவில்லை - ஆனால், இதுவேதான் நடந்திருக்கக்கூடும் என்று சந்தேகிக்கிறேன். ஏனென்றால், கார்த்திக்கின் கழுத்தையும் தொப்புள்கொடி சுற்றிக்கொண்டிருந்தது. இம்முறையோ, உங்கள் மருந்தை நான் இளவரசி சதியின் வயிற்றில் தடவினேன்; எப்படியோ, அது உள்ளே புகுந்து, குழந்தை வெளியே வரும் அந்த மிக ஆபத்தான சில நிமிடங்களுக்கு அவன் மூச்சைக் காப்பாற்றி, உயிர் பிழைக்க சக்தியையும் அளித்துவிட்டது. உங்கள் மருந்துதான் அவனைக் காப்பாற்றியது."

"என்ன மருந்து?" என்றார் திவோதாஸ்.

"நாகர்களின் மருந்துதான்," ஆயுர்வதியின் புருவம் நெறிந்தது. "பசையை முகர்ந்தவுடன் அடையாளம் கண்டுகொண்டேன். அதை நீங்கள் மட்டும்தானே கொடுத்திருக்கமுடியும்?"

"நான் குடுக்கலியே?"

"இல்லையா?" அதிர்ந்த ஆயுர்வதி, சிவனிடம் திரும்பினாள். "ஆனால் ... அப்படியென்றால், மருந்துகளை எங்கிருந்து பெற்றீர், பிரபு?"

சிவன் உறைந்துபோய் நின்றார். பெறற்கரிய பொக்கிஷமாய் மதித்த ஒரு விஷயத்தை, ஒரு நினைவை,

யாரோ கொடூரமாய்ச் சிதைத்துவிட்டது போல ஒரு பிரமை.

"பிரபு?" என்றாள் ஆயுர்வதி. "என்னாயிற்று?"

முகத்தில் எள்ளும் கொள்ளும் வெடிக்க, சட்டென்று திரும்பினார். "நந்தி! பத்ரா! என்னோட வாங்க!"

"பிரபு, எங்கே செல்கிறீர்கள்?" பர்வதேஸ்வரர்.

சிவன் எப்போதோ அவர்களைக் கடந்திருந்தார். பின்னோடு, நந்தி, வீரபத்ரா மற்றும் அவர்களது படையினர் தொடர்ந்து சென்றனர்.

"பண்டிட்ஜி!"

காசி விஸ்வநாதர் கோயிலில் நின்றிருந்தார் சிவன். கட்டளைப்படி, நந்தி மற்றும் வீரபத்ரா, படையுடன் வெளியே காத்திருந்தனர்.

"பண்டிட்ஜி!"

எங்க போய்த் தொலைஞ்சான் அந்தாளு?

சட்டென்று, இவ்வாறு குரலை உயர்த்த வேண்டிய அவசியமேயில்லை என்பது சிவனுக்கு நினைவுவந்தது. எண்ணங்களை மட்டும் செலுத்தினாலே போதுமே? *வாசுதேவர்களே! யாராவது இருக்கீங்களா?*

பதிலில்லை. சிவனின் கோபம் ஒரு படி மேலேறியது.

என் குரல் உங்களுக்குக் கேக்குதுன்னு எனக்குத் தெரியும்! யாருக்காவது பதில் பேச தைரியம் இருக்கா?

இன்னமும் பதில் இல்லை.

நாகர்களோட மருந்து உங்களுக்கு எங்கேயிருந்து கெடைச்சது?

மயான அமைதி.

பதில் சொல்லுங்க! உங்களுக்கும் நாகர்களுக்கும் என்ன சம்பந்தம்? எவ்வளவு தூரம் போகுது இந்த விவகாரம்?

எந்த வாசுதேவரும் பதிலிறுக்கவில்லை.

புனித ஏரியின் பெயரால கேக்கறேன்; பதில் சொல்லுங்க! இல்லைன்னா, நன்மைக்கான எதிரிகள் பட்டியல்ல உங்க பெயர்களையும் நான் சேர்க்க வேண்டியிருக்கும்!

ஒரு வார்த்தை கூட சிவன் மனதிற்குள் பதிலாய் எதிரொலிக்கவில்லை. ருத்ரபகவானின் திருவுருவச்சிலையை நோக்கித் திரும்பினார். ஏனோ, அவருக்கு நினைவிலிருந்தபடி, அது இப்போது பீதியேற்படுத்துவதாய்த் தோன்றவில்லை. அமைதியே உருவாய் இருப்பதுபோல்தான் இருந்தது. நிர்மலமாய் ... சிவனிடம் ஏதோ சொல்ல விரும்புவது போல்.

திரும்பியவர், கடைசியாக ஒரு முறை பலம்கொண்ட மட்டும் கூவினார். **"வாசுதேவர்களே! எனக்கு மட்டும் இப்ப நீங்க பதில் சொல்லலைன்னா, ரொம்ப மோசமான அனுமானத்துக்கு நான் வர வேண்டியிருக்கும்!"**

பதில் ஏதும் வராத நிலையில், கோயிலை விட்டு ஆவேசமாய் வெளியேறினார்.

அத்தியாயம் 9

எது உன் கர்மா?

"என்னாயிற்று, சிவா?"

திரும்பிய சிறுவன், மாமா பின்னால் நின்றுகொண்டிருப்பதைக் கண்டான். குணா ஆண்களிடையே, கண்ணீர் என்பது கேவலம்; விழிகளை அவசரமாகத் துடைத்துக்கொண்டான். மாமா புன்னகைத்தார். அருகில் அமர்ந்துகொண்டு, அவனது மெல்லிய தோள்களை அணைத்துக்கொண்டார்.

மானசரோவர் ஏரியின் சிறிய அலைகள் பாதங்களை நனைக்க, அப்படியே சற்று நேரம் அமைதியில் திளைத்தவாறு அமர்ந்திருந்தனர். காற்றின் சில்லிப்பு, ஒரு குறையாகத் தோன்றவில்லை.

"உன் பிரச்சனை என்ன, குழந்தாய்?" என்றார் மாமா.

சிவன் நிமிர்ந்து பார்த்தான். மாமாவைப் போல் ஆக்ரோஷமான போர்வீரனால், எப்படி அன்பான, ஆதுரம் நிரம்பிய புன்னகை பூக்க முடிகிறதென்று அவன் அடிக்கடி வியந்ததுண்டு.

"இதுபத்தி நான் குற்ற உணர்ச்சியோட இருக்கக்கூடாதுன்னு அம்மா சொன்னாங்க ..."

துயரக்கண்ணீர் தொண்டையை அடைக்க, சிவன் நிறுத்தினான். நெற்றிக்கு மேல் புருவம் துடிப்பதை உணர முடிந்தது.

"அந்தப் பாவப்பட்ட பெண் விஷயம்தானே?" மாமா கேட்டார்.

சிறுவன் தலையாட்டினான்.

"நீ என்ன நினைக்கிறாய்?"

"எனக்கு என்ன நினைக்கிறதுன்னு தெரியலை."

"உனக்குத் தெரியும். உன் இதயம் சொல்வதைக்கேள். என்ன நினைக்கிறாய்?"

கையிருக்கமாட்டாமல், தனது புலித்தோல் உடையை சிறுவனின் சிறிய கரங்கள் பிசைந்தன. "அவளுக்கு நான் உதவி செஞ்சிருக்கமுடியாதுன்னு அம்மா சொல்றாங்க. நான் ரொம்ப சின்னவனாம். சிறுசாம். சக்தியில்லாதவனாம். என்னால எதுவும் செஞ்சிருக்க முடியாதாம். அவளுக்கு உதவி செய்யறதுக்கு பதிலா, நான்தான் அடி வாங்கிட்டு வந்திருப்பேங்கிறாங்க."

"அது நிஜமாகவே இருக்கலாம். அதனால் என்ன?"

சிறுவன் நிமிர்ந்து பார்த்தபோது, அவனது கண்கள் சுருங்கி, அவற்றில் கண்ணீர் ததும்புவது தெரிந்தது. "இல்ல."

மாமாவின் முகம் மலர்ந்தது. "யோசித்துப் பார். நீ அவளுக்கு உதவியே புரிந்திருந்தாலும், அவள் கஷ்டப்பட்டிருக்கலாம். அல்லது, உன் தலையீட்டால், அவள் தப்பவும் செய்திருக்கலாம். அதற்கான நூலிழை வாய்ப்பு இல்லாமலில்லை. பிரச்சனை என்ன தெரியுமா? நீ முயற்சியே செய்யவில்லை. நீ முயற்சியெடுக்காததால், அந்த நூலிழை வாய்ப்புக்கான சிறு சந்தர்ப்பமும் இல்லாமல் போய்விட்டது. அதுதானே?"

சிவன் தலையசைத்தான்.

"வேறென்ன சொன்னாள் அம்மா?"

"அந்தப் பொம்பளை திருப்பி அவனை அடிக்கக்கூட முயற்சி பண்ணலைன்னு சொன்னாங்க."

"அதுவும் உண்மையாக இருந்திருக்கலாம்."

"அந்த பொம்பளையே தன்னைக் காப்பாத்திக்க எதுவும் பண்ணாதப்ப, நான் அவளைக் காப்பாத்த முயற்சி செய்யாததை மட்டும் ஏன் பெரிய விஷயமா நெனைக்கணும்னாங்க?"

"இதுவும் மிக முக்கியமான விஷயம்தான். கொடுமை அவளுக்கெதிராய் நிகழ்ந்திருப்பினும், அதை சகித்துக்கொண்டுதானே இருந்தாள்."

மலைவாயிலில் சரியும் சூரியனைப் பார்த்தவாறு சற்று நேரம் அமர்ந்திருந்தனர்.

"ஆக, அந்தப் பெண் தன்னைக் காத்துக்கொள்ள எந்த முயற்சியும் செய்யவில்லையென்றாலும்," மாமா தொடர்ந்தார். "நீ என்ன செய்திருக்கமுடியும் என்று நினைக்கிறாய்?"

"நான் ..."

"சொல்லேன்."

"அவ தன்னைக் காப்பாத்திக்க எந்த முயற்சியும் செய்யலைன்னாலும், நான் அவளுக்காக எதையாவது செஞ்சிருக்கணும்."

"ஏன்?"

சிவன் நிமிர்ந்தான். "நானும் யதார்த்தமா நடந்துட்டிருந்திருக்கணும்னு நெனைக்கறீங்களா? ஓடி வந்தது தப்பில்லைங்கறீங்களா?"

"என் அபிப்ராயம் இப்போது முக்கியமில்லை. நீ விஷயத்தை எப்படி அர்த்தம் செய்துகொண்டிருக்கிறாய் என்பதைத்தான் தெரிந்துகொள்ள விரும்புகிறேன். ஓடிவந்துவிட்டதை தவறு என்று ஏன் நினைக்கிறாய்?"

சிவன் மீண்டும் தலைகுனிந்தான். கைகள், உடையைப் பிடித்துத் திருகின. புருவம் வலியில் தெறித்தது. "ஏன்னா, எனக்குத் தப்பாத் தோணுது."

அவனது மாமா புன்னகைத்தார். "அதுதான் பதில். நீ செய்தது உன் கர்மாவுக்கு எதிரானது என்பதால், உனக்கு அது தவறாய்த் தெரிகிறது. அந்தப் பெண் தனது முடிவுகளைத் தானே செய்தாள்; அவளது கர்மா உன்னை பாதிக்காது. உனது சுமை, உன்னுடைய கர்மா மட்டுமே."

சிவன் நிமிர்ந்து பார்த்தான்.

"தீமையை ஒழிப்பதுதான் உன்னுடைய கர்மா. தீய சக்திகளால் அதிக அளவில் பாதிக்கப்படும் மக்கள் அதனை எதிர்த்துப் போராடாவிட்டாலும் பரவாயில்லை உலகமே அவர்களது நிலையைக் கண்டுகொள்ளாமல் வேறுபுறம் திரும்பி நின்றாலும் பரவாயில்லை. ஒரு விஷயத்தை மட்டும் நினைவில் கொள்: மற்றவர்களது கர்மாவின் விளைவுகளைப் பற்றி நீ கவலைப்பட வேண்டிய அவசியம் இல்லை.

நாகர்களின் இரகசியம் 157

உன் காரியத்தின் பின்விளைவுகள் மட்டுமே உன்னைச் சேர்ந்தவை."

சிவன் லேசாகத் தலையசைத்தான்.

"வலிக்கிறதா என்ன?" மாமா, சிவனின் நெற்றியில், கண்களுக்கு நடுமத்தியில், கருஞ்சிவப்பாய்த் தெரிந்த புண்போன்ற ஏதோவொன்றைச் சுட்டிக்காட்டினார்.

சிவன் அதை விரலால் அழுத்தினான். வலி மட்டுப்பட்டது போல் தோன்றியது. "இல்ல. ஆனா, எரியுது. ரொம்ப எரியுது."

"மனது சரியில்லாத போது அதிகம் வலிக்கிறதா?"

சிவன் தலையாட்டினான்.

மாமா தன் மேலாடைக்குள் கைவிட்டு, ஒரு சிறிய சுருக்குப்பையை வெளியே எடுத்தார். "இது ஒரு அற்புதமான மருந்து. வெகு காலமாக இதை நான் என்னுடன் வைத்திருக்கிறேன். இதைப் பெற்றுக்கொள்ள மிகத் தகுதியானவன் நீதான் என்று எனக்குத் தோன்றுகிறது."

அதை வாங்கிக்கொண்ட சிவன், திறந்து பார்த்தபோது, உள்ளே, கருஞ்சிவப்பில் மொழுக்கென்று ஒரு பசை இருப்பதைக் கண்டான். "இதைத் தடவிக்கிட்டா எரிச்சல் போயிருமா?"

அவனது மாமா புன்னகைத்தார். "உனக்கான பிறவிப்பயனை நோக்கி இது உன்னைச் செலுத்தும்."

சிவனின் புருவம் சுருங்கியது. குழப்பமாகயிருந்தது.

மானசரோவரைத் தாண்டி, பின்னால் ஓங்கி, நெடிதுயர்ந்து விரிந்த இமயமலைத் தொடரை மாமா சுட்டிக்காட்டினார். "இந்த பிரம்மாண்டமான மலைத் தொடரையும் தாண்டியது, உன் பிறவிப்பயன். ஆனால், அதை நீ நிறைவேற்ற, இந்த மிகப்பெரும் மலைத்தொடரையே நீ தாண்டிச் செல்ல வேண்டியிருக்கும்."

அதற்கு மேல் எதையும் விவரிக்க வேண்டிய அவசியம் இருந்ததாக மாமாவுக்குத் தோன்றவில்லை. கருஞ்சிவப்புப் பசையில் கொஞ்சத்தை எடுத்து சிவனின் புருவத்தின் மீது அழகிய நீளக்கோடாக, கண்களிலிருந்து முடிவரை இழுத்துவிட்டார். புருவத்தின் எரிச்சல் உடனடியாக அடங்க, சிவனுக்கு ஆசுவாசம் ஏற்பட்டது. பசையில்

இன்னும் கொஞ்சத்தையெடுத்து, அவனது கழுத்தைச் சுற்றித் தடவிவிட்டார். மீதத்தையெடுத்து சிவனின் வலக்கரத்தில் வைத்தார். பிறகு, தன் விரலை லேசாக வெட்டி, அதன் இரத்தத்தில் சில சொட்டுக்கள், பசையில் விழுமாறு செய்தார். "தங்கள் கட்டளையை ஒருபோதும் மறக்கவொட்டோம், ருத்ரபகவானே," என்றார், கிசுகிசுப்பாய். "இது ஒரு வாயுபுத்ரனின் இரத்தவாக்கு."

மாமாவைப் ஏறிட்டுவிட்டு, அவரது இரத்தம் கலந்த கருஞ்சிவப்புப் பசை இன்னமும் தீற்றியிருந்த தன் உள்ளங்கையைச் சிவன் குனிந்து பார்த்தான்.

"உன் வாயின் கடைப்பகுதியில் அதை அதக்கிக்கொள்," என்றார் மாமா. "விழுங்கிவிடாதே. உமிழ்நீரோடு கலக்கும் வரையில் நாவால் அதை தேய்த்துக்கொள்."

சிவன் சொன்னபடி செய்தான்.

"இப்போழுது நீ தயார். விதி, சரியான சமயத்தைத் தேர்வு செய்யட்டும்."

சிவனுக்கு எதுவும் புரியவில்லை. ஆனால், மருந்தினால் எரிச்சல் அடங்க, நிம்மதியாக இருந்தது. "இந்த மருந்து இன்னும் கொஞ்சம் இருக்கா?"

"என்னிடம் இருந்ததனைத்தையும் கொடுத்துவிட்டேன், குழந்தாய்."

"வாசுதேவர்கள்கிட்ட நாகர்களின் மருந்து இருந்ததா?" சதி அதிர்ந்துபோய்க் கேட்டாள்.

அப்பாவுடன் அன்று காலையில் அவள் நடத்திய சஞ்சலம் நிறைந்த பேச்சுவார்த்தை குறித்து சிவனுடன் பேச வேண்டும் என்பது அவளது என்ணம். மாற்றார் அறியாத வண்ணம், சோமரஸப் பொடி தயாரிக்க மற்றொரு ஆலை இருந்த விஷயம் அவளைக் கலக்கியிருந்தது. ஆனால், சிவனின் ஆக்ரோஷம் நிறைந்த முகம் அந்த எண்ணத்தை அடியோடு மாற்றிவிட்டது.

"நான் ஏமாத்தப்பட்டிருக்கேன். நாகர்களோட அவங்களும் கூட்டு சேர்ந்திருக்காங்களோ, என்னவோ? இந்த நாட்டுல யாரையும் நம்பவே முடியாதா?"

மனதின் அடியாழத்தில், வாசுதேவர்கள் அயோக்கியர்களாக இருக்க முடியாதென்று சதிக்குள் ஏனோ தோன்றியது. இங்கு புரியாத மர்மம் ஏதோ இருந்தது. "சிவா, அவசரப்பட்டு நீங்க -"

"யாரு, நான்? நானா அவசரப்படறேன்?" சிவன் முறைத்தார். "ஆயுர்வதி சொன்னது உனக்கே தெரியும். அந்த மருந்து நாகர்களின் தேசத்துல மட்டும்தான் தயாராக முடியும். ப்ரங்கர்களுக்கு அது எப்படிக் கெடைச்சதுன்னு தெரியும். அவங்களையாவது யாரோ நெருக்கிக்கிட்டிருக்காங்க. வாசுதேவர்களுக்கு என்ன தலையெழுத்து? நாகர்களை ஏன் நெருங்கணும்? அவங்க கோயில்களைக் கட்ட நாகர்களின் உதவி தேவைப்பட்டுதா?"

சதி மௌனம் சாதித்தாள்.

ஜன்னலருகே சென்ற சிவன், விஸ்வநாதர் ஆலயத்தை வெறித்தார். ஏனோ, மனதிற்குள், ஒரு குரல் திரும்பத் திரும்ப ஒலித்துக்கொண்டிருந்தது. *நிதானம். எந்த அவசர முடிவுக்கும் வராதே.*

சிவன் தலையாட்டிக்கொண்டார்.

"மருந்து எங்கேயிருந்து வந்திருக்கும்னு நீங்க கண்டுபிடிச்சிருவீங்கன்னு வாசுதேவர்களுக்குத் தெரிஞ்சுதான் இருக்கணும்," என்றாள் சதி. "அதனால, இதை அவங்க ஏன் உங்ககிட்ட குடுத்தாங்கங்கிறதுக்கு ரெண்டு காரணம்தான் இருக்க முடியும்."

சிவன் திரும்பினார்.

"ஒண்ணு, அவங்க அறிவிலிகளா இருக்கணும். அல்லது, உங்களுக்கு என்ன கோவம் வந்தாலும் சமாளிச்சிக்கலாம்கிற அளவுக்கு, நம்ம மகனோட பிறப்பை முக்கியமா நினைக்கிறாங்க போலருக்கு."

சிவனின் புருவங்கள் நெறிந்தன.

"நீங்க சொன்னதையெல்லாம் வெச்சுப் பாத்தா, அவங்க முட்டாள்களா இருக்க வாய்ப்பில்லை," சதி எடுத்துச் சொன்னாள். "மிச்சமிருக்கிறது ஒரே ஒரு விளக்கம்தான். நம்ம மகனுக்கு ஏதாவது ஆச்சுன்னா, உங்க துயரம், தீமைக்கு எதிரான அவங்களோட போராட்டத்தையே பாதிக்கும்னு நம்பறாங்க."

சிவன் மௌனத்தையே பதிலாய்த் தேர்ந்தெடுத்தார்.

நாகர்களால், மக்கள் தலைவன் என்று பெருமையுடன் அழைக்கப்பட்டவன், தனது பிரத்யேக அறையில், ஜன்னலுக்கு மிக அருகே நாற்காலியில் அமர்ந்திருந்தான். வாரம் ஒரு முறை, அந்தி சாயும் இந்த வேளையில், பஞ்சவடி நகரின் தெருக்களில் பாடற்குழுவொன்றின் கீதங்கள் அவன் செவியில் நன்கு விழுந்தன. தோல்வி மனப்பான்மையை வலுப்படுத்தும் அந்தச் சோககீதங்களைத் தடை செய்ய வேண்டும் என்பது அரசியின் அவா. ஆனால், நாகர்களின் இராஜ்ய சபை, அவளுக்கெதிராக வாக்களிக்க, தீர்மானம் வலுவிழந்து, பாடல்கள் வழக்கம்போல் ஒலிக்கலாம் என்றும் தீர்ப்பாகியது.

அந்தப் பாட்டு நாகாவிற்குள் எத்தனையெத்தனையோ ஆவேச உணர்ச்சிகளைத் தூண்டிவிட்டாலும், கஷ்டப்பட்டு அடக்கிக்கொண்டான்.

என் உலகாய், என் கடவுளாய், என்னை உருவாக்கிய அருட்பொருளாய் நீயே இருந்தாய்.

ஆயினும், என்னைக் கைவிட்டுவிட்டாய்.

உன்னை அழைத்தது நானல்ல, நீயே.

ஆயினும், என்னைக் கைவிட்டுவிட்டாய்.

உன்னை மதித்தேன்; உன் விதிகளுக்குக் கட்டுப்பட்டேன்; உன் வண்ணங்களை என்னுடையதாக்கிக்கொண்டேன்.

ஆயினும், என்னைக் கைவிட்டுவிட்டாய்.

என்னைக் காயப்படுத்தினாய்; என்னை விட்டுச் சென்றாய்; உன் கடமைகளில் தவறினாய்;

ஆயினும், நான் அரக்கனாக்கப்பட்டேன்.

சொல்லும், பிரபுவே, நான் என்ன ...

"சகிக்கலை," நாகாவின் எண்ண ஓட்டத்தைக் கத்தரித்தவாறே அரசி வந்தாள். "நம்ம பலவீனத்தையும், ஆசாபாசத்தையுமே வெளிச்சமிட்டுக் காட்டறாங்க!"

"மாஸி," நாகா எழுந்தான். "நீங்க வந்ததை நான் கவனிக்கல."

"எப்படித் தெரியும்? இந்த அருவருப்பான பாட்டுக்கள்தான் நம்ம வாழ்க்கையை மூழ்கடிச்சிடுதே? எந்த நல்ல எண்ணமும் தலைதூக்காம பாத்துக்கும்."

"பழிவாங்கற உணர்ச்சி நல்ல எண்ணமில்லியே, அரசி," நாகா புன்னகைத்தான். "அதோட, பாடற்குழு சில சமயம் சந்தோஷமான பாட்டுக்களையும் பாடறாங்கதானே?"

இராணி அசட்டையாகக் கையசைத்தாள். "அதைவிட முக்கியமான விஷயம் ஒண்ணைப்பத்தி பேசத்தான் வந்தேன்."

"சொல்லுங்க மாஸி."

இராணி நீளமாக மூச்சை இழுத்துவிட்டாள். "வாசுதேவர்களை சந்திச்சியா?"

நாகாவின் கண்கள் சுருங்கின. இந்த விஷயத்தைக் கண்டுபிடிக்க அவளுக்கு இவ்வளவு காலம்பிடித்தது, அதிசயம்தான். "ஆமா."

பொங்கி வந்த ஆத்திரத்தைக் கட்டுப்படுத்த இராணி மிகுந்த பிரயத்தனப்பட வேண்டியிருந்தது. "ஏன்?"

"அவங்க உதவி நமக்குத் தேவைப்படும்னு தோணிச்சு, தேவி."

"ஒரு நாளும் நமக்கு உதவமாட்டாங்க. அவங்க நம்ம பகைவர்களா வேணும்னா இல்லாம இருக்கலாம் - ஆனா, நிச்சயம் நண்பர்களா ஒரு நாளும் ஆகப்போறதில்ல!"

"இதை நான் மறுக்கறேன். நமக்குப் பொதுவான ஒரு பகைவன் இருக்கான்னு நான் நம்பறேன். அதனால, அவங்க நம்ம பக்கம் சேர வாய்ப்பிருக்கு."

"பேத்தல்! ஒரு பழைய வறண்ட புராணத்தை இன்னும் பிடிவாதமா புடிச்சுக்கிட்டு தொங்கிக்கிட்டிருக்கிற பத்தாம்பசலிகள்தான் வாசுதேவர்கள். எங்கேயோ அயல் தேசத்துலேர்ந்து நீலக்கழுத்தோட ஒருத்தன் வந்து இந்த நாட்டைக் காப்பாத்த முடியாது!"

"மணி கோர்த்த தாடியோட ஒரு அயல்நாட்டான் வந்து இதே நாட்டை ஒரு முறை காப்பாத்தலியா?"

“ருத்ரபகவானோட போயும் போயும் இந்தக் காட்டானை ஒப்பிட்டுப் பேசறியா? இந்த நாடு நிச்சயம் நாசமாத்தான் போகப்போகுது. நமக்கு வலியையும் வேதனையையும் தவிர இந்தியா வேறென்ன குடுத்திருக்கு? நாம் எதுக்கு இதப்பத்தியெல்லாம் கவலப்படணும்?”

“ஏன்னா, எது எப்படியிருந்தாலும், இது நம்ம நாடும்தான்.”

இராணி ஆத்திரமாக ஹூங்காரம் செய்தாள். “அவங்களுக்கு நீ மருந்து குடுத்ததுக்கான உண்மையான காரணத்தைச் சொல்லு. ஏற்கனவே நம்மகிட்ட அதிகம் இல்லன்னு உனக்கே தெரியும். பிரங்கர்களுக்கு நாம் வருஷாவருஷம் குடுக்க வேண்டியதைக் குடுத்துதான் ஆகணும். அது விஷயத்துல என் வார்த்தையை நான் மீர்றதா இல்ல. இந்தப் பாழாப்போன தேசத்துல கொஞ்சம் உருப்படியானவங்க, நம்மளைக் கொன்னு குவிக்கணும்கிற எண்ணம் இல்லாதவங்க, அவங்க மட்டும்தான்.”

“பிரங்கர்களுக்குச் சேர வேண்டியதுல எந்தக் குறைவும் வராது, அரசி. எனக்குன்னு ஆன தனிப்பட்ட மருந்துச் சேர்க்கைலேர்ந்துதான் தர்றேன்.”

“பூமிதேவியே! ஏன்? திடீர்னு உனக்கும் நீலகண்டர் மேல நம்பிக்கை வந்துடுச்சா?”

“நான் எதை நம்பறேன்கிறது முக்கியமில்ல, தேவி. இந்திய மக்கள் எதை நம்பறாங்ககிறதுதான் விஷயம்.”

இராணி நாகாவை நேருக்கு நேர், உறுதியாகப் பார்த்தாள். “இது உண்மையான காரணம் இல்ல.”

“இதுதான்.”

“என்கிட்ட பொய் சொல்லாதே!”

நாகா அமைதி காத்தான்.

“அந்த நாசமாப் போற பொம்பளைக்காகத்தான் இவ்வளவும்,” இராணி சீறினாள்.

“இல்ல.” நாகாவின் மனம் கலக்கமுற்றாலும், குரலில் நிதானம் தவறவில்லை. “நீங்களாவது அந்த - அவங்களைப் பத்தி இப்படி பேசாம இருக்கலாம், அரசி.”

“ஏன்?”

"என்னைத் தவிர்த்து, உண்மை தெரிஞ்ச ஒரே ஒருத்தர் நீங்க மட்டும்தான்."

"சில சமயம், தெரியாமயே இருந்திருக்கலாம்னு தோணுது!"

"அந்த நிலைமை நம்மளைத் தாண்டிப் போய் ரொம்ப நாளாச்சு."

இராணி "களுக்"கென்று கேலியாகச் சிரித்தாள். "தேவர்கள் எல்லா சக்திகளையும் ஒரே ஒருத்தர்கிட்ட மட்டும் தர்றதில்லைங்கிறது முழுக்க நிஜம்தான். உன்னுடைய மிகப்பெரிய விரோதி நீயேதான்."

தக்ஷர் தரையில் அமர்ந்திருந்தார். மெலூஹ சக்ரவர்த்தி கேட்டுக்கொள்ளாமல், தேவகிரிக்கு மகரிஷி ப்ருகு திடீரென்று சொல்லாமல் கொள்ளாமல் வந்து சேர்ந்திருந்தது அவரை அதிர்ச்சிக்குள்ளாக்கியிருந்தது.

ப்ருகு தக்ஷர் மீது செலுத்திய ஆழப் பார்வையில் மகிழ்ச்சி சிறிதும் இல்லை. "நேரடியான கட்டளை ஒன்றை நீர் மீறியிருக்கிறீர், அரசே."

தலை மிகத் தாழ, தக்ஷர் தலைகவிழ்ந்து உட்கார்ந்திருந்தார். *மகரிஷிக்கு எப்படித் தெரிந்தது? சதி, வீரிணி மற்றும் நான் மட்டும்தானே அந்தப் பேச்சில் கலந்துகொண்டோம்? வீரிணி என்னை ஒற்றறிகிறாளா, என்ன? எல்லோருமே எனக்கெதிராக செயல்படுகிறார்களே, ஏன்? எனக்கு மட்டும் ஏன் இந்த கதி?*

தக்ஷரையே பார்த்துக்கொண்டிருந்த ப்ருகுவால், அவரது எண்ணங்களைத் துல்லியமாய்ப் படிக்க முடிந்தது. தக்ஷரின் பலவீனமான குணத்தை அவர் அறியாதவரல்ல. ஆனால், இதுவரை, நேரடியான கட்டளை எதையும் சக்ரவர்த்தி மீறியதே இல்லை. நிறைவேற்றமுடியாதளவு, ஏகப்பட்ட கட்டளைகளை ப்ருகு இட்டதுமில்லை. அவருடைய கவலை, ஒரேயொரு விஷயத்தைப் பற்றி மட்டும்தான். மற்ற அனைத்து விஷயங்களிலும், தக்ஷர் விரும்பிய வண்ணம் செயல்படும் சுதந்திரத்தை அவர் அளித்துத்தான் இருந்தார்.

"ஒரு குறிப்பிட்ட காரணத்தின் பொருட்டே தாங்கள் சக்ரவர்த்தியாக்கப்பட்டீர்கள்," என்றார் ப்ருகு. "நான் எடுத்த முடிவு எவ்வளவு தவறானது என்று என்னை வருந்த வைத்துவிடாதீர்கள்."

பீதியிலாழ்ந்த தக்ஷர், மௌனம் சாதித்தார்.

குனிந்த ப்ருகு, தக்ஷரின் முகத்தை நிமிர்த்தினார். "இடம் எங்கேயென்றும் அவளிடம் தெரிவித்துவிட்டீர்களா, அரசே?"

"இல்லை, பிரபு," என்றார் தக்ஷர் கிசுகிசுப்பாய். "என்னை நம்புங்கள்."

"என்னிடம் பொய் வேண்டாம்!"

"சத்தியமாய் இல்லை, பிரபு."

தக்ஷரின் மனதைப் படித்த ப்ருகு, இதன் உண்மையைச் சோதித்துத் திருப்தியடைந்தார். "வேறு யாரிடமும் இது குறித்து மூச்சு விடக்கூடாது. புரிகிறதா?"

தக்ஷர் மௌனம் சாதித்தார்.

"அரசே," ப்ருகுவின் குரல் உயர்ந்தது. "நான் சொல்வது புரிகிறதா?"

"புரிகிறது, பிரபு," பயம் மனதில் பரவ, ப்ருகுவின் பாதங்களைப் பற்றிக்கொண்டார் தக்ஷர்.

— ⵣⵔⵀⵞⵙ —

அஸ்ஸி காட்டில் நின்றார் சிவன். ஐந்தில் ஒரே ஒரு கப்பலைத் தவிர்த்து மற்ற பளபளக்கும் ப்ரங்க கப்பல்களில் பாய்மரம் சுருட்டப்பட்டுவிட்டது. துறைமுகத்திற்கு அருகே நிறுத்தப்பட்ட கப்பலில் மட்டும், கூடியிருந்தோரை மகிழ்ச்சிப் பரவசத்தில் ஆழ்த்தும் வண்ணம், பாய்மரங்கள் முழுவதுமாக விரிக்கப்பட்டு, கண்ணைக் கவரும் வகையில் காட்சியளித்தது.

"பார்க்க நல்லா இருக்கு, திவோதாஸ்," என்றார் சிவன்.

"நன்றி, பிரபு."

"ஒன்பதே மாசங்கள்ள உங்க மக்கள் இதை அத்தனையும் கட்டிமுடிச்சிட்டாங்கங்கிறதை நெனைச்சா மலைப்பா இருக்கு."

"ப்ரங்கர்களால முடியாத காரியம்னு எதுவும் கெடையாது, பிரபு."

சிவனின் முகம் மலர்ந்தது.

அவருக்கருகில் நின்றிருந்த அதிதிக்வர், இப்போது பேச்சில் கலந்துகொண்டார். "திவோதாஸ், கப்பல்கள் கடலில் செல்லுமா? நிச்சயம்தானே? இந்தக் கப்பலின் பாய்மரங்கள் அனைத்தும் விரிந்திருக்கின்றனவே? காற்றும் மிகப் பலமாயிருக்கிறது. ஆனாலும், கப்பல் ஆட்டம் காண்பதாக இல்லை."

மன்னருக்கு கப்பல் பிரயாணங்கள் பற்றி அதிகம் தெரியவில்லை என்பது பளிச்சென விளங்கியது.

"நீங்க சொல்றது விஷயம் இருக்கு, அரசே," என்றார் திவோதாஸ். "நாம இல்லாம அதுவா கடல்ல போயிடக்கூடாதில்லையா? அதான் கப்பல் நகராததுக்குக் காரணம். காற்றுக்கு நேரெதிரா இருக்குறாப்புலதான் பாய்மரங்கள் வடிவமைக்கப்பட்டிருக்கு. முக்கியமான பாய்மரம் காத்துல ஏகமா படபடக்குதே, பார்த்தீங்களா?"

அதிதிக்வர் தலையசைத்தார்.

"காத்தையே எடுக்காததுனால, நம்மளைப் பார்த்து சிரிக்குது."

சிவன் புன்னகைத்தார். "சிரிக்குதா?"

"தப்பா பாய்மரம் பொருத்தப்பட்டு அது காத்துல படபடக்கும்போது, நாங்க அதை அப்படித்தான் சொல்லுவோம், பிரபு," திவோதாஸ் விளக்கினார்.

"சரி," என்றார் சிவன். "நானும் விஷயத்துக்கு வர்றேன். மூணு நாள்ள ப்ரங்காவுக்குக் கிளம்பறோம். எல்லா ஏற்பாடுகளையும் செய்திடுங்க."

தனது அறை ஜன்னலிலிருந்து, சதி கங்கை நதியை வெறித்துக்கொண்டிருந்தாள். மன்னர் அதிதிக்வரை ஒரு சிறிய படகுப் பரிவாரம், நதியைத் தாண்டி, கிழக்குக்கரைக்கு இட்டுச் செல்வதை இங்கிருந்து காண முடிந்தது.

எதுக்கு அங்கே அடிக்கடி போறார்? அதுவும் குடும்பத்தையும் கூட்டிக்கிட்டு?

"என்ன யோச்சிச்சிட்டிருக்கே, சதி?"

பின்னால் சிவன் வந்து நிற்க, சதி அவரை அணைத்துக்கொண்டாள். "நீங்க இல்லாம ரொம்ப கஷ்டப்படப் போறேன்."

அவர் அவளை வாரியிழுத்து, முத்தமிட்டுப் புன்னகைத்தார். "அதப் பத்தி நீ யோசிக்கலியே?"

அவள் அவரது மார்பை லேசாய்த் தட்டினாள். "ஏது, இப்பல்லாம் மனசையும் படிக்கக் கத்துக்கிட்டீங்களா?"

"படிக்க முடிஞ்சா நல்லாத்தான் இருக்கும்."

"பெரிசா ஒண்ணுமில்ல. கிழக்கு அரண்மனைக்கு அதிதிக்வர் ஏன் இத்தனை முறை போறார்னு யோசனை பண்ணிட்டிருந்தேன். குடும்பத்தையும் கூட்டிட்டுப் போறார்ங்கிறது இன்னும் விசித்திரம்."

"நானும் கவனிச்சிருக்கேன். கண்டிப்பா வலுவான காரணம் ஏதாவது. இருக்கும். கிழக்குக்கரை வாழத்தகுதியான இடமில்லைன்னு ஒரு மூடநம்பிக்கை உலாத்துதில்ல?"

சதி தோள்களைக் குலுக்கிக் கொண்டாள். "முடிவு செஞ்சாச்சா? மூணு நாள்ள கௌம்பறீங்க, இல்லியா?"

"ஆமா."

"எவ்வளவு நாள் ஆகும், திரும்பி வர?"

"தெரியல. ரொம்ப ஆகாதுன்னு நம்பறேன்."

"நானும் வர முடிஞ்சா எவ்வளவு நல்லா இருக்கும்?"

"தெரியும். ஆனா, இவ்வளவு நெடுந்தூரப் பயணம் கார்த்திக்கால முடியாத காரியம். அவனுக்கு வயசு பத்தாது."

படுக்கையில் தூங்கிக்கொண்டிருந்த மகனை சதி பார்த்தாள். குழந்தையின் அதீத வளர்ச்சியில், தொட்டிலுக்குள்

இடம் போதவில்லை. "நாளாக ஆக, அப்படியே உங்க ஜாடைதான் தூக்கலா தெரியுது."

சிவன் புன்னகைத்தார். "ஆறு மாசம்தான் ஆச்சு; ஆனா, பாத்தா ரெண்டு வயசுக் குழந்தையாத் தெரியறான்!"

அவரது வாக்கைத்தான் சதி நம்பவேண்டியிருந்தது. மயிகாவில் வாழாத மெலூஹ தேசத்தவளான அவள், பதினாறு வயதிற்குக் குறைவான குழந்தையைக் கண்டதேயில்லை.

"சோமரஸத்தோட ஆசிதானோ, என்னவோ," என்றாள்.

"இருக்கலாம். முதல் முறை சோமரஸம் சாப்ட்டபோது அவனுக்கு உடம்புக்கு எதுவும் ஆகாம இருந்தது ஆயுர்வதிக்கு ரொம்ப ஆச்சர்யம்."

"உண்மைதான். அவன் ரொம்ப அதிசயமான குழந்தைங்கிறதுதான் காரணமோ, என்னமோ!"

"அதுவும் நிஜம். ஆறு மாசத்துல எழுந்து நடக்கக்கூடிய குழந்தையை நான் பாத்ததேயில்ல."

சதியின் முகம் மலர்ந்தது. "நமக்கு நிச்சயம் பெருமை தேடித் தரப்போறான்."

"அதுல சந்தேகமே இல்ல."

சதி நிமிர்ந்து, சிவனை மீண்டும் முத்தமிட்டாள். "நாகர்களைப் போய்ச் சேரும் பாதையைச் சீக்கிரம் கண்டுபிடிச்சு, என்கிட்ட திரும்பி வந்துருங்க."

"கண்டிப்பா, கண்ணம்மா."

கப்பல்களில் வேண்டிய தளவாடங்களும், சரக்குகளும் ஏற்றப்பட்டுவிட்டன. வழியில் எந்தத் துறைமுகத்திலும் தாமதிக்கும் எண்ணமில்லை. வேகம் இப்பொழுது மிக முக்கியம்.

பர்வதேஸ்வரருக்கு எரிச்சலூட்டும் வகையில், சூர்யவம்சி மற்றும் சந்திரவம்சிகள் இருவரும் சேர்ந்த படையொன்று விரைவாக அமைக்கப்பட்டது. ஐந்து கப்பல்களில் அதிக

அளவிலான ஆட்களை ஏற்றுவது கடினமாகத்தான் இருந்ததென்றாலும், ஒரே ஒரு விஷயம் மற்றும் சற்று ஆறுதல்: ஒட்டுமொத்த அதிகாரமும் த்ராபகுவின் கைகளில்தான்.

அஸ்ஸி காட்டின் படிக்கட்டுகளிலிருந்து, சிவன் கப்பல்களை நோக்கினார். படையின் தளபதி என்ற முறையில், த்ராபகு முதன்மையான கப்பலில், தந்தை பூர்வகர் சகிதம் இருந்தான். மற்ற நான்கு கப்பல்கள் புடைசூழ, அதிகபட்ச பாதுகாப்பு பெற்ற பிரதானக் கப்பலில் நீலகண்டரின் உற்ற துணைவர்கள் பயணம் செய்வதாகத் திட்டம். பர்வதேஸ்வர், பகீரதன், ஆனந்தமயி, ஆயுர்வதி, நந்தி மற்றும் வீரபத்ரா அனைவரும் அதன் முகப்பில் ஆயத்தமாய் நின்றிருந்தனர். உத்தங்கனும் பிரதானக் கப்பலில் இடம் பெற்றிருந்தது சிவனுக்கு வியப்பளித்தது.

ஆனந்தமயிதான் பிடிவாதம் பிடிச்சு வரவழைச்சிருக்கணும். பர்வதேஸ்வரரோட பிரம்மசர்ய விரதத்தைக் குலைக்க ஒருத்தியால முடியும்னா, அது அவதான்.

"பிரபு," சிவனின் எண்ண ஓட்டத்தை அதிதிக்வரின் குரல் தடுத்தது.

காசி மன்னர், நீலகண்டரின் பாதங்களில் பணிந்தார்.

சிவன் அவர் சிரத்தை மென்மையாகத் தொட்டு ஆசிர்வதித்தார். "ஆயுஷ்மான் பவ."

"தாங்கள் தயவுகூர்ந்து காசிக்குச் சீக்கிரம் திரும்பிவிடவேண்டும், பிரபு," குவித்த கரங்களுடன் அதிதிக்வர் கிசுகிசுப்பாய்ச் சொன்னார். "தாங்களில்லாமல், நாங்கள் இங்கு அனாதைகள்தான்."

"உங்களுக்கு நான் தேவையில்லை, அரசே. உண்மையை சொல்லப்போனா, யாருமே தேவையில்ல. உங்க மேல ஆழமா அன்பு செலுத்தக்கூடிய ஒரே ஒருத்தர் மேல மட்டும் நம்பிக்கை வைங்க. ஏன்னா, அது நீங்களேதான்."

பலமான காற்றின் வேகத்தில் சற்றே தள்ளாடிய கார்த்திக்கின் கரத்தைப் பிடித்துக்கொண்டு, கண்கள் பனிக்க அருகில் நின்ற சதியிடம் சிவன் திரும்பினார்.

கார்த்திக் சிவனை நோக்கி விரல் நீட்டினான். "பா-பா."

சிரித்தவாறு சிவன் கார்த்திக்கைத் தூக்கிக்கொண்டார். "பா-பா சீக்கிரம் வந்துருவேன், கார்த்திக். அம்மாவை ரொம்ப தொல்லை பண்ணக்கூடாது, என்ன?"

கார்த்திக் சிவனின் முடியைப் பிடித்திழுத்தான். "பா-பா."

அகமும் முகமும் மலர்ந்த சிவன் கார்த்திக்கின் நெற்றியில் முத்தமிட்டார். அவனை இடுப்பிற்கு ஒதுக்கிக்கொண்டு, சதியை அணைத்துக்கொள்ள ஓரடி முன்னே வந்தார். சில சூர்யவம்சி வழக்கங்களை மீறுவது மிகக் கடினம். வெளிப்படையாக அன்பைப் பரிமாறிக்கொள்வதில் சதிக்கு மிகுந்த கூச்சம் என்பதால், சிவனின் அணைப்பிற்கு லேசாகத்தான் வளைந்துகொடுத்தாள். சிவன் விடுவதாக இல்லை. இறுதியில், அவளது காதல், சூர்யவம்சி வரம்புகளை உடைத்துக்கொண்டு மீறியது. நிமிர்ந்து பார்த்து, முத்தமிட்டாள். "சீக்கிரம் திரும்பி வந்துருங்க."

"வந்துருவேன்."

அத்தியாயம் 10

ப்ரங்காவின் வாயில்கள்

நீர்வரத்து உயர்ந்துகொண்டே வந்தது; அந்தச் சிறிய படகையே மூழ்கடித்துவிடும் போலிருந்தது.

எப்படியோ ஆவேசமாய்த் துடுப்புப் போட்டு, ஆக்ரோஷமாய் நுரைத்துப்பொங்கிப் பிரவகித்த நதிநீருடன் போராடி, படகையோட்டி, நண்பனை அடையச் சிவன் போராடினார்.

ப்ரஹஸ்பதி தண்ணீரில் தத்தளித்துக்கொண்டிருந்தார். திடீரென்று, அவரது கண்கள் ஆச்சர்யத்தில் விரிந்தன. எங்கிருந்தோ கயிறு போல ஏதோவொன்று சரசரவென்று வந்து அவரது கால்களைச் சுற்றிக்கொண்டது. விடாப்பிடியாகப் இழுக்க ஆரம்பித்தது.

"சிவா! காப்பாற்றுங்கள்! தயவு செய்து காப்பாற்றுங்கள்!"

சிவன் பலம் கொண்ட மட்டும் துடுப்பு வலித்தார். எவ்வளவோ முயன்றார். *"கொஞ்சம் முயற்சி பண்ணுங்க! நான் வர்றேன்! இதோ வந்திட்டேன்!"*

திடீரென்று, மூன்று தலைகள் கொண்ட மிகப்பெரும் நாகம் ஒன்று நீரினின்று வெளிவந்தது. ப்ரஹஸ்பதியைச் சுற்றியிருந்த கயிறு மேலும் அவரது உடல் மீது ஊர்ந்து, இறுகி, மூச்சுத் திணற அடித்ததைக் கண்டார். சர்ப்பம்!

"இல்ல்ல்ல்லலலல!"

தடக்கென்று சிவனுக்கு விழிப்பு கண்டது. புலன்கள் இன்னமும் சரியாக விழிக்காத நிலையில், சுற்றுமுற்றும்

பார்த்தார். புருவம் விண்விண்ணென்று துடித்தது தொண்டையோ சிலீரென்று போயிற்று. எல்லோரும் ஆழ்ந்த தூக்கத்தில் இருந்தனர். கங்கை நதியின் நீரோட்டத்திற்கு ஏற்றாற்போல் கப்பல் லேசாக ஆடிய ஆட்டத்தை, கால்களுக்கடியில் உணரமுடிந்தது. தன் அறையின் சிறிய வட்ட ஜன்னலுக்குச் சென்று நிற்க, வெளியிருந்து மென்மையாக அடித்த குளிர்காற்று, படபடத்த நெஞ்சத்தை கொஞ்சம் ஆற்றியது.

கைவிரல்களை முஷ்டியாக முறுக்கிக்கொண்டு, கப்பல்சுவற்றில் பதித்தார். "அவனை நிச்சயம் பிடிப்பேன், ப்ரஹஸ்பதி. அந்த சர்ப்பத்தை தண்டிச்சே தீருவேன்."

சிவனின் பரிவாரம் காசியை விட்டுக் கிளம்பி இரண்டு வாரங்கள் கடந்துவிட்டன; மிக விரைவாகச் சென்றதில், நீண்ட தூரத்தை எளிதில் கடந்து, மகத நகரத்தைச் சற்றுமுன் தாண்டியிருந்தனர்.

"இன்னும் மூன்று வாரங்களில் ப்ரங்காவை எட்டிவிடுவோம், பிரபு," என்றார் பர்வதேஸ்வரர்.

நதியின் மேற்புறம், காசியிருந்த திசையை நோக்கிப் பார்த்துக்கொண்டிருந்த சிவன், புன்னகையுடன் திரும்பினார். "திவோதாஸ் கிட்ட பேசினீங்களா?"

"ஆம்."

"இப்ப எங்க இருக்கார்?"

"பாய்மரத்தின் அருகே நின்று, காற்றுக்கேற்றார்போல் அவற்றை விரித்துக்கொண்டிருக்கிறார். அவருக்கும் ப்ரங்காவைச் சீக்கிரம் சென்று சேர வேண்டும் என்ற ஆசை தான்."

சிவன் பர்வதேஸ்வரரை ஏறிட்டார். "எனக்கு அப்படித் தோணலை. என் பணிக்கு அவரால ஆன எல்லாத்தையும் சீக்கிரம் முடிச்சிட்டு, தன் மனைவி குழந்தைகிட்ட திரும்பிடணும்னு ஏங்கறாரு. அவங்க இல்லாம ரொம்ப கஷ்டப்படறாரு."

"நீங்கள் சதி மற்றும் கார்த்திக்கை விட்டுப் பிரிந்திருக்க முடியாதது போல்தான்."

சிவன் புன்னகையுடன் தலையசைக்க, இருவரும் கப்பலின் சுற்றுச்சுவரின் மீது சாய்ந்தபடி, நிர்மலமாய், நிச்சலனமாய் ஓடிய கங்கையைப் பார்த்தனர். டால்ஃபின் மீன்கள் ஒரு கூட்டமாய் நீரை விட்டு மேலெழும்பி, ஒரு தாவு தாவி, நீருக்குள் மூழ்கின; மீண்டும் ஜிவ்வென்று மேலெழுந்து, கூட்டாய் வானில் ஒரு அழகிய நர்த்தனமாடி நீருக்குள் அமிழ்ந்தன. இந்தக் காட்சியைப் பார்த்து இரசிப்பதில் சிவனுக்கு அலாதி பிரியம். எப்போதும் அவை மிகழ்ச்சியில் திளைத்து விளங்குவது போல் தோன்றும். "நிமிஷத்துக்கு நிமிஷம் மாறி மாறிப் பாயும் நதியில நீந்தி விளையாடும் ஆனந்தமான மீன்கள். கவிதை, இல்ல?"

"ஆம், பிரபு." பர்வதேஸ்வரர் புன்னகைத்தார்.

"ஆனந்தமாய் விளையாடறதைப் பத்திப் பேசினவுடனே, நினைவுக்கு வருது - ஆனந்தமயி எங்க?"

"இளவரசி உத்தங்கனுடன் இருக்கிறார் என்று நினைக்கிறேன், பிரபு. அடிக்கடி அவனுடன் பயிற்சி அறைக்குச் சென்றவண்ணம் உள்ளார். புதிதாய் நடனம் எதையேனும் ஒத்திகை செய்து பார்த்துக் கொண்டிருக்கிறார்களோ என்னமோ."

"ஹ்ம்."

பர்வதேஸ்வரர் நதியையே வெறித்துக்கொண்டிருந்தார்.

"நல்லாத்தான் ஆடறாங்க, இல்ல?" என்றார் சிவன்.

"ஆம், பிரபு."

"பிரமாதமா ஆடறாங்கன்னே சொல்லலாம்."

"அப்படிச் சொன்னால் மிகையாகாது, பிரபு."

"உத்தங்கனோட ஆட்டத் திறமையப் பத்தி உங்க கருத்து?"

ஒருமுறை சிவனைப் பார்த்த பர்வதேஸ்வரர், மீண்டும் நதியை நோக்கினார். "முன்னேற்றத்திற்கு இடம் இருக்கிறது, பிரபு. அவ்விஷயத்தில், இளவரசி ஆனந்தமயி மிகச் சிறப்பாய் பயிற்சியளிப்பார் என்பதில் எனக்கு எந்த சந்தேகமும் இல்லை."

அவரைப் பார்த்து தலையசைத்துக்கொண்ட சிவனின் முகத்தில் புன்னகை அரும்பியது. "எனக்கும்தான்."

— ☥ ◎ ⛎ ✚ ⊕ —

"நீலகண்டரும் அவரோட பரிவாரமும் ப்ரங்காவை நோக்கிப் பிரயாணம் கிளம்பி ஒரு மாசமாச்சு, தேவி," நாகர்களின் மக்கள் தலைவன், இராணியிடம் தெரிவித்தான்.

அவளது பிரத்யேக அறையில் அவர்கள் அமர்ந்திருந்தனர்.

"செய்யவேண்டிய காரியத்துல மறுபடியும் உன் புத்தி செல்றது பத்தி எனக்கு சந்தோஷம். மன்னர் சந்திரகேதுவுக்கு எச்சரிக்கை அனுப்பிடறேன்."

நாகா தலையசைத்தான். ஏதோ சொல்ல வாயெடுத்தவன், நிறுத்திக்கொண்டான். ஜன்னல் வழியே வெளியே பார்த்தான். பஞ்சவடியின் இந்த இடத்திலிருந்து பார்த்தால், தூரத்தில் கோதாவரி சலனமற்று பாய்வது கண்ணுக்குத் தெரிந்தது.

"அப்புறம்?" என்றாள் இராணி.

"காசிக்குப் போக உங்க அனுமதி கெடைச்சா நல்லாயிருக்கும்."

"ஏன்?" இராணியின் குரலில் ஏளனம். "அவங்களோட வியாபாரத்துக்குப் பேச்சுவார்த்தை ஏதாவது நடத்தறதா உத்தேசமா?"

"அவ நீலகண்டரோட போகலை."

இராணியின் உடல் விறைத்தது.

"தயவு பண்ணுங்க, அரசி. இது எனக்கு ரொம்ப முக்கியம்."

"இதனால என்ன சாதிக்க விரும்பற, கண்ணா?" இராணி கேட்டாள். "இது பிரயோஜனமில்லாத பயணம்."

"எனக்கு பதில்கள் வேணும்."

"பதில் கெடைச்சா? அதனால என்ன மாறிடப்போகுது?"

"எனக்கு நிம்மதி கிடைக்கும்."

இராணி பெருமூச்செறிந்தாள். "உருப்படாத இந்தப் பயணத்தால உன் வாழ்க்கை பாழாப் போறதுதான் மிச்சம்."

"ஆனா, நான் முழுமையடைவேன், அரசி."

"உன் மக்கள் விஷயத்துல உனக்குச் சில கடமைகள் இருக்குங்கிறதை நீ மறக்கற."

"முதல்ல, எனக்கே எனக்குன்னும் சில கடமைகள் இருக்கே, மாஸி."

இராணி, மறுப்பாய்த் தலையசைத்தாள். "இராஜ்ய சபை முடிவடையற வரைக்கும் காத்திரு. ப்ரங்கர்களுக்கு உதவறதா நாம எடுக்கப்போற தீர்மானம் சாதகமா நிறைவேற நீ இங்க இருந்தே ஆகணும். அதுக்கப்புறம் கௌம்பலாம்."

நாகா குனிந்து, இராணியின் பாதங்களைப் பணிந்தான். "நன்றி, மாஸி."

"ஆனா, தனியா இல்ல. உன்னை நீ சரியா பாத்துப்பேங்கிற நம்பிக்கை எனக்கில்ல. நானும் உன்னுடன் வருவேன்."

நாகாவின் முகத்தில் மென்மையான புன்னகை படர்ந்தது. "நன்றி."

ப்ரங்காவின் வாயில்களினின்று சிவனின் பரிவாரம் இன்னும் ஒரு வார தூரத்தில் இருந்தது. கப்பல்கள் அசுர கதியில், தளபதிகளால் விரட்டப்பட்டு வந்திருந்தன. வாயில்களை அடைந்தவுடன் கடைப்பிடிக்க வேண்டிய சம்பிரதாயங்கள் குறித்து பேச்சுவார்த்தை நடத்த பர்வதேஸ்வரரும் திவோதாஸும் ஒரு சிறிய படகில், முதன்மைக் கப்பலுக்குச் சென்றிருந்தனர். நீலகண்டருக்கு இரத்தக்களறி கூடாதென்பதை பர்வதேஸ்வரர் மிக நிச்சயமாக விளக்கினார். குறிப்பிட்டோருக்கு மட்டுமே அனுமதி அளிக்கப்பட்ட ப்ரங்கர்களின் தேசத்திற்குள் நுழைவதற்கான சம்பிரதாயங்களையும் பேச்சுவார்த்தைகளையும் திவோதாஸ் சிரமேற்கொண்டு நிறைவேற்ற வேண்டியது. நீலகண்டர் புராணத்தில் ப்ரங்கர்களுக்கும் நம்பிக்கை உண்டாகையால், அவரைக் கண்ணில் காட்டாமல் உள்ளே நுழைய முடியாதென்று அவருக்குத் தோன்றியது. அதற்கு அவசியமில்லாமல் நுழைய முடியுமாவென்று பார்க்கும்படி, பர்வதேஸ்வரர் கூறியிருந்தார்.

சேநாதிபதி பிரதான கப்பலுக்குத் திரும்பிவிட, கொடியலங்காரம் குறித்து விவாதிக்க த்ராபகுவுடன் திவோதாஸ் விட்டுச்செல்லப்பட்டார். ப்ரங்காவின் எல்லைக் காவலைச் சமாளிப்பது குறித்து, மகாதேவரின் அறிவுரை பர்வதேஸ்வரருக்குத் தேவையாயிருந்தது. இயற்கையாய் அவருக்குள் பொதிந்திருந்த உள்ளுணர்வின் எச்சரிக்கையை மீற இஷ்டமில்லையென்றாலும், ஏற்றிருக்கும் காரியத்தின் நாசூக்கை முன்னிட்டு, தங்களது ஐந்து கப்பல் பரிவாரத்தை, ப்ரங்கர்கள், படையெடுப்பாக எண்ணாமல் இருக்க வேண்டுமே என்பது அவரது கவலை.

படகோட்டிகள் கத்திப்படகைக் கப்பலுடன் இணைத்துக் கட்ட, பின்புறமாக ஏறிச் சென்றவருக்கு, அங்கு ஆனந்தமயி இருப்பதைக் கண்டு அதிர்ச்சியேற்பட்டது. அவருக்கு முதுகு காட்டி நின்றிருந்தாள். கையில், ஆறு கத்திகள். வழக்கமாய்க் கத்திப் பயிற்சிக்கென சுவற்றில் இருந்த பெரிய பலகை நீக்கப்பட்டு, இன்னும் சிறிய, தேர்ந்த கத்தி வீச்சாளர்களுக்கான பலகை ஏற்றப்பட்டிருந்தது. சற்றுத் தள்ளி, பகீரதனும் உத்தங்கனும் நின்றிருந்தனர்.

ஆனந்தமயியை நோக்கித் திரும்பினான், உத்தங்கன். "நான் கற்றுக்கொடுத்ததை நன்கு நினைவில் கொள்ளுங்கள், இளவரசி. எந்த இடைவெளியும் கூடாது. தொடர்ந்து கத்திகள் சரமாரியாகப் பொழிய வேண்டும்."

"சர்ர்ர்ர்ரீங்க, குருஜி." ஆனந்தமயி கண்களை உருட்டினாள். "மொத தடவையே காதுல விழுந்தாச்சு. நான் ஒண்ணும் செவிடில்ல."

"மன்னிக்கவும், தேவி."

"இப்ப, தள்ளி நில்லுங்க."

உத்தங்கன் நகர்ந்தான்.

கண்முன் விரிந்த காட்சி, பின்னால் நின்றிருந்த பர்வதேஸ்வரரைத் திக்குமுக்காடச் செய்தது. ஆனந்தமயி, மிகச் சரியாக - ஒரு தேர்ந்த போர்வீரனைப் போல் - நின்றாள். கால்களைச் சற்றே அகற்றி - வலக்கரம் தளர்ந்து, உடலின் ஒரு பக்கமாய் - இடக்கை, தோளின் அருகே, கைப்பிடியின் அருகே மிகச்சரியாகக் கத்தியைப் பிடித்தவாறு - மூச்சு லேசாக, நிதானமாக. மிகத் தேர்ச்சியாக.

அவள் வலக்கரத்தை உயர்த்தினாள். அபூர்வ நடனக் கலைஞரைப் போல் இடக்கையிலிருந்த கத்தியை சரக்கென்று

உருவி எறிந்தாள். அடுத்தது. அடுத்தது. கைகள் சற்றும் பிசகாமல், சறுக்காமல், மூன்றாவது, நான்கு, ஐந்து, ஆறு கத்திகள் பறந்தன.

அவள் எறிந்த வேகமும், அதன் சீர்மையும், தேர்ச்சியும் கண்டு திகைத்த பர்வதேஸ்வரருக்கு, பயிற்சிப்பலகை கண்ணுக்குக் கூட தெரியவில்லை; அவளது திறனைக் கண்டு அதிசயித்தபடி நின்றார். ஆச்சர்யத்தில் வாய்பிளந்தது. உத்தங்கனும் பகீரதனும் கைதட்டும் ஓசை கேட்க, பலகையைத் திரும்பிப் பார்த்தார். அனைத்துக் கத்திகளும் மிகச் சரியாக, சுத்தமாக பலகையின் மையத்தில் பதிந்திருந்தன.

“இராமபிரானே!” ஸ்தம்பித்து நின்றார்.

முகமலர்ந்த புன்னகையுடன் ஆனந்தமயி திரும்பினாள். “பர்வா! நீங்க எப்ப வந்தீங்க?”

பர்வதேஸ்வரருக்கோ, இரசிக்க வேறொரு விஷயம் அகப்பட்டுவிட்டாற் போல் தோன்றியது. ஆனந்தமயியின் மூடப்படாத கால்களை வெறித்தார். அப்படித்தான் தோன்றியது.

சற்றே உடலைத் தளர்த்திய ஆனந்தமயி, குறும்புச் சிரிப்புடன் இடையை அசைத்தாள். “பார்க்க நல்லா இருக்கா, பர்வா?”

அவளது இடையினோரம் தொங்கிய வாள் உறையை, சற்றே அதிசயம் தொட்ட கிசுகிசுப்பான குரலில், பர்வதேஸ்வரர் சுட்டிக் காட்டினார். “அது ... பட்டாக் கத்தி.”

ஆனந்தமயியின் முகம் வாடியது. “ஒரு பெண்ணை மயக்கம் தீர்த்து நிஜ உலகத்துக்குக் கொண்டு வரது எப்படிங்கிற மாயத்தை உங்ககிட்டதான் கத்துக்கணும்.”

“மன்னிக்கவும்; என்ன?” என்றார் பர்வதேஸ்வரர்.

ஆனந்தமயி தலையைக் குலுக்கிக்கொண்டாள்.

“அது பட்டாக் கத்தி,” என்றார் அவர் மீண்டும். “அதைச் சுழற்ற எங்கே கற்றீர்கள்?”

ஒரு வீரனின் கரத்தை விட நீளமான கத்தியைச் சுழற்றிப் போர் புரிவதென்பது அபூர்வக் கலை; பயிற்சிபெறுவதும் கடினம். தேர்ச்சி பெற்றுவிட்டாலோ, எதிராளியைக் கொல்ல அபூர்வ ஆற்றல் பிறக்கும்.

பகீரதனும் உத்தங்கனும் இப்போது நெருங்கி வந்துவிட்டனர்.

"போன மாசம் முழுக்க உத்தங்கன் அவளுக்குப் பயிற்சி குடுத்திருக்கார்," என்றான் பகீரதன். "அவ பிரமாதமான மாணவி."

ஆனந்தமயியை நோக்கித் திரும்பிய பர்வதேஸ்வரர், லேசாகச் சிரம் தாழ்த்தினார். "தங்களுடன் வாட்போர் புரிவதை பாக்கியமாகக் கருதுவேன், இளவரசி."

ஆனந்தமயியின் புருவம் உயர்ந்தது. "என்னோட சண்டை போடணுமா? என்ன எழவுதான் நிரூபிக்கணும்னு நெனைக்கறீங்க?"

"எதையும் நிரூபிக்க விரும்பவில்லை, தேவி," ஆனந்தமயியின் ஆவேசம் பர்வதேஸ்வரருக்குப் புரியவில்லை. "உங்களுடன் போரிட்டு, தங்கள் திறனையும் வேகத்தையும் எடைபோடுவது சுவாரசியமான பணியாக இருக்கும் என்பது என் எண்ணம்."

"எது, திறமையை எடைபோடணுமா? அதுக்குத்தான் நான் போர்ப்பயிற்சி செஞ்சேன்னு நெனக்கறீங்களா? என்னோட போர் செஞ்சு, என்னைவிட நீங்க எவ்வளவு உசத்தின்னு நிரூபிச்சுக்க விரும்பறீங்களா? நீங்க பிரமாதமான வீரர்னு எனக்கு முன்னமேயே தெரியும். இதுக்காகல்லாம் ரொம்ப உயிரைவிட வேணாம்."

சரசரவென்று உயர்ந்த கோபத்தைக் கட்டுப்படுத்த பர்வதேஸ்வரர் மூச்சைச் சீராக்கி, மிகப் பிரயத்தனப்பட வேண்டியிருந்தது. "அந்த அர்த்தத்தில் கூறவில்லை, தேவி. நான் சொல்ல வந்தது என்னவென்றால் ..."

"புத்திசாலியான நீங்க கூட சில சமயம் மகா புத்திகெட்டத்தனமா நடந்துக்கறீங்க, சேநாதிபதி," என்றாள் ஆனந்தமயி, பட்டென்று. "நான் என்ன நெனைச் சிட்டிருந்தேன்னு எனக்கே புரியல."

பகீரதன் அப்போது உள்ளே புகுந்தான். "வந்து, இந்த மாதிரியெல்லாம் பேச எந்த அவசியமும் ..."

அதற்குள் ஆனந்தமயி விருட்டென்று நடந்து போய்விட்டாள்.

கங்கையின் மீது சூரியன் எழுந்து, நதியையே தங்கமயமாக்கியிருந்தான். அதையே பார்த்தவண்ணம், தன் அறையின் ஜன்னலோரமாய் நின்றாள் சதி. பின்னால், க்ருத்திகாவுடன் விளையாடிக்கொண்டிருந்தான் கார்த்திக். திரும்பி, தன் மகனையும் தோழியையும் பார்த்தாள். அவளது முகம் மலர்ந்தது.

ஏறக்குறைய கார்த்திக்குக்கு க்ருத்திகா இன்னொரு அம்மா போலத்தான். என் மகன் அதிர்ஷ்டக்காரன்.

மீண்டும் நதியை நோக்கித் திரும்பியவள், என்னவோ நகர்வதைக் கண்டாள். உற்றுப் பார்த்து, நடப்பது இன்னதென்று புரிந்துகொண்டபோது, அவளது புருவங்கள் நெறிந்தன. சக்ரவர்த்தி அதிதிக்வர், மீண்டும் தன் மர்ம அரண்மனைக்குச் சென்றுகொண்டிருந்தார். காசியின் எதிர்கால நன்மையின் பொருட்டு, இன்னொரு பூஜையாம். இது அவளுக்கு மிக விசித்திரமாய்ப் பட்டது.

காசி முழுவதும், அன்று ரக்ஷாபந்தன் பண்டிகையைக் கொண்டாடுவதில் முனைந்திருந்தது. அன்றுதான், சகோதரிகள் தத்தம் சகோதரனின் மணிக்கட்டில், கஷ்டம் வரும்போது அவனது ஆதரவை அடையும் பொருட்டு, ஒரு சிறு கயிற்றைக் கட்டுவது வழக்கம். மெலூஹாவிலும் இந்த பண்டிகையைக் கொண்டாடுவது உண்டு. வித்தியாசம் என்னவென்றால், ஸ்வத்வீபத்தில், சகோதரிகள், தத்தம் அண்ணந்தம்பிமார்களிடம் பரிசுகளையும் கேட்டுப் பெற்றுக்கொள்வது வழக்கம். சகோதரர்களுக்கும், பரிசு களைக் கொடுப்பதைத் தவிர வேறு வழியில்லை.

நியாயப்படி, இவர் காசியிலதானே இருக்கணும்? இதுவே மெலூஹாவா இருந்தா, பெண்களெல்லாம் அந்தந்த ஊரோட ஆளுநர் மணிக்கட்டுல ராக்கி கட்டுவாங்க. ஏன்னா, அவங்களைக் காப்பாத்த வேண்டியது அவரோட கடமை. இது இராமபிரானே ஏற்படுத்தின விதிகள்ள ஒண்ணு. அப்படியிருக்க, மன்னர் அதிதிக்வர் மட்டும் ஏன் இந்த சம்பிரதாயத்தைக் கடைப்பிடிக்காம, எப்பவும் அந்த இன்னொரு அரண்மனைக்கு ஓடறார்? இராமபிரானே - இத்தனை சாமான்களையும் தூக்கிக்கிட்டுப் போறார்! கிழக்குக்கரையை கெட்ட சக்திகள்கிட்டருந்து மீட்கறதுக்கான சடங்கு எதுக்காவதுதான் இந்தத் தளவாடங்களா? இல்ல, ஒரு வேளை, பரிசுகளா?

"என்ன யோசிச்சுக்கிட்டிருக்கீங்க, தேவி?"

திரும்பிய சதி, க்ருத்திகா தன்னையே பார்த்துக் கொண்டிருப்பதைக் கவனித்தாள். "இந்தக் கிழக்கு அரண்மனையோட இரகசியத்தைக் கண்டுபிடிச்சே ஆகணும்."

"அங்கதான் யாருக்கும் அனுமதியில்லியே? உங்களுக்கே அது தெரியும். நீலகண்டரையே அங்க கூட்டிட்டுப் போகாம இருக்க மன்னர் விதவிதமா சால்ஜாப்பு சொன்னாரே."

"தெரியும். ஆனா, அங்க என்னவோ சரியில்ல. என்னத்துக்கு அவர் அந்த எடத்துக்கு அத்தனை பரிசுகளை எடுத்துட்டுப் போறாரு?"

"தெரியலை, தேவி."

சதி, க்ருத்திகா நோக்கித் திரும்பினாள். "நான் அங்கே போகப்போறேன்."

க்ருத்திகா அவளை அதிர்ச்சியுடன் பார்த்தாள். "அது கூடாது, தேவி. அரண்மனை மேல்மாடங்கள்ள காவலர்கள் இருப்பாங்க. சுத்தி பெரிய சுவர் இருக்கு. எந்தப் படகு வந்தாலும், சட்டுன்னு தெரிஞ்சிடும்."

"அந்தக் காரணத்துக்காகவே, நீஞ்சிப் போலாம்னு இருக்கேன்."

க்ருத்திகா பீதியடைந்தாள். நீந்திக் கடக்கக்கூடிய பரிமாணங்களைத் தாண்டியது, கங்கை நதி. "தேவி ..."

"வாரக்கணக்கா இது விஷயமா நான் திட்டம் தீட்டியிருக்கேன், க்ருத்திகா. பலமுறை பயிற்சி பண்ணிட்டேன். நதிக்கு மத்தியில, யார் கண்லயும் படாம ஓய்வெடுத்துக்கற மாதிரி ஒரு சின்ன மணல் திட்டு இருக்கு."

"அரண்மனைக்குள்ள எப்படி போவீங்க?"

"நம்ம அறைகளோட முற்ற அமைப்பை வெச்சு, அரண்மனையோட அமைப்பையும் குத்துமதிப்பா என்னால அனுமானிக்க முடியும். கிழக்கு அரண்மனையோட வாயில்புறத்துல மட்டும்தான் கட்டுக் காவல் ரொம்ப அதிகம். அதோட, காவலர்கள் உள்ளே போக அனுமதியில்லைங்கிறதையும் நான் கவனிச்சிருக்கேன். அரண்மனையோட ஒரு கோடியில தண்ணி போற கால்வாய் ஒண்ணு இருக்கு. யாருக்கும் தெரியாம அதுவழியா நான் நீஞ்சிப் போயிடலாம்."

“ஆனா ...”

“போகத்தான் போறேன். கார்த்திக்கைப் பாத்துக்கோ. எல்லாம் நல்லபடியாப் போச்சுன்னா, இருள் விழற சமயம் திரும்ப வந்து சேர்ந்துருவேன்.”

கங்கையின் கடைசி வளைவைத் தாண்டிய கப்பல்கள், ப்ரங்காவின் புகழ்பெற்ற பெரும் வாயில்களினின்று, சற்று தூரத்தில் வந்து சேர்ந்தன.

“புனித ஏரியே!” சிவன் அதிசயத்தில் முணுமுணுத்தார்.

பொறியியலில் அபூர்வத் தேர்ச்சி பெற்று, தொழில்நுட்பத்தில் முதிர்ந்தவர்களென மிகுந்த பெருமைப்பட்டுக் கொண்ட மெலூஹர்கள் கூட, இந்தக் காட்சியைக் கண்டு வாய்பிளந்தனர்.

புதிதாய்க் கண்டுபிடிக்கப்பட்ட உலோகமான இரும்பினால் ஏறக்குறைய முழுவதுமாய் அமைக்கப்பட்ட வாயில்கள், மதியச் சூரியனின் ஒளியில் பளபளத்தன. நதியின் மேற்புறம் முழுவதும் படர்ந்திருந்தது மட்டுமல்லாமல், இருபுறக் கரைகளில் நூறு கிலோமீட்டர்வரையில் நீண்டு, அங்கு கட்டப்பட்டிருந்த கோட்டை சுவர்களில் சென்று முடிவடைந்தன. கப்பல்களில் நதி மீது வருவோர் இங்கு இறங்கி, கப்பலைச் சிறு பகுதிகளாகப் பிரித்து, நிலத்தின் மீது பயணித்து, மறுபுறம் மீண்டும் கப்பலைக் கட்டிக்கொண்டு செல்லாமல் இருக்கத்தான் இந்த முயற்சி. ப்ரங்காவின் எல்லைகளில் சாலைகள் கிடையாது. கங்கை மூலமாய் மட்டுமே உள்ளே செல்ல முடியும். காட்டு வழியில் ப்ரங்காவிற்குள் நுழைய முயலும் பைத்தியக்காரர்கள், மிருகங்களினாலோ, வியாதி வெக்கையினாலோ பீடிக்கப்பட்டு, ப்ரங்கர் எவரையும் சந்திக்கும் முன்பே மரணமடைவது நிச்சயம்.

வாயில்களின் அடிப்புறம், இரும்பால் செய்த ஒரு மிகப்பெரும் கூண்டு: கங்கை நீர் அதன் வழியே செல்லமுடிந்தாலும், மனிதர்களோ, பெரிய மீன்களோ முடியாது. அதிசயிக்கத்தக்க முறையில், ஐந்த கப்பல்கள் அதன் வழியே ஒரே சமயத்தில் செல்லுமாறு, ஐந்து இடைவெளிகள் அமைந்திருந்தன. என்ன விசித்திரம்!

முதற்பார்வையில், மிக விரைவான ஒரு கத்திப்படகு, ப்ரங்கர்கள் தாக்குதல் குறித்து யோசிக்குமுன், அதிவேகமாய் இடைவெளிக்குள் புகுந்துவிடலாம் போலத்தான் தெரிந்தது.

"இதென்ன, பித்துக்குளித்தனமா இருக்கே?" என்றான் பகீரதன். "வாயில்னு ஒண்ணு போட்டு, தடுப்புன்னு வெச்சு, அதுல இடைவெளியும் விட்டா என்ன அர்த்தம்?"

"அதெல்லாம் இடைவெளி இல்ல, பகீரதா," என்றார் சிவன். "சிக்கவைக்கும் பொறிகள்."

வாயிலில் அப்போதுதான் நுழைந்த ஒரு ப்ரங்கக் கப்பலை சிவன் சுட்டிக்காட்டினார். ஒரு இடைவெளிக்குச் சற்று முன்பாக, நீர் புகாத தேக்கு மரத்தாலான அடிப்பாகத்துடன், ஆழமான நீர்த்தேக்கம் ஒன்று அமைந்திருக்க, அதற்குள் கப்பல் மெல்ல நுழைந்தது. சாமர்த்தியமாக அமைக்கப்பட்ட பொறிகளின் வழியே, கங்கை நீர், தேக்கத்திற்குள் புகுமாறு வசதி செய்யப்பட்டிருந்தது. கப்பல் சரியான மட்டத்திற்கு மேலேறியது. அப்போதுதான், ப்ரங்கா வாயில்களின், அபூர்வ மாயாஜாலத்தை அவர்கள் கண்முன் கண்டார்கள்.

தேக்கத்தின் இரு பக்கமிருந்தும், இரு நீண்ட இரும்பு மேடைகள் வெளிப்பட்டு, கப்பலை நோக்கி நீண்டன. இரும்பாலான கப்பலின் நீண்ட முன்பகுதியில் அமைந்திருந்த பிரத்யேக வரிப்பள்ள வரிசையில் சக்கென்று பதிந்தன. இந்த இரண்டு மேடைகளிலும் பொருத்தப்பட்ட சக்கரங்கள், கப்பலின் இரும்பாலான அடிப்பாகத்தில் இருந்த பள்ளத்தில் வாகாய்ப் பதிந்தன.

சிவன், பர்வதேஸ்வரரைப் பார்த்தார். "நம்ம கப்பல்களோட அடிப்பாகத்தை இந்த மாதிரி ஏன் திவோதாஸ் அமைச்சார்னு இப்பதான் தெரியுது."

அதிசயத்தில் உறைந்திருந்த பர்வதேஸ்வரர், தலையசைத்தார். "அந்த மேடைகள் என்ன வேகமாய் நகர்ந்தன! கப்பலின் அடிப்பாகத்தில் மட்டும் இரும்பிலான தகடுகள் பொருத்தப்படவில்லையென்றால், நம் கப்பலை அவை உடைத்துத் தள்ளிவிடும்."

கப்பலின் முகப்பில் அமைந்திருந்த பெரும்கொக்கிகளில் இரும்புச் சங்கிலிகள் பொருத்தப்பட்டுக் கொண்டிருந்தன. பிறகு, உருளைமயமாய்த் தென்பட்ட ஒரு விசித்திர இயந்திரத்துடன் அவை இணைக்கப்பட்டன.

“ஆனா - அந்த மேடை அசுர வேகத்துல இயங்க என்ன மிருகத்தை பயன்படுத்தினாங்க?” என்றான் பகீரதன். “இந்த வேகம் எந்த விலங்கோட சக்திக்கும் அப்பாற்பட்டது. ஏன், ஒரு கூட்டம் யானைகளால கூட இப்படி நகர முடியாது!”

சிவன், ப்ரங்கக் கப்பலைச் சுட்டிக் காட்டினார். உருளைகள் அதிவேகமாய்ச் சுழல, இரும்புச்சங்கிலிகள் தடதடவென்று நகர்ந்து, கப்பலை முன்னால் இழுத்துக்கொண்டிருந்தன. மேடைகளின் மீது அமைந்திருந்த சக்கரங்கள், அதிக உராய்வில்லாமல் கப்பல் அதிவேகமடைய உதவின.

“கடவுளே!” என்றான் பகீரதன் மறுபடியும். “பார்த்தீங்களா? என்ன விலங்குகளை வெச்சு அந்த உருளைகளை இவ்வளவு சீக்கிரமா நகர்த்தறாங்க?”

“அது ஒரு இயந்திரம்,” என்றார் சிவன். “பல விலங்குகளின் சக்தியை மொத்தமா பல மணி நேரங்கள் சேர்த்து, அதை ஒரு சில நொடிகள்ள மிக வேகமா வெளியிடற இந்த திரட்டிகள் பத்தி திவோதாஸ் சொல்லியிருக்கார்.”

பகீரதனின் புருவங்கள் நெறிந்தன.

“பாருங்க,” என்றார் சிவன்.

ஒரு மிகப்பெரும் கல் உருண்டை, மிக வேகமாய்க் கீழே இறங்க, அதற்கருகே, இருபது காளைகள் வட்டமாய் மெல்ல நடந்துகொண்டே இருக்க, அவை இணைக்கப்பட்ட இயந்திரத்துடனான உருளைகளின் உபயத்தில், இன்னொரு உருண்டை மெதுவாக மேலேறிக்கொண்டிருந்தது.

“அந்தக் காளைகள் நடந்து நடந்து பல மணி நேர சக்தியை அந்த இயந்திரத்துக்குள்ள ஏத்துது,” என்றார் சிவன். “அந்தக் கல் உருண்டை, ஒரு குறிப்பிட்ட உயரத்துல பூட்டிப் பொருத்தப்பட்டிருக்கு. மேடை நகரணும்னாலோ, கப்பல் இழுக்கப்படணும்னாலோ, அந்தக் கல்லுல இருக்குற பூட்டை விடுவிக்கணும். அது அதிவேகமா சடார்னு எறங்கறச்சே வெளிப்படற அசுர சக்தியால, மேடை முன்னால நகருது.”

“இந்திர பகவானே,” என்றான் பகீரதன். “எளிமையான வடிவமைப்பு. ஆனா, எவ்வளவு சாமர்த்தியம்!”

சிவன் தலையசைத்தார். வாயில்களினருகே நின்ற ப்ரங்க அலுவலகத்தை நோக்கித் திரும்பினார்.

வாயில்கதவுகளுக்கு அருகே, கப்பல்கள் நங்கூரமிட்டன. அங்கு அப்போது அமர்த்தப்பட்ட ப்ரங்க அதிகாரியுடன் பேச்சுவார்த்தை நடத்த திவோதாஸ் ஏற்கனவே கப்பலினின்று இறங்கிச் சென்றுவிட்டார்.

"ஏன் இவ்வளவு சீக்கிரம் திரும்பிட்டீங்க? ஒரு வருஷத்துக்கான மருந்துகள்தான் உங்ககிட்ட இருக்கே?"

தளபதி உமா அவரை வரவேற்ற விதம், திவோதாஸுக்கு அதிர்ச்சியாகத்தான் இருந்தது. எப்போதுமே அவள் சற்று விறைப்புதான் என்றாலும், இவ்வளவு வெடுக்கென்று பேசி அவர் கேட்டதில்லை. வாயில்களில் அவளுக்கு வேலை மாற்றம் ஆகியிருந்தது அவருக்கு மகிழ்ச்சியே. அவளை அவர் சந்தித்து வருடங்கள் பல கடந்துவிட்டாலும், அவர்களது நட்பு பல வருடம் கடந்தது. ப்ரங்காவிற்குள் சுலபமாய் நுழைய அந்த நட்பு பயன்படும் என்பது அவரது எண்ணம்.

"என்ன விஷயம், உமா?" என்றார் திவோதாஸ்.

"தளபதி உமா. நான் பணியில இருக்கேன்."

"மன்னிக்கணும், தளபதி. மரியாதைக் குறைவா அப்படிச் சொல்லல."

"தகுந்த காரணம் இல்லாம உங்களை என்னால மறுபடியும் அனுமதிக்க முடியாது."

"என் சொந்த நாட்டுக்குள்ள நான் வர தகுந்த காரணம் வேணுமா?"

"நீங்கதான் இங்கேயிருந்து ஓடிட்டீங்களே? இனிமே இது உங்க நாடில்ல. அது காசிதான். அங்கேயே போங்க."

"எனக்கு வேற வழியில்லன்னு உங்களுக்கே தெரியும், தளபதி உமா. ப்ரங்காவில் என் குழந்தையோட வாழ்க்கைக்கு இருக்குற ஆபத்து பத்தியும் உங்களுக்குத் தெரியும்."

"இங்க இருக்கிறவங்களுக்கு மட்டும் ஆபத்தே கெடையாதுன்னு நெனைக்கறீங்களா? எங்க குழந்தைகள் மேல எங்களுக்குப் பாசமில்லன்னு சொல்றீங்களா? என்ன ஆனாலும், இங்கதான் இருக்கணும்னு நாங்க

முடிவு. எடுத்தோம். நீங்க எடுத்த முடிவுகளுக்கான பின்விளைவுகளைத்தான் இப்ப நீங்க அனுபவிக்கிறீங்க."

இந்த விவாதத்தைத் தொடர்வதில் பயனில்லை என்று திவோதாஸ் உணர்ந்தார். "தேச சம்பந்தமான மிக முக்கியமான விஷயமா மன்னரை நான் சந்திக்கணும்."

உமாவின் கண்கள் சுருங்கின. "நெஜமாவா? அதானே – காசி மன்னருக்கு ரொம்ப முக்கியமான வியாபார பரிவர்த்தனைகள் இருக்கத்தான் இருக்கும், இல்ல?"

திவோதாஸ் மூச்சை இழுத்துவிட்டார். "தளபதி உமா, மன்னரை நான் சந்திக்க வேண்டியது மிக முக்கியம். நீங்க என்னை நம்பித்தான் ஆகணும்."

"நாகர்களோட இராணியையே உங்க கப்பல்கள்ள ஒண்ணுல நீங்க கொண்டு வந்திருந்தாலொழிய, அது நடக்காது. உங்களை உள்ளே விடற அளவுக்கு நீங்க முக்கியமா எதையும் கொண்டு வந்திருக்கறாப்புல தெரியலியே!"

"நாகர்களோட இராணியைவிட முக்கியமான ஒருத்தர், என் கப்பல்ல இருக்கார்."

"காசிக்குப் போனதுலேர்ந்து உங்க நகைச்சுவை உணர்வு எங்கேயோ போய்க்கிட்டிருக்கு, திவோதாஸ்," என்றாள் உமா ஏளனமாக. "வேற எங்கேயாவது போய் உங்க அதியுன்னத ஒளியைப் பாய்ச்சறதுதானே?"

காசியின் பட்டப்பெயர் குறித்த அந்த இகழ்ச்சியைக் கேட்ட திவோதாஸுக்கு, அவள் உண்மையிலேயே மாறிவிட்டாள் என்பது இப்போது உறைத்தது. இது கோபமும் விரக்தியும் அடைந்த, யதார்த்ததை உணர்ந்து முடிவெடுக்க முடியாத உமா. வேறு வழியில்லை. நீலகண்டரை அழைத்து வரத்தான் வேண்டும். உமா ஒருகாலத்தில் அந்தக் கதைகளை நம்பியவள் என்பது அவருக்குத் தெரியும்.

"நாகர்களின் இராணியைவிட முக்கியமான அந்த நபரை அழைச்சிக்கிட்டு வர்றேன்," என்றபடி அங்கிருந்து விடைபெற்றார்.

ப்ரங்க அலுவலகத்தின் முன்னிருந்த துறையில், அந்தச் சிறிய கத்திப்படகு நின்றது. திவோதாஸ் முதலில் இறங்கினார்; அவரைத் தொடர்ந்து சிவன், பர்வதேஸ்வரர், பகீரதன், த்ராபகு மற்றும் பூர்வகர்.

அலுவலக அறைக்கு வெளியே நின்ற உமா, பெரு மூச்செறிந்தாள். "விடறதா இல்லியா, நீங்க?"

"இது ரொம்ப முக்கியமான விஷயம், தளபதி உமா," என்றார் திவோதாஸ்.

உமா பகீரதனை அடையாளம் கண்டுகொண்டாள். "இவருதானா? அயோத்யாவோட இளவரசருக்காகவா நான் எல்லா விதிகளையும் மீறணும்?"

"அவர் ஸ்வத்வீபத்தோட இளவரசர், உமா. அதை மறந்துறாதீங்க. அயோத்யாவுக்கு நாம கப்பம் கட்டிக்கிட்டுத்தான் வர்றோம்."

"ஆக, இப்ப நீங்க அயோத்யாவுக்கும் தீவிர விசு வாசியாகிட்டீங்க, இல்லையா? இன்னும் எத்தனை முறைதான் ப்ரங்காவைக் கைவிடுவீங்க?"

"அயோத்யாவின் பேரால கேக்கறேன், தளபதி, எங்களுக்கு உள்ளே நுழைய அனுமதி வேணும்," தன் கோபத்தைக் கட்டுப்பட்டுத்த பகீரதன் மிகுந்த பிரயத்தனம் செய்தான். நீலகண்டருக்கோ இரத்தம் சிந்துவதில் சிறிதும் இஷ்டமில்லை.

"அஸ்வமேத உடன்படிக்கைதான் நமக்குள்ள இருக்கிற உறவுமுறைகளை திருத்தமா எடுத்து சொல்லுதே? வருஷா வருஷம் நாங்க உங்களுக்குக் கப்பம் கட்ட வேண்டியது. அயோத்யா ப்ரங்காவுக்குள்ள அடியெடுத்து வெக்காம இருக்க வேண்டியது. நாங்க எங்க பக்கத்துலேர்ந்து விதிகளை மீறாமத்தான் இருக்கோம். நீங்களும் அதைச் செய்யறீங்களான்னு சரிபார்க்க வேண்டியதுதான் என் கடமை."

சிவன் முன்னே வந்தார். "நான் வேணுமானா ..."

உமா பொறுமையிழந்தாள். ஓரடி முன்னே வந்தவள், அவரைப் பிடித்துத் தள்ளினாள். "வெளிய போய்யா."

"உமா!" திவோதாஸ் உறையிலிருந்து கத்தியை எடுத்தார்.

பகீரதன், பர்வதேஸ்வரர், த்ராபகு மற்றும் பூர்வகர் அனைவரும் உடைவாளை உருவினர்.

"இந்த ஒரு குற்றத்துக்காக உங்க மொத்த குடும்பத்தையும் நான் அழிச்சிறுவேன்," த்ராபகு சூளுரைத்தான்.

"பொறுங்க!" கைகளை அகல விரித்தவாறு, சிவன் தன் ஆட்களைத் தடுத்தார்.

உமாவை நோக்கித் திரும்பினார். அவள், அவரை அதிர்ச்சியுடன் வெறித்துக்கொண்டிருந்தாள். அவரது கழுத்தைச் சுற்றி வெப்பத்திற்காக அணிந்திருந்த அங்கவஸ்திரம் கழன்று, நீலக்கழுத்தை வெளிப்படுத்தியிருந்தது. உமாவைச் சுற்றியிருந்த வீரர்கள் அனைவரும் உடனடியாக, கண்களில் கண்ணீர் ததும்ப, மண்டியிட்டனர். வாய் சற்றே திறந்தபடி, உமா இன்னமும் அவரையே பார்த்தவண்ணம் நின்றாள்.

சிவன் தொண்டையைக் கனைத்துக்கொண்டார். "நான் உள்ளே வர வேண்டியது ரொம்ப அவசியம், தளபதி உமா. உங்க உதவி எனக்குக் கெடைக்குமா?"

உமாவின் முகம் இரத்தக்குழம்பாய்ச் சிவந்தது. "இத்தனை நாள் எங்க போய்த் தொலஞ்சே?"

சிவனின் புருவங்கள் நெறிந்தன.

முன்னால் வந்த உமாவின் கண்களில் கண்ணீர் ததும்பியது. சிறிய கைவிரல்களை முஷ்டியாக்கி, சிவனின் கட்டுமஸ்தான மார்பில் தடதடவென்று குத்தினாள். "எங்கய்யா போய்த் தொலஞ்சே? எவ்வளவு நாள் காத்திருந்தோம்! என்னென்ன கஷ்டமெல்லாம் பட்டோம்? எங்கய்யா போய்த் தொலஞ்சே?"

அவளை அணைத்துச் சமாதானம் செய்ய சிவனின் முயற்சிகள் தோற்க, அவளோ, சரிந்து, அவரது கால்களைப் பற்றிக்கொண்டாள். "எங்க இருந்தே இவ்வளவு நாள்?" என்று கதறினாள்.

கவலையுடன் திவோதாஸ், எல்லையில் காவலுக்கு அமர்த்தப்பட்டிருந்த இன்னொரு வீரனை நோக்க, "போன மாசம் கொள்ளை நோய்ல அவங்களோட ஒரே குழந்தை போயிடுச்சு," என்றான் அவன். "ரொம்ப வருஷமா அவங்களும் அவங்க புருஷனும் காத்திருந்து பெத்த குழந்தை, ரொம்ப கலங்கிட்டாங்க."

அவளது உணர்வுகள் புரிய, மிகுந்த வருத்தத்துடன் திவோதாஸ் அவளைப் பார்த்தார். அதே நிலைமை தனக்கும் வந்திருந்தால்? அவரால் கற்பனை கூட செய்ய முடியவில்லை.

இந்தப் பேச்சை முழுவதுமாகக் கேட்டுக்கொண்டிருந்த சிவன், தானும் மண்டியிட்டு, தன்னுடைய சக்தியையே அளிக்க முயல்வது போல், உமாவை அணைத்துத் தேற்ற முயன்றார்.

"ஏன் இதுவரைக்கும் வரலை?" அவள் சமாதானம் அடையாமல், அழுதுகொண்டே இருந்தாள்.

அத்தியாயம் 11

கிழக்கு அரண்மனையின் மர்மம்

கங்கையின் நடுவே இருந்த மணற்திட்டின் மீது சதி ஓய்வெடுத்துக்கொண்டிருந்தாள். கிழக்கு அரண்மனையிலிருந்து பார்த்தால் தெரியாத வண்ணம், தாழ்வாக அமர்ந்திருந்தாள். அணிந்திருந்த பழுப்பு நிற உடைகள், சுற்றுப்புறத்தோடு அவள் பொருந்தி, வெளியே தெரியாமலிருக்க உதவின.

சீராக மூச்சுவிட்டபடி, களைத்திருந்த தசைகளுக்குப் புத்துயிரூட்ட முயன்றுகொண்டிருந்தாள். பின்புறமாகக் கை நீட்டி, வாளையும் கேடயத்தையும் தொட்டுப் பார்த்துக்கொண்டாள். கச்சிதமாகத்தான் பொருத்தப்பட்டிருந்தன. கங்கைக்குள் அவை நழுவி விழுந்துவிட்டால், கிழக்கு அரண்மனைக்குள் தற்காப்பிற்கு ஆயுதம் இல்லாமல் போய்விடும்.

பக்கவாட்டில் கைவிட்டு, சிறிய சுருக்குப்பையை வெளியே எடுத்தாள். உள்ளே இருந்த பழத்தை விரைவாக சாப்பிட்டுவிட்டு, காலியான பையை மீண்டும் இடுப்பில் செருகிக்கொண்டாள். பிறகு, கங்கைக்குள் நறுவிசாக, நாசூக்காக நழுவினாள்.

சிறிது நேரத்திற்குப் பிறகு, மிக மெதுவாக, கிழக்குக்கரையைச் சேர்ந்து மேலே ஏறினாள். காவல் அதிகமிருந்த, மன்னரின் படகுகள் கட்டப்பட்டிருந்த அரண்மனைப் படகுத் துறையிலிருந்து வெகுதூரத்தில், மறைவான ஒரு கால்வாய் ஓடியது. காசியிலிருந்தோ, ஏன், கங்கையின் எந்தப்புறமிருந்தும் அது கண்ணுக்குப்

புலப்படவில்லை. நகரின் அரண்மனையில், சதிக்கென ஒதுக்கப்பட்டிருந்த உயரமான பகுதியில் அமைந்திருந்த அறைகளிலிருந்து மட்டுமே பார்க்கலாம். அடர்ந்த செடிகொடிகளுக்குப் பின்னால்தான் கால்வாய் இருக்கக்கூடும் என ஊகித்து, அவற்றுள் புகுந்தாள்.

நளினமாய் கால்வாய்க்குள் இறங்கியவள், வலிவான கரங்களால் லாகவமாக அரண்மனை நோக்கி நீந்திச் சென்றாள். கால்வாய், அதிசயிக்கத்தக்க முறையில் மிகச் சுத்தமாக இருந்தது; அரண்மனையில் அதிகம் பேர்கள் இல்லையோ, என்னவோ? அரண்மனைச் சுவருக்கு அருகே, கால்வாய் மண்ணிற்கடியில் மறைய, சதியும் நீருக்கடியில் சென்றாள். வளாகத்தின் அருகே, கால்வாய் முகப்பை இரும்புக் கம்பிக்கிராதிகள் பாதுகாத்தன. சுருக்குப்பையிலிருந்து ஒரு சிறிய ரம்பத்தை எடுத்த சதி, இரும்புக் கம்பியை அறுக்க ஆரம்பித்தாள். நுரையீரல் பிராணவாயு போதாமல் ஏறக்குறைய பற்றியெரிவது போலத் தோன்றிய போது, நீருக்கு மேல் வந்து காற்றை சுவாசித்தாள். மீண்டும் அடியில் மூழ்கி, பழைய, துருப்பிடித்த அந்த இரும்புக் கம்பிகளை அறுப்பதைத் தொடர்ந்தாள். ஐந்து முறை மட்டுமே காற்றுக்கு அவள் மேலே வர, இரு கம்பங்களை அறுத்து, நீந்திச் செல்வதற்கான இடைவெளியை அவளால் உருவாக்கிக் கொள்ள முடிந்தது.

அரண்மனையின் மேற்குச் சுவரின் அருகே சதி வெளிவந்தபோது, மிக அழகான நந்தவனம் ஒன்றில் இருப்பதை உணர்ந்தாள். ஈ காக்காய் இல்லை. அயல் மனிதர்கள் யாரும் இந்தப் பக்கமாய் வரமாட்டார்கள் என்ற நம்பிக்கை போலும். தரையெல்லாம் புல் செழிப்பாய்ப் படர்ந்திருக்க, பூச்செடிகளும் மரங்களும் கேட்பாரற்று, பராமரிப்பின்றி வளர்ந்து, கிட்டத்தட்ட காடாய்க் காட்சியளித்தன. அந்த இடம், இயற்கை கொஞ்சி விளையாடும் அழகுப் பிரதேசமாய்ச் செழித்துக் கிடந்தது.

காய்ந்த குச்சிகளின் மீது பாதம் படாமல் சதி ஜாக்கிரதையாய் அந்த நந்தவனத்தின் ஊடே விரைந்தாள். பக்கவாட்டில் இருந்த கதவொன்றின் மூலம், அரண்மனைக்குள்ளே நுழைந்தாள்.

அந்த இடத்தின் அமானுஷ்யம் அவளைத் தாக்கத் தொடங்கியிருந்தது. எங்கும் ஆழ்ந்த நிசப்தம். பணியாட்கள் வேலை செய்யும் ஓசைகள் இல்லை. அரச குடும்பத்தார் ஆடல் பாடல்களில் களிக்கும் ஒலிகள் இல்லை. தோட்டத்தில்

பறவையோசை இல்லை. எதுவுமே இல்லை. சூன்யத்திற்குள் காலடி எடுத்து வைத்துவிட்டது போல் இருந்தது.

பாதைகளை வேகமாய்க் கடந்தாள். தடுக்கவோ, கேள்வி கேட்கவோ யாருமேயில்லாமல் போக, மனித நடமாட்டத்தையே அறியாதது போலிருந்த அந்தப் பிரமாதமான அரண்மனைக்குள் சுற்றிச் சுற்றி வந்தாள்!

சட்டென்று, எங்கிருந்தோ மெல்லிய சிரிப்புச் சப்தம். ஒலி வந்த திசையை நோக்கி நடந்தாள்.

அந்தப் பாதை, பிரதான முற்றத்தில் சென்று முடிவடைந்தது. சதி, ஒரு தூணின் பின் மறைந்துகொண்டாள். மையத்தில், ஒரு சிம்மாசனத்தில் மன்னர் அதிதிக்வர் அமர்ந்திருப்பது தெரிந்தது. அருகே, அவரது மனைவியும் மகனும். சதி அதுவரை பார்த்திராத, மிக வயது முதிர்ந்த மூன்று சேவகர்கள், மங்கல ரட்சை உட்பட ராக்கி சடங்கிற்குரிய சகல சாமக்கிரியைகள் அத்தனையையும் கொண்ட பூஜா தாலங்களை ஏந்தியபடி நின்றனர்.

இங்கே எதுக்கு ராக்கி கட்டிக்க வந்திருக்கார்?

அப்போது, ஒரு பெண் முன்னே வந்தாள்

சதிக்கு அதிர்ச்சியில் மூச்சே நின்றுவிட்டது.

நாகா!

ஐந்து கப்பல்களில் இருந்த அனைவரும் மேல்தளங்களின் இருபுறமும் கூடி, நடைபெறும் காட்சியைக் கண்கொட்டா ஆவலும் அதிசயமுமாய்ப் பார்த்தனர். சிவனின் வீரர்கள் ப்ரங்காவின் வாயில்களைக் கண்டு திகைத்துப் போயிருந்தனர். மேடைகள் தங்கள் கப்பலை அசுர வேகத்தில் அடைவதையும் பீதியுடன் கவனித்திருந்தனர். பிறகு, கொக்கிகள் சங்கிலிகளுடன் இணைக்கப்பட. அந்தந்த கப்பல்களின் தளபதிகளின் ஒப்புதல் கிடைத்தவுடன், ப்ரங்கர்கள், மரக்கலங்களை இழுக்கத் துவங்கியதைக் கண்டனர்.

கப்பலின் ஒருபுறம், வாயிலின் அருகேயிருந்த அலுவலகத்தையே பார்த்தபடி கப்பல் தளத்தில் நின்றார் சிவன்.

வாயில் பொறி இயந்திரங்களிடையே பணியிலில்லாத ப்ரங்கர்கள் ஒவ்வொருவரும், மண்டியிட்டு, நீலகண்டருக்கு மரியாதை செலுத்திக்கொண்டிருந்தனர். சிவனோ, உடைந்து போய்ச் சுவரோரமாய்ச் சுருண்டிருந்த அந்தப் பெண்ணையே பார்த்துக்கொண்டிருந்தார். அவள் இன்னமும் விசித்துக்கொண்டிருந்தாள்.

சிவனின் கண்கள் பனித்திருந்தன. விதி தன் வாழ்வில் மிகக் கொடூரமாய் விளையாடிக் குழந்தையை பறித்துக்கொண்டுவிட்டதாய் உமா நம்புவதை அவர் அறிவார். நீலகண்டர் இன்னும் ஒரு மாதம் முன்னே வந்திருந்தால், அவள் காப்பாற்றப்பட்டிருக்கலாம் என்பது அவளது நம்பிக்கை. ஆனால், சம்பந்தப்பட்ட நீலகண்டருக்கு அவ்வளவு நிச்சயமாய்த் தோன்றவில்லை.

என்னால என்ன செஞ்சிருக்க முடியும்?

உமாவையே தொடர்ந்து வெறித்தார்.

புனித ஏரியே, எனக்கு சக்தி குடு. இந்தக் கொள்ளை நோயை நான் வெரட்டியடிக்கிறேன்.

தரைப் பணியாளர்களுக்கு சமிக்ஞை கிடைக்க, திரட்டிகள் விடுபட, உருளைகள் சுழல, கப்பல்கள் அதிவிரைவாக முன்னே நகர்ந்தன.

உமா பார்வையிலிருந்து மங்கி, விரைவாக மறைந்தாள். "மன்னிச்சுக்க," என்றார் அவர் மெல்ல.

— ☩ ⵔ ⵓ ✢ ⊕ —

சதி அந்தக் காட்சியைக் கண்டு உறைந்து போய் நின்றாள். காசியின் மன்னருடன், ஒரு நாகா பெண்!

உண்மையில், அவள் ஒருத்தியல்ல; ஒரே உடம்பைப் பங்கிட்டுக்கொண்ட இரு பெண்கள். மார்பின் கீழ் ஒரு உடல்தான் என்றாலும், பக்கத்திற்கு ஒரு கரம் கொண்ட நான்கு தோள்கள், மார்பில் ஒன்றாய் வந்து சேர்ந்தன. நாகாவிற்கு இரண்டு தலைகள் இருந்தன.

ஒரு உடம்பு, ரெண்டு கை, நாலு தோள், ரெண்டு தலை. இராமபிரானே, என்ன கொடூரம்!

இரு தலைகளும் ஒருடலின் மீது ஆதிக்கம் செலுத்த முயன்றுகொண்டிருப்பதை சதி விரைவில் உணர்ந்தாள். ஒரு சிரம், அமைதியாக முன்னே வந்து, மன்னர் நீட்டிய மணிக்கட்டில் ராக்கியைக் கட்ட விரும்பியது போலும். இன்னொன்று, குறும்பு நிரம்பியது; சகோதரனுடன் விளையாட வேண்டும் என்ற ஆசைகொண்டு, பின்வாங்க முயன்றுகொண்டிருந்தது.

"மாயா!" அதிதிக்வர் அதட்டினார். "விளையாடாமல் வந்து என் கையில் ராக்கியைக் கட்டிவிடு."

விளையாட்டுத்தனம் நிறைந்த சிரம், சிரித்துவிட்டு, சகோதரனின் ஆவலைப் பூர்த்திசெய்யும் பொருட்டு, உடலை முன்னே செல்லக் கட்டளையிட்டது. அதிதிக்வர் மிகப்பெருமிதத்துடன் தன் ராக்கியை மகனிடமும், மனைவியிடமும் காட்டினார். அருகே நின்றிருந்த பணியாளர்கள் வைத்திருந்த தாலத்திலிருந்து சில இனிப்புகளை எடுத்து, சகோதரியிடம் கொடுத்தார். பிறகு, பணியாளன், வாளுடன் முன்னே வந்தான். குறும்புப் பார்வையுடன் நின்ற தன் சகோதரியைப் பார்த்த அதிதிக்வர், வாளை அவளிடம் எடுத்து நீட்டினார். "நன்கு பயிற்சி செய். நல்ல முன்னேற்றம் தெரிகிறது!"

பணியாளன் ஒரு வீணையையும் எடுத்து நீட்ட, மன்னர் அதை மற்றொரு சகோதரியிடம் கொடுத்தார். "உன் வாசிப்பின் மீது எனக்கு மிக்கப் பிரியம்."

எந்தப் பரிசைப் பெற்றுக்கொள்வது என்று கரங்கள் தவித்ததாய்த் தெரிந்தது.

"அருமைத் தங்கைகளே, பரிசுகள் விஷயத்தில் எதற்கு வீண் சச்சரவு? இரண்டையும் பகிர்ந்துகொள்ள வேண்டும் என்பதுதான் என் விருப்பம்."

சதி நின்றிருந்தது அப்போது ஒரு பணிப்பெண்ணின் கண்ணில் பட்டுவிட, "ஓ"வென்று சப்தமிட்டாள்.

உடனடியாக சதி தன் வாளை உருவினாள். மாயாவும்தான். ஆனால், தலைகள் இரண்டும் ஒரே முடிவை எடுத்ததாகத் தெரியவில்லை. ஏனோ, தயங்கின. இறுதியில், அமைதி விரும்பிய சிரம் ஜெயித்தது; சகோதரனுக்குப் பின்னால் மாயா ஓடிப் போய் நின்றாள். அதிதிக்வரின் மனைவியும், மகனும் ஆணியடித்தது போல் ஒரே இடத்தில் சமைந்து போயிருந்தனர்.

அதிதிக்வரோ, கண்களில் எதிர்ப்பு தெறிக்க, கையை சகோதரியின் தோள்களின் மீது வைத்து அணைத்தவாறு, சதியை வெறித்தார்.

"அரசே," என்றாள் சதி. "இதுக்கெல்லாம் என்ன அர்த்தம்?"

"என் சகோதரியின் கரத்தால் என் மணிக்கட்டில் ராக்கி கட்டிக்கொண்டிருக்கிறேன், தேவி," என்றார் அதிதிக்வர்.

"நாகாவை இரகசியமா இங்க வெச்சுப் பாதுகாக்கறீங்க. உங்க மக்கள்கிட்டருந்து இதை மறைக்கவும் செஞ்சிருக்கீங்க. தப்பு."

"அவள் என் சகோதரி, தேவி."

"அவ ஒரு நாகா!"

"அதைப் பற்றி எனக்குக் கவலையில்லை. அவள் என் சகோதரி என்பது மட்டும்தான் எனக்குத் தெரியும். அவளைக் காப்பதாக உறுதி பூண்டிருக்கிறேன்."

"நியாயப்படி அவ நாகர்களோட தேசத்துல வாழணும்."

"அந்த அரக்கர்களுடன் இவள் ஏன் இருக்க வேண்டும்?"

"ருத்ரபகவான் இதை ஒரு நாளும் அனுமதிச்சிருக்க மாட்டார்."

"ஒரு மனிதனை அவனது கர்மாவை வைத்துத்தான் அளவிட வேண்டும்; உருவம் கொண்டல்ல என்பதுதான் அவரது வாக்கு."

கலக்கமுற்ற சதி, மௌனமானாள்.

திடீரென்று, மாயாவே முன்னால் வந்தாள். ஆத்திரமும் ஆக்ரோஷமுமான குணாதிசயம் பிரதானமடைந்தது. அமைதியான குணமோ, அவளை எப்படியாவது பின்னேயிழுக்கப் பிரயத்தனம் செய்துகொண்டிருந்ததாகப்பட்டது.

"என்னை விடு!" ஆக்ரோஷமான சுயம் அலறியது.

அமைதியின் வடிவம் பின்னடைந்தது. முன்னே வந்த மாயா, தன்னால் ஆபத்து ஏதும் இல்லையென்று பிரகடனப்படுத்தும் வகையில், வாளைக் கீழே எறிந்தாள்.

“ஏன் எங்களை இப்படி வெறுக்கறீங்க?” நாகாவின் ஆவேச முகம் கேட்டது.

சதி பதிலறியாமல் நின்றாள். “வெறுக்கவெல்லாம் இல்லை. வந்து ... பொதுவா கடைப்பிடிக்கவேண்டிய சட்டங்களைப் பத்தி பேசிட்டிருந்தேன் ...”

“நெஜமாவா? ஆக, ஆயிரக்கணக்கான வருஷங்களுக்கு முன்னால, ஏதோவொரு தேசத்துல, எங்களைப் பத்தியோ, எங்க வாழ்க்கைச் சூழலைப் பத்தியோ எதுவுமே தெரியாத மக்கள் உருவாக்கின சட்டங்கள், எங்க வாழ்க்கையோட எல்லா அங்கங்களையும் முழுக்க முழுக்க ஆளணுமா?”

சதி மௌனமானாள்.

“இதைத்தான் இராமபிரான் விரும்பியிருப்பாரா?”

“தான் ஏற்படுத்தின சட்டதிட்டங்களைத் தன் பக்தர்கள் காப்பாத்தணும்னுதான் அவர் விரும்பினார்.”

“வாழ்க்கையின் ஒவ்வொரு அணுவையும் சட்டதிட்டங்களுக்கு உட்படுத்தக்கூடாதுன்னு சொன்னதும் அதே இராமபிரான்தான். ஒரு நல்ல, ஸ்திரமான சமூகத்தை உருவாக்கப் பிறந்தவைதான் சட்டமும் திட்டமும். அந்த சட்டங்களே அநியாயத்தை வளர்த்தா? எப்படி இராமபிரான் வழி நடப்பீங்க? அவரோட விதிகளைப் பின்பற்றியா? இல்ல, மீறியா?”

சதியிடம் பதிலில்லை.

“எங்க சகோதரர், பெருமான் நீலகண்டரைப் பத்தியும் உங்களைப் பத்தியும் எவ்வளவோ சொல்லியிருக்கார்,” என்றாள் மாயா. “நீங்க விகர்மாவா இருந்தவங்கதானே?”

சதியின் உடல் விறைத்தது. “அந்தச் சட்டம் வழக்கில இருந்தவரைக்கும், அதை மதிச்சுதான் வாழ்ந்தேன்.”

“விகர்மா சட்டம் ஏன் மாத்தப்பட்டுது?”

“சிவா அதை எனக்காக மாத்தல!”

“நீங்க எதை நம்பறீங்கங்கிறது உங்க இஷ்டம். ஆனா, மாத்தப்பட்ட விதி உங்களுக்கும் அனுகூலமா இருந்ததுங்கிறதுதானே நிஜம்?”

“நீலகண்டரைப் பத்தி நான் எத்தனையோ கதைகள் கேள்விப்பட்டிருக்கேன்,” மாயா தொடர்ந்தாள். “அவர்

ஏன் அந்த சட்டத்தை மாத்தினார்னு நான் சொல்றேன். ஆயிரம் வருஷத்துக்கு முந்தி அந்த சட்டம் உருப்படியா இருந்திருக்கலாம். ஆனா, இந்தக் காலகட்டத்துல, அது அநியாயம். தங்களால புரிஞ்சிக்க முடியாத மக்களை அடக்கியாள எல்லோரும் பயன்படுத்தற ஆயுதம்."

எதையோ சொல்ல வாயெடுத்த சதி, நிறுத்திக்கொண்டாள்.

"அதுவும் இந்தக் காலத்துல ஊனத்தோடப் பிறந்தவங்களை விடப் புரிஞ்சிக்க முடியாதவங்க, அறியப்படாத மக்கள் யாராவது உண்டா? எங்களை நாகான்னு கூப்பிடுங்க; அரக்கர்னுகூட சொல்லுங்க; உங்க தூய்மையான, புனிதமான வாழ்க்கைக்கு எந்த பங்கமும் வராம, நர்மதைக்குத் தெற்கே எங்கேயோ எங்களைத் தூக்கியெறிங்க."

"ஆக, எல்லா நாகர்களும் உத்தமமான பிறவிகள்னு சொல்றீங்க, இல்லையா?"

"தெரியாது! அதப்பத்தி எங்களுக்கு அக்கறையும் இல்ல! ஊனமாப் பொறந்த ஒரே காரணத்துக்காக நாகர்கள் செய்யற எல்லாத்துக்கும் நாங்க பொறுப்பேத்துக்கணுமா? சட்டத்தை மீறும் எல்லா சூர்யவம்சிகளுக்கும் நீங்க பொறுப்பேத்துக்குவீங்களா?"

சதி அமைதியாக இருந்தாள்.

"மூணே மூணு பணியாளர்களோட மட்டும், இத்தனை பெரிய அரண்மனைல, மனித வாடையே இல்லாத இந்தப் பிரதேசத்துல தன்னந்தனியா வாழறோமே, இது தண்டனையில்லையா? எங்க சகோதரன் அப்பப்ப வந்து எங்களைச் சந்திக்கிறதுதான் வாழ்க்கையோட ஒரே சந்தோஷம்னு இருக்கோமே, இது கொடுமையில்லையா? இன்னும் எவ்வளவுதான் எங்களைத் தண்டிக்கப்போறீங்க? எதுக்காக தண்டிக்கறீங்கன்னாவது நாங்க தெரிஞ்சுக்க உரிமையுண்டா?"

சாத்வீகமான குணாதிசயம் அப்போது தலைதூக்க, மாயா சடாரென்று அதிதிக்வரின் பின் மறைந்துகொண்டாள்.

"தயவு செய்யுங்கள், தேவி," அதிதிக்வர் மிகத் தாழ்ந்து வணங்கினார். "யாரிடமும் சொல்ல வேண்டாம். கருணை புரிய வேண்டும்."

சதி இன்னமும் மௌனம் சாதித்தாள்.

"அவள் என் சகோதரி," அதிதிக்வர் கெஞ்சினார். "தன் மரணப்படுக்கையில், நான் அவளைப் பாதுகாக்கவேண்டும் என்று என் தந்தை என்னிடம் சத்தியம் வாங்கிக் கொண்டார். அந்த வாக்கை நான் மீற முடியாது."

மாயாவைப் பார்த்த சதி, பின்னர் அதிதிக்வரை நோக்கினாள். வாழ்க்கையில் முதன்முறையாக, ஒரு நாகாவின் பார்வையில் உலகைச் சந்தித்திருந்தாள் அவள். அவர்கள் தினம் தினம் எதிர்கொள்ள வேண்டியிருந்த அநீதி, முகத்தில் அறைந்தது.

"அவள் மீது எனக்குப் பாசம் அதிகம்," என்றார் அதிதிக்வர். "தயவு செய்யுங்கள்."

"இது பத்தி எதுவும் பேச மாட்டேன். சத்தியம்."

"இராமபிரானின் பெயரால் வாக்குறுதி அளிப்பீர்களா, தேவி?"

சதியின் புருவங்கள் நெறிந்தன. "நான் ஒரு சூர்யவம்சி, அரசே. வாக்குறுதிகளை நாங்க மீர்றதில்ல. எங்க ஒவ்வொரு செயலும் இராமபிரானின் பெயராலதான் நடக்குது."

கப்பல்கள் வாயில்களைக் கடந்தவுடன், பாய்மரங்களை முழுவதுமாய் விரிக்க த்ராபகு கட்டளையிட்டான். மற்ற மரக்கலங்களும் குறிப்பிட்ட அமைப்பில் வந்து சேருமாறு உத்தரவுகள் பிறப்பித்தான்.

சற்று தூரம் சென்றவுடனேயே, ஏறக்குறைய உலகிலேயே மிகப் பெரும் நன்னீர் நதி உருவாகும் வகையில், பிரம்மாண்ட ப்ரம்மபுத்ரா, கங்கை நதியுடன் கலக்க அசுர வேகத்தில் பாய்ந்து வரும் காட்சி கண்முன் விரிந்தது.

"*வருண பகவானே,*" *நீர் மற்றும் கடலுக்கு அதிபதி*யான கடவுளை மனதிற்குள் தியானித்தவாறு, த்ராபகு வியந்து நின்றான். "இந்த நதி, சமுத்திரத்தையே மிஞ்சிடும் போலருக்கே!"

"ஆமா," திவோதாஸ் குரலில் பெருமை மிளிர்ந்தது.

"உங்களால இந்தக் காட்சியைப் பாக்க முடியலியேன்னு இருக்கு," த்ராபகு பூர்வகரிடம் திரும்பினான். "இவ்வளவு பிரம்மாண்டமான நதியை நான் பாத்ததேயில்ல!"

"உன் கண்கள் வழியாத்தான் நான் பாக்கறேனே, மகனே."

"இந்தியாவின் மிகப்பெரிய நதி பிரம்மபுத்ரா, படைத்தலைவரே," என்றார் திவோதாஸ். "ஆண் பெயரைக் கொண்ட ஒரே நதியும் இதுதான்."

த்ராபகு இதைப் பற்றி ஒரு நொடி யோசித்தான். "அட, நீங்க சொல்றதும் சரிதான். இப்படி நான் யோசிக்கவே இல்ல. நாம இப்ப பிரயாணம் செஞ்ச பெருநதி கங்கை உட்பட, இந்தியாவோட மத்த எல்லா நதிகளுக்கும் பெண் பெயர்கள்தான்."

"ஆமா. *ப்ரம்மபுத்ராவும் கங்காவும்தான் ப்ரங்க நதியின்* தந்தை, தாய்ன்னு நாங்க நம்பறோம்."

பூர்வகர் திடுக்கிட்டவராய் நிமிர்ந்தார். "அதானே! உங்க பிரதான நதி மற்றும் நாட்டுக்கான பெயர்க்காரணம் இதுவாத்தான் இருக்கணும். ப்ரம்மபுத்ராவோட கங்கா - ரெண்டும் சேர்ந்தா ப்ரங்கா!"

"சுவாரசியமாத்தான் இருக்குப்பா," என்றான் த்ராபகு. திவோதாஸைப் பார்த்து, "நெஜமாத்தானா?"

"ஆமா."

தலைநகர் ப்ரங்கரிதை, அதாவது *ப்ரங்காவின் இதயத்தை* நோக்கி, ப்ரங்க நதியின் மீது பயணித்தன கப்பல்கள்.

— 𐀀 ☥ ⚕ ⚛ ⊕ —

கப்பலின் முகப்பில் நின்றவாறு, முதன்மைக் கப்பலைப் பார்த்தார் பர்வதேஸ்வரர். ஆனந்தமயி சொன்னது போல், முதல் கப்பலிலிருந்து, பிரதானக் கப்பலுக்கு கயிற்றைக் கட்டும் பணி நடந்துகொண்டிருந்தது. அவளது யோசனையின் எளிமையும், அதில் பொதிந்திருந்த சமயோசிதமும் இன்னமும் அவரை வியக்கச் செய்தது.

"சேநாதிபதி."

திரும்பியவர், பின்னால் ஆனந்தமயி நிற்பதைக் கண்டார். குளிருக்கு அடக்கமாய் ஒரு பெரிய அங்கவஸ்திரத்தால் தன்னைச் சுற்றிக்கொண்டிருந்தாள்.

“தேவி,” என்றார் பர்வதேஸ்வரர். “மன்னிக்கவும்; தாங்கள் வந்ததை நான் கவனிக்கவில்லை.”

“பரவாயில்ல,” ஆனந்தமயியின் முகத்தில் லேசான புன்னகை. “என் பாதச்சுவடு ரொம்ப மென்மையானது.”

தலைசைத்த பர்வதேஸ்வரர், எதையோ சொல்ல வாயெடுத்து, தயங்கினார்.

“என்ன விஷயம், சேநாதிபதி?”

“தேவி,” என்றார் பர்வதேஸ்வரர். “என்னுடன் தங்களை வாட்போர் செய்ய அழைத்தபோது, அவமானப்படுத்தும் எண்ணம் எனக்கு சிறிதும் இல்லை. மெலூஹாவில், இது தோழமையின் ஒரு அங்கம்.”

“எது, தோழமையா! நம்ம உறவை ரொம்ப சலிப்பான விஷயமா மாத்தறீங்க, சேநாதிபதி.”

பர்வதேஸ்வரர் மௌனமானார்.

“சரி, தோழமை அது இதுன்ட்டீங்க; என்னைத் தோழின்னு வேற சொல்லிட்டீங்க,” என்றாள் ஆனந்தமயி. “ஒரு கேள்விக்குப் பதில் சொல்ல முடியுமா?”

“தாராளமாக.”

“வாழ்நாள் முழுக்க பிரம்மசர்ய விரதத்தை நீங்க ஏத்துக்க என்ன காரணம்?”

“அது ஒரு பெருங்கதை, இளவரசி.”

“கதை கேக்க எனக்கு ஏகப்பட்ட பொழுது இருக்கு.”

“ஏறக்குறைய இருநூற்றைம்பது ஆண்டுகளுக்கு முன், இராமபிரானின் சட்டங்களை மாற்றும் விஷயமாய், மெலூஹாவின் பிரபுக்கள் வாக்களிக்க முற்பட்டனர்.”

“அதுல என்ன தப்பு? தர்மநியாயத்துக்காக தன் விதிகளையே மாத்தியமைக்கலாம்னு இராமபிரானே சொல்லியிருக்கிறதாத்தான் நெனைச்சேன்.”

“சொன்னார் என்பது உண்மை. ஆனால், அவர்கள் கொண்டுவர முயன்ற மாற்றம், எந்த தர்மநியாயத்தின் பொருட்டும் அல்ல. மயிகா - எங்கள் குழந்தை வளர்ப்பு முறைகள் பற்றி நீங்கள் கேள்விப்பட்டிருக்கிறீர்கள்தானே?”

நாகர்களின் இரகசியம் 199

"ஆகா." வாழ்நாளில் மீண்டும் தன் குழந்தையை இனிக் காணவே முடியாது என்ற நிலையில், அதை எடுத்து அடுத்தவரிடம் நீட்ட எந்தத் தாயால் முடியும்? ஆனந்தமயிக்கு விளங்கத்தான் இல்லை. ஆனால், இது விஷயமாக பர்வதேஸ்வரரிடத்தில் விவாதத்தில் இறங்க அவளுக்கு இஷ்டமில்லை. "என்ன மாற்றத்தைக் கொண்டுவர விரும்பினாங்க?"

"சாமான்யரது குழந்தைகளைப் போல் மயிகாவில் சேர்க்காமல், பிரபுக்களின் குழந்தைகளை மட்டும், அவை பிறந்தவுடன் தனித்தனியே அடையாளமிட்டு, பதினாறு வயதை அடைந்தவுடன், சொந்தத் தாய் தந்தையரிடம் சேர்ப்பித்துவிட வேண்டியது. மயிகா விதியை அவர்கள் விஷயத்தில் மட்டும் தளர்த்திவிடவேண்டியது. இதுதான் அவர்கள் கோரிய மாற்றம்."

"அப்ப சாதாரண ஜனங்களோட குழந்தைங்க?"

"இந்தத் தளர்த்தப்பட்ட சட்டத்தில் அவர்களுக்கு எந்த உரிமையும் இல்லை."

"இது நியாயமேயில்ல."

"இதைத்தான் என் பாட்டனார், பிரபு சத்யத்வஜரும் நினைத்தார். சட்டம் தளர்த்தப்படுவதில் தவறில்லை; ஆனால், இராமபிரானின் அசைக்க முடியாத கொள்கைகளில் ஒன்று: சட்டம் அனைவருக்கும் பொதுவானதாக, எல்லோரையும் கட்டுப்படுத்துவதாக இருக்க வேண்டும். பிரபுக்களுக்கு, சாதாரண மக்களுக்கு என்று தனித்தனியே சட்டதிட்டங்கள் இருக்கக்கூடாது; முடியாது. அது மிகத் தவறு."

"ஒத்துக்கறேன். ஆனா, இந்த சட்ட மாற்றத்தை உங்க தாத்தா மறுக்கத்தானே செஞ்சார்?"

"மறுத்தார். அவர் ஒருவர் மட்டுமே மறுத்தார். அதனால், வாக்கெடுப்பின் பயனாய், சட்டம் மாற்றப்பட்டது."

"அடடா."

"இராமபிரானின் இந்தக் கொள்கைச் சீரழிப்பை மறுக்கும் வகையில், என் பாட்டனார் ஒரு தீர்மானம் செய்தார்: அவரும், அவர் மயிகா முறைப்படி தத்தெடுத்துக்கொண்ட சந்ததியினர் எவரும், சொந்தமாய்க் குழந்தை பெற்றுக்கொள்ளக்கூடாது."

தான் எடுத்த முடிவு, தனக்குப் பின் வழிவழியாய் வந்த அனைவரையும் காலாகாலத்திற்கும் கட்டுப்படுத்தும் அதிகாரத்தை பிரபு சத்யத்வஜருக்குக் கொடுத்தது யார்? மனதில் பளிச்சிட்ட இந்த எண்ணத்தை ஆனந்தமயி வெளியிடவில்லை.

“அந்த வாக்கை நான் இன்றுவரையிலும் காத்து வருகிறேன்.” பர்வதேஸ்வரர் முகம் முழுதும் பரவசமாய், நெஞ்சம் நிறைந்த பெருமிதத்துடன் கூறினார்.

பெருமூச்செறிந்த ஆனந்தமயி, நதிக்கரையை நோக்கித் திரும்பி, அடர்ந்த கானகத்தைக் கவனித்தாள். கொழகொழப்பான மணற் குழம்பாய், சாவதானமாய்ப் பாய்ந்த ப்ரங்க நதியை பர்வதேஸ்வரரும் பார்த்தவண்ணம் நின்றார்.

“வாழ்க்கையோட விசித்திரத்தைப் பாத்தீங்களா?” பர்வதேஸ்வரரை நோக்கித் திரும்பாமல் ஆனந்தமயி பேசினாள். “ஏறக்குறைய இருநூத்தம்பது வருஷத்துக்கு முன்னால, அந்நிய நாட்டுல அநியாயத்தைத் தட்டிக் கேக்க ஒரு நல்ல மனுஷன் பாடுபட்டார். அவர் பட்ட பாடே இப்ப எனக்கு நியாயம் கெடைக்காம தடுக்குதே ...”

பர்வதேஸ்வரர் அவளைத் திரும்பிப் பார்த்தார். முகத்தில் லேசான புன்னகை விளையாட, அழகு கொஞ்சும் அந்த முகத்தை, ஆழமாக அளவிட்டார். பிறகு, தலையசைத்தவாறு, நதியை நோக்கி மீண்டும் திரும்பிக்கொண்டார்.

அத்தியாயம் 12

ப்ரங்காவின் இதயம்

ஏகப்பட்ட வண்டல் மண்ணும் தண்ணீரும் சுமந்த ப்ரங்கா, வெகு தூரம் ஒரே நதியாகப் பயணிக்கவில்லை; அதனினின்று சீக்கிரத்திலேயே பிரிந்த பலப்பல கிளை நதிகள், ப்ரங்க தேசம் முழுதும் தாராளமாக பாய்ந்து இயற்கை வளத்தை வாரி வழங்கிவிட்டு, கிழக்குக்கடலில் கலந்து, இதன் மூலம், உலகிலேயே மிகப்பெரும் நதிக் கழிமுகத்தை உருவாக்கியிருந்தன. ஆகா, அந்த தேசத்தின் நீர்வளமும், நதிகள் கொண்டு வந்து சேர்த்த வண்டல் மண்ணின் இயற்கைச்செழிப்பும்தான் எத்தகையது! விவசாயிகள் பயிர்த்தொழில் செய்யவேண்டிய அவசியமேயில்லை: மண்ணின் மீது விதைகளைத் தெளித்தாலே போதும்; மீதியை நிலம் பார்த்துக்கொள்ளும்!

ப்ரங்காவின் மிக முக்கிய உபநதியான பத்மாவின் கரை மீதமைந்திருந்தது, ப்ரங்கரிதை.

ப்ரங்காவின் வாயில்களைக் கடந்து சற்றேறக்குறைய இரண்டு வாரங்கள் கழித்து, சிவனின் கப்பல் பரிவாரம் ப்ரங்கரிதையின் அருகாமையை அடைந்தது. அவர்களது பாதை வளம் கொழிக்கும் தேசத்தையும், செல்வம் பொங்கும் நிலப்பரப்புகளைக் கடந்து சென்றாலும், இனம்புரியாத சோகமும், இறப்பைச் சுற்றிக் கவியும் துக்கமும் காற்றில் கனமாய்க் கலந்து வருவோரின் உள்ளத்தைக் கலக்கமுறச் செய்தன.

ஏறக்குறைய இரண்டாயிரம் ஹெக்டேர் பரப்பளவில், தேவகிரிக்குச் சமமாகப் பரவியிருந்தன, ப்ரங்கரிதையின்

சுவர்கள். மூன்று மேடைகளில் மீது நிர்மாணிக்கப்பட்டிருந்த தேவகிரியைப் போலல்லாமல், வெள்ளத்திற்குத் தற்காப்பாய், பத்மா நதியிலிருந்து ஒரு கிலோமீட்டர் உள்ளடங்கி, சற்று மேடானபகுதியில் விஸ்தாரமாய்ப் நிர்மாணிக்கப்பட்டிருந்தது. மிகப்பெரும் மதில்களால் அரணாய்க் காக்கப்பட்ட அந்த நகரம், நீண்ட காலத் திட்டங்கள் தீட்டும் விஷயத்தில் சந்திரவம்சிகளுக்கேயுரிய இகழ்ச்சியைப் பறைசாற்றும் வகையில் அமைந்திருந்தது. மெலூஹ நகரங்களின் சச்சதுரமான வீதிகளைப் போலன்றி, கன்னாபின்னாவென்று வகைதொகையின்றி சாலைகள் அமைந்திருந்தாலும், விசாலமாயும், மரமடர்ந்தும் காணப்பட்டன. அந்நகரின் நளினமான, உயர்ந்த கோயில்களின் பிரம்மாண்ட நிர்மாணம் மற்றும் பாதுகாப்பிற்கும், ஆங்காங்கே முளைத்திருந்த பல்வேறு அழகுணர்ச்சி நிறைந்த மாடமாளிகைகள், கூட கோபுரங்களின் கட்டுமானம், பராமரிப்பிற்கும், ப்ரங்காவில் குவிந்த ஏராளமான செல்வம் தாராளமாய்ப் பயன்பட்டது. சென்ற பல நூற்றாண்டுகளில் பல நினைவுச் சின்னங்களும், மாளிகைகளும் பொதுமக்களின் பயனுக்காக எழுப்பப்பட்டிருந்தன: பொது நிகழ்ச்சிகளின் பொருட்டு அரங்கங்கள்; திருவிழாக்களைக் கொண்டாட மிகப்பெரும் கூடங்கள்; பொதுக் குளியலறைகள், மற்றும் அழகு ததும்பும் இன்பமான நந்தவனங்கள். மிகப் பிரமாதமாய்ப் பராமரிக்கப்பட்டாலும், இவையெதுவும் அதிகப் புழக்கத்தில் இல்லை. அடிக்கடி அழையா விருந்தாளியாய் வந்த கொள்ளைநோயின் புண்ணியத்தில் சாவையே மீண்டும் மீண்டும் பார்த்த ப்ரங்கர்களுக்கு, வாழ்வின் சுவை ஏறக்குறைய மறந்தே போயிருந்தது.

வருடத்தில் பலமுறை ஏறி இறங்கும் பத்மா நதியின் வெவ்வேறு நீர்மட்டங்களுக்கேற்ப, நதியின் துறைமுகத்திலும் பல தளங்கள் அமைக்கப்பட்டிருந்தன. இப்போது, குளிர்காலத்தின் மத்தியில், பத்மாவின் நீர்வரத்து மிதமாக இருந்தது. சிவனும், அவரது பரிவாரத்தைச் சேர்ந்தவர்களும், ஐந்தாவது மட்டத்தில் தரையிறங்கினர். பர்வதேஸ்வரர், த்ராபகு, பூர்வகர் மற்றும் திவோதாஸ் அந்தத் துறைமுகத்தின் பெரும் வரவேற்புக்கூடத்தில் தனக்காகக் காத்திருப்பதை சிவன் கண்டார்.

"பிரம்மாண்டமான துறைமுகமாகத்தான் இருக்கு, பூர்வகரே," என்றார் சிவன்.

“என்னால அதை உணர முடியுது, பிரபு,” பூர்வகர் புன்னகைத்தார். “செயல்திறன்ல மெலுஹர்களுக்கு இணையான சக்தி படைச்சவங்களா இந்த ப்ரங்கர்கள் இருப்பாங்களோன்னு தோணுது.”

“செயல்திறன் பத்தியெல்லாம் அவங்க ரொம்ப கவலைப்படறதா எனக்குத் தோணலப்பா,” என்றான் த்ராபகு. “உயிரைக் காப்பாத்திக்கிறதுதான் பெரிய சவாலா இருக்கும்னு நெனைக்கறேன்.”

அப்போது, நம்ப முடியாத அளவு, உடம்புகொள்ளா தங்க நகைகளைப் பூட்டிக்கொண்ட கட்டைகுட்டையான ஒரு ப்ரங்கக் குடிமகன், படிக்கட்டுக்களில் அவசரமாக, ஏறக்குறைய ஓடிவந்தான். பர்வதேஸ்வரர் அவன் கண்களில் பட, தடாலென்று மண்டியிட்டவன், அவரது பாதங்களில் தன் தலையைப் பட்டென்று பதித்தான். “பிரபு, வந்துவிட்டீர்களா? வந்தேவிட்டீர்களா? நாங்கள் பிழைத்தோம்!”

குனிந்து அவனைத் தூக்கி நிமிர்த்திய பர்வதேஸ்வரரின் முகத்தில் கடுமை விரவியிருந்தது. “நான் நீலகண்டரல்ல.”

ப்ரங்கன் அவரை ஏறிட்டுப்பார்த்த பார்வையில் ஏகப்பட்ட குழப்பம்.

பர்வதேஸ்வரர், சிவனைச் சுட்டிக் காட்டினார். “உண்மையான பிரபுவின் முன் மண்டியிடு.”

அந்த மனிதன் சிவனை நோக்கி ஓடிவந்தான். “மன்னிக்க வேண்டும், பிரபு. என் பெருங்குற்றத்திற்காக ப்ரங்காவைத் தண்டித்துவிடாதீர்கள்!”

“எழுந்திருங்க, நண்பரே,” சிவன் புன்னகைத்தார். “என்னை முன்னபின்ன நீங்க பாத்தேயிருக்காத போது, எப்படி அடையாளம் கண்டுப்பீங்க?”

கண்களில் கண்ணீர் தளும்ப, அந்த மனிதன் எழுந்தான். “இத்துணை சக்தியிருந்தும், எத்துணை அடக்கம். இது உங்களுக்கே - மகாதேவருக்கே உரித்தான உயர் பண்பல்லவா?”

“ரொம்பக் கூச வெக்கறீங்க என்னை. உங்க பேரென்ன?”

“பிரபு, நான் பப்பிராஜ் - ப்ரங்காவின் பிரதம மந்திரி. தரைமட்டத்தில் தங்களை வரவேற்க ஒரு குழுவைத்

திரட்டியிருக்கிறோம். மன்னர் சந்திரகேதுவும் தங்களை எதிர்பார்த்துக் காத்திருக்கிறார்."

"என்னை உங்க மன்னர்கிட்ட அழைச்சுக்கிட்டு போங்க."

கடைசித்தளம் செல்லும் படிகளின் மீது மிகப்பெருமிதத்துடன் ஏறிய பப்பிராஜின் பின், சிவனும் சென்றார். பகீரதன், பர்வதேஸ்வரர், ஆனந்தமயி, ஆயுர்வதி, திவோதாஸ், த்ராபகு, பூர்வகர், நந்தி மற்றும் வீரபத்ரா, பின்னோடு சென்றனர்.

சிவன் மேல்தளத்தின் மீது கால்பதித்த மறுநொடி, பண்டிதர்களின் குழு ஒன்று காது கிழியும் இரைச்சலுடன் சங்கங்களை ஊதியது. சற்று தூரத்தில் பிரமாதமான தங்க ஆபரணங்கள் அணிவிக்கப்பட்ட யானைகள், பூர்வகரே திடுக்கிடுமளவுக்குக் கூட்டாய்ப் பிளிறின. தரைமட்டத்தில் அற்புதமாய்ச் செதுக்கப்பட்டு அமைந்திருந்த கல்லாலான காட்சிமாடம், மகாதேவரை கௌரவிக்கும் பொருட்டு, தங்கத் தகடுகளால் வேயப்பட்டிருந்தது. ப்ரங்கரிதையின் மொத்த மக்கள்தொகையும் - ஏறக்குறைய 400,000 பேர் - நீலகண்டரை வரவேற்க வந்து குவிந்துவிட்டது போலிருந்தது. எல்லோருக்கும் முன் நின்றது, மன்னர் சந்திரகேதுவின், சோகம் போர்த்திய உருவம்.

மத்திம உயரம்; வெண்கல நிறம்; எடுப்பான கன்ன வடிவமைப்பு; மான் போன்ற கண்கள். பல இந்தியர்களைப் போல், மன்னர் சந்திரகேதுவின் கூந்தலும் எண்ணெயிட்டு வாரப்பட்டு, சுருள் சுருளாகத் தொங்கியது. க்ஷத்ரியருக்கேயுரிய கட்டுமஸ்தான தேகக்கட்டு அவருக்கில்லை; ஒடிசலான உடல், எளிமையான வெள்ளை தோத்தி மற்றும் அங்கவஸ்திரத்தால் மூடப்பட்டிருந்தது. கதை கதையாகச் சொல்லப்பட்ட ஏராள செல்வச் செழிப்பும் இயற்கைவளமும் கொழிக்கும் இராஜ்யத்தை ஆண்டாலும், மன்னர் சந்திரகேதுவின் உடலில் குந்துமணித் தங்கம் கூட இல்லை. ஜெயிக்க முடியாத யுத்தத்தில் போராடும், விதியின் கொடூர விளையாட்டை முடிக்கத் திராணியில்லாமல் தோற்றவனின் விரக்தி, கண்களில் படிந்திருந்தது.

கூடியிருந்த அனைத்து ப்ரங்கர்களையும் போல், மண்டியிட்டு, கைகள் தரையில் தன் முன் நீள, நெற்றி நிலத்தில் பட, வணங்கினார்.

"*ஆயுஷ்மான் பவ*, அரசே," சிவன் மன்னர் சந்திரகேதுவை ஆசீர்வதித்தார்.

மண்டியிட்டவாறே, கைகூப்பி நிமிர்ந்த சந்திரகேதுவின் கண்களிலிருந்து கண்ணீர் அருவியாய் கொட்டியது. "நான் பல நாள் வாழ்வேன் என்று இப்போது எனக்கு நிச்சயமாகிவிட்டது, பிரபு. நான் மட்டுமல்ல, அனைத்து ப்ரங்கர்களுக்கும் இனி நீண்ட ஆயுள் நிச்சயம். தாங்கள் வந்துவிட்டீர்கள் அல்லவா?"

"இந்த பயனற்ற போரை நிறுத்தித்தான் ஆகவேண்டும்," வாசுகி, நாகர்களின் இராஜ்ய சபையைச் சுற்றிக் கண்களை ஓட்டினார். ஒப்புதலுக்கு அறிகுறியாகப் பலரது சிரங்கள் அசைந்தன. பழங்காலத்தில் வெகு சிறப்பாய்ச் கோலோச்சிய நாக அரசர் ஒருவரின் வழித்தோன்றலாதலால், வாசுகியின் வாக்கிற்கு மதிப்பு அதிகம்.

"போர்தான் முடிந்துவிட்டதே," என்றாள் அரசி. "மந்தர மலை அழிந்துவிட்டது. இரகசியம் நம்மிடையே பத்திரமாய் இருக்கிறது."

"அப்புறமும் ஏன் ப்ரங்கர்களுக்கு மருந்துகள் அனுப்பிக்கொண்டிருக்கிறோம்?" நிஷாத் வினவினார். "நமக்கு இனி அவர்கள் தேவையில்லை. அவர்களுக்கு நாம் உதவிக்கொண்டேயிருக்கும் வரையில், நம்முடன் பகைமை பாராட்ட நம் விரோதிகளுக்கு காரணங்கள் ஏற்பட்டுக்கொண்டே இருக்கும்."

"நாகர்களின் நடத்தை இனி இப்படித்தான் இருக்குமோ?" இராணி வினவினாள். "தேவையற்றுப் போகும்போது, நண்பர்களைக் கழற்றிவிடுவது?"

பறவை போன்ற முகத்தைக்கொண்ட சுபர்ணா, இப்போது குரலெடுத்தாள். "இராணியின் கூற்றை நான் ஒப்புக்கொள்கிறேன். ப்ரங்கர்கள் அப்போதும் இப்போதும், நம் நண்பர்கள். நமக்குத் துணையாய் நின்றவர்களுக்கு நாம் உதவத்தான் வேண்டும்."

"ஆனால், நாம் நாகர்கள்," என்றார் அஸ்திக். "பூர்வ ஜன்மங்களில் நாம் செய்த பாவங்களின் பயனாக தண்டிக்கப்படுகிறோம். நம் விதிப்பயனை ஒப்புக்கொண்டு,

தவம் செய்து, புண்ணியம் தேடுவதில் வாழ்நாளைக் கழிப்பதல்லவா முறை? ப்ரங்கர்களும் இதே முறையைப் பின்பற்றும்படி நாம் அறிவுறுத்தவேண்டும்."

இராணி உதடுகளைக் கடித்துக்கொண்டாள். கார்கோடகர், அவளைக் கூர்ந்து பார்த்தார். தோல்வி மனப்பான்மையின்மீது அவளுக்கிருந்த வெறுப்பை அவர் அறிவார். ஆனால், அஸ்திக்கின் கருத்தே பெரும்பான்மையினரின் எண்ணம் என்பதும் அவருக்குத் தெரியும்.

"ஒப்புக்கொள்கிறேன்," என்ற இராவத், சுபர்ணாவைப் பார்த்தார். "கருட நாட்டு மக்களுக்கு இதெல்லாம் புரிய வேண்டுமென்று நான் எதிர்பார்க்கவில்லை. போர்ப் பிரியர்கள் அவர்கள்; எப்போதும் சண்டையிட்டுக்கொண்டே இருக்க வேண்டுமென்ற ஆவல் கொண்டவர்கள்."

வார்த்தைகள் வலித்தன. கருட மக்கள், அதாவது பறவை முகம் கொண்ட நாகர்கள், பிற நாகர்களுடன் பல காலமாய் விரோதம் பாராட்டி வந்திருந்தனர். பஞ்சவடியிலிருந்து கிழக்கே வெகு தூரமிருந்தாலும், தண்டகவனத்தில் ஒரு பகுதியான, பழம்பெருமை கொண்ட நாகபுரத்தில் வாழ்ந்தவர்கள். பல வருடங்களுக்கு முன், மக்கள் தலைவன் மிகுந்த பிரயத்தனத்திற்கிடையில், அவர்களுடன் சமாதான உடன்படிக்கையை ஏற்படுத்த, கருட மக்களின் இப்போதைய தலைவி சுபர்ணா, இராணியின் அத்யந்த விசுவாசியாக, இராஜ்ய சபையில் ஓரங்கத்தினராகப் பொறுப்பேற்றுக்கொண்டாள். அவளது மக்கள், இப்போது பஞ்சவடியில் வாழ்ந்தனர்.

"இது தேவையற்ற பேச்சு, பிரபு இராவத்," இராணியின் குரலில் அழுத்தம். "நாகர்களின் கூட்டுக் குடும்பத்திற்குள் கருட மக்களைக் கொண்டு வந்து சேர்த்து அவர்களை நம்முடன் இணைத்தவர் தேவி சுபர்ணா என்பதை மறக்க வேண்டாம். நாமெல்லோரும் இப்போது சகோதர சகோதரிகள். தேவி சுபர்ணாவை அவமதிக்கும் எவரும், என்னுடைய கடுங்கோபத்திற்கு ஆளாவார்கள்."

இராவத் உடனடியாகப் பின்வாங்கினார்; இராணியின் ஆவேசம் உலகறிந்தது.

சற்றுக் கவலையுடன், கார்கோடகர் சுற்றுமுற்றும் பார்வையை ஓட்டினார். இராவத் பின்வாங்கியிருந்தாலும், விவாதம் இலக்கின்றி அலைவதாக அவருக்குப் பட்டது.

இராணி வாக்குறுதி அளித்ததுபோல், ப்ரங்கர்களுக்குத் தொடர்ந்து மருந்துகள் அனுப்ப முடியுமா? மக்கள் தலைவன் அப்போது பேச எழ, அவன் மீது பார்வை பதிந்தது.

"அதிகப்பிரசங்கியாய் குறுக்கே பேசுவதற்கு இராஜ்ய சபையின் மாட்சிமை தங்கிய உயர்பெரும் பிரபுக்களும், பெருந்தேவிகளும் மன்னித்தருள வேண்டுகிறேன்."

எல்லோரது கவனமும் உடனடியாக அவன்பால் சென்றது. இராஜ்யசபையின் மிக வயதில் குறைந்த அங்கத்தினராக இருந்தாலும், மரியாதையில் அவனே மூத்தவன்.

"நாம் இதைத் தவறாக அணுகுகிறோமோவென்று ஐயுறுகிறேன். விஷயம், போர் பற்றியோ, நம் துணைவர் சார்ந்ததோ அல்ல. பூமிதேவியின் ஆதாரக் கொள்கைகள் காப்பாற்றப்படுகின்றனவா என்பதைத்தான் கவனிக்கவேண்டும்."

பலரது புருவங்கள் நெறிந்தன. எப்போதோ ஒரு காலத்தில், வடக்கேயிருந்து வந்து, நாகர்களின் தற்போதைய வாழ்க்கை முறையை அமைத்துக்கொடுத்த, நாகரல்லாத ஒரு மர்மப் பெண்மணிதான் பூமிதேவி. இப்போது நாகர்களால் தெய்வமாக கௌரவிக்கப்பட்டு, பூஜிக்கப்பட்டு வருபவள். பூமிதேவியின் சட்டதிட்டங்களைக் கேள்வி கேட்பது, மகாபாவம்.

"ஒரு நாகன், தனக்கு அளிக்கப்பட்டது எதுவாயினும், தகுந்த கைம்மாறு செய்ய வேண்டுமென்பது அவர் வகுத்த கோட்பாடுகளில் மிகத் தலையாயது. நம் கர்மாவின் பாவங்களை கழுவ இது ஒன்றே வழி."

இராஜ்ய சபை அங்கத்தினர்கள் முக்கால்வாசிப் பேர்களின் முகம் குழப்பத்தைக் காட்டியது. மக்கள் தலைவன் என்ன சொல்ல வருகிறான் என யாருக்கும் புரியவில்லை. இராணி, கார்கோடகர் மற்றும் சுபர்ணாவின் முகங்களிலோ, புன்னகையின் சாயை.

"உங்களனைவரின் முன் ஒரு கோரிக்கை வைக்க விரும்புகிறேன்: தயவு கூர்ந்து, உங்களது சுருக்குப்பைகளைத் திறந்து பாருங்கள்; அவற்றில், மன்னர் சந்திரகேதுவின் சின்னம் பொறித்த தங்க நாணயங்கள் எத்தனையென்றும் எண்ணிப் பாருங்கள். நம் இராஜ்யத்தில் புழங்கும் முக்கால் பங்கு தங்க நாணயங்கள், ப்ரங்காவிலிருந்து வந்தவை. நம் துணைவர்கள் என்ற முறையில் அனுப்பப்பட்டன

என்றாலும், உண்மையில் அவை அளிக்கப்பட்ட காரணத்தை மறக்கலாமா? மருந்திற்கான முன்பணம் என்பதை உணர்ந்து, ஒப்புக்கொள்ளத்தானே வேண்டும்?"

இராணி, தன் மருமகனை நோக்கிப் புன்னகைத்தாள். ப்ரங்கர்களிடமிருந்து நாகர்கள் பெறும் பொருளை, அலங்காரமற்ற தங்கக் கட்டிகளாய் இல்லாமல், தன் சின்னம் பொறித்த நாணயங்களாய் அனுப்ப வேண்டும் என்று மன்னர் சந்திரகேதுவுக்கு ஆலோசனை சொன்னதே அவன்தான்.

"சாதாரணமாய்க் கணக்கிட்டாலே, அடுத்த முப்பது வருடங்களுக்கான மருந்துக்கு நம்மிடம் தங்கம் சேர்ந்து விட்டது என்று அனுமானிக்கிறேன். பூமிதேவி வகுத்த கோட்பாடுகளை நாம் மதிக்கிறவர்களாய் இருந்தால், அவர்களுக்கு மருந்துகளைத் தொடர்ந்து அனுப்புவதைத் தவிர வேறு வழியில்லை என்றுதான் சொல்வேன்."

இராஜ்யசபைக்கும் வேறு வழியில்லைதான். பூமிதேவியின் வாக்கை மீறுவதாவது?

சபையில் தீர்மானம் நிறைவேறியது.

— ⵣ ⵀ ⵜ ⵇ ⵧ —

"பிரபு, கொள்ளை நோயை எப்படித் தடுப்பது?" என்றார் சந்திரகேது.

சிவன், சந்திரகேது, பகீரதன், பர்வதேஸ்வரர், திவோதாஸ் மற்றும் பப்பிராஜ் ஆகியோர், ப்ரங்கரிதை அரண்மனையில் மன்னரின் பிரத்யேக அறைகளில் அமர்ந்திருந்தனர்.

"நாகர்கள்தான் அதுக்கு வழின்னு நான் நம்பறேன், அரசே," என்றார் சிவன். "இந்தியாவின் மொத்த பிரச்சனைக்கும் - உங்க கொள்ளை நோய்க்கும் சேர்த்துத்தான் - அவங்கதான் காரணம்கிறது என் நம்பிக்கை. அவங்க இருப்பிடம் உங்களுக்குத் தெரியும்கிறது எனக்குத் தெரியும். அவங்களைக் கண்டுபிடிக்கணும்."

சந்திரகேதுவின் உடல் விறைத்தது. சோகம் நிரந்தரமாய்ப் படிந்துவிட்ட கண்களை ஒரு நொடி மூடித் திறந்தவர், பப்பிராஜிடம் திரும்பினார். "சற்று விலகியிருங்கள், பிரதம மந்திரியாரே."

பப்பிராஜ் வாதிக்க முயன்றார். "ஆனால், அரசே ..."

நாகர்களின் இரகசியம் 209

சுருங்கிய கண்களுடன் மந்திரியைத் தொடர்ந்து மன்னர் வெறிக்க, பப்பிராஜ் உடனடியாக வெளியேறினார்.

பக்கச்சுவரினோரம் சென்ற சந்திரகேது, ஆள்காட்டி விரலிலிருந்து ஒரு மோதிரத்தைக் கழற்றி, சுவற்றில் இருந்த ஒரு பள்ளத்தில் வைத்து அழுத்தினார். "க்ளிக்" என்ற மெல்லிய சப்தத்துடன், ஒரு சிறிய பெட்டி சடாரென்று வெளிப்பட்டது. அதிலிருந்து ஒரு பத்திரத்தை எடுத்த மன்னர், சிவனை நோக்கி மீண்டும் வந்தார்.

"பிரபு," என்றார் சந்திரகேது. "சில நாட்களுக்கு முன், இந்தக் கடிதத்தை நாகர்களின் இராணியிடமிருந்து கிடைக்கப்பெற்றேன்."

சிவனின் முகம் லேசாய்க் களையிழந்தது.

"தயவு செய்து, திறந்த மனத்துடன் இதை அணுகுமாறு கேட்டுக்கொள்கிறேன், பிரபு," என்று வேண்டுகோள் விடுத்த சந்திரகேது, பத்திரத்தைப் பிரித்து, சப்தமாகப் படிக்கத் துவங்கினார்: *நண்பர் சந்திரகேதுவுக்கு. இந்த வருடத்திற்கான மருந்துகளைக் கொடுத்தனுப்புவதில் ஏற்பட்ட தாமதத்திற்கு மன்னிப்புக் கோருகிறேன். இராஜ்யசபைப் பிரச்சனைகள் தொடர்கின்றன. நிலைமை எப்படியாயினும், மருந்துகள் தங்களிடம் வந்து சேர்ந்துவிடும். இது சத்தியம். ஒரு விஷயம் கேள்விப்பட்டேன்: நீலகண்டன் என்று சொல்லிக் கொண்டு ஒரு கூத்தாடி உங்கள் இராஜ்யத்திற்கு வரப்போவதாகப் பேச்சு. எங்கள் தேசத்திற்கு வர வழி விசாரிப்பதாகவும் தகவல். உங்களுக்கு அவன் அளிக்கக்கூடியவை, வெற்று வாக்குறுதிகள் மட்டுமே. எங்களிடமிருந்தோ, உங்களுக்கு விலைமதிப்பில்லா மருந்துகள் கிடைக்கும். எது உங்கள் மக்களின் உயிர் காக்கும் என்று நினைக்கிறீர்கள்? முடிவு உங்கள் கையில். யோசித்துச் செயல்படவும்.*

சிவனைப் பார்த்தார் சந்திரகேது. "நாகர்களின் அரசியின் சின்னம் பொறித்திருக்கிறது."

சிவனிடத்தில் பதிலில்லை.

"ஆனா, அரசே," திவோதாஸ் குரலெடுத்தார். "நாகர்கள் தான் நமக்கு சூனியம் வெச்சிருக்காங்கன்னு நான் நம்பறேன். இந்தக் கொள்ளை நோயே அவங்க உருவாக்கினதுதான். இதை நாம் எதிர்த்துதான் ஆகணும். நாம் முழுமையாப் போராடணும்னா, மூலத்தையே தாக்கணும். நாகர்களோட நகரமான பஞ்சவடிதான் நம்ம இலக்கு."

“நீங்கள் சொல்வதை நான் ஒப்புக்கொள்வதாகவே வைத்துக்கொண்டாலும், திவோதாஸ், அவர்களது மருந்துதான் நாம் உயிரோடு இருக்கக் காரணம் என்பதை மறந்துவிடக்கூடாது. இந்தக் கொள்ளை நோய் முற்றுமாக ஒழிந்தாலொழிய, நாகர்களின்றி நாம் உயிர் பிழைக்கமுடியாது.”

“அவங்க உங்க விரோதி, அரசே,” பகீரதன் இடைமறித்தான். “உங்க மேல அவங்க ஏவிவிட்டிருக்கிற இந்தக் கொள்ளை நோய்க்கு நீங்க எப்படி பழிவாங்காம இருக்கமுடியும்?”

“என் மக்களின் உயிரைக் காப்பாற்றவே நான் தினம் தினம் போராட வேண்டியிருக்கிறது, இளவரசே. பழிவாங்குவது என்பதெல்லாம் என் வசதிக்கப்பாற்பட்ட விஷயம்.”

“விஷயம் பழிவாங்குவதைப் பற்றியல்ல,” என்றார் பர்வதேஸ்வரர். “தர்ம நியாயம் குறித்தது.”

“இல்லை, சேநாதிபதி,” என்றார் சந்திரகேது. “பழிவாங்குவதிலோ, நியாயம் கேட்பதிலோ பயன் இல்லை. ஒன்றே ஒன்றுதான் இப்போது என் தலையாய கடமை: என் மக்கள் உயிரைக் காப்பது. நான் முட்டாளல்ல; உங்களிடம் பஞ்சவடிக்கு வழி சொன்னால், பெருமான் மிகப்பெரும் படையுடன் சென்று அதைத் தாக்குவர் என்பதை அறிவேன். நாகர்கள் பூண்டோடு ஒழிக்கப்படுவார்கள்; அவர்களுடன் அவர்களது மருந்து அழிந்துவிடும்; ப்ரங்கா உயிர் பிழைப்பதற்கான ஆதாரமும் சிதைந்துவிடும். இதற்கு மாற்றாய் எதையும் நீங்கள் அளிக்காவிடில் - மருந்து கிடைக்க வேறிடம் இல்லாவிட்டால் - பஞ்சவடி செல்லும் வழியை நான் சொல்ல முடியாது.”

சிவன் சந்திரகேதுவை வெறித்தார். அவர் சொன்னவை எதுவும் இரசிக்கவில்லையென்றாலும், ஆதாரமாய்ப் பொதிந்திருந்த உண்மை தாக்கியது. மன்னருக்கு வேறு வழியெதுவும் இல்லைதான்.

கெஞ்சும் பாவனையில், சந்திரகேது கரங்களைக் குவித்தார். “நீங்கள்தான் எங்கள் தலைவர், எங்கள் கடவுள், எங்களைக் காக்க வந்தவர், பெருமானே. பழம்புராணங்களில் எனக்கு மிகுந்த நம்பிக்கை உண்டு. நீங்கள அனைத்தையும் சீர் செய்துவிடுவீர்கள் என்பதில் எள்ளளவும் சந்தேகமில்லை. ஆனால் - என் மக்கள் சிற்சில விஷயங்களை மறந்துவிட்டாலும், எனக்கு ருத்ரபகவான் குறித்த கதைகள்

நினைவில் இருக்கின்றன. இம்மாதிரி யுகபுருஷர்கள் தாங்கள் பிறவியெடுத்த செயலைச் சாதிக்க எத்தனையோ காலம் ஆகும். பிரச்சனையே அங்குதான், பிரபு: என் மக்களுக்கு அவ்வளவு நேரம் இல்லை."

சிவன் பெருமூச்செறிந்தார். "நீங்க சொல்றதெல்லாம் உண்மைதான், அரசே. மருந்து கெடைக்க வேற வழி என்னால இப்ப சொல்ல முடியாதுதான். அதுவரைக்கும், நீங்க இந்த தியாகத்தைச் செய்யணும்னு நான் எதிர்பார்க்கறதுல எந்த நியாயமுமில்ல."

எதையோ சொல்லத் துவங்கிய திவோதாஸை சிவன் கையசைத்துத் தடுத்தார்.

"விடைபெறுகிறேன், அரசே," என்றார். "யோசிக்க எனக்கு கொஞ்சம் அவகாசம் தேவை."

சந்திரகேது சிவனின் பாதங்களில் விழுந்தார். "கோபம் கொள்ளாதீர்கள், பிரபு. எனக்கு வேறு வழியில்லை."

அவரைச் சிவன் தூக்கி நிறுத்தினார். "தெரியும்."

வெளியேற யத்தனித்த சிவனின் பார்வையில், நாக இராணியின் கடிதம் பட்டது. இறுதியில் இருந்த சின்னத்தைக் கண்டு விறைத்தார். ஓம் குறியீடு - ஆனால், சம்பிரதாயமாய் பயன்படுத்தப்படும் வகையில் அல்ல. ஓம் குறியீட்டின் மேல் மற்றும் கீழ் அரைவட்டங்கள் ஒன்றுகூடும் இடத்தில், இரு சர்ப்பத் தலைகள். மூன்றாவதாய், கிழக்கு நோக்கி நீண்ட இன்னொரு வளைவும், கூர்த்த சர்ப்பத் தலையில் முடிய, அதன் முனையிலிருந்து நீண்ட நாக்கு, மயிர்க்கூச்செறியும் வகையில் பிளந்திருந்தது.

"இதுதான் நாக இராணியின் சின்னமா?" சிவன் ஏறக்குறைய உறுமினார்.

"ஆம், பிரபு," என்றார் சந்திரகேது.

"எந்த நாகாவும் இந்தச் சின்னத்தைப் பயன்படுத்த முடியுமா?"

"இல்லை, பெருமானே. அரசி மட்டும்தான்."

"உண்மையச் சொல்லுங்க. எந்த மனிதனாவது இந்த முத்திரையைப் பயன்படுத்த முடியுமா?"

"முடியாது, பெருமானே. யாரும் பயன்படுத்த முடியாது."

"அது நிஜமில்ல, அரசே."

"எனக்குத் தெரிந்தவரை, பெருமானே ..." என்று துவங்கிய சந்திரகேது, சட்டென்று நிறுத்தினார். "அட, மக்கள் தலைவரும் இந்தச் சின்னத்தைப் பயன்படுத்துகிறார். நாகர்களின் வரலாற்றிலேயே, ஆளுவோரைத் தவிர்த்து, இதைப் பயன்படுத்தும் உரிமையுள்ளவர் இவர் ஒருவர் மட்டுமே."

"எது, *மக்கள் தலைவனா*?" சிவன் சீறினார். "அதான் அவன் பெயரா?"

"தெரியாது, பிரபு."

சிவனின் கண்கள் சுருங்கின.

"என் மக்களின் மீது சத்தியமாய்ச் சொல்கிறேன், பிரபு," என்றார் சந்திரகேது. "எனக்குத் தெரியாது. அவரது முறையான பட்டம், "மக்கள் தலைவன்," என்பதே நான் அறிந்தது."

— ⅄ⓞ⋃↑⊗ —

"பெருமானே," என்றான் பகீரதன். "நாம மன்னர் சந்திரகேதுவைக் கொஞ்சம் நெருக்கணும்னு நெனைக்கறேன்."

அவன், பர்வதேஸ்வரர் மற்றும் திவோதாஸ், மூவரும், ப்ரங்கரிதை அரண்மனையில், சிவனின் தனிப்பட்ட அறையில் அமர்ந்திருந்தனர்.

"ஒப்புக்கொள்கிறேன், பிரபு," என்றார் திவோதாஸ்.

"இல்ல," என்றார் சிவன். "சந்திரகேது சொல்றதுல அர்த்தம் இருக்கு. நாகர்களின் மருந்து அவங்களுக்குக் கிடைக்க வேற வழி செஞ்ச பிறகுதான் நாம பஞ்சவடியைத் தாக்க முடியும்."

“அது நடக்காத காரியம், பிரபு,” என்றார் பர்வதேஸ்வரர். “நாகர்களிடம் மட்டும்தான் அந்த மருந்து கிடைக்கும். நாகர்களின் தேசத்தை நம் கட்டுப்பாட்டிற்குள் கொண்டுவந்தால் மட்டுமே அது நம் கைக்கு வரும். பஞ்ச வடி எங்கிருக்கிறதென்றே ப்ரங்க மன்னர் சொல்ல மறுத்தால், நாகர்களின் தேசத்தை நாம் தாக்குவதோ, கைப்பற்றிக் கட்டுப்படுத்துவதோ எங்ஙனம்?”

சிவன் திவோதாஸிடம் திரும்பினார். “நாகர்களின் மருந்து கெடைக்க வேற ஏதாவது வழி இருக்கணும்.”

“விசித்திரமான ஒரு வழி இருக்கத்தான் செய்யுது, பிரபு,” என்றார் திவோதாஸ்.

“என்னது?”

“இருக்கறதுலேயே ரொம்ப மோசமானதாயிருக்கும், பிரபு.”

“அதப் பத்தி நான் கவலைப்பட்டுக்கறேன். என்ன வழி?”

“மதுமதி நதியைத் தாண்டியிருக்கிற காடுகள்ள, ஒரு கொள்ளைக்காரன் இருக்கான்.”

“மதுமதியா?”

“ப்ரங்காவின் இன்னொரு கிளைநதி, பிரபு. மேற்கே பாயுது.”

“அப்படியா.”

“நாகர்களின் மருந்தைத் தயாரிக்கிற முறை அந்த கொள்ளைக்காரனுக்குத் தெரியும்னு வதந்திகள் உண்டு. தென்கிழக்குல பாயற மகாநதிங்கிற நதியைத் தாண்டி கிடைக்கிற சில இரகசிய மூலிகைகளை வெச்சுப் பண்றதா சொல்றாங்க.”

“அப்ப ஏன் அவன் அதை விக்கலை? கொள்ளைக்காரன்னு வேற சொல்றீங்க. பணத்து மேல ஆசை இல்லாமலா இருக்கும்?”

“கொஞ்சம் விசித்திரமான கொள்ளைக்காரன், பிரபு. பிறப்பால அந்தணன். ஆனா, பிரம்மத்தை அடையற பாதையையும், அதுக்கான பயிற்சிகளையும் கைவிட்டு, வன்முறைல இறங்கிட்டான். அவன் ஏதோ கடுமையான மனோவியாதியால பீடிக்கப்பட்டிருக்கிறான்ங்கிறதுதான்

எங்க எண்ணம். பணம் பண்ற எண்ணமே அவனுக்கு இல்ல. க்ஷத்ரியர்களைக் கண்டா அப்படியொரு இனம்புரியாத கொலவெறி. வழி தெரியாம அவன் இடத்துக்குள்ள தப்பித் தவறி நுழையற பாவப்பட்ட க்ஷத்ரியனைக்கூட ஈவு இரக்கமில்லாம வெட்டிப் போட்ருவான். எவ்வளவு பணம் குடுத்தாலும் தன் கொள்ளைக்காரக் கூட்டத்தைத் தவிர வேற யாரோடவும் நாகர்களோட மருந்தை பகிர்ந்துக்க மறுக்கறான்.”

“என்ன பொழப்புய்யா.” சிவனின் முகம் சுருங்கியது.

“வெறும் மிருகம், பிரபு. நாகர்களை விட மோசமானவன். சொந்த அம்மாவோட தலையையே சீவிட்டான்னா பாத்துக்குங்க.”

“கடவுளே!”

“ஆமா, பிரபு. அப்படியொரு பைத்தியத்தோட எப்படிக் கூட்டு சேர முடியும்?”

“நாகர் மருந்து கெடைக்க வேற வழியேதும் இல்லையா?”

“எனக்குத் தெரிஞ்சு இல்ல, பெருமானே.”

“அப்ப முடிவு ஒண்ணே ஒண்ணுதான். அந்தக் கொள்ளைக்காரனைப் பிடிக்கணும்.”

“அவன் பேரென்ன, திவோதாஸ்?” பகீரதன் கேட்டான்.

“பரசுராமன்.”

“என்ன? பரசுராமனா?” பர்வதேஸ்வரர் அதிர்ச்சியில் ஏறக்குறைய கூவினார். “ஆயிரக்கணக்கான வருடங்களுக்கு முன் வாழ்ந்த ஆறாவது விஷ்ணுபகவானின் திருப்பெயரல்லவா அது?”

“தெரியும், சேநாதிபதி,” என்றார் திவோதாஸ். “நம்புங்க: அந்த மகாதெய்வத்தோட நல்ல குணங்கள்ள ஒண்ணுகூட இந்தக் கொள்ளைக்காரன்கிட்ட கெடையாது.”

அத்தியாயம் 13

இச்சாவரின் மனிதபட்சிணிகள்

"மகரிஷி ப்ருகுவா? இங்கா?" திலீபரின் குரலில் திகைப்பு.

மெலூஹாவின் இராஜகுருவே சூர்யவம்சி அரச குடும்பத்தாரின் மிகப் பிரசித்தி பெற்ற, வலிமை பொருந்திய ஆதரவாளர் என்பது இந்தியாவின் பிரபுக்கள் அனைவரும் அறிந்த விஷயம். அயோத்யாவில் அவரது திடீர் வரவு, திலீபரை அதிசயத்தில் ஆழ்த்தியது. எதிர்பாராததுதான் என்றாலும், ப்ருகு திலீபரின் தலைநகருக்கு இதுகாறும் வந்ததேயில்லையாதலால், இது எளிதில் கிடைக்காத, மிகப்பெரும் கௌரவம் என்பதை திலீபர் உணராமலில்லை.

"ஆம், அரசே," என்றார் ஸ்வத்வீபத்தின் பிரதம மந்திரி, ஸ்யமந்தகர்.

மரியாதைக்குரிய அந்த ரிஷியை பிரதம மந்திரி அமர்த்தியிருந்த அறையை நோக்கி திலீபர் விரைந்தார். ப்ருகு தன் நாட்களைக் கழிக்கும் இமயமலைக் குகையைப்போலவே, அலங்காரமின்றி, சிலீரென்று, ஈரப்பதம் நிறைந்து காணப்பட்டது.

திலீபர் உடனடியாக ப்ருகுவின் பாதங்களில் தடாலென்று விழுந்தார். "ப்ருகு பெருமானே - தாங்கள், என் தலைநகரில், என் அரண்மனையில் - என்னே எனது பாக்கியம்!"

"பாக்கியம் என்னுடையது, சக்ரவர்த்தி," புன்னகைத்த ப்ருகுவின் குரல் மென்மையாக இருந்தது. "நீரல்லவா இந்தியாவின் ஒளிவிளக்கு?"

மேலும் அதிசயமடைந்தவராய், திலீபர் புருவங்களை உயர்த்தினார். "தங்களுக்கு நான் செய்யக்கூடியது என்ன, குருஜி?"

ப்ருகு திலீபரை ஆழமாய்ப் பார்த்தார். "தனிப்பட்ட முறையில், எனக்கு எந்தத் தேவையும் இல்லை, அரசே. உலகில் எதுவும் உண்மையல்ல; அனைத்தும் மாயை. இறுதியில், நமக்குத் தேவையானது எதுவுமே அல்ல என்பதை உணர்வதே அனைத்திற்கும் மேலான உண்மை. மாயையை உடைமையாக்கிக்கொள்வதும், எந்த உடைமையுமற்று இருப்பதும் ஒன்றே."

ப்ருகு சொன்னது ஒரு அட்சரம் கூடப் புரியாவிட்டாலும், வலிமை வாய்ந்த அந்த அந்தணரின் கோபத்திற்கு ஆளாக விருப்பமில்லாமல், திலீபர் மையமாகப் புன்னகைத்தார்.

"இப்போது உடல்நிலை எப்படியிருக்கிறது?" என்றார் ப்ருகு.

இராஜ வைத்தியர் மருந்திட்டிருந்த ஈரமான பருத்தித் துணியை உதடுகளில் திலீபர் ஒற்றிக்கொண்டார். ஸ்வத்வீபத்தின் சக்ரவர்த்தி முந்தைய நாள் காலை இருமிய போது, இரத்தம் வெளிவந்திருந்தது; ஆயுள் சில மாதங்கள்தான் என்று அரண்மனை வைத்தியர்கள் கெடு வைத்துவிட்டார்கள். "தங்கள் முன்னிலையில் எந்த இரகசியமும் உதவாது, பிரபு."

ப்ருகு தலையசைத்தாரேயொழிய, பேசவில்லை.

"எனக்கு வருத்தங்கள் ஏதுமில்லை, பிரபு," திலீபர் தைரியமாகவே புன்னகைத்தார். "முழுமையான வாழ்க்கையை வாழ்ந்துவிட்டேன். அதில் எனக்கு திருப்திதான்."

"உண்மை. கேட்கவேண்டும் என்று நினைத்தேன் - உங்கள் மகன் எப்படியிருக்கிறான்?"

திலீபரின் கண்கள் சிறுத்தன. பொய்யுரைப்பதில் பயனில்லை. *ஏழு சப்தரிஷிகளின் வழித்தோன்றலான சப்தரிஷி உத்தராதிகாரி* என்று பரவலாக மதிக்கப்பட்டவர் மகரிஷி ப்ருகு. "என்னை அவன் கொல்ல வேண்டியிருக்காது என்றெண்ணுகிறேன். விதி அவனது வேலையைச் செவ்வனே செய்துவிடும். எப்படியாயினும், தலையெழுத்தை யாரால் மாற்ற முடியும்?"

ப்ருகு முன்னே குனிந்தார். "பலவீனர்களை மட்டும்தான் விதி ஆட்டுவிக்கும், அரசே. வலியோர், தங்கள் தலையெழுத்தைத் தாமே எழுதிக்கொள்வர்."

திலீபர் புருவத்தைச் சுருக்கினார். "என்ன சொல்ல வருகிறீர்கள், குருஜி?"

"எத்தனை காலம் வாழ விருப்பம், உமக்கு?"

"அது என் கையிலா இருக்கிறது?"

"இல்லை, என் கையில்."

திலீபர் மெல்லச் சிரித்தார். "சோமரஸம் என் விஷயத்தில் பயனற்றுவிடும், பிரபு. மெலூஹாவிலிருந்து ஏகப்பட்டதைக் கடத்திகொண்டு வந்து பார்த்துவிட்டேன். வியாதிகளைத் தீர்க்க அது உதவுவதில்லை என்பதை மிகுந்த பிரயத்தனத்திற்குப் பிறகே தெரிந்துகொண்டேன்."

"சப்தரிஷிகளின் மிக அற்புதமான கண்டுபிடிப்பு, சோமரஸம், அரசே. ஆனால், அவர்கள் அதை மட்டும்தான் உருவாக்கினார்கள் என்றா நினைக்கிறீர்கள்?"

"நீங்கள் சொல்வது ..."

"ஆம்."

திலீபர் ஓரடி பின்வைத்தார். மூச்சு வெகு வேகமாய் வந்தது. "கைம்மாறாய்?"

"பட்ட கடனை நினைவில் வைத்திருங்கள். போதும்."

"தாங்கள் மட்டும் ஆசி புரிந்தால், குருஜி, வாழ்நாள் முழுதும் தங்களுக்குக் கடமைப்பட்டவனாய் இருப்பேன்."

"எனக்கல்ல," என்றார் ப்ருகு. "இந்தியாவிற்குக் கடமைப்பட்டவராய் இருங்கள். நேரம் வரும்போது, தங்கள் வாக்குறுதியை நானே நினைவுபடுத்துவேன்."

திலீபர் தலையசைத்தார்.

— ⁂ —

சில நாள் கழித்து, சிவன், பகீரதன், பர்வதேஸ்வரர், ஆனந்தமயி, திவோதாஸ், த்ராபகு, பூர்வகர், நந்தி மற்றும் வீரபத்ரா, ஒற்றைக் கப்பலில் பத்மா நதியின் மீது பிரயாணம்

துவங்கினர். காசியிலிருந்து கிளம்பிய படையில் பாதி, அதாவது ஐந்நூறு வீரர்கள் மட்டுமே துணை; அவர்களும், சூர்யவம்சிகள். படுபயங்கர கொள்ளைக்காரனையும் அவன் கூட்டத்தாரையும் சமாளிக்க போர்ப்பயிற்சி கொண்ட, செயல் வீர்யம் படைத்த வீரர்கள்தான் தேவை என்பது சிவனின் கருத்து. அதே சமயம், மிகப்பெரும் படையாக இருந்தால், கொள்ளைக்காரனை எதிர்க்கும் முயற்சிக்கு அவர்களே பாதகமாயிருக்கக்கூடும். ப்ரங்கரிதையின் பிரமாதமான விருந்தோம்பலை அனுபவிக்கும் பொருட்டு நான்கு கப்பல்களும், ஐந்நூறு சந்திரவம்சிகளும் அங்கேயே நிறுத்தி வைக்கப்பட்டனர்.

ஆயுர்வதியும் கப்பலில் இருந்தாள். இரத்தக்களறியான போர் நிச்சயம் ஏற்பட வாய்ப்பிருப்பதாக திவோதாஸ் எச்சரித்திருக்க, அவளது அற்புதமான மருத்துவத் திறமைக்கு நிறையவே வேலையிருக்கும் என்பது திண்ணம்.

சில நாள் பிரயாணத்திற்குப் பிறகு, ப்ரங்காவிலிருந்து கிளைநதி பிரியும் இடத்தை அடைந்தார்கள். ப்ரங்க தேசத்தின் மேற்குப் பகுதியின் எல்லைகளில், மக்கள் தொகை அதிகம் இல்லாத பிரதேசத்தில், மதுமதியின் மீது பயணித்தனர். வர வர அந்த இடம் மேலும் மரமடர்ந்து, நதியின் இரு புறமும் அடர்ந்த கானகங்கள் விரிந்தன.

"கொள்ளைக்காரன் வாழத் தோதான இடம்தான்," என்றார் சிவன்.

"ஆமாம், பிரபு," என்றான் த்ராபகு. "கொள்ளையர்கள் அடிக்கடி திடீர்த் தாக்குதல் நடத்தறதுக்கு வசதியா, மக்கள் வாழற பகுதிகளுக்குக் கிட்டவும் இருக்கு; அதே சமயம், மறைஞ்சுக்க வாகா யாரும் சுலபத்துல நுழைய முடியாத அடர்ந்த காடாவும் இருக்கு. இவனைக் கைது செய்ய ப்ரங்கர்கள் ஏன் இவ்வளவு கஷ்டப்படறாங்கன்னு இப்பப் புரியுது."

"நமக்கு அவன் உயிரோட வேணும், த்ராபகு. நாகர்களின் மருந்தைத் தயாரிக்க வழி தெரியணும்."

"தெரியும், பிரபு. சேநாதிபதி பர்வதேஸ்வரர் ஏற்கனவே ஆணைகளைப் பிறப்பிச்சிட்டாரு."

சிவன் தலையசைத்தார். நதியின் மேல் டால்ஃபின் மீன்கள் துள்ளி விளையாடின. அடர்ந்த சுந்தரி மரங்களுக்கிடையில் பறவைகள் கூவின. ஒரு கரையின் ஓரம், பெரிய புலியொன்று

சோம்பலாய் உருண்டுகொண்டிருந்தது. ப்ரம்மபுத்ரா மற்றும் கங்கை நதியின் இயற்கை வளத்தையும் எழிலையும் அங்கு வாழ்ந்த விலங்குகளும் பறவைகளும் முழுமையாய், சுதந்திரமாய் அனுபவித்துத் திரியும் அழகு நிரம்பிய காட்சி, கண்முன்னே விரிந்தது.

"ரொம்ப அழகான பூமி இது, பிரபு," என்றான் த்ராபகு.

பதில் சொல்லாத சிவன், கரைகளையே உற்றுப் பார்த்துக்கொண்டு வந்தார்.

"பிரபு," என்றான் த்ராபகு. "எதையாவது பார்த்தீங்களா?"

"யாரோ கவனிக்கிறாங்க. என்னால உணர முடியுது. யாரோ நம்மைக் கவனிச்சிக்கிட்டு வர்றாங்க."

கிழக்கு அரண்மனைக்குள் சதி கட்டுக்களை மீறி உள்ளே நுழைந்த நாளிலிருந்து, அதிதிக்வருடனான அவளது உறவு, ஆழ்ந்த, ஏறக்குறைய தந்தையிடமுள்ள பக்தி கலந்த அன்பாய் உருமாறியிருந்தது. இரகசியங்களைப் பகிர்ந்துகொள்வது, இரு மனிதர்களுக்கிடையே உள்ள பந்தத்தை அதிகரிக்கும் சக்தி கொண்டது. மாயாவைப் பற்றி ஒரு வார்த்தை கூட வெளியில் சொல்வதில்லையென்ற வாக்கை சதி சிரமேற்கொண்டு காப்பாற்றி வந்தாள். ஏன், க்ருத்திகாவிடம்கூட அவள் மூச்சு விடவில்லை.

அரசியல் விவகாரங்களில் - அவை எவ்வளவு அற்பமாயிருந்தாலும் - சதியின் ஆலோசனையைக் கேட்பதென்ற வழக்கத்தை அதிதிக்வர் கைகொள்ள ஆரம்பித்தார். சந்திரவம்சிகளின் ஆட்சிமுறைக்கேயுரிய குழப்பக் குளறுபடிகளுக்கிடையில், சதியின் தீர்க்கமான யோசனைகள், ஆழ்ந்த திறன் பெற்று, சற்று ஒழுங்குமுறையும் சீரமைப்பும் கொண்டுவர உதவின.

இம்முறையோ, பிரச்சனை வழக்கத்தை விடவும் சிக்கலாய் இருந்தது.

"மூணே மூணு சிங்கங்களால இவ்வளவு சேதமா என்ன?" சதி கேட்டாள்.

இச்சாவர் என்னும் கிராமத்தைச் சேர்ந்தோர் சமீபமாய், அதிதிக்வரிடம் பணிந்து கேட்டுக்கொண்டிருந்த உதவி குறித்து

மன்னர் அப்போதுதான் அவளிடம் கூறியிருந்தார். பல மாதங்களாய், மனிதர்களை உண்ணும் கொடூரச் சிங்கங்களின் பிடியில் சிக்கி, பீதி நிறைந்த வாழ்க்கையைத் தொடர்ந்து வாழச் சகியாமல், கிராமத்தார் காசியிடம் தொடர்ந்து முறையிட்டு வந்திருந்தனர். காசியோ, ஸ்வத்வீபத்தின் தலைமைப்பீடம் என்ற முறையில், அயோத்யாவிடம் உதவி கேட்டிருந்தது. இங்கேதான் பிரச்சனை: அஸ்வமேத உடன்படிக்கைபடி தன் கீழுள்ள இராஜ்யங்களைக் காக்கும் பொறுப்பு அயோத்யாவுக்கு உண்டென்றாலும், அது மிருகத் தாக்குதலுக்குப் பொருந்தாது என்று சந்திரவம்சி அமைச்சர்களும், அரசியல் அதிகாரிகளும் மாற்றி மாற்றி விவாதம் செய்துகொண்டிருப்பதில் பொழுதைக் கழிக்க, இங்கோ, சில சிங்கங்களை எதிர்க்கும் துணிவுள்ள ஒரு வீரன் கூட இல்லை.

"என்ன செய்வது, தேவி?"

"காசிக் காவலர் படையொண்ணை ஒரு மாசம் முன்னாடி நீங்க அனுப்பினீங்க, இல்லையா?"

"ஆம்," என்றார் அதிதிக்வர். "கிராமவாசிகளை விட்டு, மத்தளமும் முரசும் அடித்து, சத்தமும் குழப்பமும் ஏற்படுத்தி, சிங்கங்களை, முனை கூர்மையாக சீவப்பட்ட கம்பங்கள் நிறைந்த பெருங்குழிக்குள் தள்ளி சிறைப்படுத்த மிக நல்ல திட்டம்தான் தீட்டினார்கள். முடிந்தவரையில் முயற்சியும் செய்தார்கள். ஆனால், அவர்கள் எதிர்பார்த்ததற்கு முற்றும் மாறாகச் சிங்கங்கள் தப்பித்தது மட்டுமல்லாமல், பாதுகாப்பிற்காக ஊர்க்குழந்தைகளை அடைத்து வைத்திருந்த கிராமப் பள்ளிக்கூடத்தையே தாக்கியிருக்கின்றன."

அதிர்ச்சியில் சதியின் மூச்சு தடுமாறியது.

அதிதிக்வரின் கண்களில் கண்ணீர் திரண்டது. "ஐந்து குழந்தைகள் கொல்லப்பட்டனர்," என்றார் கிசுகிசுப்பாய்.

"இராமபிரான் கருணை புரியட்டும்!" சதியின் வாயிலிருந்து வார்த்தைகள் மென்மையாய் உதிர்ந்தன.

"கொடூர மிருகங்கள், குழந்தைகளின் சடலங்களை இழுத்துக்கூடச் செல்லவில்லை. பொறியில் மாட்டி இறந்த ஒரே ஒரு சிங்கத்திற்காக அவைகள் பழி வாங்கினவோ, என்னவோ."

"அதெல்லாம் வெறும் மிருகங்க, அரசே," சதியின் குரலில் எரிச்சல் விரவியிருந்தது. "ஆத்திரமோ, பழிவாங்கும்

உணர்ச்சியோ அதுகளுக்குக் கிடையாது. விலங்குகள் ரெண்டே ரெண்டு காரணங்களுக்குத்தான் கொல்லும்: பசி, அல்லது தற்காப்பு."

ஆனாலும், கொன்னுட்டு ஏன் உடல்களை அங்கியே விட்டுவெக்கணும்?

"எனக்குத் தெரியாம இதுல வேற ஏதாவது விஷயம் இருக்கா?" சதி கேட்டாள்.

"தெரியவில்லை, தேவி. என்னால் நிச்சயமாய் சொல்ல முடியவில்லை."

"உங்க வீரர்கள் எங்க?"

"இன்னமும் இச்சாவரில்தான் இருக்கிறார்கள். ஆனால், மேற்கொண்டு பொறியேதும் வைக்கவிடாமல் கிராமத்தார் தடுத்துக்கொண்டிருக்கிறார்கள். சிங்கங்களை இவ்வாறு சூழ்ச்சி செய்து பிடிக்க முயல்வதால்தான் அவர்களது உயிருக்கு ஆபத்து அதிகமாகிறது என்பது அவர்கள் வாதம். காட்டிற்குள் சென்று என் வீரர்கள் சிங்கங்களை வேட்டையாடிக் கொல்ல வேண்டுமாம், அவர்களுக்கு."

"அதைச் செய்ய அவங்களுக்கு இஷ்டமில்லையோ?"

"விருப்பமில்லையென்றில்லை, தேவி. எப்படிச் செய்வது என்று தெரியவில்லை. காசியின் குடிமக்கள், அவர்கள். நாங்கள் வேட்டையாடுவதில்லை."

சதி பெருமூச்செறிந்தாள்.

"ஆனால், சண்டையிடத் தயாராகத்தான் இருக்கிறார்கள்," என்றார் அதிதிக்வார்.

"நான் போறேன்," என்றாள் சதி.

"வேண்டவே வேண்டாம், தேவி," அதிதிக்வர் பதறினார். "உங்களிடமிருந்து இதை நான் எதிர்பார்க்கவில்லை. சக்ரவர்த்தி திலீபருக்கு உதவி கேட்டு செய்தியனுப்ப முடியுமா என்று கேட்கத்தான் வந்தேன். உங்கள் வார்த்தையை அவர் தட்ட முடியாதல்லவா?"

"அதுக்கெல்லாம் ரொம்ப கால தாமதமாகும், அரசே. ஸ்வத்வீப அரசாங்கம் எப்படி வேலை செய்யுதுன்னு எனக்கு நல்லாவே தெரியும். உங்க மக்கள் செத்துக்கிட்டேதான் இருப்பாங்க. நானே போறேன். காசி காவலர் படைல ரெண்டை என்னோட அனுப்புங்க."

மொத்தம் அறுபது வீரர்கள்: நாற்பது பேர் என்னோட வருவாங்க; இருபது பேர் ஏற்கனவே இச்சாவரில். சரியா இருக்கும்.

கானகத்திற்குள் சதி செல்வதில் அதிதிக்வருக்கு சம்மதமில்லை. அவளை அவர் தனது சகோதரியாகவே கருதத் துவங்கிவிட்டார். "தேவி, என்னால் இதையெதையும் கண்ணால் கூட ..."

"எனக்கு எதுவும் ஆகாது," சதி இடைமறித்தாள். "இப்ப நீங்க பண்ண வேண்டியது: எனக்கு ரெண்டு காசி படைகளைக் குடுக்கணும். ரெண்டு சிங்கங்களை சமாளிக்க அறுபது ஆட்கள் போதும்னு நெனைக்கறேன். ப்ரங்கர்களைக் காப்பாத்த சேநாதிபதி பர்வதேஸ்வரருக்கு உதவியா இருந்தாரே ஒருத்தர் - காவஸ்தானே அவர் பேரு? என்னோட வரப்போற ரெண்டு படைகளையும் இணைச்சு தலைமைதாங்க அவர் வந்தா நல்லா இருக்கும்."

அதிதிக்வர் தலையசைத்தார். "தேவி, தங்களது போர்த்திறமையை நான் சந்தேகிப்பதாகக் கொள்ளவேண்டாம். ஆனால் - தாங்கள் எனக்குச் சகோதரி போல. தங்களை இவ்வாறு ஆபத்திற்கு உட்படுத்திக்கொள்ள என்னால் அனுமதிக்க முடியாது. தாங்கள் செல்லக்கூடாது என்பதே என் அபிப்ராயம்."

"நான் போகணும்கிறதுதான் என் அபிப்ராயம். அப்பாவிங்க செத்துக்கிட்டு இருக்காங்க. இராமபிரான் நிச்சயமா நான் இங்கேயே இருக்கிறதை அனுமதிக்கமாட்டார். ஒண்ணு, நான் தனியா காசியைவிட்டுக் கிளம்பறேன்; இல்ல, நாற்பது வீரர்களோட போறேன். எதைச் செய்யணும்கிறது உங்க விருப்பம். என்ன சொல்றீங்க?"

— ⋏ ◎ ∪ ↑ ⊛ —

மதுமதியின் மீது கப்பல் மெல்லச் சென்றுகொண்டிருந்தது. பரசுராமனிடமிருந்து எந்தத் தாக்குதலும் இல்லை. அரக்கப்படகுகள் எவையும் சிவனின் கப்பலைத் தீயிடவில்லை. கண்காணிக்கும் பணியில் இருந்த வீரர்கள் மீது அம்புகள் சரமாரியாகப் பாயவில்லை. எதுவுமேயில்லை.

கப்பலின் பின்பக்கம், சுற்றுச்சுவரின் மீது சாய்ந்தவாறு, அப்போதுதான் எழுந்த சூரியனின் ஒளிக்கிரணங்கள்

சாவகாசமாய்ப் பாய்ந்த மதுமதியின் மீது மெல்ல விளையாடுவதைக் கண்டு களித்தவாறு நின்றனர் பர்வதேஸ்வரரும், ஆனந்தமயியும்.

"பெருமான் சொன்னது சரிதான்," என்றார் பர்வதேஸ்வரர். "அவர்கள் நம்மைக் கண்காணிப்பதை என்னால் உணர முடிகிறது. எரிச்சலாக இருக்கிறது."

"நெஜமாவா?" ஆனந்தமயி புன்னகைத்தாள். "வாழ்நாள் முழுக்க என்னை யாராவது பார்த்துக்கிட்டேதான் இருந்திருக்காங்க. எனக்கு எரிச்சல் வந்ததேயில்ல!"

தன் எண்ணத்தை விளக்கும் பொருட்டு அவளை நோக்கிப் பர்வதேஸ்வரர் திரும்பினார். அவள் குறும்பாய்ச் சொன்னது அப்போதுதான் புரிய, முகத்தில் புன்னகை மலர்ந்தது.

"இந்திரபகவானே!" ஆனந்தமயி அதிசயித்தாள். "உங்களை நான் சிரிக்க வெச்சிட்டேன்! என்னே என் சாதனை!"

பர்வதேஸ்வரரின் புன்னகை விரிந்தது. "ஆம். ஆனால், கொள்ளைக்காரர்கள் ஏன் இன்னும் நம்மைத் தாக்கவில்லை என்பதைப் பற்றித்தான் நான் பேசிக்கொண்டிருந்தேன் ..."

"அட, இருங்க; சமயத்தைக் கெடுத்துராதீங்க," என்ற ஆனந்தமயி, அவரது மணிக்கட்டைத் தன் பின்னங்கையால் தட்டிவிட்டாள். "சிரிச்சா பாக்க எவ்வளவு நல்லா இருக்கீங்க, தெரியும்ல? அடிக்கடி சிரிக்கணும் நீங்க."

பர்வதேஸ்வரர் முகம் சிவந்தது.

"வெக்கப்படும்போது, இன்னும் நல்லா இருக்கீங்க," ஆனந்தமயி களுக்கென்று சிரித்தாள்.

பர்வதேஸ்வரர் முகம் இரத்தச் சிவப்பாகியது. "இளவரசி ..."

"ஆனந்தமயி."

"மன்னிக்கவும்?"

"ஆனந்தமயின்னு கூப்பிடுங்க."

"அதெப்படி?"

“ரொம்ப சுலபம். “ஆனந்தமயி”ன்னு சொன்னா போதும்.”

பர்வதேஸ்வரர் மௌனம் சாதித்தார்.

“ஆனந்தமயின்னு கூப்பிடக்கூட முடியாதா?”

“முடியாது, இளவரசி. அது சரியல்ல.”

அவளிடமிருந்து நெடிய பெருமூச்சொன்று வெளிவந்தது. “எனக்கொண்ணு சொல்லுங்க, பர்வதேஸ்வரரே. எது சரிங்கிறதை யாரு முடிவு பண்றது?”

அவர் புருவம் சுருக்கினார். “இராமபிரான் வகுத்த கோட்பாடுகள்.”

“குற்றத்துக்கான தண்டனையைப் பொறுத்தவரை, இராமபிரானோட மிக முக்கியமான சட்டம் என்ன?”

“எந்த நிரபராதியும் தண்டிக்கப்படக்கூடாது. எந்தக் குற்றவாளியும் தப்பித்துவிடக்கூடாது.”

“ஆக, அவரோட சட்டங்களை நீங்க மீர்றீங்க.”

பர்வதேஸ்வரரின் முகம் சுருங்கியது. “எப்படி?”

“செய்யாத குற்றத்துக்காக நிரபராதியான ஒரு பெண்ணை தண்டிக்கறீங்க.”

பர்வதேஸ்வரரின் முகச் சுணக்கம் மறையவில்லை.

“இரு நூத்தியம்பது வருஷத்துக்கு முன்னால, பல பிரபுக்கள் இராமபிரானோட சட்டத்தை மீறி, குற்றம் செஞ்சாங்க. அதுக்காக யாரும் அவங்களை தண்டிக்கலை; தப்பிச்சிட்டாங்க. ஆனா, என்னைப் பாருங்க? எனக்கும் அந்த குற்றதுக்கும் எந்த சம்பந்தமும் இல்ல; நான் அப்ப பொறக்கக்கூட இல்ல. ஆனாலும், அதுக்காக இன்னிக்கும் நீங்க என்னை தண்டிச்சுக்கிட்டு இருக்கீங்க.”

“நான் உங்களைத் தண்டிக்கவாவது, தேவி? அதெப்படி சாத்தியம்?”

“உண்மைதான்னு உங்களுக்கே நல்லாத் தெரியும். உங்க மனசுல என்ன இருக்குன்னு எனக்கும் நல்லாத் தெரியும். நான் குருடில்ல. முட்டாள் மாதிரி நடிக்க வேண்டிய அவசியமும் உங்களுக்கில்ல. அது என்ன அவமானப்படுத்தற மாதிரி இருக்கு.”

நாகர்களின் இரகசியம் 225

"இளவரசி ..."

ஆனந்தமயி இடைமறித்தாள். "உங்களை இராமபிரான் என்ன செய்யச் சொல்லியிருப்பார்?"

பர்வதேஸ்வரர் கைகளை முஷ்டியாக்கினார். கீழே குனிந்து பார்த்தவரிடமிருந்து, நெடிய பெருமூச்சு. "ஆனந்தமயி. தயவு செய்து புரிந்துகொள்ளுங்கள். எனக்கே விருப்பமிருந்தாலும், என்னால் முடியாத ..."

அப்போது பார்த்து, த்ராபகு நடந்துவந்தான். "பிரபு, நீலகண்டப் பெருமான், தங்கள் வருகையைக் கோருகிறார்."

பர்வதேஸ்வரர் ஆணியடித்தாற்போல நின்றார். ஆனந்தமயியையே வைத்த கண் வாங்காமல் பார்த்தவாறு.

"பிரபு ..." என்றான் த்ராபகு மீண்டும்.

"மன்னியுங்கள், இளவரசி," பர்வதேஸ்வரர் மெல்லிய குரலில் சொன்னார். "தங்களிடம் பிறகு பேசுகிறேன்."

த்ராபகு பின்தொடர, மெலூஹாவின் சேநாதிபதி நடந்து சென்றார்.

"சரியான சமயத்துல வந்து சேர்ந்தியே? என் நேரம்!" தூரத்தில் மறையும் த்ராபகுவின் உருவத்தைப் பார்த்து ஆனந்தமயி சீறினாள்.

— ✳ ⊙ ♈ ♄ ⊕ —

"அவசியம் நீங்க போய்த்தான் ஆகணுமா, தேவி?" தூங்கிக்கொண்டிருந்த கார்த்திக்கை கைகளில் மென்மையாகத் தாலாட்டியவாறு கேட்டாள் க்ருத்திகா.

அவளை அதிசயத்துடன் சதி நோக்கினாள். "அப்பாவிங்க உயிர் போயிட்டிருக்கு, க்ருத்திகா. வேற வழி இருக்கா என்ன?"

தலையசைத்த க்ருத்திகா, கார்த்திக்கைப் பார்த்தாள்.

"என் மகனுக்குப் புரியும்," என்றாள் சதி. "அவனும் அதையேதான் செய்வான். நான் ஒரு க்ஷத்ரியர். பலவீனமானவர்களை காப்பாத்தறதுதான் என் தர்மம். அதுதான், எல்லாத்தைவிடவும் முக்கியம்."

நெடிய பெருமூச்செறிந்த க்ருத்திகா, "ஒப்புக்கறேன், தேவி," என்றாள், மெல்லிய குரலில்.

கார்த்திக்கின் முகத்தை சதி மென்மையாக வருடினாள். "நீ அவனை நல்லபடியாப் பாத்துக்கணும். இவன்தான் என் உயிர். அம்மாங்கிற ஸ்தானத்தோட இன்பத்தை இதுவரைக்கும் நான் அனுபவிச்சதில்ல. சிவாவைப்போல இன்னொருத்தரை இவ்வளவு ஆழமா நான் நேசிப்பேன்னு நான் கற்பனை கூட செஞ்சதில்ல. ஆனா, இவ்வளவு குறுகின இடைவெளில, கார்த்திக் ..."

மலர்ந்த முகத்துடன் அவளைப் பார்த்த க்ருத்திகா, இளவரசியின் கரத்தைப் பற்றினாள். "அவனை நான் பாத்துக்கறேன். எனக்கும் அவன்தான் உயிர்."

சம்பல் நதியின் குளிர்ந்த நீரில், மக்கள் தலைவன் மண்டியிட்டிருந்தான். சிறிது நீரைத் தன் உள்ளங்கைகளில் ஏந்தியவன், எதையோ அடிக்குரலில் முணுமுணுத்தபடி அதைச் சொரிந்தான். பிறகு, தன் கரங்களால் முகத்தைத் துடைத்துக்கொண்டான்.

அவனுக்கருகில் மண்டியிட்டமர்ந்திருந்த இராணி, ஒரு புருவத்தை உயர்த்தினாள். "பிரார்த்தனையா?"

"பிரார்த்தனைகள் உதவுமான்னு தெரியல. மேலே இருக்குற யாருக்கும் என் மேல பெரிசா அக்கறையில்லன்னு என் அபிப்ராயம்."

புன்னகைத்த இராணி, மீண்டும் நதியின்புறம் திரும்பினாள்.

"ஆனா, பரம்பொருளின் உதவி கிடைச்சா மறுக்க வேண்டாம்கிற மாதிரியான சந்தர்ப்பங்களும் இருக்கத்தான் செய்யுது," நாகா முணுமுணுத்தான்.

திரும்பி அவனைப் பார்த்த இராணி, தலை யசைத்தாள். மெதுவாக எழுந்தவள், முகமூடியை மீண்டும் அணிந்துகொண்டாள். "காசியைவிட்டு அவ கௌம்பிட்டதாகவும், இச்சாவரை நோக்கிப் போயிட்டிருக்கிறதாகவும் தகவல் வந்திருக்கு."

நாகா நீளமாய் மூச்சை இழுத்துவிட்டான்.

மெல்ல எழுந்து, முகமூடியை அணிந்துகொண்டான்.

“வெறும் நாற்பது வீரர்களோட மட்டும்தான் பிரயாணமாம்.”

நாகாவின் மூச்சில் வேகம் அதிகரித்தது. சற்று தூரத்தில், நூறு ப்ரங்க வீரர்கள் சகிதம் விஷ்வத்யும்னன் அமைதியாக அமர்ந்திருந்தான். இதுவே சரியான சமயமாக இருந்தால்? இரண்டு இலட்சம் மக்கள் புழுத்து நெளியும் மாபெரும் நகரில் அவளைக் கடத்துவது நடவாத காரியம். இச்சாவர் போன்ற தொலைதூர கிராமத்தில்? - அங்கு அவளைப் பிடிப்பதற்கான சாத்தியக்கூறுகள் அதிகம். அதுவுமில்லாமல், இப்போது அவர்கள் பக்கம் ஆள்பலம் அதிகம். மெல்ல, மிக மெல்ல, மூச்சைக் கட்டுப்பாட்டிற்குள் கொண்டுவந்தான். குரலில் நிதானத்தை வரவழைக்க முற்பட்டு, “நல்ல செய்திதான்,” என்றான், மெல்ல.

புன்னகைத்த இராணி, நாகாவின் தோளை மெல்லத் தட்டினாள். “பதட்டப்படாதே, கண்ணா. நீ இதுல தனியா இல்ல. நானும் இருக்கேன். ஒவ்வொரு படியிலும், ஒவ்வொரு நிலையிலும்.”

நாகா தலையசைத்தான். அவனது கண்கள் இடுங்கியிருந்தன.

இரண்டாவது ப்ரஹாரின் துவக்கத்தில், காவஸ்ஸின் துணையுடன், படைத் தலைமையேற்று இச்சாவருக்குள் சதி நுழைந்த போது, கிராமத்தின் கோடியில் பிரம்மாண்டமாய் சிதை ஒன்று திகுதிகுவென்று எரிவதைக் கண்டு துணுக்குற்றாள். வெகு வேகமாய், வீரர்களுடன் முன்னேறினாள்.

“தயவு செஞ்சு போயிடுங்க!” யாரோ ஒருவன் மூச்சிறைக்க, அவர்கள் முன் பித்துப்பிடித்தவன் போல் ஓடி வந்தான். “போயிடுங்க!”

அவனைச் சட்டை செய்யாத சதி, மிகப்பெரும் சிதையை நோக்கிக் குதிரையில் விரைந்தாள்.

“என் பேச்சைத் தட்டாதீங்க! இச்சாவரோட நாட்டாமை நான்!”

கிராமத்தாரைச் சதி கவனித்தாள். அத்தனை பேர் முகங்களிலும் பீதி எழுதி ஒட்டியிருந்தது.

"நீங்கள்ளாம் வந்ததுலேர்ந்து நிலைமை இன்னும் மோசமாயிடுச்சு!" நாட்டாமை கதறினான்.

இந்த உலகைக் கடந்துவிட்ட ஆன்மாக்களின் சாந்திக்கான பிரார்த்தனையை சிதைக்கருகே அப்போதுதான் முடித்திருந்த அந்தணரை சதி கண்ணுற்றாள். அந்த சந்தர்ப்பத்தில், கொஞ்சமாவது சுயக்கட்டுப்பாட்டுடன் அங்கிருந்தது அவர் ஒருவர்தான் போலத் தோன்றியது. அவரை நோக்கி புரவியைச் செலுத்தினாள்.

"காசி வீரர்கள் எங்கே?"

அந்தணர், எரிந்துகொண்டிருந்த பிரம்மாண்டமான சிதையைச் சுட்டிக் காட்டினார். "அதோ."

"என்னது?" சதி அதிர்ந்து போனாள். "இருபது பேருமா?"

அவர் தலையசைத்தார். "நேத்திக்கு இராத்திரி, சிங்கங்களால கொல்லப்பட்டாங்க. இந்த கிராமவாசிகளைப் போல, உங்க வீரர்களுக்கும், என்ன செய்யறோம்கிற உணர்வே இல்ல."

சிதையைச் சுற்றிச் சதி நோட்டம் விட்டாள். கிராமத்திற்கு சற்று வெளியே, நேரே காட்டிற்குள் இட்டுச் செல்லும் திறந்தவெளி அது. தூரத்தில், இடப்பக்கத்தில், சில கம்பளிகளும், பாசறை அமைத்த வீரர்கள் குளிர்காய வளர்த்திருந்த நெருப்பின் அடையாளங்களும் மிச்சமிருந்தன. அந்தப் பிரதேசம் முழுதும் திட்டுத் திட்டாய் இரத்தம்.

"இங்கேயா தூங்கிட்டிருந்தாங்க?" சதி அதிர்ச்சியுடன் கேட்டாள்.

அந்தணர் தலையசைத்தார்.

"மனிதர்களைக் கொல்ற சிங்கங்கள் உலாவுற இடத்துல போய் - இது என்ன தற்கொலை முயற்சியா? இராமபிரானே! இங்கே ஏன் இராத்திரி படுத்தாங்க?"

அந்தணர் நாட்டாமையைப் பார்த்தார்.

"அது அவங்களே எடுத்த முடிவு!" முகம் சிறுத்த நாட்டாமை, தன்னைக் காத்துக்கொள்ளும் விதமாய்க் கூவினான்.

"பொய் சொல்லாதே," என்றார் அந்தணர். "முழுக்க முழுக்க அவங்களோட சொந்த முடிவில்ல."

"சூர்யக்ஷரே, என்னை மட்டும் புளுகன்னு சொன்னீங்க ...!" நாட்டாமை மீண்டும் கூவினான். "எந்த வீட்டுக்குள்ள இருந்தாலும் சிங்கங்கள் அவங்களை மோப்பம் புடிச்சிக்கிட்டு வந்து, சாவுல போய் முடியுதுன்னு சொன்னேன். எந்த வீட்டுக்குள்ளயும் தங்கக் கூடாதுங்கிற முடிவை எடுத்ததென்னவோ அவங்கதான்!"

"அந்த சிங்கங்களுக்கு வீரர்கள் மேல மட்டும்தான் கண்ணுன்னு நெனைக்கறீங்களா?" சூர்யக்ஷர் கேட்டார். "தப்பு."

அவர்கள் வாதம் சதியின் காதுகளில் ஏறவில்லை. காசி வீரர்கள் இறந்த இடத்தைப் பார்வையிட்டுக் கொண்டிருந்தாள். சிதறிக்கிடந்த இரத்தத்தையும் நிணத்தையும் மீறி, ஒரு சில ஆண், ஏன், சில பெண் சிங்கங்களின் சுவடுகளைக்கூட அவளால் அடையாளம் காண முடிந்தது. கிட்டத்திட்ட ஏழு தனித்தனியான சுவடுகள். அப்படியானால், அவர்களுக்கு எட்டிய தகவல் தவறு. திரும்பினாள். "எத்தனை சிங்கங்கள் இருக்கு?" என்று சீறினாள்.

"ரெண்டு," என்றான் நாட்டாமை. "அதுக்கு மேல நாங்க பார்த்ததில்ல. மூணாவது சிங்கம் பொறியில சிக்கி செத்து போச்சு."

அவனைச் சட்டை செய்யாத சதி, சூர்யக்ஷரைப் பார்த்தாள். "சுவடுகளை வெச்சுப் பார்த்தா," அந்தணர் சொன்னார். "அஞ்சுலேர்ந்து ஏழாவது இருக்கும்."

சதி தலையசைத்தாள். சற்று விஷயம் தெரிந்தவராய் அங்கிருந்தவர் சூர்யக்ஷர் மட்டும்தான் என்று தோன்றியது. கிராமத்தை நோக்கித் திரும்பிய சதி, அவரை நோக்கி, "என்னோட வாங்க," என்றாள்.

ஏழு. அப்படீன்னா, குறைஞ்சது அஞ்சு பெண் சிங்கங்களாவது இருக்கணும். வழக்கமான சிங்கக் கூட்டம்தான். ஆனா, செத்துப்போனதையும் சேர்த்துப் பார்த்தா, இந்த ஒரு கூட்டத்துல மூணு ஆண் சிங்கங்களா? கணக்கு தப்பா இருக்கே? ஒரு சிங்கக் கூட்டத்துல வழக்கமா ஒரு ஆண் சிங்கம்தான் இருக்கும். இங்க என்னமோ சரியில்ல!

“நம்மகிட்ட சொல்லப்பட்டதைவிட அவன் கெட்டிக்காரன்,” என்றார் சிவன். “வாரக்கணக்கா நாம் பயன்படுத்தின எந்த யுக்தியும் அவன் விஷயத்துல பலிக்கலை.”

தலைக்கு மேலே சூரியன். கரையோரமாய்க் கப்பல் நங்கூரமிட்டிருந்தது. அதிகப்படியான வண்டல்மண் ஆங்காங்கே சேர்ந்து, இயற்கையாகவே அணைகளாக செயல்பட்டதால், மதுமதி அடிக்கடி பாதை மாறிப் பாய்ந்தது; நதியின் தற்போதைய பாதையின் ஓரமாய், சமீபமாய் உருவான பல மணற்திட்டுக்கள் காணப்பட்டன. இவற்றின் மேல் செடிகொடிகள் வளராததால், தீவிரமான போர் செய்யத் தோதான திறந்தவெளியாகக் கிடந்தன. அப்படிப்பட்ட மணற்திட்டு ஒன்றின் ஓரமாய் கப்பலை நிறுத்திய சிவன், பரசுராமனை எப்படியாவது வெளியே இழுக்கும் விதமாய், மரங்களினூடே அம்புகள் எய்யப் பணித்திருந்தார். இதுவரை, இந்தத் திட்டம் பலனளிக்கவில்லை.

“ஆம், பிரபு,” பர்வதேஸ்வரர் ஒப்புக்கொண்டார். “கண்மூடித்தனமான வெறியினால் உந்தப்பட்டு அவனைத் தாக்க வைக்கமுடியும் என்று எனக்குத் தோன்றவில்லை.”

சிவன் நதிக்கரையை வெறித்தார்.

“கப்பல்தான் காரணம் என்று எண்ணுகிறேன்,” என்றார் பர்வதேஸ்வரர்.

“ஆமா. நம்மகிட்ட எத்தனை ஆட்கள் இருக்காங்கன்னு அவனால் சொல்ல முடியலை.”

பர்வதேஸ்வரர் ஒப்புக்கொண்டார். “அவனை வெளிக்கொணர வேண்டுமானால், நாம் சற்று ஆபத்தான யுக்திகளை நாட வேண்டியிருக்கும்.”

“என்கிட்ட ஒரு திட்டம் இருக்கு,” என்றார் சிவன், மெல்ல. “இன்னும் கொஞ்சம் தள்ளியிருக்கிற ஒரு மணல்திட்டு மேல, நூறு வீரர்களோட கரையேறலாம்னு இருக்கேன். அவங்களைக் கூட்டிக்கிட்டு நான் அடர்ந்த காட்டுக்குள்ள போனவுடனே, கப்பல் கௌம்பிப் போயிறணும். நமக்குள்ள பிரச்சனைன்னு பரசுராமன் நம்பற மாதிரி இருக்கணும். கப்பல் எங்களைக் கைவிட்டுட்டு ப்ரங்கா நோக்கிப் போகுதுங்கிற எண்ணம் வரணும். நான் காட்டுக்குள்ள முன்னேறி, அவனை எப்படியாவது வெளியே இழுக்கப் பாக்கறேன். அவனைப்

புடிச்சவுடனே, நெருப்பு அம்பு ஒண்ணை சமிக்ஞையா எய்ய ஏற்பாடு செய்யறேன்."

"பகீரதன் சட்டென்று கப்பலை அங்கே செலுத்தி, கத்திப்படகுகளை நீரில் இறக்கி, நானூறு வீரர்களுடன் கரையிறங்கினால், அவர்களை வீழ்த்திவிடலாம். இரண்டே இரண்டு விஷயங்களை மட்டும் மறக்க வேண்டாம், பிரபு: அவர்கள், நதிக்கு முதுகு காட்டிக் கொண்டிருக்கவேண்டும். கத்திப்படகுகள் வந்து சேரும்போது, தப்பிக்கக் கூடாதில்லையா? அதோடு, கப்பல்கள், பாய்மரங்களை மட்டும் நம்பிப் பயனில்லை; படகோட்டிகளுக்கும் வேலையுண்டு. வேகம்தான் இப்போது தலையாயது."

"ரொம்ப சரி." சிவன் புன்னகைத்தார். "இன்னும் ஒரே ஒரு விஷயம்: கரை மேல இருக்கப்போறது "நாம" இல்ல. நான் மட்டும்தான். நீங்க கப்பல்ல இருந்தாகணும்."

"பிரபு!" அதிர்ந்தார் பர்வதேஸ்வரர். "ஆபத்தில் தன்னந்தனியாக தங்களை நான் இறங்கவிடலாமா?"

"அந்த அயோக்யனை நான் வெளிய இழுப்பேன், பர்வதேஸ்வரரே. ஆனா, எனக்குப் பின்னால நீங்க இருக்க வேண்டியது அவசியம். கத்திப்படகுகள் சரியான நேரத்துக்கு வரலைன்னா, நாங்க கிழிச்சு நசுக்கப்படுவோம். கைது செய்யறதுதான் நம்ம எண்ணம்; கொலை இல்ல. ஆனா, அவனுக்கு அந்த மாதிரியான கட்டுப்பாடுகள் எதுவும் கிடையாது."

"என்றாலும், பிரபு ..." இழுத்தார் பர்வதேஸ்வரர்.

"நான் முடிவெடுத்துட்டேன், பர்வதேஸ்வரரே. கப்பல்ல எனக்கு நீங்க இருந்தாகணும். உங்களை மட்டும்தான் நான் நம்பமுடியும். நாளைக்குதான் நம்ம நாள்."

இச்சாவரில் மனிதக் குடியிருப்பல்லாத ஒரே இடமான பள்ளிக்கூடக் கட்டிடத்தை சதி சுட்டிக் காண்பித்தாள். "இங்கேதான் நாம தங்கப்போறோம்." அதற்குக் கதவுகள் இல்லை; சிங்கங்களுக்கெதிராய் தடுப்புக்களைக் கூட அமைக்க இயலாது. ஆனால், ஒரு மாடியும், சிங்கங்களிடமிருந்து ஒரு தற்காலிக அரண் அமைத்துக்கொள்ள உதவும் வகையில் படிக்கட்டுக்களும் இருந்தன.

மூன்றாவது ப்ரஹாரில் பாதி கழிந்துவிட்டது. சிங்கங்கள் தாக்குதல் நடத்த மிகப் பிரியப்படும் இரவு கவிய இன்னும் சில மணி நேரங்களே இருந்தன. கிராமவாசிகள் தத்தம் வீடுகளுக்குள் சென்று தாளிட்டுக்கொண்டுவிட்டனர். முந்தைய இரவு கொன்று குவிக்கப்பட்ட காசி வீரர்களின் கோர மரணம் அவர்களையெல்லாம் உலுக்கிவிட்டிருந்தது. நாட்டாமை சொல்வது சரிதானோ என்று தோன்றியது. காசி வீரர்கள் இங்கே இருப்பது துரதிர்ஷ்டத்தை வரவழைக்கும் என்ற பீதி பரவியிருந்தது.

சூர்யக்ஷர் தொடர, நாட்டாமை சதியின் பின் வந்தான். "நீங்க கிளம்பியாகணும். அந்நியர்கள் இங்க இருக்கிறதுனால, ஆவிங்களுக்குக் கோபம்."

அவனைக் கண்டுகொள்ளாத சதி, காவஸ்ஸிடம் திரும்பினாள். "மாடிமேல நம்ம வீரர்களை நிறுத்தி வையுங்க. குதிரைகளையும் கொண்டு வந்துருங்க."

தலையாட்டிய காவஸ், உத்தரவுகளை நிறைவேற்றப் பறந்தான்.

"இதப் பாருங்க, இதுக்கு முந்தியாவது வெறும் மிருகங்களைத்தான் கொன்னுக்கிட்டு இருந்துச்சு," நாட்டாமை தொடர்ந்தான். "ஆனா, இப்ப மனுசங்களையும் கொல்ல ஆரம்பிச்சிடுச்சு. எல்லாத்துக்கும் உங்க வீரர்கள்தான் காரணம். நீங்க இங்கேயிருந்து கௌம்பிட்டீங்கன்னா, ஆவிங்கல்லாம் சாந்தமாயிரும்."

சதி அவனிடம் திரும்பினாள். "மனித இரத்தத்தை அதுங்க ருசி பாத்தாச்சு. இனிமே தப்பிக்க வழியில்ல. ஒண்ணு, நீங்க இந்த கிராமத்தை விட்டுக் கௌம்பணும் - அல்லது, நாங்க இங்கே இருந்து, சிங்கங்கள் ஒழியற வரைக்கும் உங்களுக்குப் பாதுகாப்பு குடுத்தாகணும். பேசாம கிராம வாசிகள் அத்தனை பேரையும் கூட்டிக்குங்க; நாளைக்குக் காலைல நாம கௌம்பறோம்."

"எங்க மண்ணை, எங்க தாயை, நாங்க விட்ற முடியாது!"

"உங்க மக்களை அநாவசியமா நீங்க காவு கொடுக்க நான் அனுமதிக்க மாட்டேன். நாளைக்கு இங்கேயிருந்து கௌம்பறேன். உங்க மக்களையும் கூட்டிக்கத்தான் போறேன். நீங்க என்ன செய்யப்போறீங்கிறது உங்க இஷ்டம்."

"என் மக்கள் இச்சாவரைக் கைவிட மாட்டாங்க. ஒரு நாளும் மாட்டாங்க!"

"ஜனங்க மட்டும் என் பேச்சைக் கேட்டிருந்தாங்கன்னா, என்னைக்கோ இந்த இடத்தைக் காலி பண்ணியிருப்போம்," என்றார் சூர்யக்ஷர். "இவ்வளவு கஷ்டமும் நடந்தேயிருக்காது."

"உங்கப்பாவோட திறன்ல பாதியாவது உங்களுக்கு இருந்திருந்தா, உருப்படியா ஒரு பூசை நடத்தத் துப்பிருந்தா, ஆவிகளைச் சாந்தி பண்ணியிருக்கலாம்," நாட்டாமை வள்ளென்று விழுந்தான். "அந்த சிங்கங்களையும் விரட்டியடிச்சிருக்கலாம்."

"உருப்படாத பைத்தியமே, எந்தப் பூஜையும் அதுங்களை விரட்ட முடியாது! வாசனை தெரியலியா? சிங்கங்கள் இந்த எடத்துக்குப் புள்ளி குத்தியாச்சு. நம்ம கிராமத்தையே அதுங்களோட எடமா நெனைக்குதுங்க. இனி ரெண்டு வழிதான் இருக்கு: எதிர்க்கணும், இல்ல தப்பியோடணும். நமக்கு சண்டை போடத் திராணியில்ல. ஓடத்தான் வேணும்."

"போதும்!" சதி எரிச்சலுடன் பட்டென்று சொன்னாள். "அந்தச் சிங்கங்கள் உங்களுக்கு இவ்வளவு தண்ணி காட்டினதுல அதிசயமே இல்ல. வீட்டுக்குப் போங்க. நாளைக்குப் பாக்கலாம்."

பள்ளியின் படிக்கட்டுக்களில் ஏறினாள். பாதிவழியில், காய்ந்த சுள்ளிகளும் விறகுகளுமாய் ஒரு பெரிய கட்டு இருந்தது, சற்று திருப்தியளித்தது. குதித்து அதைத் தண்டியவள், மேலே ஏறினாள். மாடியில் நுழைந்த போது, இன்னொரு பெரிய விறகுக்கட்டு, இடதுபக்கம் இருப்பதைக் கவனித்தாள்.

காவஸ்ஸிடம் திரும்பினாள். "இராத்திரி முழுக்கத் தாங்குமா?"

"ஆம், தேவி."

காட்டின் மீது கண்களை ஓட்டினாள் சதி. "சூரியன் விழுந்ததும், படிக்கட்டின் மேல இருக்கிற விறகைப் பத்த வையுங்க," என்றாள் மெல்லிய குரலில்.

தூரத்தில், காசி வீரர்கள் சிங்கங்களால் கொல்லப்பட்ட இடத்தில், ஒரு ஆடு கட்டப்பட்டிருந்ததைக் கவனித்தாள். அவள் இருந்த உயரமான பகுதியிலிருந்து, அந்த இடத்தை குறி வைப்பது மிகச் சுலபம். ஒரு சில சிங்கங்களின் மீதாவது அம்பெய்யலாம். தூண்டில் இரை வேலை செய்கிறதா, பார்க்கலாம். மாடியில் அமர்ந்தவள், காத்திருக்கலானாள்.

அத்தியாயம் 14

மதுமதிப் போர்

கப்பலின் பின்பகுதியில் சிவன், பர்வதேஸ்வரர், பகீரதன், த்ராபகு மற்றும் திவோதாஸ் அமர்ந்திருந்தனர். நிலவு மறைந்திருக்க, அந்தப் பகுதி முழுதும் இருள் கவிந்திருந்தது. அவ்வபோது "கிர்ரிக்"கென்று சத்தமிட்ட பூச்சிகளைத் தவிர்த்து வனாந்திரம் முழுதும் பரவியிருந்த நிசப்தம், அவர்களையறியாமல், குரல்களையும் தாழ்த்தியது.

"இப்ப பிரச்சனை என்னன்னா," சிவன் மெல்லிய குரலில் பேசினார். "நமக்குள்ள கலகம்; நூறு பேர் மட்டும்தான் இருக்கோம், நம்மோட மட்டும் போராடினா போதும்னு அவனை எப்படி நம்ப வெக்கிறது?"

"அவனோட ஒற்றர்கள் நம்மைக் கண்காணிச்சிக்கிட்டேதான் இருப்பாங்க," திவோதாஸ் முணுமுணுத்தார். "நம்பவெக்கற மாதிரி நடிக்கணும். ஒரு நொடிகூட அஜாக்கிரதையாக இருக்க முடியாது."

சட்டென்று சிவன் திடுக்கிட்டார். எல்லோரும் தொடர்ந்து பேசிக்கொண்டிருக்கும்படி சைகை செய்தவர், மெல்ல எழுந்து, கப்பலின் சுற்றுச்சுவர் வரை தவழ்ந்து சென்று, வில்லையெடுத்து, மிக இரகசியமாய் அதில் அம்பைப் பொருத்தி, பட்டென்று எய்தினார். கப்பலை நோக்கி நீந்தி வந்து கொண்டிருந்த கொள்ளையன் ஒருவன் மீது பட, "ஓ"வென்று அலறினான்.

"வெளிய வா, கோழையே!" சிவன் கர்ஜித்தார். "ஆம்பளைன்னா வந்து சண்டை போடு!"

சட்டென்று காட்டிற்குள் ஏற்பட்ட குழப்பத்தில், விலங்குகள் காச்மூச்சென்று கத்த, சடபடவென்று சிறகுகளை அடித்துக்கொண்டு பறவைகள் இங்குமங்கும் பறந்தன. கழுதைப்புலிகள் கதற, புலிகள் கர்ஜிக்க, மான்கள் ஓலமிட, அல்லோலகல்லோலமாயிற்று. நதியில் நீர் அலைபாய்ந்தது. அடிபட்ட வீரனை யாரோ காப்பாற்ற முயல்வது போல் தோன்றியது. எதுவோ மரங்களினூடே அடித்துப் பிடித்துக்கொண்டு வந்து போனது போல் சிவனுக்குத் தோன்றியது.

பின்னோடு வந்தவர்கள் சூழ்ந்துகொள்ள, “கொல்லும் எண்ணத்தோட நான் அம்பெய்யலை. நமக்கு பரசுராமன் உயிரோட வேணும்,” சிவன் கிசிகிசுத்தார். “ஞாபகம் வெச்சுக்குங்க: நம்ம வேலை கஷ்டம்தான்னாலும், அவன் நமக்கு உயிரோட வேணும்.”

அப்போது, காட்டின் அமைதியைக் கிழித்துக்கொண்டு ஒரு குரல் ஓங்கி ஒலித்தது. **“முதுகெலும்பில்லாத கோழையே, கப்பலை விட்டு வெளிய வர வேண்டியதுதானே? ஆம்பளை சண்டை போட்டா எப்படியிருக்கும்னு நான் உனக்குக் காட்டறேன்!”**

சிவன் புன்னகைத்தார். “ஆட்டம் சுவாரசியமா இருக்கும் போலருக்கே?”

தடக்கென்று சதி எழுந்தாள். ஏதோ சப்தம் கேட்டதால் அல்ல. சப்தம் திடீரென்று நின்றுவிட்டதால்.

இடது பக்கம் திரும்பினாள். தீ திகுதிகுவென்று பற்றியெரிந்துகொண்டிருந்தது. வாட்களை உருவியபடி நின்ற இரு வீரர்கள் படிக்கட்டின் உச்சியிலிருந்து, பார்வையிட்டுக்கொண்டிருந்தனர்.

“இன்னும் அதிகமா விறகைச் சேருங்க,” சதி மெல்லிய குரலில் கூறினாள்.

உடனடியாக ஒரு வீரன், அடுக்கியிருந்த விறகுக் கட்டைகளுக்கருகில் சென்று சிலவற்றையெடுத்து, படிக்கட்டுகளுக்கு மத்தியில் எரிந்த தீயில் வீசினான். இந்தப்பக்கம், சதி சுற்றுச்சுவரின் அருகே மெல்ல

அடியெடுத்து வைத்தாள். இரவு முழுதும் கத்திக்கொண்டே இருந்த ஆடு - இப்பொழுது கத்தவில்லை.

ஜாக்கிரதையாக, வெளியே எட்டிப் பார்த்தாள். இரவு, கிழிக்கமுடியாத ஒரு கனத்த திரையாய்ச் சுற்றிலும் தொங்கியது. ஆயினும், பள்ளியில் பற்றியெரிந்த நெருப்பின் புண்ணியத்தில், சற்று வெளிச்சம் கிடைத்தது. ஆடு இன்னமும் இருந்தது - ஆனால், நின்றுகொண்டிருக்கவில்லை. பின்னங்கால்கள் ஒடிந்திருக்க, நிற்க முடியாமல் நடுங்கிக்கொண்டிருந்தது.

"வந்தாச்சா, தேவி?" மெல்லத் தவழ்ந்து வந்த காவஸ் கேட்டான்.

"ஆச்சு," கிசுகிசுத்தாள்.

மெல்லிய, ஆழ்ந்த உறுமல் அப்போது அவர்களை எட்டியது. காட்டின் எந்தப் பிராணியையும் நடுநடுங்கச் செய்யும் ஒரு சப்தம். படையின் மற்ற வீரர்களைச் சட்டென்று காவஸ் எழுப்ப, அத்தனை பேரும் வாட்களை உருவிக்கொண்டு, படிக்கட்டின் கீழே, சிங்கங்கள் பாய்ந்து வந்து தாக்கக்கூடிய ஒரே ஒரு கதவைக் காக்கும் எண்ணத்துடன் தவழ்ந்து சென்றனர். சதி ஆட்டையே கவனித்துக்கொண்டிருந்தாள். அப்போதுதான் அவளுக்கு வேறொரு சப்தம் கேட்டது. என்னவோ இழுத்துச் செல்லப்படும் ஓசை.

கண்களைச் கசக்கிக் கொண்டு பார்த்தாள். ஒன்று, இரண்டு, மூன்று, நான்கு. இல்லை, கூட்டம் முழுமையாக இல்லை. நான்காவது சிங்கம், என்னத்தையோ இழுத்துக்கொண்டு சென்றது.

"கடவுளே," சதி அதிர்ச்சியில் உறைந்தாள்.

இழுத்துச் செல்லப்பட்ட உடல், கிராமத்து அந்தணரான சூர்யக்ஷருடையது. கை சற்று அசைந்துகொண்டிருந்தது. உயிர், மயிரிழையில் ஊசலாடிக்கொண்டிருந்தது.

இருப்பதிலேயே பெரிய சிங்கம் - அந்தக் கூட்டத்தின் தலைவனாகத்தான் இருக்கவேண்டும் - முழுவதுமாக இப்போது பார்வைக்கு வந்தது. இயற்கைக்கு மாறாய், மிகப் பிரம்மாண்டமான உருவம். சதி பார்த்தவற்றிலேயே, மிகப்பெரிது. ஆனாலும், பிடரி அத்துணை அடர்த்தியாய் இல்லை. பதின்ம பருவம்தான் எட்டியிருக்கும். ஒரு வயதிற்கு மேல் ஆகியிருக்க வாய்ப்பில்லை.

சட்டென்று சதி கலக்கமுற்றாள். முதன்மையாகச் சென்ற மிருகத்தின் தோலை உற்று கவனித்தாள். புலியைப் போல் வரிகள். இது பதின்ம பருவ மிருகமே அல்ல! அதிர்ச்சியில் மூச்சு உறைந்தது. "சிங்கப்புலி!"

"என்னது?" காவஸ் கிசுகிசுத்தான்.

"அபூர்வ மிருகம். சிங்கத்துக்கும் புலிக்கும் பிறந்தது. தாய் தந்தையைப் போல ரெண்டு மடங்கு பெரிசா வளரும். அதுங்களை விட பலமும் வேகமும் எக்கச்சக்கம்."

சிங்கப்புலி சாவதானமாய் ஆட்டினருகே நடைபோட்டது. சாவைப் பீதியுடன் எதிர்பார்த்த ஆட்டின் முன்னங்கால்களும் கவிழ்ந்தன. ஆனால், சிங்கப்புலி அதை அடித்து வீழ்த்தவில்லை. வெறுமே ஆட்டைச் சுற்றி வந்து, வாலால் அவ்வப்போது அடித்தது. தூண்டில் இரையுடன் விளையாடிக்கொண்டிருந்தது.

சூர்யக்ஷரை இழுத்து வந்த சிங்கம், அவரது உடலை அப்படியே போட்டுவிட்டு, அந்தணரின் காலைச் கடிக்கக் குனிந்தது. வலியில் நியாயப்படி சூர்யக்ஷர் கதறிக்கொண்டிருக்க வேண்டும். ஆனால், ஏற்கனவே கழுத்தில்பட்டிருந்த கடியின் புண்ணியத்தில் இரத்தம் ஏகமாய் வெளியேறி, திராணியில்லாமல் கிடந்தார். அவரது காலைப் பதம் பார்த்துக்கொண்டிருந்த சிங்கத்தை நோக்கி, பெரிய சிங்கப்புலி ஒரு உறுமல் செய்ய, சிங்கம் பதிலுக்கு உறுமினாலும், பின்வாங்கியது. சூர்யக்ஷர் தின்னப்படுவதை சிங்கப்புலி அப்போதைக்கு விரும்பவில்லை.

சமீபத்துலதான் சிங்கப்புலி தலைவனாகியிருக்கணும். மத்த சிங்கத்துக்கு இன்னும் எதிர்க்கிற துணிவு இருக்கு.

பெண் சிங்கங்கள் பின்தொடர, ஆட்டை நோக்கி நிதானமாக நடந்த சிங்கப்புலி, பின்னங்காலைத் தூக்கி அந்த இடத்தைச் சுற்றி மூத்திரம் பெய்து, தன்னுடையதாக்கிக் கொண்டது. பிறகு, வெகு ஆத்திரமாய், காது ஜவ்வு கிழியும் சப்தத்துடன் ஓங்கார கர்ஜனை புரிந்தது.

அதன் செய்தி, இம்மியும் சந்தேகமின்றிப் புரிந்தது: இது என் இடம். இங்கு யாரையும், எதையும் வேட்டையாடும் உரிமை என்னுடையது.

சதி, மெல்லத் தன் வில்லை நோக்கிக் கரத்தை நீட்டினாள். சிங்கப்புலியைக் கொன்றுவிட்டால், கூட்டத்தின்

ஆக்ரோஷத்தை மொத்தமாய் நசுக்கிவிடலாம். மெல்ல, மிக மெல்ல, அம்பை வில்லில் வைத்துப் பூட்டினாள். எய்யக் குறி பார்த்தாள். துரதிர்ஷ்டவசமாக, அவள் எய்த அதே க்ஷணம், சிங்கப்புலி, சூர்யக்ஷரின் உடல் மீது தடுமாறியது. அம்பு அதனைத் தாண்டி பறந்து போய், பின்னால் நின்றிருந்த பெண் சிங்கத்தின் கண்ணுக்குள் ஆழமாய்ச் செருகிக் கொண்டது. ஆக்ரோஷமாய்ச் சீறிய பெண் சிங்கம், காட்டிற்குள் ஓடியது. மற்றவையும் அதைத் தொடர்ந்தன. எதிர்பாராமல் நடந்துவிட்ட இந்த உபத்திரவத்தால் ஆத்திரமடைந்த சிங்கப்புலியோ, திரும்பி, கீழே கிடந்த சூர்யக்ஷரின் முகத்தைப் பாதத்தால் ஓங்கியடித்தது. உயிர் கொல்லும் அடி. மீண்டும் அம்பை வில்லில் பூட்டி எய்தாள் சதி. இந்தமுறை, அது சிங்கப்புலியின் தோளில் பாய்ந்தது. ஆத்திரக் கர்ஜனையுடன் மிருகம் பின்வாங்கியது.

"பெண் சிங்கம் சீக்கிரம் செத்துரும்," என்றாள் சதி.

"ஆனால், சிங்கப்புலி சீக்கிரம் திரும்பிவிடும்," என்றான் காவஸ். "முன்னைவிட ஆவேசமாய். நாளைக் கிராமத்தாருடன் சேர்ந்து நாமும் வெளியேறிவிடுவது நல்லது."

சதி தலையசைத்தாள்.

— ☥ ♋ ♉ ♆ ⊕ —

இரவின் கனத்தைக் கிழித்தபடி வெளிவந்தான் சூரியன்.

"நீங்க வெளியேறித்தான் ஆகணும். வேற வழியே இல்லை," என்றாள் சதி. பட்டவர்த்தனமாய்ப் புலப்படும் ஒரு விஷயம் குறித்து இந்த கிராமவாசிகளிடத்தில் இவ்வளவு விவாதம் செய்யவேண்டியிருந்ததைக் குறித்து அவளுக்குள் ஆச்சர்யம் பொங்கியது.

இரண்டாவது ப்ரஹார் தொடங்கியிருந்தது. சூர்யக்ஷருக்காக எரிந்துகொண்டிருந்த சிதையின் அருகே அவர்கள் நின்றுகொண்டிருந்தனர். அந்த தைரியசாலியின் ஆத்மசாந்திக்காக பிரார்த்தனை செய்வோர் யாரும் இல்லை.

"அதுங்க திரும்பி வராது," என்றான் ஒரு கிராமத்தான். "நாட்டாமை சொல்றதுதான் சரி. அந்த சிங்கங்க திரும்பி வரப்போறதில்ல."

"என்ன பேத்தல்!" சதி வாதமிட்டாள். "அந்த சிங்கப்புலி, தன்னோட எல்லையை வகுத்தாச்சு. அடையாளமிட்டாச்சு. ஒண்ணு அதைக் கொல்லணும், இல்ல, இந்த எடத்தைக் காலி பண்ணணும். மூணாவதா வேற வழியே இல்ல. இந்த எடத்துல உங்களை சுதந்திரமா நடமாட விடற எண்ணமே அதுக்கில்ல. அப்படிவிட்டா, அதோட கூட்டத்துல அதுக்கு மரியாதை போயிரும்."

"சூர்யக்ஷரோட இரத்தம் சிந்தினதால, ஆவிங்க கொஞ்சமாவது சாந்தி அடைஞ்சிருக்கும்," ஒரு கிராமத்துப் பெண்மணி முன்னே வந்தாள். "இன்னும் ஒரே ஒரு பலி கொடுத்தா, மொத்தமா இந்த எடத்தை விட்டு வெளியேறிடும்."

"இன்னொரு பலியா?" அதிர்ச்சியின் எல்லைக்கே சதி சென்றுவிட்டாள்.

"ஆமா," என்றான் நாட்டாமை. "கிராமத்துத் துப்புரவுத் தொழிலாளி, கிராமத்தோட மொத்த நன்மைக்காக, தன்னையும், தன் குடும்பத்தையும் பலி குடுக்க சம்மதிச்சிட்டார்."

திரும்பிய சதி, கடந்த சில நாட்களாய் விழுந்த பிணங்களை ஒன்றாய்ச் சேர்த்து, அவற்றை எரிக்க விறகு அடுக்கி, பிணங்களைச் சிதையேற்றும் கொடூர பொறுப்பைச் செய்து வந்த ஒடிசலான ஒரு நபரைப் பார்த்தாள். அவனுக்குப் பின்னால், அவனைப் போலவே ஒல்லியான உடல்வாகுடன் நின்ற அவனது மனைவியின் முகத்தில் உறுதி ஒளிவீசியது. அவளது தோத்தியைப் பிடித்தவாறு, இரண்டு அல்லது மூன்று வயதிற்கு மிகாமல், கிழிந்த கோமணம் மட்டும் அணிந்த இரு சிறு குழந்தைகள், தங்கள் வாழ்க்கை குறித்து தாய் தந்தையர் எடுத்திருந்த முடிவைப் பற்றி லவலேசமும் அறியாமல் நின்றனர்.

கைவிரல்கள் தன்னிச்சையாய் முஷ்டியாகிக்கொள்ள, சதி நாட்டாமையை நோக்கித் திரும்பினாள். "இருக்கிறதுலயே பூச்சி மாதிரி இருக்கிறதால, இந்தாளைப் பலி குடுக்க முடிவெடுத்துட்டீங்களா? இது ரொம்ப தப்பு!"

"இல்ல, தேவி," என்றான் பணியாளன். "இது என் சொந்த முடிவு. என் தலையெழுத்து. பூர்வஜன்மக் கர்மாவினால, இந்தப் பிறவியில கீழ்க்குலத்துல பிறந்துட்டேன். இந்த கிராமத்தோட நன்மைக்காக, நானும்

என் குடும்பத்தாரும் பலி குடுத்துக்க முழுமையாச் சம்மதிக்கிறோம். பரம்பொருள் எங்க செய்கைக்கு மனமிரங்கி, அடுத்த முறையாவது நல்ல பிறப்பைக் குடுக்கும்."

"உங்க தைரியத்தைப் பாராட்டறேன்," என்றாள் சதி. "ஆனா, இதெல்லாம் சிங்கங்களைத் தடுத்துறாது. ஒண்ணு, நீங்க வெரட்டப்படணும். அல்லது, கொல்லப்படணும். அதுவரைக்கும் ஓயாது."

"எங்க இரத்தம் அதுகளோட கொலவெறியை அடக்கிடும், தேவி. நாட்டாமை அப்படித்தான் சொன்னார். எனக்கு நம்பிக்கையிருக்கு."

சதி அந்தப் பணியாளனை வெறித்தாள். தீர்க்க சிந்தனை, என்றுமே குருட்டு மூடநம்பிக்கையை ஜெயிக்கமுடியாது. குனிந்து, குழந்தைகளைப் பார்த்தாள். அவை ஒன்றையொன்று சீண்டிக்கொண்டு, குதூகலமாய் விளையாடிக்கொண்டிருந்தன. சட்டென்று நிறுத்திவிட்டு, அவளை நிமிர்ந்து பார்த்தன. முகங்களில் ஆச்சர்யம். இந்த வேற்றுதேசத்தாள் ஏன் நம்மை இப்படி வெறித்துப் பார்க்கிறாள்?

நான் இதை ஒருநாளும் அனுமதிக்க முடியாது.

"நான் இங்கேயே இருக்கேன். கடைசி சிங்கம் செத்து ஒழியற வரைக்கும் போக மாட்டேன். ஆனா, நீங்களோ, உங்க குடும்பமோ, உங்களை பலி குடுத்துக்கக் கூடாது. சரியா?"

இந்த விசித்திரமான ஆலோசனையை நம்புவதா வேண்டாமா என்ற குழப்பத்துடன் பணியாளன் சதியை ஏறிட்டான். அவளோ, காவஸ்ஸை நோக்கித் திரும்பினாள். உடனடியாக வீரர்களை பள்ளியை நோக்கி அவன் செலுத்த, அவர்களில் சிலர், இந்த அதிசய மாற்றத்தில் சந்தோஷமடையாதவர்களாய், வாதமிட்டுக்கொண்டே சென்றனர்.

— ⋏ ⦶ ⋓ ⍏ ⊛ —

மரங்களுக்கிடையே ஒளிந்து எல்லாவற்றையும் உற்றுக் கவனித்த பரசுராமனின் ஒற்றர்கள், கப்பலின் மேல்தளத்தில் நின்ற சிவனும் பகீரதனும், எது குறித்தோ வாதம் செய்வதைக் கண்டனர்.

கப்பலினின்று மதுமதியில் இறக்கப்பட்டிருந்த மூன்று கத்திப்படகுகள், நீரின்மீது லேசாய் ஆடின.

கடைசியில், ஆத்திரமாய் ஒரு சைகை செய்த சிவன், ஏற்கனவே த்ராபகு, நந்தி, வீரபத்ரா மற்றும் முப்பது வீரர்கள் குழுமியிருந்த படகில் இறங்கிக்கொண்டார். பின்னால் இருந்த இரு படகுகளையும் நோக்கினார். ஒரு சமிக்ஞை செய்ய, அவை, கரையை நோக்கிச் செலுத்தப்பட்டன.

கப்பலோ, நங்கூரமெடுக்கத் தயாராவதாகப் பட்டது.

ஒரு ஒற்றன், மற்றொருவனைப் பார்த்துப் புன்னகைத்தான். "நூறு வீரர்கள். பரசுராமப் பிரபு கிட்ட போய் சொல்லுவோம், வா."

— ⁂ —

மதுமதியின் வளம்கொழிக்கும் நீரும், ப்ரங்காவின் இயற்கைச் செல்வமான மண்ணும் ஒன்றாய்ச் சதி செய்து, மிக அடர்ந்த கானகம் ஒன்றை உருவாக்குவதில் அளப்பரிய வெற்றியடைந்திருந்தன. சிவன், வானைப் பார்த்தார். நெருக்கமாய் வளர்ந்திருந்த மரம் செடிகொடிகளுக்கிடையே சற்றே சற்று சூரிய வெளிச்சம் ஊடுருவிய விதத்திலிருந்து, ஆதவன் மேற்கே சாயத் துவங்கிவிட்டதை சிவன் உணர்ந்தார்.

கொள்ளையர் கூட்டத்தைப் பிடிக்கும் முயற்சியில், கடந்த எட்டு மணி நேரமாக, நடந்துகூடக் கடக்கமுடியாத அந்தக் காட்டினூடே அவரது படைவீரர்கள் செடி கொடிகளை வெட்டிவீழ்த்திக்கொண்டு, பாதை அமைத்துக்கொண்டிருந்தனர். இரண்டு மணி நேரத்திற்கு முன்தான் சிவன் உணவு இடைவேளை விட்டிருந்தார். வயிறு நிரம்பியிருந்தாலும், போர்த் தினவெடுத்து வீரர்கள் இருப்புக்கொள்ளாமல் தவித்தார்கள். இங்குகூட பரசுராமன் போர் செய்ய விரும்பாமல் போக்குக்காட்டிக்கொண்டிருப்பதாகத் தான் பட்டது.

சட்டென்று சிவன் கையை உயர்த்தினார். படை நின்றது. அவரருகே மெல்ல வந்தான் த்ராபகு. "என்ன விஷயம், பிரபு?"

கண்ணால் சமிக்ஞை செய்தார் சிவன். "இந்த இடம் குறிக்கப்பட்டிருக்கு."

த்ராபகு அவரைக் குழப்பத்துடன் ஏறிட்டான்.

"செடியில இருக்கிற வெட்டைப் பாரு," என்றார் சிவன்.

த்ராபகு உற்றுப் பார்த்தான். "இந்த வழியாப் போயிருக்காங்க. அதான் செடிகொடியெல்லாம் வெட்டப்பட்டிருக்கு."

"இல்ல." சிவன் நேரே பார்த்தார். "இந்த இடம் நடக்குறதுக்காக வெட்டப்படல. வலப்பக்கமா அவங்க நடந்து போயிருக்கிறதா நாம நினைக்கணும்னு, அங்க வெட்டியிருக்காங்க. நமக்கு முன்னால ஒரு பொறி இருக்கு."

"நிச்சயமாத் தெரியுமா, பிரபு?" சிவனின் கரங்கள் வில்லை நோக்கி மெல்ல நீள்வதைக் கவனித்தான்.

சட்டென்று சிவன் திரும்பியபோது, வில்லில் அம்பைப் பொருத்தியிருந்தார். அதே கணத்தில் அவர் மரமொன்றின் உச்சியைப் பார்த்து அம்பை க்ஷணநேரத்தில் விடுக்க, தடாலென்ற சப்தத்துடன் அடிபட்ட மனிதன் ஒருவன் கீழே விழுந்தான்.

"இந்தப் பக்கம்!" சிவன் வலப்புறம் திரும்பி ஓடினார்.

முன்னே செல்லும் தங்கள் பிரபுவின் வேகத்திற்கு ஈடுகொடுக்க முயன்றவர்களாய், வீரர்களும் அதே திசையில் ஓடினர். சில நொடிகள் போலத் தோன்றிய நேரம் சென்ற பிறகு, சிவன் சட்டென்று, கரையோரத்திற்கு வந்தார். தடாலென்று நின்றார்.

அங்கே, அவருக்கு முன்னால், கிட்டத்திட்ட நூறு மீட்டர் தூரத்தில் பரசுராமனும் அவனது கூட்டத்தாரும் நின்றனர். ஏறக்குறைய நூறு பேர் - சூர்யவம்சி படைக்கு நிகரான எண்ணிக்கை. தொடர்ந்து கானகத்தினின்று வெளியேறிய சிவனின் படைவீரர்கள் தடதடவென்று வெளியே வந்து, கரையின் மீது நொடியில் போர் வியூகமமைத்து நின்றனர்.

"நான் தாராளமாக் காத்திருக்கேன்!" சிவனின் மீதே பார்வையைப் பதித்திருந்த பரசுராமன் மகா நக்கலாய் வார்த்தைகளைக் கடித்துத் துப்பினான். "உங்க ஆளுங்களை பொறுமையா நிதானமா நிறுத்தி வைங்க."

சிவன், அவனை கண்ணுக்குக் கண் நோக்கினார். நல்ல கட்டுமஸ்தான தேகம்தான், பரசுராமனுக்கு. சிவனை

விடச் சற்று உயரம் குறைவு என்றாலும், உடல்தசைகள் கன்னாபின்னாவென்று ஏகமாய் இறுகியிருந்தன. அகன்ற தோள்கள்; தூண் போன்ற மார்பு; பரந்து விரிந்து, இரைத்த மூச்சிற்கு இணையாய் ஏறி இறங்கியது. இடது கையில், சாதாரண மனிதனால் சாமான்யமாய்ப் பிடிக்க முடியாத பிரம்மாண்டமான வில்; இவனால் சுலபமாக நாணேற்ற முடியுமென்பது உருண்டு திரண்ட, திடமான கைகளில் தெரிந்தது. முதுகில் தூணி நிறைய அம்புகள். ஆனால், இன்னொருபுறம் தொங்கியதுதான், அவனது பெயர் நாற்புறமும் பரவக் காரணமாயிருந்த பயங்கர ஆயுதம்; சிக்கியவர்களின் தலையை ஒரே சீவாய்ச் சீவித்தள்ளும் போர்க் கோடரி. எளிமையான காவி தோத்தி அணிந்திருந்தாலும், கவசம் ஏதுமில்லை. அந்தணப் பிறப்பின் அறிகுறியாக, இடது தோளிலிருந்து மார்பின் குறுக்காய், ஒரு ஜணாவு தளர்வாய் வலப்புறம் செல்ல, தலை, பின்னால் இருந்த ஒரு நறுவிசான, சிறு குடுமியைத் தவிர்த்து மழுங்கடிக்கப்பட்டிருந்தது. முகத்தில் மிகப்பெரிய தாடி நீளமாய்த் தொங்கியது.

தன் வீரர்கள் வந்து அணியாய் நிற்கும்வரைக் காத்திருந்த சிவன், பக்கவாட்டில் பார்த்தார். முகர்ந்தார்.

என்னது அது?

ப்ரஹார் விளக்குகளை ஏற்ற மெலுஹர்கள் பயன்படுத்தும் மெழுகின் வாசம் போல ... கீழே பார்த்தார். மணல் சுத்தமாகத்தான் இருந்தது. வீரர்கள் யாரும் ஆபத்திலில்லை. வாளை உருவியவர், "சரணடைஞ்சுரு, பரசுராமா. உனக்கு நியாயம் கெடைக்கும்," என்று கர்ஜித்தார்.

பரசுராமன் "குபீ"ரென்று சிரித்தான். "நியாயமா? அதுவும் இந்த நாசமாப் போற நாட்டுலயா?"

சிவன் கண்களைப் பக்கவாட்டில் திருப்பினார். அவரது வீரர்கள் வரிசைக்கிரமமாக நின்றார்கள். தயார். "ஒண்ணு, தலை தாழ்ந்து நியாயம் கேட்கலாம். இல்ல, எதிர்த்து, அதோட நெருப்பு உன்னை எரிச்சு அழிக்கிறதை உணரலாம்! எது உன் விருப்பம்?"

அதைக் கேட்டு இளித்த பரசுராமன், தன் ஆட்களில் ஒருவனைப் பார்த்துத் தலையசைக்க, அவன் ஒரு அம்பையெடுத்து, தீயில் அதன் நுனியைப் பற்ற வைத்து, உயரே, சூர்யவம்சிகள் நின்றிருந்த இடத்திற்குப்பால் சென்று விழுமாறு எய்தான்.

என்ன நடக்குது இங்க?

பளீரென்றடிக்கும் சூரிய வெளிச்சத்தில், அந்த அம்பு சென்ற திசையை சிவனால் ஒரு கணம் ஊகிக்க முடியவில்லை. அவரும், அவரது வீரர்கள் நிற்கும் இடத்திற்கு சற்று தூரத்தில், பின்னால் விழுந்த சரம், அங்கு படர்ந்திருந்த மெழுகில் உடனடியாக தீப்பற்றியது. திகுதிகுவென்று நெருப்பு பரவி, சுலபத்தில் யாரும் தாண்ட முடியாத ஒரு அரணாக எழும்பி நின்றது. சூர்யவம்சிகள், கரையில் அமைந்திருந்த பொறியில் சிக்கிக்கொண்டுவிட்டனர். தப்பிப்பது இயலாத காரியம்.

"அடேய், பைத்தியக்காரா, அம்புகளைத் தேவையில்லாம வீணடிக்கிறே!" சிவன் கூவினார். "இங்கேயிருந்து யாரும் பின்வாங்கப்போறதில்ல!"

பரசுராமனின் முகம் மலர்ந்தது. "உங்களைக் கொல்றதை நான் ரொம்ப அனுபவிக்கப்போறேன்."

சிவன் அதிசயத்துடன் பார்த்துக்கொண்டிருக்கும் போதே, பரசுராமனின் வில்லாளி திரும்பி, அம்பைப் பற்ற வைத்து, இம்முறை, நதியை நோக்கி எய்தான்.

நாசமாப் போச்சு!

கரையை ஒட்டி வளைந்து சென்ற நதியின்மீது, பரசு ராமனின் ஆட்கள், ஒன்றையொன்று தொட்டுக்கொள்ளுமாறு மெல்லிய சில படகுகளைக் கட்டியிருந்தனர். தீயம்பு வந்து விழுந்த மறுகணம், மெழுகு நிறைந்த அவை "குப்"பென்று பற்றிக்கொண்டன. திகுதிகுவென்று பரவிய நெருப்பைப் பார்த்தால், ஒரு கணம் நதியே பற்றியெரிவது போல் தோன்றியது. தீ சடசடவென்று உயர. பர்வதேஸ்வரரின் மேற்பார்வையிலான கத்திப்படகுகள் உதவிக்கு வரும் சாத்தியமில்லாமற் போயிற்று.

பரசுராமன் சிவனைப் பார்த்த பார்வையில், சிலீரென்ற ஏளனம். "நம்ம விளையாட்டையெல்லாம் நமக்குள்ளேயே வெச்சுக்குவோமே? என்ன நான் சொல்றது?"

சிவன் திரும்பி த்ராபகுவை நோக்கித் தலை யசைக்க, அவன் உடனடியாக ஒரு உத்தரவு பிறப்பித்தான். அடுத்த நொடி, அம்பு ஒன்று விண்ணில் பாய்ந்து, நீலத் தீ நாக்குகளாய் உயரே வெடித்துச் சிதறியது. பர்வதேஸ்வரர் அழைக்கப்பட்டுவிட்டார். ஆனால், மதுமதியின் மீது பரவி எரிந்துகொண்டிருந்த தீச்சுவரை மெலூஹ சேநாதிபதி எப்படித் தாண்டப்போகிறார் என்று சிவனுக்குத் தெரியத்தான் இல்லை.

சிறிய கத்திப் படகுகளால் நிச்சயம் முடியாது. நதிக்கரையின் ஓரம் மணல் அதிகம் என்பதால், கப்பலும் நிச்சயம் கரையை அதிகம் நெருங்க முடியாது.

யாரும் வரப்போறதில்ல. நாங்களேதான் இதைத் தீக்கணும்.

"டேய் காட்டுமிராண்டி!" சிவன் கூவினார். "இதான் உனக்கு கடைசிச் சந்தர்ப்பம்!" வாளை அவனை நோக்கி நீட்டினார்.

அடுத்த கணம், பரசுராமன் தன் வில்லை கீழே எறிந்தான். அவனது உத்தரவைத் தொடர்ந்து, அத்தனை வில்லாளிகளும் தத்தம் விற்களைக் கீழே போட்டுவிட்டு, அங்க ஆயுதங்களை உருவிக்கொண்டனர். பரசுராமன், தன் கோடரியைத் தயாராய் எடுத்துக்கொள்ள, மிக நெருக்கத்தில் கொடூரமாய்ப் போரிட எண்ணுகிறான் என்பது வெளிப்படையாய்ப் புரிந்தது. "இல்லடா, ப்ரங்கனே! இது உன்னோட கடைசிச் சந்தர்ப்பம்! உன்னோட சாவை ரொம்ப மெதுவா, அதிகபட்ச வலி நிறைஞ்சதா ஆக்கப்போறேன்."

தன் வில்லைக் கீழே எறிந்த சிவன், கேடயத்தை முன்னே கொண்டுவந்தார். "கவனமா இருங்க!" என்றார் தன் வீரர்களிடம். "வாள்கரத்தைக் குறி வையுங்க. காயப்படுத்துங்க - கொல்ல வேண்டாம். நமக்கு அவங்க உயிரோட வேணும்."

சூர்யவம்சிகள், கேடயத்தைப் பாதுகாப்பாகத் தங்கள் முன்னே வைத்துக்கொண்டவாறு, வாட்களை உருவினார். காத்திருந்தனர்.

பரசுராமன் பாய்ந்தான். பின்னோடு, அவனது அசுரக் கொடூரர்கள்.

அதிசயிக்கத்தக்க வேகத்தோடும், மிகுந்த சாகசத்தோடும், பரசுராமனின் அதிவிரைவான தலைமையில், கொள்ளையர் கூட்டம் சிவனது வீரர்களின் மீது பாய்ந்தது. பரசுராமனிடத்தில் கேடயமேதும் இல்லை. கனத்த கோடரியைப் பயன்படுத்த இருகரமும் தேவை. அவனோ, நேராய்ச் சிவனை நோக்கிப் பாய்ந்தான். இந்த சமயம் பார்த்து, த்ராபகு இடப்பக்கம் சுழன்று தாக்குதல் நடத்தினான். தற்காலிகமாக இதனால் சற்றே தடுமாறிய கொள்ளைக்காரன், அவனது வாளினின்று தப்பிக்க ஒரு கணம் பின்வாங்கினாலும், அடுத்த கணம், லாவகமாய்ச் சுழன்று, கோடரியைக் கொடூரமாய் மேலே

உயர்த்தினான். அறுபட்டிருந்த தன் இடப்புறக் கையின் கொக்கியில் மாட்டப்பட்டிருந்த கேடயத்தை, தன்னைக் காப்பாற்றும் பொருட்டு த்ராபகு முன்னே தள்ளினான். அந்தப் பிரம்மாண்டக் கோடரியோ, தோல்பதித்த வெண்கலக் கேடயத்தில் பாதியைப் பிளந்தது. அதிர்ந்த த்ராபகு, அதைப் பின்னுக்கிழுத்து, வாளைக் கீழே இறக்க, பரசுராமனின் இடது தோளின் மீது லேசாய் அடி விழுந்தது.

இந்தப்புறம், கொள்ளையன் ஒருவனின் ஆவேசக் கத்திப் பாய்ச்சலிலிருந்து சாமர்த்தியமாய்ச் சுழன்று நகர்ந்த சிவன், அதைத் தன் கேடயத்தால் தட்டிவிட்டார். அவன் நிலைதடுமாற, லாகவமாய் வாளைச் சுழற்றி இறக்கி, அவனது வாள்கரத்தை முழங்கையிலிருந்து துண்டித்தார். தடியன் தரையில் சரிந்தான். கையிழந்து, ஆனால், உயிரோடு. உடனடியாகத் திரும்பிய சிவன் இன்னொருவனிடமிருந்து வந்த தாக்குதலைச் சமாளிக்க வாளை உயர்த்தினார்.

பகைவன் ஒருவனின் வலதுதோளிலிருந்து தன் வாளை உருவிய நந்தி, கேடயத்தால் அவனைத் தள்ள, அவன் சரிந்தான். கீழேயே கிடந்து அவன் சரணடைவான் என்பது அவரது நம்பிக்கை. அந்தக் கொள்ளையனோ, நந்தி அதிசயமும் உவகையுமாய்ப் பார்க்க, கேடயத்தைக் கீழே போட்டுவிட்டு, சடக்கென்று வாளைக் காயம்படாத இடக்கரத்திற்கு மாற்றிக்கொண்டு, மீண்டும் போர்ச் சீற்றத்திற்குள் பாய்ந்தான். அவனது வாள்வீச்சிலிருந்து தப்பித்துக்கொள்ள நந்தி தனது கேடயத்தை உயர்த்தி, மீண்டும் வாளைக் காயம்பட்ட வலது தோளில் பாய்ச்சினார். "சரணடைந்துவிடு, முட்டாளே!" அமர்க்களத்தையும் மீறிக் கூவினார்.

வீரபத்ராவுக்கோ, தன் பகைவர்களை உயிருடன் விட்டுவைக்கும் அதிர்ஷ்டம் வாய்க்கவில்லை. ஏற்கனவே இரண்டு பேரை தன் வாளுக்கு இரையாக்கிவிட்டவன், மிகத் தீர்மானமாய்ப் போரிட்ட மூன்றாவதையும் மேலோகம் அனுப்பாதிருக்க பெரும்பாடு பட்டுக்கொண்டிருந்தான். அடிபட்ட தன் வாள்கரத்தைப் பற்றிச் சிறிதும் கவலைப்படாத அந்தக் கொள்ளையன், வாளைத் தன் இடக்கரத்தால் பிடித்திருந்தான். சலித்துப்போன வீரபத்ரா, அவனை எப்படியாவது செயலிழக்க வைக்கும் எண்ணத்துடன், கேடயத்தால் மண்டையில் அடிக்க, அவனோ, சற்றே வளைந்து, அதைத் தன் தோளில் வாங்கிக்கொண்டு, வாளால் வீரபத்ராவை நோக்கிக் கொடூரமாய் வீசினான்.

அது வீரபத்ராவின் மார்பைக் கிழித்தது. ஆத்திரமடைந்தவன், பாதுகாப்பின்றித் திறந்து கிடந்த கொள்ளையனின் விலாவை நோக்கித் தன் வாளைப் பாய்ச்ச, அது அவனது இதயத்தில் வெகுவேகமாய்க் குத்திட்டு நின்றது.

"நாசமாய்ப் போக!" அவன் கூவினான். "பேசாம சரணடைஞ்சு தொலைய வேண்டியதுதானே?"

போர்க்களத்தின் வேறொரு பக்கம், தான் சண்டையிட்டுக் கொண்டிருந்த கொள்ளையனுக்கெதிராய், சிவன் கேடயத்தை வீசினார். சடாரென்று பின்வாங்கிய கொள்ளையன், முகத்தில் ஒரு நீளக் காயம் பெற்றானேயொழிய, தலையில் அடிவாங்காமல் தப்பித்துக்கொண்டான்.

சிவனுக்கு இப்போது கவலையுண்டாகியிருந்தது. இதுவரை ஏகப்பட்ட பேர் - அநேகமாய் பரசுராமனின் ஆட்கள் - இறந்துவிட்டனர். அவருக்கோ, அவர்களை உயிருடன் பிடித்துவிடவே எண்ணம் - இல்லையேல், நாகர்களின் மருந்து இரகசியம் மொத்தமாகத் தொலைந்து போய்விடும்.

அப்போது, ஏதோ ஒரு பெருத்த சப்தம் காதைத் துளைத்தது. பர்வதேஸ்வரரின் சங்கு.

வந்துக்கிட்டு இருக்காங்க!

கொடூரமாய் அவனுக்குள் வாளைப் பாய்ச்சிய சிவன், கேடயத்தாலும் அவன் மீது ஒரு போடு போட, கொள்ளையன் மயங்கிச் சரிந்தான். பிறகு, நிமிர்ந்து பார்த்தார். அவரது முகம் மலர்ந்தது.

பற்றியெரிந்தகொண்டிருந்த படகு வரிசையைப் படாரென்று உடைத்துக்கொண்டு, ஒரு பிரம்மாண்டமான சூர்யவம்சிக் கப்பல், மணற்பாங்கான கரையில், முகப்பு படபடவென்று விரிசலிட வந்து மோதியது. மதுமதியின் நெருப்பைக் கத்திப்படகுகளால் கடக்க முடியாதிருக்கலாம் - ஆனால், கப்பலால் தாண்ட முடியாததில்லை. கப்பல் உடைந்தால், ப்ரங்கா திரும்ப வழியற்றுப் போய்விடுமாகையால், சூர்யவம்சிகள் அந்த வழியைத் தேர்ந்தெடுக்க மாட்டார்கள் என்பது பரசுராமனின் ஊகம். இரண்டு விஷயங்களை எடைபோடுவதில், அவனது யூகம் தவறாகிவிட்டது: சூர்யவம்சி படைவீரர்களின் திடம், மற்றும் அவர்களது சேநாதிபதி பர்வதேஸ்வரரின் துணிச்சல்.

கப்பல் பரசுராமனின் ஆட்களின் மீது வந்து மோதிய வேகத்தில், பலர் அந்த நொடியே இறந்துபோனார்கள்.

கப்பலின் முகப்பில் நின்றிருந்த பர்வதேஸ்வரர், மணற்திட்டில் அது மோதியவுடன், தரைக்குப் பாய்ந்தார். அவ்வளவு உயரத்திலிருந்து குதித்தாலும், தரையில் மோதாதவண்ணம், இடுப்பில் கட்டியிருந்த கயிறு அவரைக் காப்பாற்றியது. தரைக்கு சற்று மேல அவர் தொங்க, வாளை உயர்த்தி, தலைக்கு மேல் கயிற்றை லாகவமாய் வெட்டியவர், இறங்கினார். நானூறு சூர்யவம்சிகள், தங்கள் சேநாதிபதியைத் தொடர்ந்து போர்க்களம் புகுந்தனர்.

கப்பல் வந்திறங்கிய காட்சியைக் கண்டு, தற்காலிகமாய்க் கவனம் சிதறிய த்ராபகு, தன் வாளை பரசுராமனை நோக்கி வீசியபோது, கொள்ளையன், பின்னாலிருந்து கத்தியொன்றை உருவுவதைக் கவனிக்கத் தவறிவிட்டான். கத்தி பிடித்த தன் இடக்கையை நறுவிசாக முன்னே கொண்டு வந்த பரசுராமன், நறுக்கென்று அதைத் த்ராபகுவின் கழுத்தில் பாய்ச்சினான். வலியால், அந்த சூர்யவம்சி படைத்தலைவன் ஒரே ஒரு நொடி உறைந்தான். அதைப் பயன்படுத்திக்கொண்ட பரசுராமன், கொடூரமாய், இன்னும் ஆழமாய்க் கத்தியைச் செருகினான். வாளை இன்னமும் தைரியமாய்ப் பிடித்துக்கொண்டிருந்த த்ராபகு, நிலை தடுமாறினான்.

இன்னொரு பக்கம், ஒன்றுக்கு ஐந்து என்ற விகிதத்தில் அதிகரித்திருந்த சூர்யவம்சிகள், அசுரகதியில் எதிராளிகளை வெட்டி வீழ்த்தி, போரைத் தங்கள் பக்கமாய்த் திருப்பிக்கொண்டிருந்தனர். நிலைமை தங்களுக்கெதிராய்ப் போய்விட்டதை உணர்ந்த கொள்ளையர்கள், போரிடுவதில் பயனில்லை என்று சரணடைந்துகொண்டிருந்தனர்.

போர்க்களத்தின் நட்டநடுவே, தடுமாறிக்கொண்டிருந்த த்ராபகுவின் கழுத்திலிருந்து, பரசுராமன் கத்தியை உருவினான். கோடரியை இரு கைகளாலும் பிடித்தவன், ஆவேசமாய் ஓங்கினான். கோடரி, நச்சென்று த்ராபகுவின் தோல்-வெண்கலக் கவசத்தைத் துளைத்துக்கொண்டு, தோல், சதை என்று சகலத்தையும் தாண்டி, மார்பெலும்பைப் பிளந்தது. வீரமிக்க அந்த சூர்யவம்சிப் படைத்தலைவன், தரையில் சரிந்தான். பரசுராமன் தன் கோடரியைப் பிடுங்க முயன்றான்; முடியவில்லை. பலங்கொண்ட மட்டும் அவன் இழுக்க, த்ராபகுவின் மார்பைப் பிளந்தவாறு அது வெளிவந்தது. பரசுராமனே அதிசயிக்கும் வகையில், சூர்யவம்சி இன்னமும் உயிருடன் இருந்தான்.

மிகப்பலவீனமான இந்த நிலையிலும், சக்தியிழந்த தன் வாள்கரத்தை உயர்த்தி, போரிட முயன்றான்.

முன்னால் வந்த பரசுராமன், த்ராபகுவின் கையைத் தரையோடு அடித்தான். போர் புரிந்தேயாக வேண்டும் என்ற சூர்யவம்சி படைத்தலைவனின் ஆவேசத்தை, பலவீனமாய் நகர்ந்த அந்த கைகளில் அவன் உணர்ந்தான். சாகும் தறுவாயிலும் வீரத்தை இழக்காத அந்த படைவீரன், வாளை இறுகப் பற்றிக்கொண்டிருந்தான்.

பரசுராமன் அதிசயித்து நின்றான். இதுகாறும், தன் எதிராளிகளை வீழ்த்தக் கோடரியால் ஒரு வீச்சுக்கு மேல் தேவைப்பட்டதேயில்லை. அவனது ஆட்கள் போரில் தோற்றுக்கொண்டிருந்தாலும், கவனம் அவர்கள்புறம் செல்லவில்லை. காலடியில் விழுந்து, கொஞ்சம் கொஞ்சமாய் இறந்துகொண்டிருந்த அந்த மகாவீரனின் மீதே கண்கள் நிலைத்திருந்தன.

சற்றே சிரம் தாழ்த்தி, வணங்கினான் பரசுராமன். "உமக்கு வீரமரணம் அளிப்பதை, என் பாக்கியமாகக் கருதுகின்றேன்."

சிரத்தை வெட்டத் தயாராய், கோடரியை ஓங்கினான். அதே சமயம், தூரத்திலிருந்து ஆனந்தமயி எறிந்த கத்தி, நேராய் அவனது இடது கையைப் பதம் பார்க்க, கோடரி பாதுகாப்பான தூரத்தில் எங்கோ போய் விழுந்தது. திவோதாஸ் மற்றும் இரு சூர்யவம்சி வீரர்களின் துணையுடன் அங்கு வந்த பகீரதன், பரசுராமனுடன் போராடி, மேற்கொண்டு எந்த காயமுமில்லாமல் அவனை வீழ்த்தினர்.

ஏகமாய் இரத்தம் வெளியேறி, உயிர் ஊசலாடிக்கொண்டிருந்த த்ராபகுவிடம் சிவனும் பர்வதேஸ்வரரும் ஓடினர்.

"ஆயுர்வதியைக் கூப்பிடுங்க!" சிவன் அலறினார். "சீக்கிரம்!"

— ☥ ⓜ ♈ ⚜ ⊕ —

சூரியனுக்கு இன்னும் சற்று உயிர் இருந்தது. தற்காலிகப் பயன்பாட்டிற்காகச் சில வில் மற்றும் அம்புகள் தயாரிக்கப்படுவதை, பள்ளியின் மேன்மாடியிலிருந்து சதி மேற்பார்வையிட்டுக் கொண்டிருந்தாள். நெருக்கத்தில்

சிங்கங்களை எதிர்கொள்ள காசி வீரர்களுக்கு எந்தத் திறனும் இருப்பதாகத் தெரியவில்லை. அம்பெய்யும் வித்தையும் சொல்லிக்கொள்ளும்படியாக இல்லை. குத்துமதிப்பாக எங்கேயாவது எய்தினாலே போதும், அவை இலக்கை அடையக்கூடும் என்று சதி சமாதானமடைய வேண்டியதாகப் போய்விட்டது.

படிக்கட்டுக்களின் அருகே அடுக்கி வைக்கப்பட்டிருந்த விறகுக் குப்பலை மீண்டும் ஒரு முறை சரிபார்த்தாள். வீரர்கள் தொடர்ந்து விறகு சேர்த்துக்கொண்டே வந்ததில், சீக்கிரத்தில் தீர்ந்துவிடாமல் இரவு முழுவதிற்கும் வரும் என்றுதான் தோன்றியது.

பாதுகாப்பான இந்த மாடியிலிருந்து, ஒரு சில சிங்கங்களையாவது கொல்லமுடியும் என்று நம்பிக்கை இருந்தது. ஏன், அதிர்ஷ்டம் அவள்புறம் இருந்தால், சிங்கப்புலியையேகூட கொன்று, இந்த ஆபத்திற்கான ஆதாரத்தையே தீர்த்துக்கட்டிவிடலாம். பிறகு ஒரு சில நாட்கள் காவல் இருந்தால், பிரச்சனை முற்றுமாக முடிந்துவிடும். என்ன, மொத்தமே ஏழு சிங்கங்கள்தானே? பெரிய கூட்டமில்லையே?

வானைப் பார்த்தாள். ஒரு சிறு பிரார்த்தனை, அவளிடமிருந்து எழுந்தது. கடவுளே, எதுவும் தப்பாகாம இருக்கணும்.

அத்தியாயம் 15

மக்கள் தலைவன்

தொடுவானம் நோக்கித் தகதகவென இறங்கிய சூரியன், மாலை வானை துல்லிய மஞ்சள் வண்ணமாக்கியிருந்தான். மங்கும் வெளிச்சத்தில், சூர்யவம்சிப் பாசறை, ஜுர வேகத்தில் இயங்குவது தெரிந்தது.

கைதிகள் சுலபத்தில் தப்பமுடியாத வண்ணம் கட்டிவைக்கப்படுவதை பகீரதன் மேற்பார்வையிட்டுக் கொண்டிருந்தான். கப்பலிலிருந்து கொணர்ந்த வெண்கலச் சங்கிலிகளின் உதவியுடன் பரசுராமனின் ஆட்கள் கையும் காலும் நன்கு கட்டப்பட்டு, மணற்திட்டின் மீது குந்தி உட்கார வைக்கப்பட்டனர். சங்கிலிகள், மணலில் ஆழமாய்ப் புதைந்த கட்டைகளுடன் இணைக்கப்பட்டிருந்தன. இது போதாதென்று, இன்னொரு சங்கிலி அவர்களது கணுக்கால்களை இணைத்துக் கட்டப்பட்டிருந்தது. சுற்றிச் சூர்யவம்சி வீரர்கள் காவலுக்கு நின்றனர். சற்றும் தளராத கண்காணிப்பு இனி மேற்கொள்ளப்படும். பரசுராமனும் அவனது ஆட்களும் தப்பிப்பதைப் பற்றி நினைத்துக்கூட பார்க்கமுடியாது.

திவோதாஸ், பகீரதனை நோக்கிச் சென்றார். "கப்பலைச் சோதித்துவிட்டேன், இளவரசே."

"சொல்லுங்க."

"செப்பனிட கொறைஞ்சது ஆறு மாசமாவது ஆகும்."

பகீரதன் சபித்துக்கொட்டினான். "இப்ப எப்படித் திரும்பிப் போறது?"

கரையின் இன்னொருபுறம், ஆயுராலயக் கூடாரங்கள் அமைக்கப்பட்டிருந்தன. சூர்யவம்சிகளோ, பரசுராமனின் ஆட்களோ, காயம்பட்ட அனைவரையும் எப்படியாவது காப்பாற்ற ஆயுர்வதியும் அவளது மருத்துவக் குழுவினரும் பாடுபட்டனர். அநேகரை அவர்களால் குணப்படுத்துவிட முடியும்தான். ஆனால், எந்த சிகிச்சையும் பலனளிக்காத ஒருவரின் கூடாரத்தில் ஆயுர்வதி அப்போது நம்பிக்கையின்றி நின்றாள்.

த்ராபகுவின் கரத்தைப் பற்றியவாறு சிவன் மண்டியிட்டு அமர்ந்திருந்தார். மிக ஆழமான காயம்; மேற்கொண்டு செய்யக்கூடியது எதுவுமில்லை என்பது, நந்தி மற்றும் பர்வதேஸ்வரர் சகிதம் பின்னால் நின்ற ஆயுர்வதிக்குப் புரிந்தது. இன்னொரு பக்கம், மீண்டும் தொலைந்து போன பார்வையுடன், த்ராபகுவின் தந்தை பூர்வகர் மண்டியிட்டிருந்தார்.

எதையோ சொல்லும் முயற்சியில், த்ராபகுவின் வாய், திறந்து திறந்து மூடியது.

"என்ன விஷயம், நண்பா?" சிவன் குனிந்தார்.

பேச முடியாமல், த்ராபகுவின் வாயிலிருந்து இரத்தம் தொடர்ந்து வழிந்தது. தந்தையை நோக்கித் திரும்பியவன், மீண்டும் சிவனைப் பார்த்தான். உடலின் அசைவால் இதயம் அதிவேகமாய்த் துடிக்க, குபுக்கென்று கொப்பளித்த இரத்தம், பிளந்த மார்பையும் மீறி, போர்த்தியிருந்த துணியின் மீது வழிந்தது.

"நான் அவரைப் பார்த்துக்கறேன், த்ராபகு," சிவனின் கண்கள் பனித்திருந்தன. "நிச்சயம் கவனமாப் பார்த்துப்பேன்."

த்ராபகுவினிடமிருந்து நீண்ட, நெடிய மூச்சு வெளியேறியது. விரும்பிய வார்த்தைகளைக் கேட்ட நிம்மதியில், நிச்சலனமாய், வாழ்க்கையின் மீதான பற்றைக் கைவிட்டான். உயிர் பிரிந்தது.

பூர்வகரின் மூச்சு திக்கியது. உடல் குலுங்க, மகனின் தோளில் முகம் புதைத்தார். சிவன், அவரது தோளை மெல்லத் தொட்டார். வீரமகனின் இரத்தம் நெற்றியில் தீற்றியிருக்க, நிமிர்ந்த அந்தத் தந்தையின் கன்னங்களில் கண்ணீர் ஆறாய் ஓடியது. சிவனை அவர் பார்த்த பார்வையில், அவரது உலகம் சுக்குநூறாகிவிட்டது தெரிந்தது. கம்பீரமாய்,

பெருமிதத்துடன் நடமாடிய பூர்வகர் மறைந்துவிட்டார். மெலூஹாவின் கோட்த்வாரத்தில் சிவனைச் சந்தித்த அதே உடைந்து போன மனிதர்தான் இவர். அவர் உயிர் வாழக் காரணமான ஒரே விஷயமும், இப்போது கொடூரமாய்ப் பறிக்கப்பட்டுவிட்டது.

சிவனின் மனம் வெதும்பியது. பூர்வகரை அவரால் கண்ணெடுத்தும் பார்க்க முடியவில்லை. உள்ளுக்குள் ஆவேசம் கிளர்ந்தெழுந்தது. அடக்கமுடியாமல் பொங்கிப் பிரவகித்த ஆத்திரம்.

சிவன் எழுந்தார்.

"வேண்டாம், பிரபு!" நந்தி சட்டென்று முன்னே பாய்ந்து சிவனைப் பற்றிக்கொண்டதை பர்வதேஸ்வரர் அதிசயமாய்க் கவனித்தார். "இது சரியல்ல."

நந்தியைப் புறங்கையால் தள்ளிவிட்டு, சிவன் கூடாரத்தை விட்டுப் பாய்ந்தார். பரசுராமனைக் கட்டி வைத்திருந்த இடத்தைக் குறிவைத்து ஓடினார்.

"பிரபு, வேண்டாம்!" அவர் பின்னோடு நந்தி அலறிக்கொண்டு ஓடினார். "அவன் கைதி. இது மிகப்பெரும் தவறு!"

இன்னும் விரைவாக ஓடிய சிவன், பரசுராமன் கட்டப்பட்டிருந்த இடத்திற்கு வந்ததும், வாளை உருவினார்.

"வேண்டாம், பிரபு!" கைதிகள் வரிசைக்கு மறுபக்கம் நின்றுகொண்டிருந்த பகீரதன் கத்தினான். "அவன் நமக்கு உயிரோட தேவை!"

சிவன் காதில் எதுவும் விழுந்ததாகத் தெரியவில்லை. ஆத்திரமும் ஆவேசமும் தலைக்கேற, "ஓ"வென்று கர்ஜித்தவாறு, கொள்ளையனின் சிரத்தைக் கொய்யத் தயாராய், வாளை உயர்த்தியபடி பரசுராமனை நோக்கிப் பாய்ந்தார்.

பயத்தின் சாயை சிறிதும் படியாத முகத்துடன், பரசுராமன் வெற்றுப்பார்வை பார்த்தான். கண்களை மூடிக்கொண்டு, சாவின் வாயிலில் நிற்கையில், கூற விரும்பிய சொற்களைக் கத்தினான. "ஜெய் குரு விஷ்வாமித்ரா! ஜெய் குரு வஸிஷ்டா!"

அதிர்ந்து போன சிவன், செய்வதறியாமல் நின்றார்.

நாகர்களின் இரகசியம் 255

கழுத்தின் மீது வெட்டு விழாததால் கண்களைத் திறந்த பரசுராமன், சிவனைக் குழப்பத்துடன் ஏறிட்டான்.

சிவனின் கைகளினின்று வாள் நழுவி விழுந்தது. "வாசுதேவ்?"

அவரது அதிர்ச்சி பரசுராமனின் முகத்திலும் பிரதிபலித்தது. நீலக்கழுத்தைப் பிறர் அறியாமலிருக்க, சிவன் சுற்றிக்கொண்டிருந்த பட்டியை அப்போதுதான் கவனித்தான். உண்மை, ஒரு வழியாக உறைத்தது. "கடவுளே! என்ன காரியம் செஞ்சிட்டேன்! நீலகண்டர்! பிரபு நீலகண்டர்!"

கண்களில் கண்ணீர் ஆறாய் ஓட, பரசுராமன் சிவனின் பாதங்களில் தலைபதித்தான். "மன்னிச்சுருங்க பிரபு. மன்னிச்சிருங்க. எனக்குத் தெரியல. நீங்கதான்னு எனக்குத் தெரியல."

சிவன் ஆணியடித்தாற்போல நின்றார்.

— ⋇ ꩜ ꭎ ♁ ⊕ —

அரைத்தூக்கத்தில் புரண்டுகொண்டிருந்த சதியின் காதில், மெல்லிய கர்ஜனை விழுந்தது. உடனடியாக, முழு விழிப்புப் பெற்றாள்.

வந்தாச்சு.

கதவை நோக்கித் திரும்பினாள். நெருப்பு இன்னமும் கொழுந்துவிட்டெரிந்தது. இரு வீரர்கள் காவலுக்கு உட்கார்ந்திருந்தார்கள்.

"காவஸ், வந்தாச்சு. எல்லாரையும் எழுப்புங்க."

சதி சுற்றுச்சுவரோரமாய் ஊர்ந்தாள். சிங்கம் எதுவும் அவள் பார்வைக்குத் தெரியவில்லை. இன்றிரவு, நிலவு சற்று சக்தியுடன் திகழ்ந்தது; வெளிச்சத்திற்கு நெருப்பை மட்டும் நம்பவேண்டிய அவசியமில்லை.

மரங்களின் வரிசையினின்று, சிங்கப்புலி வெளிவருவதை அப்போதுதான் கவனித்தாள். சதி எய்த அம்பு இன்னமும் அதன் தோளில், பாதி உடைந்த நிலையில், பதிந்திருந்தது. விளைவாய், காலைச் சற்று இழுத்து இழுத்துதான் நடந்தது.

"அதோ, இன்னொரு ஆண் சிங்கம்," காவஸ் சுட்டிக் காட்டியபடி கிசுகிசுத்தான்.

தலையசைத்த சதி, வில்லை முன்னே கொண்டு வந்தாள். ஆனால், அம்பை அவள் விடுக்குமுன் கண்முன்னே விரிந்த காட்சி, அவளைத் திடுக்கிட வைத்தது.

சிங்கப்புலியைத் தொடர்ந்து, வரிசையாக, ஏகப்பட்ட பெண் சிங்கங்கள் வெளிவந்தன. முதலில் ஊகித்ததுபோல ஏழு சிங்களலல்ல - இந்தக் கூட்டம் மிகப்பெரிது. அதிர்ச்சியில் உறைந்து போய் அவள் பார்த்துக்கொண்டிருக்கும்போதே, மேலும் மேலும் மிருகங்கள் காட்டிலிருந்து வந்த வண்ணம் இருந்தன. ஒன்றன்பின் ஒன்றாக ஏறக்குறைய முப்பது பெண் சிங்கங்கள் வரிசையாக படைபோல் அணிவகுத்து நின்றன.

இராமபிரானே!

நேற்று இரவு நடந்த தாக்குதலுக்குப் பிறகு, எதிரிகளைச் சமாளிக்க, சிங்கப்புலி தன் மொத்த படையையும் கொண்டு வந்து சேர்த்துவிட்டது புரிந்தது. அதுவும் - அடேயப்பா, எப்பேர்ப்பட்ட படை!

ஓ, இதுதான் மூணு ஆண் சிங்கங்கள் இருக்கிறதுக்குக் காரணமா? மூணு தனித்தனியான குழுக்களை அப்படியே கவர்ந்து, சிங்கப்புலி ஒண்ணாக்கியிருக்கு.

பின்வாங்கிய சதி, திரும்பினாள். இத்தனை பெண் சிங்கங்களைத் தாக்குவது முடியாத காரியம். சுற்றுமுற்றும் பார்த்தாள். காசி வீரர்களின் முகத்தில் கலப்படமில்லாத பீதி.

கதவைச் சுட்டிக்காட்டினாள். "அங்கே ரெண்டு பேர். நெருப்புல இன்னும் கொஞ்சம் விறகு."

ஆணைகளை நிறைவேற்ற வீரர்கள் பறந்தனர். சதியின் மூளை புயல்வேகத்தில் சிந்தித்தும் யுக்தியொன்றும் புலப்படவில்லை.

அப்போதுதான், அது கேட்டது.

உடனடியாகத் திரும்பி மீண்டும் சுற்றுச்சுவரை நோக்கி ஊர்ந்தவள் செவியில், சப்தம் துல்லியமாய் விழுந்தது. இரு குழந்தைகளின் அழுகுரல். உயிருக்குப் பயந்து "ஓ"வென்று கூக்குரலிட்டுக்கொண்டிருந்தன.

சதியின் விழிகள் பதற்றத்தில் விரிந்தன.

இல்ல ... தயவு செஞ்சு ... வேண்டாம் ...

கிராமத் துப்புரவுப் பணியாளரும், அவரது மனைவியும், சிங்கங்களைநோக்கித்தீர்மானமாய்ச்சென்றுகொண்டிருந்தனர்.

அவர்கள் நிகழ்த்தப்போகும் தியாகத்திற்கு அறிகுறியாய், இறுதி யாத்திரையின் சின்னமாய், காவியுடை தரித்திருந்தனர். ஆளுக்கொரு குழந்தையைப் பற்றிக்கொண்டிருந்தனர். உடைகளற்ற அவையிரண்டும், கதறிக்கொண்டிருந்தன.

அவர்களைப் பார்த்த சிங்கப்புலி, உறுமியது.

சதி வாளை உருவினாள். "இல்ல்ல்லலல!"

"வேண்டாம், தேவி!" காவஸ் அலறினான்.

ஆனால், அதற்குள் சுவரைத் தாண்டிய சதி, தரையில் குதித்திருந்தாள். வாளை உயர்த்தியவாறு சிங்கங்களை நோக்கிப் பாய்ந்தாள்.

துப்புரவாளனையும் அவனது குடும்பத்தையும் மறந்த சிங்கங்கள், திகைப்புடன் சதியை நோக்கித் திரும்பின. அப்போதுதான் அவள் வருவதை உணர்ந்த சிங்கப்புலி, எட்டுத்திக்கும் கிடுகிடுக்கும்படி கர்ஜனை செய்தது.

சிங்கக்கூட்டம் பாய்ந்தது.

தலைவியின் இணையில்லா வீரத்தைக் கண்ணால் கண்டவுடன் புத்துணர்வு பெற்ற காசி வீரர்கள், அவளைத் தொடர்ந்து தாங்களும் தரையில் குதித்து ஓடினார்கள். ஆனால், வெறும் உத்வேகம், திறனுக்கு இணையாகுமா?

ஒரு மாபெரும் பெண் சிங்கத்தை நெருங்கிய சதி, சடாரென்று லாகவமாய்ச் சுழன்று, அதன் மூக்கையும் கண்ணையும் அரிந்து எறிந்தாள். அலறிய சிங்கம் பின்வாங்க, அதே சுழற்சியில் சதி, எதிரே இருந்த இன்னொரு சிங்கத்தைத் தாக்கினாள். வலப்புறமிருந்து ஒரு பெண் சிங்கம் அவள் மீது பாய்ந்தது. உயிரைத் திருணமாக மதித்த ஒரு காசி வீரன் அவள் முன் வந்து விழுந்தான். அவனது கழுத்தைப் பற்றிய சிங்கம், துணிப்பொம்மையைப் போல் உலுக்கியெடுத்தது. அந்த சந்தர்ப்பத்திலும் வீரன் சிங்கத்தின் மார்பில் வாளை ஆழப் பாய்ச்சுவதில் வெற்றி கண்டான். அவன் இறந்த அதே நொடியில் சிங்கமும் உயிர் விட்டது. இன்னொருபுறம், காலில் ஆழமாய்ப் பல் பதித்துக் குதறிய ஒரு பெண் சிங்கத்துடன் காவஸ் போராடிக்கொண்டிருந்தான். வாளால் பலம்கொண்ட மட்டும் சிங்கத்தின் தோளை அவன் ஓங்கியடித்ததற்கு எவ்விதப் பயனும் இல்லை.

எவ்வளவோ துணிச்சலுடன் காசி வீரர்கள் சண்டையிட்டாலும், அவர்களது சக்தி வடிந்துகொண்டிருந்தது;

அதிக நேரம் தாக்குப் பிடிக்க முடியாது. சிங்கங்கள் விரைவில் அவர்களை மூழ்கடித்துவிடும். இவ்வளவு திறமையாக, இணைந்து போரிடும் மிருகக் கூட்டத்தைச் சமாளிக்கும் திறனோ, அனுபவமோ, அவர்களுக்கில்லை. இன்னும் சிறிது நேரத்தில் சுருண்டுவிடுவார்கள் என்பதை சதி உணர்ந்தாள்.

இராமபிரானே, என் சாவு கௌரவமானதா இருக்கணும்!

அப்போது, "ஓ"வென்ற இரைச்சல், அமர்க்களத்தை மீறி எழுந்தது. மரங்களைத்தாண்டி சுமார் நூறு வீரர்கள் தடதடவென்று ஓடிவந்து சண்டையில் சேர்ந்துகொண்டனர். அதில் ஒருவன், சங்கநாதம் எழுப்பினான். நாகர்களின் தாக்குதலைக் குறிக்கும் ஓங்கார ஒலி!

எதிரே இருந்த சிங்கத்துடன் வீராவேசமாய்ப் போரிட்டாலும், சதி அதிர்ந்து போயிருந்தாள்; எண்ணங்கள் ஏகமாய்க் குழம்பியிருந்தன. இந்த வீரர்கள் இங்கு, அதுவும் இவர்களது உதவிக்கு, வர வேண்டிய காரணம் என்ன?

போரின் நிலைமை உடனடியாகத் திரும்பியது கண்கூடாய் தெரிந்தது. காசி ஆட்களை விடத் திறன் வாய்ந்த புதிய வீரர்கள், சிங்கங்களின் மீது ஆவேசமாய்ப் பாய்ந்தார்கள்.

பெண் சிங்கத்தை ஒரு வழியாக வீழ்த்திய சதி, சுற்றுமுற்றும் விழுந்து கிடந்த ஏராளச் சிங்கச் சடலங்களைப் பார்த்தாள். இடது பக்கம் ஏதோ அசைவு தெரிந்தது.

சிங்கப்புலி, உயரத்திலிருந்து அவள் மீது பாய்ந்தது.

அப்போது எங்கிருந்தோ, முகமூடியணிந்து பாய்ந்த ஒரு உருவம், சிங்கப்புலியைக் கொத்தாய்ப் பிடித்தது; அலாக்காய்த் தூக்கி வீசியது. சிங்கப்புலியின் நகங்கள் அவனைப் பிறாண்டியதில், அவை அவனது தோளில் ஆழப் பதிந்தன. நிலைதடுமாறிய சிங்கப்புலி, நிதானித்துக்கொண்டு, புதிதாய் வந்த இந்த எதிரியைச் சமாளிக்கத் தயாராகையில், அந்த முகமூடி, சதியின் முன்னால், அவளைப் பாதுகாக்கும் விதமாய், வாளை உருவியபடி நின்றான்.

பயத்தின் சுவடின்றி தன்னைப் பாதுகாத்து நின்றவனின் முதுகைச் சதி ஏறிட்டாள்.

யாரிவன்?

முகமூடி சிங்கப்புலியை நோக்கிப் பாய்ந்த அதே சமயம், இன்னொரு பெண்சிங்கம் சதியை நோக்கிப் பாய்ந்தது. தாழக்

குனிந்தவள், வாளை உயர்த்தி, நிதானமாய், கொடூரமாய், அதன் மார்பில் ஆழப் பாய்ச்சினாள். அது சடலமாய் அவள் மீதே விழுந்தது. அதைப் பிடித்துத் தள்ள முயன்றவாறு, தலையை வலப்புறம் திருப்பினாள். பிரம்மாண்டமான சிங்கப்புலியுடன் இன்னமும் போராடிக்கொண்டிருந்த முகமூடியைப் பார்த்தாள். "ஜாக்கிரதை!" சட்டென்று அலறினாள்.

முகமூடியின் வலப்புறமிருந்து ஒரு பெண் சிங்கம் அவன் மீது பாய்ந்து, காலை ஆக்ரோஷமாய்க் கவ்வியது. முகமூடி தடாலென்று விழுந்தான் - ஆனால், அதற்கு முன், அவனது கத்தி, கவ்விக்கொண்டிருந்த சிங்கத்தின் கண்களுக்கு மத்தியில் செருகிக்கொண்டது. மீண்டும் சிங்கப்புலி முகமூடியின் மீது பாய்ந்தது.

"இல்ல!" தன் மீது கிடந்த சடலத்தைக் கஷ்டப்பட்டு அப்புறப்படுத்த முயன்றவாறு சதி அலறினாள்.

வேறு பல வீரர்கள் வாட்களைச் சுழற்றியவாறு, சிங்கப்புலியை நோக்கி ஓடி வருவதை அப்போது சதி கண்டாள். அதிக எதிர்ப்பைச் சமாளிக்க முடியாத மிருகம், திரும்பி ஓடியது. முப்பது சிங்கங்கள் கொண்ட அந்த கூட்டத்தில் மூன்று மட்டுமே தப்பின. மற்றவை கிராமவெளியில், சடலமாய்க் கிடந்தன. உடன், போரில் வீரமரணம் தழுவிய பத்து காசி வீரர்களின் உடல்களும்தான்.

ஒரு வீரனின் உதவியுடன் தன் மீது கிடந்த சிங்கச்சடலத்தை அப்புறப்படுத்திய சதி, உடனடியாக எழுந்து, மற்றவரின் உதவியுடன் தள்ளாடியவாறு எழுந்த முகமூடியிடம் ஓடினாள்.

ஓடியவள், ஆணியடித்தாற்போல் நின்றாள்.

அந்த மனிதனின் மூகமுடி நழுவி விழுந்துவிட்டது.

நாகா!

மிக அகலமான, ஏராள நெற்றி; பக்கவாட்டில், ஏறக்குறைய வெவ்வேறு திசைகளைப் பார்க்கும் அளவு நீண்ட பெரிய கண்கள்; நீளமாய், யானையின் துதிக்கையைப்போல் தொங்கிய மூக்கு. வாயின் இரு பக்கமும் பற்கள் பெரிதாய் - அவற்றில் ஒன்று உடைந்து போய் - நீண்டிருந்தன. பழைய காயம் எதனுடைய சுவடோ, என்னமோ. காதுகள் பட்டையாய், காத்தாடி போன்று, தன்னால் அசையும் அளவு

பெரிதாய் இருந்தன. யானையின் தலையை எடுத்து யாரோ மிகக் குரூரமாய், இந்தப் பாவப்பட்ட ஜன்மத்தின் உடல்மீது ஒட்டவைத்துவிட்டது போல் இருந்தது.

நகங்கள் உள்ளங்கையைக் கிழிக்குமளவு இறுக்கமாய் விரல்களை முஷ்டியாக்கிக் கொண்டு நின்றான், நாகா. இதோ, இந்த நிமிடத்திற்காக, எத்தனை எத்தனை யுகங்களாய் அவன் காத்திருந்தான்! என்னென்னவோ உணர்வுகள் அவன் இதயத்தைச் சூறையாடின: ஆத்திரம். வஞ்சிக்கப்பட்ட கோபம். பயம். அன்பு.

"அசிங்கமா இருக்கேன்ல?" கண்கள் பனிக்க அவன் கேட்டபோது, பற்கள் கிட்டியிருந்ததை உணர்ந்தாள்.

"என்னது? இல்ல!" நாகாவை நேருக்கு நேராய்ப் பார்த்த அதிர்ச்சியைக் கட்டுப்படுத்திக்கொண்டாள் சதி. தன் உயிரைக் காப்பாற்றியவனை எங்ஙனம் அவமானப்படுத்த முடியும்? "மன்னிக்கணும். வந்து, என்னன்னா, அது ..."

"அதனாலதான் என்னைக் கைவிட்டுட்டுப் போனீங்களா?" சதியின் வார்த்தைகளைக் கண்டுகொள்ளாத நாகா, மெல்லிய குரலில் சொன்னான்.

"என்ன?"

"அதனாலதான் என்னைக் கைவிட்டீங்களா?" கண்ணீர் மெதுவாய் அவன் கன்னங்களில் வழிந்தோடியது. "என்னைக் கண்ணால பாக்கக்கூட முடியல இல்ல?"

குழப்பம் மனதை நிறைக்க, சதி அவனை வெறித்தாள். "யார் நீ?"

"அப்பாவுக்குச் செல்லப்பொண்ணா இருந்தது போதும்!" பின்னாலிருந்து, ஆணித்தரமான பெண் குரல் ஒன்று ரீங்கரித்தது. "இன்னும் எத்தனை நாள்தான் அப்பாவியா நடிக்கப்போறே?"

திரும்பிய சதியின் மூச்சு திக்கியது.

அவளுக்குச் சற்றே இடப்புறத்தில் நின்றாள், நாகர்களின் அரசி. மார்புப் பகுதியை கனமான, திடமான, எலும்பைவிட கடினமான ஏதோ ஒன்று மூடியிருந்தது. தோளிலிருந்து வயிறு வரை, சிறிய எலும்பு உருண்டைகள் சேர்ந்து, மண்டையோட்டு மாலையை அணிந்திருப்பது போன்ற பிரமையை ஏற்படுத்தின. தோள்களின் மேல், சிறிதாக, மூன்றாவதும் நான்காவதுமாய் இரு கரங்கள்; ஒன்றில்,

சதியின் மீது இறங்க ஆவலாய் ஒரு கத்தி. ஆனால், எல்லாவற்றையும் விட சதியை அதிர்ச்சியில் ஆழ்த்தியது அவளது முகம்: கன்னங்கரியதாக இருந்தாலும், நாகர்களின் இராணியின் முகம் - சதியினுடையதை அப்படியே அச்சாக ஒத்திருந்தது.

"யார் நீங்கல்லாம்?" சதி ஸ்தம்பித்தவளாய்க் கேட்டாள்.

"இந்த வேஷம்போடற ஏமாத்துக்காரியை மொதல்ல மேல அனுப்பிட்டு வர்றேன், கண்ணா." கத்தியைப் பிடித்துக்கொண்டிருந்த நாக இராணியின் கரம் நடுங்கியது. "இவ ஒரு நாளும் உண்மைய ஒத்துக்கப் போறதில்ல. மோசக்கார அப்பனோட மறு பதிப்புதான் இவளும்!"

"இல்ல, மாஸி."

நாகாவை ஏறிட்ட சதி, மீண்டும் நாகர்களின் அரசியின்மீது பார்வையைத் திருப்பினாள். "நீங்க யாரு?"

"அடிப்பாவி! நெஜமாவே உனக்குத் தெரியாதுன்னு என்னை நம்பச் சொல்றியா?"

குழப்பம் விரவிய முகத்துடன் சதி அவளை வெறித்த வண்ணம் நின்றாள்.

"மாஸி ..." என்றான் நாகா மெல்ல. தரையில் மண்டியிட்டு, தேம்பித் தேம்பி அழுதுகொண்டிருந்தான்.

"என் ராஜா!" அவனை நோக்கி அரசி விரைந்தாள். தன் கையிலிருந்த கத்தியை அவன் கையில் திணிக்க முயன்றாள். "கொன்னுடு! அவளைக் கொன்னுடு! உனக்கு நிம்மதி கிடைக்க அது ஒண்ணுதான் வழி!"

உடல் குலுங்க, கன்னங்களில் கண்ணீர் வழிந்தோட, நாகா மறுப்பாய்த் தலையசைத்தான். தூரத்தில், விஷ்வத்யும்னனும், ப்ரங்கர்களும், பிற காசி வீரர்கள் முன்னே வராமல் தடுத்துக்கொண்டிருந்தனர்.

"யாருங்க நீங்கல்லாம்?" என்றாள் சதி மீண்டும்.

"போதும் இந்த நாடகம்!" கர்ஜித்தவாறு, நாகர்களின் அரசி, கத்தியை ஓங்கினாள்.

"வேணாம், மாஸி," நாகா, கண்ணீருக்கிடையில், மிக மெல்லிய குரலில் தடுத்தான். "அவளுக்குத் தெரியலை. அவங்களுக்குத் தெரியாது."

சதி, நாகர்களின் அரசியை வெறித்தாள். "சத்தியமா சொல்றேன், எனக்கு உங்களைப் பத்தி எதுவும் தெரியாது. யாருதாங்க நீங்கல்லாம்?"

"அப்போ, மரியாதைக்குரிய, மாட்சிமை தங்கிய இளவரசியவர்களே," கண்களை மூடி நிதானமடைய முயற்சித்த இராணி, மூச்சை ஆழமாய் இழுத்துவிட்டு, குரல் முழுதும் இகழ்ச்சியை இழையவிட்டாள். "நல்லாக் கேட்டுக்குங்க. நான்தான் உங்களோட ரெட்டையாப் பிறந்தவள். காளி. ரெட்டை வேஷதாரியான உங்க அருமை அப்பா மன சாட்சியே இல்லாம தூக்கியெறிஞ்ச உங்க சகோதரி!"

வாய்பிளந்தபடி, அதிர்ச்சியில் பேசக்கூட முடியாமல் சதி அவளைப் பார்த்தாள்.

எனக்கு ஒரு சகோதரி இருக்காளா?

"இந்த பாவப்பட்ட ஜன்மம் இருக்கே," மக்கள் தலைவனைச் சுட்டிக் காட்டினாள் காளி. 'இதுதான் நீ கைவிட்ட பிள்ளை. கணேஷ்."

சதி திணறினாள்.

என் மகன் உயிரோட இருக்கானா?

கணேஷை உற்றுப் பார்த்தாள்.

என் மகன்!

ஆத்திரமும் ஆக்ரோஷமாய் நின்ற கணேஷின் கன்னங்களில் கண்ணீர் பிரவாகமாய் இறங்கியது. துக்கத்தில் உடல் தள்ளாடியது.

என் பையன் ...

சதியின் இதயம் வலியில் துடித்தது.

ஆனா ... குழந்தை இறந்து பிறந்ததா அப்பா சொன்னாரே.

தொடர்ந்து வெறித்தாள்.

என்கிட்ட பொய் சொல்லியிருக்காங்க.

மூச்சைப் பிடித்துக்கொண்டு, சதி தன்னுடன் இணைந்து பிறந்த சகோதரியைப் பார்த்தாள். அப்படியே அவளது மறு பிரதி. இரத்த சம்பந்தத்தைப் பறைசாற்றும் உருவ ஒற்றுமை. கணேஷிடம் திரும்பினாள்.

நாகர்களின் இரகசியம் 263

"என் மகன் உயிரோட இருக்கானா?"

கண்களினின்று மீண்டும் கண்ணீர் வழிய, கணேஷ் அவளை நிமிர்ந்து பார்த்தான்.

"என் மகன் உயிரோட இருக்கான்," ஆச்சர்யமும் அதிசயமுமாய் முணுமுணுத்த சதியின் கண்களிலும் கண்ணீர் திரண்டது. தட்டுத் தடுமாறி, மண்டியிட்டிருந்த கணேஷை நோக்கி வந்தாள். தானும் மண்டியிட்டவள், அவனது முகத்தைக் கைகளில் ஏந்திக்கொண்டாள். "என் மகன் உயிரோடத்தான் இருக்கான் ..."

அவனது சிரத்தை மார்பின் மீது சாய்த்துக்கொண்டாள். "எனக்குத் தெரியாது, கண்ணா. சத்தியமா சொல்றேன். எனக்குத் தெரியாது."

கணேஷ் தன் கைகளை உயர்த்தவில்லை.

"என் செல்லமே," சதி கணேஷின் சிரத்தைத் தாழ்த்தி, நெற்றியில் மென்மையாக முத்தமிட்டு, இறுக்கி அணைத்துக்கொண்டாள். "உன்னை இனிமே விட மாட்டேன். விடவே மாட்டேன்."

முன்னைவிட வேகமாய் கணேஷின் கண்களினின்று கண்ணீர் இறங்கியது. கைகளால் தாயை அணைத்துக்கொண்டவனின் வாயிலிருந்து, உலகின் மிக அழகான, உணர்ச்சிபூர்வமான வார்த்தை உதிர்ந்தது. "அம்மா ..."

சதி மீண்டும் விம்மினாள். "என் மகன். என் பிள்ளை."

வாழ்நாள் முழுதும் தான் நினைத்து ஏங்கிய தாயன்பை, பாதுகாப்பை, முதன்முதலில் பெற்ற பிள்ளையாய் கணேஷ் கதறினான். இனி பயமில்லை. எல்லாம் சுகம்தான். அம்மாவின் அரவணைப்பில், இனி எந்தக் கவலையுமில்லை.

— 𐀁𐀂𐀃𐀄𐀅 —

சரியான நேரம் வர, பரசுராமன் காத்திருந்தான்.

ப்ரங்கக் கப்பல் மணற்திட்டில் மோதியபோது, அதன் நன்னீர்த் தொட்டிகள் அனைத்தும் நொறுங்கிவிட்டன. மதுமதியின் நீரைக் குடிப்பதைத் தவிர, சூர்யவம்சிகளுக்கு வேறு வழியிருக்கவில்லை. தண்ணீரை முதலில் காய்ச்ச

வேண்டும் என்பதில் திவோதாஸ் பிடிவாதமாய் இருந்தார். என்றாலும், கையில் விஷம்முறிக்கும் மருந்து இல்லாவிடில், முதல் முறையாக மதுமதியின் நீரை உட்கொள்பவர்கள், சில மணிநேரமாவது மயக்கத்திலாழ்ந்துவிடுவார்கள் என்று பரசுராமனுக்கு நன்கு தெரியும்.

தண்ணீரின் விளைவு தெரியும் வரையில், பொறுமையாகக் காத்திருந்தான். செய்ய வேண்டிய காரியம் ஒன்று பாக்கியிருந்தது.

பாசறை தூக்கத்தில் அமிழ்ந்திருக்க, வேலையைத் துவக்கினான். தன்னைக் கட்டியிருந்த சங்கிலியில் பலவீனமான பகுதியைக் கண்டுபிடித்து, கல்லால் லேசாகக் கொட்ட, சுலபத்தில் உடைந்தது. தன்னையும் அடுத்து விடுவிப்பான் என்றெண்ணிய தளபதியின் ஆசையில் மண்ணைத் தூவிவிட்டு, சங்கிலியை மீண்டும் ஆணியில் அடித்துப் பொருத்தினான்.

"யாரும் தப்பிக்கக் கூடாது. புரியுதா? அப்படி யாராவது முயற்சி செஞ்சா, நானே அவங்களை வேட்டையாடிக் கொன்னுடுவேன்."

குழப்பத்தில் ஆழ்ந்த தளபதியின் புருவங்கள் நெறிந்தாலும், ஆக்ரோஷத்திற்குப் பெயர் போன தன் தலைவனைக் கேள்வி கேட்கும் திராணியின்றி அமைதியானான். கரையில், சமையல்புறத்தை நோக்கித் திரும்பினான் பரசுராமன். நிலவொளியில், கோடரி மின்னுவதைக் கண்டான். என்ன செய்ய வேண்டுமென்று அவனுக்கு நன்கு தெரிந்தது.

செய்துதான் ஆகவேண்டும். வேறு வழியில்லை.

அத்தியாயம் 16

ஈர்க்கும் எதிர்துருவம்

நெருப்பு திகுதிகுவென்று பற்றியெரிந்து கொண்டிருந்தது.

மானசரோசர் ஏரிக்கருகில் தீயின் நாக்குகள் இவ்வளவு உயர்ந்து சிவன் பார்த்ததேயில்லை. சுழன்றடிக்கும் புயற்காற்று; பரந்து விரிந்த பிரதேசம், மற்றும் அவரது மக்களான குணாக்களின் பலம் - இவையெல்லாம் சேர்ந்து, அப்படியெதுவும் நடக்காமல் கவனித்துக்கொள்வது வழக்கம்.

சுற்றுமுற்றும் பார்த்தார். கிராமமே காலியாக இருந்தது. ஒரு ஜீவன் கூட கண்ணில் படவில்லை. தீயின் நாக்குகளோ, அவரது குடியிருப்பின் சுவர்களை நக்கத் தொடங்கியிருந்தன.

ஏரியை நோக்கித் திரும்பினார். "புனித ஏரியே, என் மக்கள் எல்லாரும் எங்கே? பக்ரதிக்கள் எல்லோரையும் மொத்தமா பணயக்கைதிகளா ஆக்கிட்டாங்களா?"

"சி-வா! என்னைக் காப்பாத்துங்க!"

திரும்பியவர், கிராமத்தின் வாயில் வழியே, தகிக்கும் நெருப்பினூடே, ப்ரஹஸ்பதி, இரத்தம் சொட்டச் சொட்ட ஓடி வருவதைக் கண்டார். பின்னால், முகமூடியணிந்து, கையில் வாளேந்தியவாறு ஒரு பிரம்மாண்டமான உருவம், நடையே அதீத தீர்மானத்தைப் பறைசாற்றும் வகையில், தொடர்ந்துகொண்டிருந்தது.

ப்ரஹஸ்பதியைத் தன் பின்னால் இழுத்துக்கொண்ட சிவன், வாளை உருவியவாறு, முகமூடியணிந்த நாகா

நெருங்கக் காத்திருந்தார். கூப்பிடு தூரத்தில் அவன் வந்தவுடன், அலறினார். "அவர் உனக்குக் கெடைக்க மாட்டார். நான் உயிரோட இருக்கறவரைக்கும் அது நடக்காது!"

நாகாவின் முகமூடிக்கே உயிர் வந்துவிட்டது போலும். ஏளனமும் இகழ்ச்சியுமாக ஒரு புன்னகை விரிந்தது. "அவன் ஏற்கனவே எனக்குக் கிடைத்தாயிற்று."

சிவன் சட்டென்று சுழன்றார். பின்னால், மூன்று மிகப்பெரிய சர்ப்பங்கள். அவற்றில் ஒன்று, ஏகப்பட்ட பல்தடம் பட்ட ப்ரஹஸ்பதியின் தளர்ந்த உடலைத் தரதரவென்று இழுத்துச் சென்றுகொண்டிருந்தது. வாயிலிருந்து தீ நாக்குகள் புறப்பட்ட மற்ற இரு சர்ப்பங்களும், சிவன் அருகில் நெருங்காமல், காவலாய் நின்றன. கையாலாகாத்தனம் கலந்த ஆத்திரத்துடன் சிவன் பார்த்துகொண்டு நிற்க, சர்ப்பங்கள் ப்ரஹஸ்பதியை நாகாவிடம் கொண்டு சேர்த்தன. சிவன், ஆக்ரோஷமாய் நாகாவை நோக்கித் திரும்பினார்.

"ருத்ரபகவானே," அதிர்ச்சியில் முணுமுணுத்தார்.

நாகாவின் முன்னால், இரத்தம் சொட்டச் சொட்ட, த்ராபகு மண்டியிட்டிருந்தான். தோற்றுப் போன தன்னந்தனியனாய், சாவிற்குக் காத்திருந்த, சக்தியற்ற த்ராபகு.

அவனுக்கருகில், மண்டியிட்டபடி, ஒரு பெண். அவளது கரங்களினின்று இரத்தம் கோடாய் இறங்கியது. காற்றில் பறந்த முடிக்கற்றைகள், முகத்தை மறைத்தன. காற்றின் வேகம் குறைய, அவள் நிமிர்ந்து பார்த்தாள்.

அவள்தான். அவரால் காப்பாற்ற முடியாத அந்தப் பெண். அவர் காப்பாற்றாத பெண். காப்பாற்ற சிறிதும் முயலாத பெண். "காப்பாத்து! தயவு செஞ்சு காப்பாத்து! காப்பாத்து!"

"டேய், வேணாம்!" சிவன் ஆவேசமாய் வாளை நாகாவை நோக்கி நீட்டினார்.

ஒரு வார்த்தை கூட பேசாத அந்த நாகா, கணமும் யோசிக்காமல், ஒரே வெட்டில் அந்தப் பெண்ணின் சிரத்தைத் துண்டித்தான்.

வேர்த்து விறுவிறுத்து சிவன் எழுந்த போது, நெற்றி வலியில் துடிப்பதை உணர்ந்தார். இருளில் மூழ்கிய அந்தச் சிறிய கூடாரத்தைச் சுற்றுமுற்றும் பார்த்தவருக்கு,

மதுமதி நதி மெல்லக் கரையைத் தழுவிச் செல்லும் ஓசை மட்டுமே கேட்டது. கையைக் குனிந்து பார்த்தபோது, ஓம் கயிறு, தன் மணிக்கட்டைச் சுற்றிக் கட்டப்பட்டிருப்பதைக் கண்டார். பலமாகச் சபித்தவர், அதைக் கழற்றித் தரையில் வீசியெறிந்துவிட்டு, மீண்டும் படுத்துக்கொண்டார். தலை கனத்தது. மிக மிக கனத்தது.

மதுமதி, அன்றிரவு சலனமின்றி, அமைதியாகப் பாய்ந்தது. பரசுராமன் நிமிர்ந்து பார்த்தான். அவன் செய்ய வேண்டிய காரியத்திற்குப் போதுமான அளவு வெளிச்சம் தெரிந்தது.

சிறிய நெருப்பின் மீது, மெல்லக் கனன்றுகொண்டிருந்த வார்க்கும் கல்லின் சூட்டைச் சரி பார்த்தான். தகித்துக் கொண்டிருந்தது. இருக்கத்தான் வேண்டும். சதை சீக்கிரம் மூடிக்கொள்ள இந்தச் சூடு அவசியம். இல்லையென்றால், இரத்தப்போக்கு நிற்காது. கோடரியைக் கூராக்குவதில் முனைந்தான்.

மீண்டும், முனையைச் சோதித்தான். கத்திபோல் கூர்மை. சுத்தமாக வெட்டும். திரும்பிப் பார்த்தான். யாரும் இல்லை.

சுற்றிக்கொண்டிருந்த போர்வையைக் கழற்றி வீசிவிட்டு, மூச்சை ஆழமாய் இழுத்துக்கொண்டான்.

"ருத்ரபகவானே, எனக்குச் சக்தியைக் குடுங்க."

இடது கைவிரல்களை முறுக்கிக்கொண்டான். நீலகண்டரின் அன்புக்கு மிகப் பாத்திரமானவரைத் துடிக்கத் துடிக்கக் கொன்ற கை. பாவப்பட்ட கை. வெட்டுப்பட்டு மூளியாய் நின்ற ஒரு மரத்தின் அடிப்பாகத்தை இறுகப் பற்றினான். தன் தோளைப் பின்னுக்கிழுக்க அது பிடிமானம் அளித்தது.

இதே மரத்தண்டின் மீது, அவனது பகைவர்கள் எத்தனையோ பேரின் தலைகளைச் சீவித் தள்ளியிருக்கிறான். அப்படி இறந்தவர்களின் இரத்தம் அந்த மரத்தண்டின் இண்டு இடுக்கெல்லாம் சென்று உறைந்திருந்தது. இப்போது, அவனது குருதியும், அவற்றோடு கலக்கும்.

வலது கையால் கோடரியைப் பிடித்து, உயர்த்தினான்.

இறுதியாக ஒரு முறை நிமிர்ந்தவன், மூச்சை இழுத்துப் பிடித்தான். "என்னை மன்னிச்சிருங்க, பிரபு."

கோடரி, காற்றை கிழித்துக்கொண்டு சர்ரென்று கீழே பாய்ந்தது. பட்டென்று ஒரே வீச்சில் கையைத் துண்டித்தது.

"புனித ஏரியே!" சிவன் கத்தினார். "காணாமப் போயிட்டான்னா? எப்படிய்யா? என்ன பண்ணிட்டிருந்தீங்க எல்லோரும்?"

பர்வதேஸ்வரரும், பகீரதனும் தலைகுனிந்திருந்தனர். பிரபுவின் கோபத்திற்குக் காரணமில்லாமல் இல்லையென்பதை அறிவார்கள். இப்போது, அவரது கூடாரத்தில் நின்றார்கள். முதல் ப்ரஹாரின் கடைசி மணிநேரம். சூரியன் அப்போதுதான் உதித்திருக்க, பரசுராமன் காணாமல் போனதும் அப்போதுதான் வெளிச்சத்திற்கு வந்தது.

திடீரென்று ஏதோ அமர்க்களத்தின் கலப்படமான ஓசை கேட்டு, சிவனின் கவனம் திரும்பியது. வெளியே விரைந்தவர், திவோதாஸும் வேறு சில வீரர்களும் பரசுராமனை நோக்கி வாட்களைச் சுட்டிக் காட்டிக்கொண்டிருப்பதைக் கண்டார். பரசுராமனோ, தள்ளாடியவாறு, சிவனைத் தவிர வேறு யார் மீதும் கவனமில்லாமல், அவரை நோக்கி வந்தான்.

பரசுராமன் முன்னே வரத் தன் வீரர்கள் அனுமதிக்கும் வகையில் சிவன் இடக்கையை உயர்த்தினாலும், ஏனோ, வாளெடுக்கும்படியான எச்சரிக்கை தோன்றவில்லை. தன்னைப் போர்வையால் அவன் இறுக்கச் சுற்றிக்கொண்டிருந்தான். ஆயுதம் ஏதேனும் மறைத்திருக்கிறானோ என்ற சந்தேகத்தில் பகீரதன் சட்டென்று ஓரடி முன்னே வைக்க, சிவன் குரலை உயர்த்தினார். "பரவாயில்லை, பகீரதா. அவன் வரட்டும்."

உடல் சோர்ந்து, கண்கள் தாமே மூடிக்கொள்ள முயல, தள்ளாடியவாறு, பரசுராமன் சிவனை நெருங்கினான். போர்வையின் மீது இரத்தம் பெரிய திட்டாகப் படிந்திருந்தது. சிவனின் கண்கள் சிறுத்தன.

பரசுராமன் தடாலென்று சிவனின் முன் மண்டியிட்டான்.

"எங்கே போயிருந்தே?"

கண்களில் துக்கம் நிழலாட, பரசுராமன் அவரை நிமிர்ந்து பார்த்தான். "நான் ... பரிகாரம் ... பிரபு ..."

சிவனின் புருவம் நெறிந்தது.

போர்வையை விலக்கிய கொள்ளைக்காரன், வலதுகையால், துண்டிக்கப்பட்ட இடது கரத்தை சிவனின் காலடியில் வைத்தான். "இந்தக் கை ... பாவம் செஞ்சது, பிரபு. என்னை மன்னிச்சிருங்க ..."

சிவனுக்கு அதிர்ச்சியில் மூச்சு உறைந்தது.

பரசுராமன், நினைவிழந்து தரையில் சுருண்டு விழுந்தான்.

பரசுராமனின் காயத்திற்கு ஆயுர்வதி மருத்துவம் பார்த்திருந்தாள். நோய்க்கிருமிகள் அண்டாமல் இருக்கக் காயத்தை மீண்டும் தீயிலிட்டு, திறந்த சதைப்பகுதியில் வேப்பிலைச்சாறு பூசி, அதே இலையரைத்த கலவையைப் புண்ணில் வைத்து இறுக்கக் கட்டியிருந்தாள். பிறகு, சிவனைப் பார்த்தாள். "கோடரி மிகக் கூர்மையாய், சுத்தமாய் இருந்தது இவன் செய்த அதிர்ஷ்டம். இம்மாதிரி காயங்களினால் ஏற்படும் கிருமித்தொற்றும் இரத்தப்போக்கும், பல சமயம் உயிரையே வாங்கிவிடும்."

"சுத்தமும் கூர்மையும் யதேச்சையான விஷயமா எனக்குப் படலை," பகீரதன் கிசுகிசுத்தான். "அவன்தான் அப்படிப் பண்ணியிருக்கான். என்ன செய்யறோம்னு தெரிஞ்சுதான் செஞ்சிருக்கான்."

பர்வதேஸ்வரரோ, அதிர்ந்துபோனவராய் பரசுராமனை வெறித்தார்.

யார் இந்த விசித்திர மனிதன்?

இதுவரை ஒரு வார்த்தைகூடப் பேசாத சிவன், சலனமற்று, கண்கள் இடுங்கியவாறு அவனைப் பார்த்துக்கொண்டு நின்றார்.

"இவனை என்ன செய்வது, பிரபு?" என்றார் பர்வதேஸ்வரர்.

"பயன்படுத்துவோம்," ஆலோசனை அளித்தான் பகீரதன். "நம்ம கப்பலைச் சீர்ப்படுத்த ஆறு மாசமாவது ஆகும். அவ்வளவு நாள் நாம இங்க தங்கறது நடக்காத காரியம்.

பேசாம ஒண்ணு செய்வோம்: நம்ம கத்திப்படகுகள்ள ஒண்ணுல பரசுராமனை ஏத்திக்கிட்டு, பக்கத்துல இருக்குற ப்ரங்க நகரத்துல இறக்கிவிட்டுருவோம். தேசம் முழுக்க வலைவீசித் தேடற மிகப்பெரிய குற்றவாளியைக் கைப்பிடியாப் பிடிச்சுக் குடுத்ததுக்குப் பிரதியா, ஒரு கப்பல் கேப்போம். மருந்தைக் குடுக்கும்படி அவங்க அவனைக் கிடுக்கிப்பிடியில அழுத்துவாங்க. நாகர்களை நோக்கி நாம நிம்மதியா பயணத்தைத் தொடங்கலாம்."

மௌனம் சாதித்த சிவன், பரசுராமனையே தொடர்ந்து உற்று நோக்கினார்.

பகீரதனின் யோசனையில் பர்வதேஸ்வரருக்கு அவ்வளவு சம்மதமில்லையென்றாலும், இருக்கும் திட்டங்களிலேயே யதார்த்தமான, செயல்படுத்தக்கூடியது அது ஒன்றுதான் என்று அவருக்குப் புரிந்தது. சிவனைப் பார்த்தவர், குரலில் கேள்வி தொனிக்க, "பிரபு?" என்றார்.

"ப்ரங்கர்களிடம் நாம இவனை ஒப்படைக்கப்போறதில்ல," என்றார் சிவன்.

"பிரபு?" பகீரதனின் குரலில் அதிர்ச்சி.

சிவன் அவனை நேராய்ப் பார்த்தார். "செய்யப்போறதில்ல."

"ஆனா, பிரபு – நாகர்களை நாம அடையணுமே? ப்ரங்கர்களுக்கு எப்படியாவது மருந்தைக் குடுக்கறதா வாக்குக் குடுத்திருக்கோமே?"

"பரசுராமன் குடுப்பான். அவனுக்கு நினைவு திரும்பினவுடன், நான் கேக்கறேன்."

"ஆனா, பிரபு," பகீரதன் தொடர்ந்தான். "இவன் மிகப்பெரிய குற்றவாளி. வற்புறுத்தினாலொழிய நமக்கு உதவப்போறதில்ல. ஏதோ, தியாகம் பண்ணியிருக்கான்னு ஒத்துக்கறேன். ஆனா, இங்கேயிருந்து கிளம்ப முதல்ல ஒரு கப்பல் வேணுமே?"

"தெரியும்."

சிவனை நெடுநேரம் வெறித்த பகீரதன், பர்வதேஸ்வரரிடம் திரும்பினான். அவரோ, அயோத்யாவின் இளவரசன் அமைதியாயிருக்கும்படி சைகை செய்தார்.

பகீரதன் அதை மதிப்பதாக இல்லை. நீலகண்டர் சொல்வதிலும் அர்த்தம் இருப்பதாகப் படவில்லை.

நாகர்களின் இரகசியம் 271

"மறுபடியும் இதையே பேச மன்னிக்கணும், பிரபு. நாம கப்பலை அடையறதுக்கு ஒரே உருப்படியான வழி, ப்ரங்கர்கள்கிட்ட இவனை ஒப்படைக்கிறதுதான். அது மட்டுமில்ல. பரசுராமன் இதுவரைக்கும் கொன்னவங்களுக்கு கணக்கு வழக்கேயில்ல. பயங்கரக் குற்றவாளி. ப்ரங்கர்கள் தர்மநியாயப்படி அவனுக்கு தண்டனை வழங்கறதை நாம ஏன் குறுக்க விழுந்து தடுக்கணும்?"

"நான் சொல்றேன்ல? அதனால."

சிவன் வெளியேறினார். மறுவார்த்தை பேசாது பகீரதன் பர்வதேஸ்வரரைப் பார்த்தான்.

பரசுராமனின் கண்கள் கீற்றாய்த் திறந்தன. முகத்தில் மிக லேசாய்ப் புன்னகை படர்ந்தது. மீண்டும் தூக்கத்தில் ஆழ்ந்தான்.

— ✤ ☉ ⋃ ✧ ✪ —

இரண்டாம் ப்ரஹார் முடிவடையும்போது, சூரியன் தலைக்கு மேல் சுள்ளென்று வீசினான்.

விஷ்வத்யும்னன் பொறுப்பெடுத்துக்கொள்ள, ப்ரங்க மற்றும் காசி வீரர்கள் மாய்ந்து மாய்ந்து வேலை செய்துகொண்டிருந்தனர். திறமையான அந்த ப்ரங்கனின் உத்தரவுகளைப் பின்பற்றுவதில் காவஸ்ஸுக்கு எந்த ஆட்சேபணையும் இல்லை போலும். ப்ரங்கர்களுடன் பயணித்த வைத்தியர் மிகத் திறமையாக மருத்துவம் பார்த்துவிட்டதில், அனைவரும் நன்கு குணமடைந்துவந்தனர். இச்சாவரின் கிராமவெளியிலேயே இறந்தவர்களுக்கு ஈமக்கிரியைகள் முடிக்கப்பட்டன. மீதமிருக்கும் பெண் சிங்கங்களும், சிங்கப்புலியும் திரும்பி வந்து கிராமவாசிகளைப் பீதிக்குள்ளாக்கும் கவலையில்லை என்றாலும், வீரர்கள் எச்சரிக்கையாகக் கிராமத்தைச் சுற்றிப் பெரிய பள்ளங்கள் வெட்டினர். ப்ரங்க மற்றும் காசி வீரர்கள் தங்கவென, கிராமப் பள்ளிக்கூடம் தற்காலிகமாக ஒழிக்கப்பட்டிருந்தது. உணவிற்குக் கிராமத்தார் பொறுப்பேற்றுக்கொள்வதாகவும் ஏற்பாடு.

சிங்கக்கூட்டத்தின் ஆக்ரோஷம் அடங்கியதால் ஏராள நிம்மதியடைந்தாலும், யாரையும் நெருங்காத கிராமவாசிகள், விஷ்வத்யும்னனின் ஆணைகளை நிறைவேற்றியபடி, ஒதுங்கியே நின்றனர். என்னதான் நாகர்கள் சமயத்தில்

காப்பாற்றியிருந்தாலும், அவர்களைப் பற்றி ஆண்டாண்டு காலமாய் மனதில் புதைந்திருந்த பயம், கிராமத்தாரை ஒடுக்கியிருந்தது.

துப்புரவாளரின் குழந்தைகளோ, காளியுடன் விளையாடுவதில் அதீத இன்பம் அடைந்தன. முடியைப் பிடித்திழுத்து, மேலே ஏறி குதித்து, ஆத்திரமடைவது போல் அவள் பாசாங்கு செய்யும் போதெல்லாம் கலகலவென்று கைகொட்டிச் சிரித்தன.

"பசங்களா!" தாய் முறைக்க, இரண்டும் தடதடவென்று இறங்கி அவளிடம் ஓடி, தோத்தியைப் பிடித்துக்கொண்டன. துப்புரவாளரின் மனைவி, காளியிடம் திரும்பினாள். "மன்னிச்சுக்குங்க, தேவி. இனி உங்களைத் தொந்தரவு செய்யமாட்டாங்க."

பெரியவர்களின் முன்னிலையில் காளி தீவிரமடைவது வழக்கமாகையால், வாய் திறக்காமல், தலையை மட்டும் அசைத்தாள்.

வலது பக்கம் திரும்பியபோது, தாய் மடியில் கணேஷ் படுத்து, அகத்தின் நிறைவு முகத்தில் விகசிக்க, நிம்மதியாகத் தூங்குவதைக் கண்டாள். காயங்களுக்கு மருந்திட்டிருந்தது. காலில் பெண் சிங்கம் கீறியதுதான் வைத்தியருக்குக் கவலை. மிகக் கவனமாய் மருந்திட்டு, இறுக்கிக் கட்டியிருந்தார்.

காளியை நிமிர்ந்து பார்த்த சதியின் முகத்தில் புன்னகை. அவளது கரம், காளியுடையதைப் பற்றியிருந்தது.

காளியின் முகமும் மலர்ந்தது. "அவன் இவ்வளவு நிம்மதியாத் தூங்கி நான் பார்த்ததேயில்ல."

புன்னகை புரிந்த சதி, ஆதுரத்துடன் கணேஷின் முகத்தை வருடினாள். "இவ்வளவு நாள் அவனை பத்திரமா பார்த்துக்கிட்டதுக்கு நான் நன்றி சொல்லணும்."

"அது என் கடமை."

"இருக்கலாம் - ஆனா, எல்லோரும் தங்களோட கடமையைச் செய்யறதில்ல. நன்றி."

"உண்மையச் சொல்லணும்னா, எனக்கு அதுல சந்தோஷம்தான்!"

சதி புன்னகை புரிந்தாள். "உன் வாழ்க்கை எவ்வளவு கஷ்டமாயிருந்திருக்கும்னு என்னால கற்பனை கூட

செய்யமுடியலை. இதை நிவர்த்திக்க நான் என்னால ஆனதைச் செய்வேன். இது சத்தியம்."

லேசாக முகச்சுணக்கம் அடைந்த காளி, மௌனம் சாதித்தாள்.

சட்டென்று ஒரு எண்ணம் உதிக்க, சதி நிமிர்ந்தாள். "அப்பாவைப் பத்தி என்னவோ சொன்னியே - நிஜம்தானா அதெல்லாம்? அவர் பலவீனமானவர்தான். ஆனா, குடும்பத்து மேல ஏகப்பட்ட பாசம் உண்டு. மனசறிஞ்சு நம்ம யாரையும் அவர் கஷ்டப்படுத்த நினைப்பார்னு என்னால நம்ப முடியல."

காளியின் முகம் இறுகியது. சட்டென்று, கணேஷிடமிருந்து ஏதோ சப்தம் வர, இருவர் கவனமும் கலைந்தது. சதி குனிந்து தன் மகனைப் பார்த்தாள்.

அவன் உதட்டைப் பிதுக்கிக்கொண்டிருந்தான். "பசிக்குது!"

புருவங்களை உயர்த்திய சதி, கலகலவென்று சிரித்தாள். மென்மையாக அவனது நெற்றியில் முத்தமிட்டவள், "என்ன இருக்குன்னு பாத்து கொண்டு வர்றேன்," என்றவாறு எழுந்து சென்றாள்.

கணேஷை உற்றுப் பார்த்த காளி, அவனது நடத்தையைக் குறைகூறுமுன், அவனே சட்டென்று எழுந்து நின்றான். "நீங்க சொல்லக்கூடாது, மாஸி."

"என்னது?" என்றாள் காளி.

"அவங்ககிட்ட நீங்க சொல்லக்கூடாது."

"அவ அறிவிலி இல்லன்னு உனக்கே தெரியும். ஒரு நாள் அவளுக்கே விஷயம் தெரியத்தான் போகுது."

"இருக்கலாம். ஆனா, உங்க மூலமா அது நடக்கக்கூடாது."

"ஏன், உண்மையைத் தெரிஞ்சுக்கிற தகுதி அவளுக்கு இல்லையா? தெரியக்கூடாதா?"

"சில உண்மைகளை வெளியிடறதால வேதனையும் வலியும்தான் மிஞ்சும், மாஸி. அதெல்லாம் புதைஞ்சே இருக்குறதுதான் நல்லது."

"பிரபு," பரசுராமன் கிசுகிசுத்தான்.

அவனைச் சுற்றி, அந்தச் சிறிய கூடாரத்தில், சிவன், பர்வதேஸ்வரர் மற்றும் பகீரதன் குழுமியிருந்தனர். மூன்றாம் ப்ரஹாரின் கடைசி மணிநேரம். மலைவாயிலில் விழுந்த சூரியனின் கிரணங்கள், மதுமதியின் குழம்பிய நீரை சிவப்பும் மஞ்சளுமாய் மாயாஜாலம் செய்திருந்தன. கப்பலைச் செப்பனிடும் பணியில் திவோதாஸும் அவரது குழுவும் ஏற்கனவே இறங்கியாகிவிட்டது. பெரிய வேலையாயிற்றே?

"என்ன விஷயம், பரசுராமா?" சிவன் கேட்டார். "எதுக்கு என்னைப் பாக்கணும்னு கேட்ட?"

கண்களை மூடியவாறு, பரசுராமன் தன் சக்தியைத் திரட்டிக்கொண்டான். "என்னோட ஆட்கள்ள ஒருத்தனை விட்டு, நாகர்களின் மருந்து இரகசியத்தை ப்ரங்கர்கள்கிட்ட குடுக்க ஏற்பாடு செய்யறேன், பிரபு. அவங்களுக்கு நாங்க உதவறோம். மருந்துக்கு ஸ்திரத்தன்மை குடுக்கிற கருப்பொருளை அடைய, கலிங்கத்துல இருக்குற மகேந்திர மலைக்கு நாங்களே கூட்டிட்டுப் போறோம்."

சிவனின் முகம் மலர்ந்தது. "நன்றி."

"இதுக்கெல்லாம் நன்றி வேண்டாம், பிரபு. இதுதான் உங்க தேவை. உங்களுக்குச் சேவை செய்யறது என் பாக்கியம்."

சிவன் தலையசைத்தார்.

"உங்களுக்கு இப்ப ஒரு கப்பலும் தேவை," என்றான் பரசுராமன்.

பகீரதன் சட்டென்று நிமிர்ந்து உடகார்ந்தான்.

"எனக்கே சொந்தமா ஒரு பெரிய கப்பல் இருக்கு," என்ற பரசுராமன், பர்வதேஸ்வரரிடம் திரும்பினான். "வீர சேநாதிபதியாரே, உங்க ஆட்கள் கொஞ்ச பேரை எனக்குக் குடுங்க. எங்கே இருக்குன்னு நான் சொல்றேன். அதை இங்க கொண்டு வந்துட்டாங்கன்னா, நாம கௌம்பலாம்."

சற்று ஆச்சர்யத்துடன் புன்னகைத்த பர்வதேஸ்வரர், சிவனை ஏறிட்டார்.

சிவன் தலையசைத்தார். கொள்ளையன் பலவீனமாய்க் காட்சியளித்தான். குனிந்து, அவனது தோளைத் தொட்டார். "இப்ப ஓய்வெடுத்துக்க. நாம அப்புறம் பேசலாம்."

"இன்னொரு விஷயம், பிரபு," என்றான் பரசுராமன் பிடிவாதமாய். "ப்ரங்கர்கள் வெறும் இணைப்புதான்."

சிவன் புருவம் நெறித்தார்.

"நாகர்களைக் கண்டுபிடிக்கிறதுதான் உங்க முக்கியமான நோக்கம்."

சிவனின் கண்கள் சுருங்கின.

"அவங்க குடியிருக்கிற இடம் எனக்குத் தெரியும்," என்றான் பரசுராமன்.

சிவனின் கண்கள் அதிசயத்தில் விரிந்தன.

"தண்டகவனத்தைக் கடக்கற பாதை எனக்கு நல்லாத் தெரியும், பிரபு," பரசுராமன் தொடர்ந்தான். "நாகர்களோட நகரம் எங்கேயிருக்குன்னும் எனக்குத் தெரியும். அங்கே எப்படி போய்ச் சேர்றதுன்னு நான் சொல்றேன்."

சிவன், அவனது தோளைத் தட்டிக்கொடுத்தார். "நன்றி."

"ஆனா, ஒரு நிபந்தனை, பிரபு."

சிவனின் முகம் மீண்டும் சுருங்கியது.

"என்னை உங்களோட கூட்டிக்கிட்டு போகணும்," பரசுராமன் கிசுகிசுத்தான்.

சிவனின் புருவங்கள் ஆச்சர்யத்தில் உயர்ந்தன. "ஏன் அப்படி ..."

"உங்களைப் பின்பற்றறதுதான் என் பிறவிப் பயன். நாசமாப் போன வாழ்க்கைக்கு கொஞ்சமாவது அர்த்தம்னு ஏதாவது மிஞ்சட்டுமே?"

சிவன் தலையசைத்தார். "உன்னோட பயணம் செய்யறது என்னோட பாக்கியம், பரசுராமா."

— 𑁍 ☉ 𑀥 ⚹ ⊕ —

மதுமதிப் போர் முடிந்து மூன்று நாட்கள் கழிந்த நிலையில், பர்வதேஸ்வரரின் வீரர்கள், பரசுராமனின் கப்பலைக் கண்டுபிடித்தனர். இதுவரை பயணம் செய்ததைவிடவும் பெரிதாக, பார்த்தாலே ப்ரங்கக் கப்பல் என்று தெரியும்

வகையில், ப்ரங்காவின் வாயில்கள் வழியே தடையின்றிச் செல்ல முகப்பில் வரிப்பள்ளங்களுடன் இருந்தது. பரசுராமனைக் சிறைப்பிடிக்க, அல்லது கொல்ல அனுப்பப்பட்ட பரிதாபத்திற்குரிய ப்ரங்க க்ஷத்ரியப் படை எதனிடமிருந்தோ பறிக்கப்பட்டிருக்க வேண்டும்.

வீரர்களெல்லோரும் இப்போது கப்பலில் இருந்தனர். பரசுராமனின் ஆட்கள் விடுவிக்கப்பட்டனர்; அவர்களைப் பிடிக்க வந்த சூர்யவம்சி வீரர்களைப் போலவே, இவர்களுக்கும் வசதியான அறைகள் ஒதுக்கப்பட்டிருந்தன.

பூர்வகர் மற்றும் பரசுராமனின் வசதிக்கான அனைத்து ஏற்பாடுகளையும் சிவனே மேற்பார்வையிட்டார். அதீத இரத்தப்போக்கினால் இன்னமும் மிகப்பலவீனமாயிருந்த பரசுராமனின் உதவிக்கு, ஆயுர்வதி தனது உதவியாளன் மஸ்த்ரக்கை நியமித்திருந்தாள்.

மதுமதி நதியின் மீது, கப்பல் சௌகர்யமாகச் சஞ்சரித்தது. ப்ரங்க நதியை அடைந்தவுடன், நாகர்களின் மருந்திற்கான மாற்று வழியை மன்னர் சந்திரகேதுவிடம் தெரிவிக்கும் பொருட்டு, பரசுராமனின் ஆளை விரைவான கத்திப்படகில் ஏற்றியனுப்பி, அவனைவிட்டே, ப்ரங்கரிதையில் காத்திருக்கும் சிவனின் படையை, ப்ரங்காவிலிருந்து மதுமதி பிரிந்து செல்லுமிடத்திற்கு உடனடியாக வந்து சேரும்படி தகவல் தெரிவிப்பதாகவும் ஏற்பாடு.

பிறகு, பரிவாரம் முழுதும் காசி திரும்பும். சதியையும் கார்த்திக்கையும் காண வேண்டுமென்ற தவிப்பு சிவனுக்கு வரவர அதிகரித்துக்கொண்டு வந்தது. குடும்பத்தின் பிரிவு அவரை வாட்டியது. அவர்களைச் சந்தித்த பிறகு, படைகளைத் திரட்டி, தெற்கே விரைந்து நாகர்களை கண்டுபிடிப்பதாகத் திட்டம்.

கப்பலின் முகப்பில், வீரபத்ராவுடன் மரியுவானா புகைத்தபடி நின்றார் சிவன். அருகில், நந்தி. சுழித்து ஓடும் மதுமதியின் நீரை உற்று நோக்கியபடி நின்றனர் மூவரும்.

"நினைத்ததைவிட இந்தப் பயணம் நல்லவிதமாய் அமைந்துவிட்டது, பிரபு," என்றார் நந்தி.

"அதென்னமோ உண்மைதான்," புன்னகைத்த சிவன், சில்லத்தைச் சுட்டிக்காட்டினார். "என்ன ஒண்ணு, கொண்டாட்டம்தான் அவ்வளவாப் போதலை."

"காசிக்கு மட்டும் போய்ட்டேன்னா போதும்," வீரபத்ரா புன்னகைத்தான். "புல்லைச் சுருட்டற கலைல அவங்களுக்கு நிகர் யாருமே இல்ல."

சிவன் கடகடவென்று சிரிக்க, நந்தியும் சேர்ந்துகொண்டார். அவருக்கு சில்லத்தை சிவன் அளிக்க, மெலூஹப் படைத்தலைவர் மறுத்தார். தோளைக் குலுக்கிக் கொண்ட சிவன், மீண்டும் ஆழ உறிஞ்சிவிட்டு, வீரபத்ராவிடம் நீட்டினார். அப்போது, எதற்காகவோ மேல்தளத்தில் அவர்களுக்கருகில் வந்துவிட்டு, தயங்கி, மீண்டும் திரும்பிய பர்வதேஸ்வரரைக் கண்டு அவரது கவனம் திரும்பியது. "இப்ப என்ன சொல்லணும்னு வர்றாரோ?" புருவம் சுருக்கிய சிவன் கேட்டார்.

"பார்த்தாலே தெரியல?" வீரபத்ரா புன்னகைத்தான்.

நந்தியின் முகத்திலும் சிரிப்பு மலர்ந்தாலும், குனிந்தாரேயொழிய வாய் திறக்கவில்லை.

"ரெண்டு அரைவேக்காட்டு முட்டாள்களும் கொஞ்சம் சும்மாயிருக்கீங்களா?" புன்னகையுடன் சிவன் தன் நண்பர்களிடமிருந்து விலகினார்.

சற்று தூரத்திலேயே நின்ற பர்வதேஸ்வரர், யோசனையில் ஆழ்ந்திருந்தார்.

"சேநாதிபதி? ஒரு வார்த்தை."

உடனடியாகத் திரும்பியவர், வணக்கம் செலுத்தினார். "உத்தரவிடுங்கள், பிரபு."

"அதெல்லாம் இல்ல, சேநாதிபதி. ஒரே ஒரு விண்ணப்பம்."

பர்வதேஸ்வரரின் முகம் சுணங்கியது.

"புனித ஏரியின் பெயரால கேக்கறேன்," என்றார் சிவன். "வாழ்க்கைல ஒரே ஒரு முறையாவது, உங்க உள்ளம் சொல்றதைக் கேளுங்க."

"பிரபு?"

"நான் என்ன சொல்ல வர்றேன்னு உங்களுக்கே தெரியும். அவ உங்களை விரும்பறா. நீங்களும் அவளை விரும்பறீங்க. யோசிக்க வேறென்ன இருக்கு?"

பர்வதேஸ்வரரின் முகம் "குப்"பென்று சிவந்தது. "விஷயம் அவ்வளவு வெளிப்படையாகவா தெரிகிறது?"

“எல்லோருக்கும், சேநாதிபதி!”

“மிகத் தவறு, பிரபு.”

“எப்படி? ஏன்? நீங்க துக்கப்படணும்னே இராமபிரான் சட்டதிட்டங்கள் இயற்றினார்னு நம்பறீங்களா?”

“ஆனால், என் பாட்டனாரின் சபதம் ...”

“பல காலம் நீங்க அதைக் காப்பாத்தியாச்சு. அவரே நீங்க இதை நிறுத்தணும்னுதான் விரும்புவார். நம்புங்க.”

சிரம் தாழ்ந்த பர்வதேஸ்வரர், மௌனம் சாதித்தார்.

“ஒரு சமூகத்துக்கு முக்கியம் வெறும் சட்டதிட்டமில்ல, நியாயம் நடக்கறதுதான்னு இராமபிரானே சொன்னதா நான் கேள்விப்பட்டிருக்கேன். நியாயம் நடக்க ஒரு சட்டத்தை மீறித்தான் ஆகணும்னா, அதைச் செய்யறதுல தப்பில்ல.”

பர்வதேஸ்வரரின் முகத்தில் வியப்பு. “இராமபிரான் உண்மையில் அப்படிச் சொன்னாரா என்ன?”

“சொல்லித்தான் இருக்கணும்,” சிவன் புன்னகைத்தார். “தன்னை பின்பற்றறவங்க மனசு வருந்தக்கூடாதுங்கிறதுல அவர் ரொம்ப குறியா இருந்தார். ஆனந்தமயியோட நீங்க சேர்றதுல, யாருக்கென்ன கஷ்டநஷ்டம், சொல்லுங்க? உங்க தாத்தா தொடங்கி வெச்ச எதிர்ப்பை எந்த விதத்துல நீங்க மறுக்கறீங்க? இத்தனை நாளா உங்க விரதத்தை நல்லாவே காப்பாத்திட்டீங்க. இப்பவாவது, உங்க மனசு சொல்ற பாதையில நடக்கலாமே.”

“நிச்சயமாகத்தான் சொல்கிறீர்களா, பிரபு?”

“என் வாழ்க்கைல எந்த விஷயத்திலும் நான் இவ்வளவு நிச்சயமா இருந்ததே இல்ல. இராமபிரானே, தயவு செஞ்சு அவகிட்ட போங்க!”

சிவன் பர்வதேஸ்வரரின் முதுகில் ஓங்கித் தட்டினார்.

பலநாட்களாய் இது குறித்து யோசனை செய்திருந்த பர்வதேஸ்வரருக்கு, சிவனின் வார்த்தைகள் ஊக்கமளித்தன; குறைந்திருந்த தைரியம், அதிகரித்தது. சிவனை வணங்கிவிட்டு, எடுத்த காரியம் முடிக்கும் திண்மைகொண்ட செயல்வீரராய், அங்கிருந்து புறப்பட்டார்.

சில்லென்று பலமாய் வீசிய மாலைக்காற்றை அனுபவித்தபடி, கப்பலின் சுற்றுச்சுவரில் சாய்ந்திருந்தாள் ஆனந்தமயி.

"இளவரசி?"

சட்டென்று சுழன்றவள், சற்றே அசட்டுப் புன்னகையுடன் அங்கே நின்ற பர்வதேஸ்வரரைக் கண்டு வியப்படைந்தாள். அயோத்யாவின் இளவரசி பேச வாய் திறக்குமுன், அவரே தன் வார்த்தைகளை மாற்றிக்கொண்டார்.

"ஆனந்தமயி" என்று சொல்ல வந்தேன், என்றார், மெல்ல.

ஆச்சர்யத்தில் நிமிர்ந்தாள்.

"சொல்லுங்க, சேநாதிபதி," ஆனந்தமயியின் இதயம் அதிவேகமாய் அடித்துக்கொண்டது. "என்ன வேணும்?"

"ம்ம ... வந்து, ஆனந்தமயி ... நான், என்ன யோசித்துக்கொண்டிருந்தேனென்றால் ..."

"என்ன?"

"அது வந்து, எப்படியென்றால் - அன்று நாம் பேசிக் கொண்டிருந்தோமே, அது குறித்து ..."

உள்ளத்தில் சட்டென்று குமிழியிட்ட மகிழ்ச்சி உடல் முழுதும் பரவி, ஆனந்தமயியின் முகத்தில் புன்னகையாய் மலர்ந்து ஒளிவீசியது. "சொல்லுங்க, சேநாதிபதி?"

"ம்ம்ம், வந்து - இந்த நாளைச் சந்திப்பேனென்று நான் எண்ணியதே இல்ல. அதனால் ... ம்ம ..."

அவர் பேசட்டும் என்றெண்ணியவள், தலையசைத்து, பொறுமை காத்தாள். பர்வதேஸ்வரர் எதன் பொருட்டு அங்கே நிற்கிறார் என்பதை அவள் அறியாதவளல்ல. ஆனால், அதை வெளிப்படுத்துவதில் அவரது கஷ்டம் எத்தகையதாக இருக்கும் என்பதும் அவளுக்கு நன்கு புரிந்தது.

"இதுகாறும், என் சபதமும், சூர்யவம்சிக் கோட்பாடுகளும்தான் என் வாழ்க்கைக்கே ஆதாரமாய் இருந்து வந்திருக்கின்றன," பர்வதேஸ்வரர் துவங்கினார். "அவை என்றும் மாறாதவை; மாற்றத்தை அனுமதிக்காதவை. என் குறிக்கோள்; அடைய வேண்டிய இலக்கு; இந்த உலகில் என் இடம்; என் பங்கு - எல்லாம் சந்தேகத்திற்கிடமின்றி, முன்பே தீர்மானிக்கப்பட்டவை. அதில் ஒரு சௌகர்யம்

உண்டு. நிம்மதி உண்டு. எத்தனையோ வருடங்கள், அந்த நிம்மதி தொடர்ந்தது."

மௌனம் காத்த ஆனந்தமயி, தலையசைத்தாள்.

"ஆனால், கடந்த சில வருடங்களில், என் உலகம் தலைகீழாய்ப் புரண்டது நிஜம்," பர்வதேஸ்வரர் தொடர்ந்தார். "முதலில் பெருமான் - நான் முதன்முதலாய் மரியாதை செலுத்தக்கூடிய மனிதர் - வந்து சேர்ந்தார். சட்டதிட்டங்களுக்கு அப்பாற்பட்டவர். எளிமையான என் உள்ளம் சமாளிக்கக்கூடிய ஒரே மாற்றம் அவரது வருகையாகத்தான் இருக்கும் என்று நம்பினேன்."

தொடர்ந்து ஆனந்தமயி தலையசைத்துக்கொண்டே வந்தாள். வரலாற்றிலேயே மிக உணர்ச்சியற்ற காதல்வசனம் இதுவாகத்தான் இருக்க வேண்டும் - ஆனால், கம்பீரமும் சுயமரியாதையும் உள்ள ஒரு மனிதன், அவற்றையெல்லாம் கழற்றி வைத்துவிட்டுத் தன் உள்ளத்தைத் திறந்துகாட்டியதில் மனம் இளகிய ஆனந்தமயி, சிரிக்கவோ, சுணங்கவோ தோன்றும்போதெல்லாம், அந்தரங்கத்தை வெளிக்காட்டாமல் இருந்தாள். இதையெல்லாம் கொட்டிவிடாவிடில், மனத்தளவிலோ, தன்னுடன் அவர் அமைக்க எண்ணும் வாழ்க்கையிலோ பர்வதேஸ்வரருக்கு நிம்மதியிருக்காதென்று அவளுடைய உள்ளுணர்வு உணர்த்தியது.

"ஆனால், எதிர்பாராமல் ... ஒரு பெண்ணையும் சந்தித்தேன். நான் மரியாதையும் அன்பும் செலுத்தக்கூடிய, கௌரவிக்கக்கூடிய ஆரணங்கு. என் வாழ்க்கையில், நேர்க்கோடு இப்போது புலப்படவில்லை. இலக்கு கண்ணுக்குத் தெரியவில்லை. செல்லக்கூடிய பாதை எதுவென்று அறியாமல் நிற்கிறேன். பாதகமில்லை. அதிசயம் என்னவென்றால், இந்த நிச்சயமற்ற நிலையும், எனக்கு மகிழ்ச்சிதான். என்னுடன் நீயும் இந்தப் பாதையில் கைகோர்த்தால், ஆனந்தமே ..."

அகமும் முகமும் மலர்ந்து திக்குமுக்காடி, பதில் பேசாத ஆனந்தமயியின் கண்களில் கண்ணீர். கட்டக்கடைசியில், அற்புதமான காதல்மொழிகளைப் பேசி விட்டாரே!

"அதுவும், அருமையான பயணமாத்தான் இருக்கும்."

சட்டென்று முன்னே பாய்ந்தவள், பர்வதேஸ்வரரை முத்தமிட்டாள். ஆழமான, காதலும் ஏக்கமும் ஆசையும் கலந்த முத்தம். கைகள் வெற்றாய்த் தொங்க, கற்பனையில்

கூட இதுவரை அறியாத இன்பத்தை ருசித்த பர்வதேஸ்வரர் செயலிழந்து நின்றார். ஏறக்குறைய ஒரு வாழ்நாள் கடந்த பின் விலகிய ஆனந்தமயியின் அரை மூடிய கண்கள், அவரைச் சொக்க வைத்தன. வாய் சற்றே பிளந்த பர்வதேஸ்வரர், தள்ளாடினார். எப்படி? இதற்கு என்ன விதமாய் பதில் சொல்வது?

"இராமபிரானே," சேநாதிபதி செய்வதறியாமல் முணுமுணுத்தார்.

அவரை நெருங்கிய ஆனந்தமயி, விரல்களை லேசாய் முகத்தில் ஒற்றி, வருடினாள். "எப்பேர்ப்பட்ட விஷயத்தை இத்தனை நாள் அனுபவிக்காம இருந்திருக்கீங்கன்னு உங்களுக்குத் தெரியாது."

பர்வதேஸ்வரரோ, திகைப்புடன் அவளையே பார்த்துக்கொண்டு நின்றார்.

அவரது கரத்தைப் பற்றியவள், மெல்ல இழுத்துச் சென்றாள். "வாங்க."

சிங்கப்புலியுடன் போராட்டம் முடிந்து, ஒரு வாரம் கழிந்திருந்தது. அதுவோ, உயிர்தப்பிய பெண் சிங்கங்களோ, மீண்டும் தலையெடுக்கவில்லை; காயங்களை நக்கி ஆற்றிக்கொள்வதில் ஆழ்ந்திருந்தன. அபூர்வமாய் வாய்த்த இந்த அமைதியைப் பயன்படுத்திய இச்சாவர் கிராமவாசிகள், கேட்பாரற்றுக் கிடந்த வயல்களைப் பண்படுத்தி, அந்த மாதங்களுக்கான வேளாண்மையில் கவனம் செலுத்தினர். எதிர்பாராத மகிழ்ச்சியும் நிம்மதியுமாய்க் கழிந்தன அந்த நாட்கள்.

சந்திரவம்சி வீரர்கள் மெல்லக் குணமடைந்து வந்தனர். கணேஷின் காயங்கள்தான் மிக ஆழம்; காலில் சிங்கம் குதறியதன் பலனாய் இன்னமும் நொண்டிக்கொண்டுதான் நடக்க முடிந்தது. சில நாட்களில் குணம் தெரியும் என்றாலும், வருங்காலத்திற்கான ஏற்பாடுகளில் அவன் இறங்கத்தான் வேண்டியிருந்தது.

"அம்மா," என்றான் மிக மெல்ல.

சமைத்துக்கொண்டிருந்ததை ஒரு தட்டில் வைத்து மூடிவிட்டு, சதி கணேஷைப் பார்த்தாள். சென்ற வாரம்

முழுதும் அவனது சிறுவயது வாழ்க்கையைப் பற்றிக் காளியின் கதைகளை லயித்துக் கேட்டு, சுகதுக்கங்களில் பங்கெடுத்து, குணாதிசயங்களைப் புரிந்துகொண்டு, ஏன், அவனுக்குப் பிடித்த உணவுகளைக்கூட அறிந்துகொள்வதில் செலவாகியிருந்தது. அவற்றையெல்லாம் கொண்டு, மகனின் வயிறு மட்டுமல்லாமல், வறண்டிருந்த மனதையும் நிறைப்பதில் அளவற்ற இன்பம் அடைந்தாள். "என்னடா, கண்ணா?"

கணேஷ் கேட்டுக்கொண்டதற்கிணங்க, காளியும் அருகே வந்தாள்.

"கிளம்பத் தயாராகணும்னு நெனைக்கறேன். இன்னும் ஒரு வாரத்துல பயணம் செய்யற பலம் வந்துரும்."

"தெரியும். உனக்காக சமைக்கிற சாப்பாட்டுல சக்தி தர்ற மூலிகைகளை நெறைய சேத்துக்கிட்டு வர்றேனே."

கணேஷ் மண்டியிட்டு, தாயின் கரத்தைப் பற்றிக்கொண்டான். "எனக்கும் தெரியும்."

சதி மகனின் கன்னத்தை லேசாய்த் தட்டினாள்.

கணேஷ் மூச்சை ஆழமாய் இழுத்துவிட்டான். "உங்களால பஞ்சவடி வரமுடியாதுன்னு எனக்கு தெரியும். அது உங்களை மாசுபடுத்தும். நான் அடிக்கடி காசிக்கு வந்து, உங்களை இரகசியமாப் பாத்துட்டுப் போறேன்."

"என்ன பேசறே நீ?"

"வாயத் திறந்தா கொலை விழும்னு காசி வீரர்களையும் மிரட்டி வெச்சிருக்கேன். மறந்தும் வாக்கு மீறமாட்டாங்க," கணேஷ் சிரித்தான். "நாகர்களைக் கண்டா அவங்களுக்கு உதறல்! நமக்கிடையே உள்ள உறவுமுறை பத்தி எதுவும் வெளியே தெரியாது."

"இராமபிரானே! நீ என்ன சொல்ல வர்றே, கணேஷ்?"

"என்னால உங்களுக்கு எந்த அவமானமும் நேராது. நீங்க என்னை ஏத்துக்கிட்டதே மனசுக்கு நிறைவா இருக்கு."

"நீ எப்படி எனக்கு அவமானம் ஏற்படுத்த முடியும்? நீதான் என் சந்தோஷம், என் பெருமை, எல்லாம்."

"அம்மா ..." கணேஷ் புன்னகைத்தான்.

சதி மகனின் முகத்தைக் கைகளில் ஏந்திக்கொண்டாள். "நீ எங்கேயும் போகப்போறதில்ல."

கணேஷின் புருவம் நெறிந்தது.

"என் கூடத்தான் இருக்கப்போறே."

"அம்மா!" கணேஷ் அதிர்ந்தான்.

"என்ன?"

"எப்படிம்மா முடியும்? உங்க சமூகம் என்ன சொல்லும்?"

"அதப்பத்தி எனக்குக் கவலையில்ல."

"ஆனா, உங்க புருஷன் ..."

"உங்க அப்பா," என்றாள் சதி தீர்மானமாக. "அவரைப் பத்தி மரியாதையாப் பேசணும்."

"நான் அவமதிக்கணும்கிற எண்ணத்துல சொல்லலை. ஆனா, அவர் என்னை ஏத்துக்க மாட்டார்னு உங்களுக்கே தெரியும். நான் ஒரு நாகா."

"நீ என் மகன். அவர் மகனும்தான். உன்னைக் கண்டிப்பா ஏத்துப்பாரு. உங்கப்பாவோட மனசு எவ்வளவு பெருசுன்னு உனக்குத் தெரியாது. உலகம் முழுசையும் ஏத்துக்கற தாராள உள்ளம் அவருக்கு."

"ஆனா, சதி ..." காளி குறுக்கிட முயன்றாள்.

"விவாதம் தேவையில்ல, காளி," என்றாள் சதி. "நீங்க ரெண்டு பேரும் காசி வர்றீங்க. உனக்கு உடம்பு சரியானதும், நாம கௌம்பறோம்."

சொல்வதறியாமல் நின்ற காளி, சதியை வெறித்தாள்.

"நீ என் தங்கை. சமூகம் என்ன சொல்லும்கிறதைப் பத்தி எனக்கு அக்கறையில்ல. என்னை ஏத்துக்கிட்டாங்கன்னா, உன்னையும் ஏத்துக்குவாங்க. உன்னை ஒதுக்கினா, நானும் வெளியேறிடுவேன்."

கண்களில் கண்ணீர் துளிர்க்க, காளி முகமலர்ந்தாள். "உன்னைப் பத்தி நான் ரொம்ப தப்பா நெனைச்சிட்டேன், தீதீ."

"*அக்கா*" என்று காளி சதியை அழைத்தது இதுவே முதன்முறை. அகமும் முகமும் மலர்ந்த சதி, காளியை இறுக்க அணைத்துக்கொண்டாள்.

அத்தியாயம் 17

கௌரவத்தின் சாபக்கேடு

மதுமதிப் போர் முடிந்து பத்து நாட்கள் கடந்துவிட்ட நிலையில், சமாதானமடைந்த இரு சாராரையும் - சூர்யவம்சி, மற்றும் பரசுராமனின் ஆட்கள் - சுமந்த கப்பல், மதுமதி ப்ரங்க நதியினின்று பிரிந்து செல்லும் இடத்தில் நங்கூரம் பாய்ச்சியிருந்தது. ப்ரங்கரிதை நகரிலிருந்து படை வீரர்கள் வந்து சேர அனைவரும் காத்திருந்தனர்.

பர்வதேஸ்வரர்-ஆனந்தமயி திருமணத்தை நடத்திவைக்க, ப்ரங்கதேச பண்டிதர் ஒருவர் வரவழைக்கப்பட்டிருந்தார். அயோத்யாவில், ஒரு இளவரசியின் கௌரவத்திற்கேற்றவாறு சீரும் சிறப்பும் விருந்தும் கொண்டாட்டமுமாய்த் திருமணத்தை நடத்த வேண்டுமென்றுதான் பகீரதனின் விருப்பம். ஆனந்தமயிக்கு அதில் சம்மதமில்லை; விஷயம் கைமீறிப்போவதில் இஷ்டமுமில்லை. சம்மதம் தெரிவிக்கவே பர்வதேஸ்வரர் இத்துணை காலம் எடுத்துக்கொண்ட நிலையில், நேரம் கடத்துவது அசந்தர்ப்பம்; மனித யத்தனத்தால் எவ்வளவு சீக்கிரம் முடியுமோ, அவ்வளவு விரைவில் திருமண பந்தம் ஏற்பட்டுவிடவேண்டும் என்பது அவள் கருத்து. சிவனின் ஆசீர்வாதம் அவர்களுக்குக் கிட்டியது, அவசரத் திருமணம் குறித்த விவாதங்களுக்கும் முற்றுப்புள்ளி வைத்தது.

கப்பல் சுற்றுச்சுவரின் மீது சாய்ந்தவாறு, வீரபத்ராவுடன் புகைத்துக்கொண்டிருந்தார் சிவன்.

"பிரபு!"

சிவன் திரும்பினார்.

"புனித ஏரியே! இங்கே என்ன பண்றே, பரசுராமா?" சிவன் திகைத்தார். "ஓய்வு எடுத்துக்கிட்டிருக்கணுமே நீ?"

"செய்ய வேலையில்லாம சலிப்பா இருக்கு, பிரபு."

"நேத்திக்கும் கல்யாணத்தை முன்னிட்டு ரொம்ப நேரம் ஓடியாடிக்கிட்டு இருந்தே. ரெண்டு நாளா உக்காராம நடமாடினா, உடம்பு என்னத்துக்கு ஆகும்? ஆயுர்வதி என்ன சொல்றாங்க?"

"சீக்கிரம் திரும்பிடறேன், பிரபு," என்றான் பரசுராமன். "கொஞ்ச நேரம் உங்க பக்கத்துல நிக்கறேனே? மனசுக்கு இதமா இருக்கு."

சிவன் ஒரு புருவத்தை உயர்த்தினார். "நான் எந்த வகையிலும் உசத்தியில்ல. இதெல்லாம் உன்னோட பிரமை."

"நான் இதை மறுக்கறேன், பிரபு. ஒருவேளை நீங்க சொல்றது உண்மைன்னே வெச்சுக்கிட்டாலும், மத்தவங்களுக்கு எந்த பாதிப்புமில்லைன்னா, என் சந்தோஷத்துக்காகவாவது இதை ஒத்துக்கற அளவு உங்களுக்கு இளகின மனசு உண்டுன்னு எனக்குத் தெரியும்."

சிவன் "குபீ"ரென்று சிரித்தார். "வார்த்தைல விளையாடறே! சும்மா சொல்லக்கூடாது, ஒரு கொ -" சட்டென்று நிறுத்தினார்.

"கொள்ளைக்காரன்னாலும்," பரசுராமன் புன்னகையுடன் முடித்தான்.

"தப்பா எடுத்துக்காதே. உன்னை அவமதிக்கணும்னு சொல்லலை. மன்னிக்கணும்."

"இதுல மன்னிக்க என்ன இருக்கு, பிரபு? நான் கொள்ளையனா இருந்தவன்தானே?"

இந்த விசித்திரக் கொள்ளைக்காரனின் மீது வீரபத்ராவுக்கு அபரிமிதமான ஈர்ப்பு உருவாகியிருந்தது. கூர்ந்த அறிவு; ஏராள சஞ்சலம், ஆயினும், சிவனின் மீது அளவுகடந்த, ஏறக்குறைய ஆவேசமான பக்தி. பேச்சை இப்போது மாற்றினான். "சேநாதிபதி பர்வதேஸ்வரரும், இளவரசி ஆனந்தமயியும் கல்யாணம் பண்ணிக்கிட்டதுல உங்களுக்குத்தான் ரொம்ப சந்தோஷம் போல? எனக்கு அது சுவாரசியமாப் பட்டது."

"இல்லையா பின்னே? ரொம்ப வித்தியாசமான ஜோடியாச்சே," என்றான் பரசுராமன். "குணம், எண்ணம், நம்பிக்கை, கொள்கை, மதம் - எல்லாத்துலயும் வேறுபட்டவங்களா இருக்காங்க. முழுக்க முழுக்க எதிரெதிர் துருவம். ரெண்டு பேரும், சந்திரவம்சி, சூர்யவம்சிக் கோட்பாடுகளோட மொத்த வடிவம். நியாயப்படி, ஜன்மப் பகைவர்களா, ஒருத்தர் குரல்வளைய ஒருத்தர் குதறிக்கிட்டிருக்கணும். ஆனா, எப்படியோ அவங்களுக்குள்ள காதலைக் கண்டுபிடிச்சிக்கிட்டாங்க. இந்த மாதிரி கதைகள் எனக்கு ரொம்ப இஷ்டம். எங்கப்பாம்மா நினைவு வருது."

சிவனின் முகம் களையிழந்தது. பரசுராமனே தன் தாயின் தலையைத் துண்டித்தது குறித்து அவர் கேள்விப்பட்ட பயங்கர வதந்திகள் நினைவுக்கு வந்தன. "உங்கப்பாம்மாவா?"

"ஆமா, பிரபு. எங்கப்பா ஜமதக்னி, ஒரு அந்தணர். ரொம்பப் படிச்சவர். அம்மா ரேணுகா, க்ஷத்ரிய குலத்தைச் சேர்ந்தவங்க. ப்ரங்கர்கள் கீழ ஆட்சி செஞ்ச குடும்பம், அவங்களுது."

சிவனின் முகத்தில் புன்னகை. "அப்பறம் கல்யாணம் எப்படி?"

"எங்கம்மாதான் காரணம்," பரசுராமன் சிரித்தான். "மகா தைரியப் பேர்வழி. ரெண்டு பேரும் காதலிச்சாங்க - ஆனா, அம்மாவோட மனபலமும், தீர்மானமும்தான் காதலை, இயற்கையான முடிவுக்குக் கொண்டு வந்ததுன்னு சொல்லணும்."

சிவனின் முகம் மலர்ந்தது.

"அப்பாவோட குருகுலத்துல வேலை பாத்தாங்க. அதுவே, குல வழக்கத்துக்கு எதிரானதுதான்."

"குருகுலத்துல வேலை பாக்கறது அவ்வளவு பெரிய புரட்சியா?"

"அவங்க குல வழக்கப்படி, பெண்கள் வீட்டைவிட்டு வெளிய வந்து வேலை பாக்கறதே தவறு."

"எது, வேலை பாக்க முடியாதா? ஏன்? சில குலங்கள்ள பெண்களை போர்க்களத்துல நுழையவிடமாட்டாங்கன்னு கேள்விப்பட்டிருக்கேன். குணாக்கள்ளேயே அந்த வழக்கம் உண்டு. ஆனா, பொதுவா வேலையே செய்யக்கூடாதுன்னா தடை விதிப்பாங்க?"

“இந்த உலகத்துலேயே பித்துக்குளித்தனமான ஒரு குலம் உண்டுன்னா, அது எங்கம்மாவோடதுதான்,” என்றான் பரசுராமன். “பொண்ணுன்னா வீட்டுக்குள்ளதான் இருக்கணும்னு நம்பினாங்க. வெளிய போனா, “வேத்து” ஆம்பளைங்களைச் சந்திச்சிடுவாங்களாம்.”

“என்ன பேத்தல்!” என்றார் சிவன்.

“நிச்சயமா. அது எப்படியிருந்தாலும், நான் முன்னயே சொன்ன மாதிரி, எங்கம்மா, தான் நெனைச்சபடிதான் வாழ்ந்தாங்க. தாத்தாவுக்கு ரொம்ப செல்லம் வேற; எங்கப்பாவோட குருகுலத்துல வேலை செய்ய அனுமதி வாங்கிக்கிட்டாங்க.”

சிவன் முறுவலித்தார்.

“எங்கம்மாவுக்கு வேற காரணமும் இருந்ததுங்கிறதைச் சொல்ல வேண்டிய அவசியமே இல்ல,” பரசுராமன் தொடர்ந்தான். “காதல் வேகம். எங்கப்பாவோட விரதத்தையெல்லாம் கௌரவமா அவரே கலைச்சிட்டு, கல்யாணம் பண்ற மனநிலைக்கு அவரைக் கொண்டுவர, அவங்களுக்கு கால அவகாசம் தேவைப்பட்டுச்சு.”

“விரதத்தைக் கலைக்க வேண்டியிருந்ததா?”

“எங்கப்பா ஒரு வாசுதேவ் அந்தணர். வாசுதேவ் வகுப்பைச் சேர்ந்த மத்த சில ஜாதிகள் கல்யாணம் செஞ்சுக்கலாம்; அந்தணர்கள் முடியாது.”

“வாசுதேவர்கள்ள அந்தண ஜாதியில்லாதவங்களும் உண்டா?”

“ஏன் இல்ல? ஆனா, அந்தண வகுப்பைச் சேர்ந்தவங்கதான் மத்தவங்களை வழிநடத்தறது வழக்கம். வாசுதேவர்களோட குலத்துக்குரிய கொள்கைகளைப் பின்பற்றணும்கிறதுக்காக, உலகத்து சௌகர்யங்களை, காசு, பணம், காதல், குடும்பம்னு எல்லாத்தையும் அவங்க விட்டுத்தரணும். அதனால, பிரம்மசர்ய விரதத்தை வாழ்நாள் முழுக்க ஏத்துக்கிட்டே ஆகணும்.”

சிவன் புருவம் சுருக்கினார். *ஏன் இந்த இந்தியர்கள் உலக வாழ்க்கையையும் அதோட சுகங்களையும் விட்டுக்குடுக்க இப்படிப் பறக்கறாங்க? புனித ஏரியே! எல்லாத்தையும் விட்டுக்குடுத்தா, இன்னும் நல்ல மனிதனா மாற முடியும்கிறதுக்கு என்ன அத்தாட்சி?*

"அதனால," தொடர்ந்த பரசுராமனின் கண்கள் குறும்பில் ஒளிர்ந்தன. "விரதத்தைக் கைவிடும்படி எங்கம்மா அப்பாவை ஒரு வழியா சம்மதிக்க வெச்சாங்க. அவரும் அவங்களை விரும்பினார்னாலும், வாசுதேவ் விரதத்தை உடைச்சு, அவங்களோட வாழ்நாளைக் கழிக்கிற தைரியத்தைக் குடுத்தது எங்கம்மாதான். அது மட்டுமல்ல; இந்தக் கல்யாணத்துக்குத் தாத்தாவோட ஆசியையே அவங்கதான் வாங்கினாங்க. சொன்னேனே? அவங்களுக்கு ஒண்ணு வேணும்னா, எப்படியாவது நடத்திக்குவாங்க. கல்யாணம் பண்ணிக்கிட்டு, அஞ்சு புள்ளைங்களைப் பெத்துக்கிட்டாங்க. நான்தான் கடைசி."

சிவன் பரசுராமனை ஏறிட்டார். "உங்கம்மாவைப் பத்தி உனக்கு ரொம்ப பெருமை போலருக்கே?"

"கண்டிப்பா. எப்பேர்ப்பட்ட மனுஷி அவ!"

"அப்புறம் ஏன் ...?"

சிவன் சட்டென்று நிறுத்தினார். *இதை நான் சொல்லியிருக்கக்கூடாது.*

பரசுராமனின் முகம் தீவிரமடைந்தது. "ஏன் அவங்க ... தலைய வெட்டினேன்?"

"அதப்பத்திப் பேச வேணாம். அந்த வலியை என்னால கற்பனைகூட செய்யமுடியலை."

மூச்சை ஆழ இழுத்த பரசுராமன், கப்பல் தளத்தில் சரிந்து உட்கார்ந்தான். அவனருகில் முழந்தாளிட்ட சிவன், ஆதரவாய்த் தோளைத் தொட்டார். வீரபத்ராவோ, பரசுராமனின் வலி நிறைந்த கண்களை நேருக்கு நேர் பார்த்தபடி நின்றான்.

"நீ எதுவும் சொல்ல வேண்டிய அவசியம் இல்ல, பரசுராமா," என்றார் சிவன்.

கண்களை மூடிய பரசுராமன், வலக்கரத்தை நெஞ்சின் மீது பதித்துக்கொண்டான். ருத்ரபகவானின் நாமத்தை உதடுகள் பிரார்த்தனையாக மீண்டும் மீண்டும் ஜபித்தன. "*ஓம் ருத்ராய நம. ஓம் ருத்ராய நம.*"

அவனை அமைதியாகப் பார்த்தார் சிவன்.

"இதப்பத்தி நான் யார்கிட்டயும் பேசினதேயில்ல, பிரபு," என்றான் பரசுராமன். "என் வாழ்க்கையை மொத்தமா திசை மாத்தின நிகழ்ச்சி அதுதான்."

மீண்டும் ஆதுரத்துடன் அவனது தோளைத் தொட்டார் சிவன்.

"ஆனா, உங்ககிட்ட சொல்லியே ஆகணும். என் காயத்தைக் குணப்படுத்த ஒருத்தர் உண்டுன்னா, அது நீங்கதான். அப்பதான் நான் என் படிப்பை முடிச்சிருந்தேன். அப்பா மாதிரி, நானும் வாசுதேவராகணும்னு ஆசை. அவருக்கு அதுல இஷ்டமேயில்ல; அவர் பசங்க யாருமே வாசுதேவராகறதுல சம்மதமில்ல. எங்கம்மாவைக் கல்யாணம் பண்ணிக்கிட்டவுடனே, வாசுதேவ் வகுப்புலேர்ந்து அவரை வெளியேத்திட்டாங்க. அவரை மாதிரி நாங்களும் எதிர்காலத்துல கஷ்டப்படுறதை அவர் துளியும் விரும்பலை."

பரசுராமன் கதையைக் கேட்கக் காதை நன்கு தீட்டியிருந்த வீரபத்ரா, ஆவல் தாங்காமல் தளத்தில் சப்பணமிட்டான்.

"ஆனா, எங்கம்மாவோட பிடிவாதம் எனக்கும் வந்திருந்தது. அண்ணன்களை மாதிரி இல்ல, நான். எனக்குத் தீர்மானம் அதிகம். ஒரு க்ஷத்ரியனா வாசுதேவ் வகுப்புல நுழைஞ்சுட்டா, பிரம்மச்சர்ய விரதத்தைக் காப்பாத்த வேண்டிய அவசியம் இருக்காதுன்னு தோணிச்சு. போர்ப்பயிற்சிகள் எடுத்துக்கிட்டேன். வாசுதேவர்களோட தலைநகரான உஜ்ஜயினில, இன்னமும் எங்கப்பா மேல அபிமானத்தோட இருந்த சில பெரியவர்கள்கிட்ட, என்னோட மனுவை ஏத்துக்கச்சொல்லி அப்பா கடிதம் அனுப்பினார். அந்த நாள் வந்தப்ப, கிட்டத்துல இருந்த வாசுதேவ் கோயிலுக்கு, தேர்வுக்காகப் போனேன்."

இதுக்கும், இவங்கம்மாவுக்கும் என்ன சம்பந்தம்?

"ஆனா, ஒரு விஷயம் எனக்குத் தெரியாது: எங்க தாத்தா அப்பதான் இறந்திருந்தார். எங்கம்மாவோட காட்டுமிராண்டிக் குடும்பத்தைக் கட்டுக்குள்ள வெச்சிருந்த ஒரே ஜீவன் அவர்தான். அவரோட ஆதிக்கம் மறைஞ்ச அடுத்த கணம், ரொம்ப காலமா செய்யத் தவிச்சிட்டிருந்த காரியத்தைக் குடும்பத்தார் செய்யத் துணிஞ்சாங்க. கௌரவக் கொலை."

"என்னது? கௌரவக் கொலையா?"

பரசுராமன் சிவனை ஏறிட்டான். "தன் குலத்தோட மானம் மரியாதைக்கு இழுக்கு வரும்படி ஒரு பொண்ணு நடந்துக்கிட்டதா அந்தக் குலத்தைச் சேர்ந்தவங்க நம்பினா, அவளையும், அவளைச் சேர்ந்தவங்களையும் கொன்னு, தங்க

மானம் மரியாதையை நிலைநாட்டற உரிமை அவங்களுக்கு உண்டு."

சிவன் அவனைப் பார்த்த பார்வையில் அதிர்ச்சி வெளிப்படையாகத் தெரிந்தது.

இந்தக் காட்டுமிராண்டித்தனமான செய்கைல என்ன மரியாதையும் கௌரவமும் இருக்க முடியும்?

"எங்கம்மா குடும்பத்தைச் சேர்ந்த ஆம்பிளைங்க - சொந்த சகோதரர்களும், மாமன்களும் - எங்கப்பாவோட குருகுலத்தைத் தாக்கினாங்க."

பேச்சை நிறுத்திய பரசுராமனின் கண்களிலிருந்து, எத்தனையோ காலமாய் அடக்கி வைத்திருந்த துக்கம், ஒரு துளிக் கண்ணீராய் வழிந்து ஓடியது.

"அவங்க ..." மூச்சுத் திணற, சற்று ஆசுவாசப்படுத்திக்கொண்ட பரசுராமன், சக்தியைத் திரட்டிக்கொண்டு, தொடர்ந்தான். "என் அண்ணனுங்க அத்தனை பேரையும், எங்க அப்பாவோட மாணவர்கள் எல்லாரையும் கொன்னு தீர்த்தாங்க. எங்கம்மாவை மரத்தோட கட்டிவெச்சு, ஒரு நாள் பூரா வாயால சொல்லக்கூட முடியாதபடி அப்பாவைக் கொடூரமா சித்திரவதை செய்யறதைப் பாக்க வெச்சாங்க. அப்புறம், அவர் தலைய சீவிட்டாங்க."

வெறிபிடித்த இந்த பயங்கரத்தைக் கேட்கச் சகியாமல், வீரபத்ரா நெளிந்தான்.

"ஆனா, எங்கம்மாவைக் கொல்லலை. அவங்க உயிரோட இருக்கணும்; இருந்து, வாழ்நாள் முழுக்க, இந்த நாளோட வேதனையைத் திரும்பத் திரும்ப அனுபவிச்சு நரக வேதனைப்படணும்கிறதுதான் அவங்க எண்ணம். அவங்களுக்கு நடந்தது, மற்ற குலப்பெண்களுக்கு ஒரு பாடமா இருக்கணும்; அப்பதான், குடும்பத்துக்கு எந்த அவமானமும் நேராம பயபக்தியா இருப்பாங்களாம். நான் திரும்பி வந்தப்ப, எங்கப்பாவோட குருகுலம் தரைமட்டமா இருக்கிறதைப் பாத்தேன். வீட்டு வாசல்ல, துண்டிக்கப்பட்ட அப்பாவோட தலையை மடியில வெச்சுக்கிட்டு எங்கம்மா உக்கார்ந்திருந்தாங்க. மனசே கொளுத்தப்பட்டு, எரிஞ்சு போனாப்புல இருந்தது, அவங்க பார்வை. கண்ணெல்லாம் விரிஞ்சு, உயிரில்லாம ... வெத்துப் பார்வை. ஒரு காலத்துல உயிரும் உணர்வுமா இருந்த பெண்ணைச் சித்திரவதை செஞ்சு அழிச்ச பிறகு, மிஞ்சியிருந்த உடைஞ்ச கூடு."

பேசுவதை நிறுத்திய பரசுராமன், திரும்பி, நதியைப் பார்த்தான். அன்றைய நிகழ்வுகளுக்குப் பிறகு, தாயைப் பற்றி அவன் பேசுவது இதுவே முதல்முறை. "வேத்து ஆள் போல என்ன வெறிச்சுப் பார்த்தாங்க. அப்புறம், வாழ்நாள் முழுக்க என்னைத் துரத்தப் போற வார்த்தைகளைச் சொன்னாங்க. உங்கப்பா செத்தது என்னாலதான். இது நான் பண்ண பாவம். நானும், அவரை மாதிரி சாக விரும்பறேன்."

அதிர்ச்சியில் வாய்பிளந்த சிவன், ஆதுரமும் பரிதாபமுமாய், அந்தப் பாவப்பட்ட அந்தணனைப் பார்த்தார்.

"முதல்ல, எனக்கு எதுவும் புரியல. அப்புறம், ஆணையிட்டாங்க: என் தலையைச் சீவு! எனக்கு என்ன செய்யறதுன்னு தெரியல. தயங்கினேன். மறுபடி சொன்னாங்க: நான் உன் அம்மா. சொல்றேனில்ல? என் தலையைச் சீவிடு."

சிவன் பரசுராமனின் தோளை அழுத்தினார்.

"வேற வழி தெரியல. எங்கம்மா கிட்ட எந்த உணர்ச்சியுமில்ல. அப்பா இல்லாம, மிச்சமிருந்தது வெத்து உடம்புதான். அவங்க சொன்னதைச் செய்ய என் கோடரியைத் தூக்கிக்கிட்ட போது, என் கண்ணை நேராப் பாத்தாங்க: உங்க அப்பாவுக்காகப் பழிவாங்கு. கடவுள் படைச்ச மனிதர்களிலேயே மிக உயர்ந்தவர் அவர்தான். அவர் சாவுக்குக் பழிவாங்கு. கொன்னுடு. அத்தனை பேரையும் கொன்னு போட்டுடு!"

பரசுராமன் அமைதியானான். சிவனும் வீரபத்ராவும் சொல்லமுடியாத அதிர்ச்சியில் உறைந்துபோயிருந்தனர். கப்பலின் மீது மதுமதியின் மெல்லிய அலைகள் சாவதானமாய் மோதும் ஓசையைத் தவிர, வேறொன்றுமில்லை. நிசப்தம்.

"அவங்க சொன்னபடி, தலையைச் சீவிட்டேன்," நீளமாய் மூச்சை இழுத்த பரசுராமன், கண்ணீரைத் துடைத்துக்கொண்டான். பழைய ஆவேசம் கண்களில் பளிச்சிட, பற்களைக் கடித்தான். "அப்புறம், அந்தத் தே...பயல்கள் ஒவ்வொருத்தனையும் துரத்தித் துரத்திக் கொன்னேன். அத்தனை அயோக்கியன்கள் தலையையும் வாங்கினேன். ஒவ்வொருத்தனையும் சீவித் தள்ளினேன். வாசுதேவர்கள் என்னை வெளியேத்திட்டாங்க. அவங்க ஒப்புதல் இல்லாம, கொலை செஞ்சிட்டேனாம். தர்ம நியாயப்படி நீதிமன்றத்துக்கு வரவிடாம, நானே தண்டனை நிறைவேத்திட்டேனாம்.

பெரிய குற்றம் பண்ணிட்டேனாம். நான் குற்றவாளியா, பிரபு?"

கனத்த மனதுடன், சிவன் பரசுராமனின் கண்களை நேருக்கு நேர் பார்த்தார். அந்தணனின் கோபாவேசமும், வலியும் வேதனையும் அவருக்கு நன்கு புரிந்தது. இராமபிரானாய் இருந்திருந்தால், வாசுதேவர்கள் செய்கையை வழிமொழிந்திருப்பார்; குற்றவாளிகள் தண்டிக்கப்படவேண்டும் என்று அந்த உயர்ந்த சூர்யவம்சி நினைத்திருந்தாலும், அவர்கள் நீதிமன்றத்திற்கு வரவழைக்கப்பட்டு, வழக்கு நடந்திருக்க வேண்டும் என்றுதான் தீர்ப்பளித்திருப்பார். அதுவே, சிவனின் குடும்பத்திற்கு இந்த கதி நேர்ந்திருந்தால் ...? சம்பந்தப்பட்டவர்களின் உலகத்தையே எரித்துச் சிதறடித்திருப்போம் என்பதை அவர் உணராமலில்லை. "இல்லை. உன் மேல எந்தத் தப்பும் இல்லை. தர்மநியாயத்துக்கு உட்பட்டதுதான் உன் செய்கை."

அணை உடைந்தது போல், பரசுராமனிடமிருந்து ஒரு பெருமூச்சு வெளிப்பட்டது.

நான் செஞ்சது நியாயம்தான்.

சிவன் அவனது தோளைப் பற்றிக்கொள்ள, மூக்கை உறிஞ்சி, கையால் கண்களை மூடிக்கொண்டான். நெடுநேரம் கழித்து, லேசாய்த் தலையசைத்தவாறு நிமிர்ந்தான். "ப்ரங்க மன்னர், என்னைச் சிறைப்பிடிக்க க்ஷத்ரியப் படைகளை அனுப்பினார். அவரோட அருமையான, மிக முக்கியமான வீரர் குடும்பத்தை அழிச்சதுக்காக என்னைத் தண்டிக்கணுமாம். இருபத்தோரு முறை என்னைப் பிடிக்கப் படையனுப்பினாங்க. இருபத்தோரு முறையும் அவங்களைத் தோற்கடிச்சேன். அப்புறம் ஆளனுப்பறதை நிறுத்திட்டாங்க."

"ப்ரங்கர்களை எப்படித் தன்னந்தனியா சமாளிச்சீங்க?" என்றான் வீரபத்ரா.

"தனியா இல்லை. எனக்கு நேர்ந்த அநீதியைப் பத்திக் கேள்விப்பட்ட சில தெய்வப்பிறவிகள், என்னை இந்தப் பாதுகாப்பான இடத்துக்குக் கொண்டு வந்து சேர்த்து, இங்க வாழ்ந்துட்டிருந்த சில பாவப்பட்ட, சமூகத்தை விட்டு ஒதுக்கப்பட்ட கொள்ளையர்கள்கிட்ட அறிமுகப்படுத்தி வெச்சாங்க. சொந்தமா, ஒரு படையை உருவாக்கினேன். இங்கேயிருக்கிற அசுத்தமான நீரினால பாதிக்கப்படாம இருக்குறதுக்கும், என் மக்களை நான் காடுகள்ள குடியேத்தறவரைக்கும் சமாளிக்கவும், மருந்துகள் குடுத்து

உதவினாங்க. ப்ரங்கர்களைச் சமாளிக்க ஆயுதங்கள் குடுத்தாங்க. என்கிட்டருந்து பிரதியா எதுவுமே எதிர்பார்க்காம எல்லாம் செஞ்சாங்க. ப்ரங்க மன்னரை அவங்க மிரட்டி வெச்சதால, ப்ரங்கரிதையோட ஓயாத சண்டையும் முடிவுக்கு வந்தது. மன்னர் சந்திரகேதுவால அவங்களை எதிர்த்துக்க முடியலை. உலகத்துல வாழற எத்தனையோ மக்கள்ள, ரொம்ப உசத்தியானவங்க அவங்கதான். ஏழைகளுக்காகவும், ஒடுக்கப்பட்டவங்களுக்காகவும் போராடற தேவதைகள்."

சிவன் புருவத்தைச் சுருக்கினார். "யாரு?"

"நாகர்கள்," என்றான் பரசுராமன்.

"என்னது?!"

"ஆமா, பிரபு. அதுக்குத்தானே அவங்களைத் தேடிப் போறீங்க? கெட்டதைக் கண்டுபிடிக்கணும்னா, நல்லவங்களோட கூட்டு சேரணுமில்லையா?"

"என்ன பேசற நீ?"

"நிரபராதிகளை அவங்க கொல்றதேயில்ல. அவங்களுக்கு எவ்வளவோ அநீதி நடந்தும் நியாயத்துக்காகப் போராடறாங்க. ஒடுக்கப்பட்டவங்களுக்கு அவங்களால ஆன உதவியை எப்பவும் செய்வாங்க. உலகத்து மக்கள்ளேயே, ரொம்ப உத்தமமான பிறவிகள் அவங்கதான்."

வாய் பேச முடியாமல், செயலும் சொல்லும் இழந்தவராய், சிவன் பரசுராமனை வெறித்தார்.

"அவங்க இரகசியத்தைத் தேடித்தானே புறப்பட்டீங்க?" பரசுராமன் கேட்டான்.

"என்ன இரகசியம்?"

"அது தெரியாது. ஆனா, நாகர்களின் இரகசியத்துக்கும், தீய சக்திகளுக்கும் ஏதோ ஆழ்ந்த சம்பந்தம் இருக்குன்னு கேள்விப்பட்டிருக்கேன். அதுக்குத்தானே அவங்களைத் தேடிப் போறீங்க?"

சிவனிடமிருந்து பதிலில்லை. தொடுவானத்தை நோக்கிப் பார்வையைத் திருப்பியவர். யோசனையில் ஆழ்ந்தார்.

சிங்கப்புலி கூட்டத்துடன் போராட்டம் முடிந்து இரண்டு வாரங்கள் கழிந்துவிட்டன. காயம்பட்ட வீரர்கள் நன்கு குணமடைந்துவந்தனர். கணேஷின் கால் மட்டும் முழுமையாக ஆறவில்லை.

இனியும் விலங்குத் தாக்குதல்கள் நிகழாமலிருக்கும் பொருட்டு, இச்சாவரின் எல்லைகளைச் சுற்றிச் சதி தன்னால் இயன்றவரை, பாதுகாப்புப் பணியைத் துவக்கி, மேற்பார்வையிட்டுக்கொண்டிருந்தாள். மீண்டும் பாசறைக்குத் திரும்பியபோது, கணேஷின் கால்கட்டுக்களை காளி மாற்றிக்கொண்டிருப்பதைக் கண்டாள்.

அவளது பரந்த நோக்கு மற்றும் ஊக்குவிப்பின் பயனாய், காளியும் கணேஷும் தத்தம் முகமூடியை அணிந்துகொள்ளாமல் இரு வாரங்களாக நடமாடினாலும், பழைய பயத்தின் சாயை விலகாத சந்திரவம்சி வீரர்கள், அவர்களைக் கண்டாலே கண்களைத் திருப்பிக்கொண்டனர்.

வேப்பிலையை வைத்துக் கட்டிய காளி, கணேஷின் தலையைத் தட்டிக்கொடுத்துவிட்டு, திறந்தவெளியின் ஒரு மூலையில் மூட்டியிருந்த நெருப்பை நோக்கிச் செல்ல எழுந்தாள். அவளது செய்கையைக் கண்ட சதியின் முகத்தில் புன்னகை. காவஸ்ஸை வேலையைத் தொடரச் சொன்னவள், காளியை நோக்கி நடந்தாள்.

"காயம் எப்படியிருக்கு?"

"இன்னும் ஒரு வாரம் ஆகும், தீதீ. போன வாரத்துக்கு இப்ப காயம் ஆறும் வேகம் குறைஞ்சுபோச்சு."

"அடப்பாவமே." சதியின் முகம் சுணக்கமடைந்தது. "இரத்தமும் சதையும் ரொம்ப சேதமாயிடுச்சு, குழந்தைக்கு."

"கவலைப்படாதே," என்றாள் காளி. "மகா பலசாலி. கூடிய சீக்கிரம் குணமடைஞ்சிருவான்."

சதி புன்னகைத்தாள். காளி, பழைய கட்டைத் தீயில் வீசினாள். அதில் ஒட்டியிருந்த பசை, கிருமிகளை மொத்தமாய் உள்வாங்கிக் கொண்டதில், நெருப்புப் பட்டவுடன், பளீரென நீலமாய் உருமாறி எரிந்தது.

காளியைப் பார்த்த சதி, மூச்சை பிடித்துக்கொண்டு, அவர்கள் சந்தித்த தினத்திலிருந்து உறுத்திய ஒரு கேள்விக்கு இப்போது உருக்கொடுத்தாள். "ஏன்?"

காளியின் புருவம் நெறிந்தது.

"நீங்கல்லாம் நல்லவங்கதான். கணேஷையும், உங்க வீரர்களையும் நீங்க நடத்தற விதத்தை நான் கவனிச்சுக்கிட்டுதான் வர்றேன். கண்டிப்பு இருந்தாலும், நியாயமாத்தான் நடந்துக்கறீங்க. அப்புறம் ஏன் இந்தக் கொடூரமெல்லாம்?"

காளி மூச்சைப் பிடித்துகொண்டாள். வானை நிமிர்ந்து பார்த்து, தலையை மறுப்பாய் அசைத்தாள். "நல்லா யோசிச்சுப் பாருங்க, தீதீ. நாங்க எந்தத் தப்பும் செய்யல."

"நீயும் கணேஷும் உங்க கையால எந்தப் பாவமும் செய்யாமருந்திருக்கலாம், காளி. ஆனா, உங்க மக்கள் பெரிய குற்றங்கள் பண்ணியிருக்காங்கதானே? எத்தனையோ அப்பாவிகளைக் கொன்னிருக்காங்களே."

"என் ஆணைகளைத்தான் என் மக்கள் நிறைவேத்தினாங்க, தீதீ. குற்றம் சுமத்தணும்னு நீ விரும்பினா, என்னைவிட்டுட்டு அவங்க மேல மட்டும் பழியப்போட முடியாது. நல்லா யோசிச்சுப் பாரு. எங்க தாக்குதல்கள்ள எந்த அப்பாவியும் சாகலை."

"மன்னிச்சுக்கணும், காளி - அது நிஜம் இல்ல. போர் செய்யாதவங்களையும் நீங்க கொன்னிருக்கீங்க. கொஞ்ச நாளாவே நான் யோசனை செஞ்சிக்கிட்டுதான் வர்றேன். நாகர்களுக்கு நடக்கறது அநீதிதான். நாகா குழந்தைகளை மெலூஹா நடத்தற விதம் ரொம்பக் கொடுமைதான். அதுக்காக, அத்தனை மெலூஹர்களும் - அதுலயும், உங்களுக்குத் தனிப்பட்ட முறைல எந்தத் தீங்கும் செய்யாதவங்களும் - உங்க விரோதின்னு ஆகாது."

"எங்களை அசிங்கமும் அவமானமும் செய்யற ஒரு சமூகத்தைச் சேர்ந்தவங்கங்கிறதால, அறியாதவங்களையும் நாங்க தாக்குவோம்னு நெஜமாவே நம்பறியா, தீதீ? அது மகா தப்பு. எங்களை நேரடியா கொடுமைப்படுத்தாத யாரையும் நாங்க தாக்கினதில்ல."

"செஞ்சிருக்கீங்க. உங்க மக்கள், கோயில்களைத் தாக்கியிருக்காங்க. அப்பாவிகளை, ஒண்ணுமறியா அந்தணர்களைக் கொன்னிருக்காங்க."

"இல்ல. ஒவ்வொரு தாக்குதலின்போதும், கோயில் அந்தணர்களைத் தவிர, மத்த எல்லாரையும் நாங்க

தப்பிக்கவிட்டோம். அப்பாவிகளை எப்பவும் நாங்க கொல்லலை."

"கோயில் பிராமணர்களைக் கொன்னீங்களே? அவங்க போர்வீரர்கள் இல்ல. எதுவும் அறியாதவங்க."

"இதை நான் ஒத்துக்கமாட்டேன்."

"ஏன்?"

"அவங்களால எங்க மக்கள் நேரடியாவே கஷ்டப்பட்டாங்க."

"என்னது? எப்படி? கோயில் அந்தணர்கள் உங்களுக்கு என்ன செஞ்சாங்க?"

"சொல்றேன்."

கங்கைக்கரையின் மீது அமைந்திருந்த ப்ரங்காவின் அண்டை நகரான அழகிய வைஷாலியில், சிவனின் கப்பல் பரிவாரம் நங்கூரமிட்டிருந்தது. பரசுராமனுடன் சிவன் கூட்டு சேர்ந்து, மூன்று வாரங்கள் கழிந்திருந்தன. பழம்பெருமை வாய்ந்த மீன் கடவுளான மத்ஸ்ய பெருமானுக்கு, வைஷாலியில் மிகப் பிரம்மாண்டமான விஷ்ணு கோயில் ஒன்று நிர்மாணிக்கப்பட்டிருந்தது.

நாகர்கள் குறித்து பரசுராமன் வெளியிட்ட தகவல்கள், சிவனை வெகுவாக உலுக்கியிருந்தன. தன்னுடன் கப்பலில் பயணித்த, விலக்கப்பட்ட அந்தண-க்ஷத்ரிய வாசுதேவனைத் தவிர்த்து, வேறொரு வாசுதேவருடன் பேச வேண்டும் என்று சிவனுக்குத் தோன்றியது. காலமும், தூரமும், அவர்கள் மீதிருந்த கோபத்தை வெகுவாகக் குறைத்திருந்தன.

கோயில், துறைமுகத்திற்கு மிக அருகே இருந்தது. மன்னர் உட்பட, மிகப்பெரும் வரவேற்புக் குழு ஒன்று காத்திருந்தாலும், அவர்களைப் பிறகு சந்திப்பதாகக் கூறிவிட்டு, சிவன் நேரே மத்ஸ்ய கோயிலுக்கு விரைந்தார். வாசுதேவர்கள் வானொலி அலைகளைப் பரப்பத் தேவையான வசதியுடன், சற்றேறக்குறைய எழுபது மீட்டர் உயரத்துடன், அமைந்திருந்தது கோயில்.

வழக்கமாய், கோயிலின் வெளிப்புறம், சீரான தோட்டங்களாகவோ, மக்கள் நடமாட வசதியாய் மதில்

சூழ்ந்த இடமாகவோ மாற்றப்பட்டிருக்கும். இந்த ஆலயம், வேறு மாதிரி: வெளியே இருந்த வெற்றிடம், வெவ்வேறு வடிவ நீர்த் தேக்கங்களாகப் பிரிக்கப்பட்டிருந்தது, கங்கை நீர், கோயிலைச் சுற்றிய மிக நுட்பமான பல கால்வாய்கள் வழியே வரவழைக்கப்பட்டு, சிவன் இதுவரை பார்த்திராத சித்திர-விசித்திர வடிவங்களில், மயக்கின. கடல்நீர் உயரம் இப்போதிருப்பதைவிட வெகுவாக இறங்கியிருந்த காலகட்டத்தின் பண்டைய இந்திய வரைபடம் போல் அமைந்திருந்தன, கால்வாய்கள். பிரபு மனுவின் கதையையும், தன்னைப் பின்பற்றியவர்களை, அழிந்து போன தங்களது பிறந்தநாடான சங்கத்தமிழை விட்டு வெளியேற்றிய வரலாற்றையும் விவரித்தன. வாசுதேவர்களைச் சந்தித்தேயாக வேண்டிய அவசரத்தையும் மீறி, சிவன் அந்த மயக்கும் வேலைப்பாடமைந்த கால்வாய்களிடையே தாமதித்தார். கடைசியாக, விழிகளைக் கஷ்டப்பட்டு விலக்கிக்கொண்டு, பிரதானக் கோயிலின் படிக்கட்டுக்களில் ஏறிச்சென்றார். நீலகண்டர் கேட்டுக்கொண்டதற்கிணங்க, ஏராளமான கூட்டம் வாயிலிலேயே அமைதியாகக் காத்துக் கிடந்தது.

கோயிலின் ஒரு கோடியில் அமைந்திருந்த கர்ப்பக்ரஹத்தைச் சிவன் பார்வையிட்டார். இதுவரை அவர் பார்த்த கோயில்களைவிடப் பெரிதாக இருந்தது. உள்ளே பிரதிஷ்டை செய்திருந்த பிரதானக் கடவுளுக்கேற்றாற்போல் அமைக்கப்பட்டிருந்தது போலும். உயர்ந்த மேடையின் மீது, பிரபு மனுவையும், அவரைத் தொடர்ந்த அகதிகளையும், சங்கத்தமிழ் நாட்டிலிருந்து, பத்திரமாய்க் கொண்டு வந்து சேர்த்த மத்ஸ்ய பெருமான், மிகப்பெரும் மீன் வடிவில் காட்சிதந்தார். வேதவழி நாகரீகத்தை முதன்முதலில் உருவாக்கியவரான மனு, முதல் விஷ்ணுவாக மத்ஸ்ய பெருமான் கௌரவிக்கப்பட்டு, வணங்கப்படவேண்டும் என்பதில் மிக உறுதியாக இருந்தார். அவர்கள் உயிருடன் தப்பக் காரணம், மத்ஸ்ய பகவானின் பேரருளன்றி வேறென்ன?

இங்க ஓடற நதிகள்ள நான் பாத்த டால்ஃபின் மீன்களைப் போலத்தான் இருக்காரு, மத்ஸ்ய பகவான். என்ன, உருவம்தான் *பிரம்மாண்டமா இருக்கு.*

சிரம் தாழ்த்தி, சிவன், பெருமானுக்கு வணக்கம் செலுத்தினார். சட்டென்று ஒரு பிரார்த்தனையை உதிர்த்தவர், தூண் ஒன்றின் மீது சாய்ந்து உட்கார்ந்தார். மனதிற்குள் எண்ணத்தை சப்தமாக வெளியிட்டார்.

வாசுதேவர்களே? யாராவது இருக்கீங்களா?

பதில் இல்லை. கோயிலில் இருந்த யாரும், அவரைப் பார்க்கவும் வரவில்லை.

இங்கே வாசுதேவர்கள் யாரும் இல்லையா?

மயான அமைதி.

இது வாசுதேவர் கோயில் இல்லையா? தப்பான இடத்துக்கு வந்துட்டேனா?

கோயில் வளாகத்தில் கிணுகிணுத்துக்கொண்டு வாவிகளில் சொட்டிய நீரின் ஓசை தவிர்த்து ஒன்றுமேயில்லை.

அடச்சே!

ஒரு வேளை, தன் ஊகம் தவறோ? இது வாசுதேவர் கோயிலாக இருக்க வாய்ப்பில்லை. சதியின் அறிவுரை நினைவுக்கு வந்தது.

சதி சொன்னது சரிதானோ, என்னமோ. வாசுதேவர்கள் எனக்கு உதவத்தான் முயற்சி செஞ்சாங்களா? உதவினாங்க! கார்த்திக்குக்கு ஏதாவது ஆகியிருந்ததுன்னா, நான் இடிஞ்சு தான் போயிருப்பேன்.

அப்போது கணீரென்று ஒரு குரல், நிதானமாய் மனதிற்குள் ஒலித்தது. மாண்புமிகு மகாதேவரே, உமது மனைவி ஞானி என்பதில் சந்தேகமில்லை. அழகும் அறிவும் ஓரிடத்தில் இவ்வாறு இணைவது மிக அபூர்வம்.

சட்டென்று நிமிர்ந்த சிவன், சுற்றுமுற்றும் பார்த்தார். யாருமில்லை. குரல், வேறொரு வாசுதேவர் கோயிலிலிருந்து வந்திருக்க வேண்டும். அவரால் அதை அடையாளம் கண்டுகொள்ளமுடிந்தது. நாகர்களின் மருந்தைக் கொடுக்கும்படி காசிப் பண்டிதரைக் கட்டளையிட்ட குரல்தான் அது. நீங்கதான் தலைவரா, பண்டிட்ஜி?

இல்லை, நண்பரே. நீர்தான் அது. நான் தங்களைப் பின்பற்றுபவன் மட்டுமே. என்னுடன், வாசுதேவர்களை அழைத்து வந்துள்ளேன்.

எங்க இருக்கீங்க? உஜ்ஜயினியா?

மௌனம்.

உங்க பேர் என்ன, பண்டிட்ஜி?

நாகர்களின் இரகசியம் 299

நான் கோபால். வாசுதேவர்களின் பிரதான வழிகாட்டி. இராமபிரான் எங்களுக்கிட்ட மிகப்பெரும் பணியை - தங்கள் கர்மாவில், தங்களுக்கு உதவுவதை - சிரமேற்று நடத்துபவனும் நானே.

எனக்கு உங்க அறிவுரை தேவைப்படுது, பண்டிட்ஜி.

தங்கள் இஷ்டம், நீலகண்டரே. எது பற்றிப் பேச விரும்புகிறீர்கள்?

— 🕉 —

சதி, காளி, கணேஷ், மற்றும் ப்ரங்க-காசி வீரர்கள் அனைவரும், காசி நோக்கி பயணித்துக்கொண்டிருந்தனர். அவர்களுக்கிடையே எழுந்த ஆரவாரம், காட்டின் அமைதியைக் கலைத்துச் சப்தத்தை மரங்களினூடே இறைத்தது.

கணேஷை நோக்கித் திரும்பினான், விஷ்வத்யும்னன். "பிரபு, காடு வழக்கத்திற்கு விரோதமான அமைதியுடன் இருப்பதாகப் படவில்லையா, தங்களுக்கு?"

பேச்சும் கும்மாளமுமாய்ப் பயணிக்கும் வீரர்களைப் பார்த்த கணேஷ், புருவத்தை உயர்த்தினான். "நம்ம ஆட்கள் இன்னும் கூச்சல் போடணும்கறியா?"

"இல்லை, பிரபு. சப்தம்தான் இப்போதே காதைப் பிளக்கிறதே! நான் சொல்வது, காட்டின் பிற பகுதிகளை. மிக அமைதியாக இருப்பது போல் தோன்றுகிறது."

கணேஷ் தலையைச் சாய்த்தான். விஷ்வத்யும்னன் கூறுவது சரி. விலங்கோ, பறவையோ, எதன் குரலும் ஒலிக்கவில்லை. சுற்றுமுற்றும் பார்த்தான். என்னவோ தவறு நடந்துவிட்டதை உள்ளுணர்வு உணர்த்தியது. மரங்களினூடே உற்றுப் பார்த்தான். தலையைச் சிலுப்பிக்கொண்டு நேரே பார்த்தவன், குதிரையை முடுக்கி, விரைந்தான்.

சற்று தூரத்தில், காயம்பட்டு, அரைகுறையாய் ஆறிய மிகப்பெரும் மிருகம் ஒன்று, மெல்ல முன்னே ஊர்ந்தது. தோளில் ஆழப் பதிந்திருந்த உடைந்த அம்பு, சிங்கப்புலியை சற்று நொண்ட வைத்தது. இரு பெண் சிங்கங்கள், அமைதியாக, அதனைத் தொடர்ந்தன.

அத்தியாயம் 18

தீமையின் செயல்பாடு

இந்த நாடு என்னை ரொம்பக் கொழப்புது.

கோபாலின் எண்ணங்கள் மென்மையாக வெளிவந்தன: ஏன் அப்படிச் சொல்லுகிறீர்கள், நண்பரே?

நாகர்கள்தானே தீயவர்கள்னு அறியப்படறவங்க? எல்லோரும் அந்த விஷயத்துல ஒத்துப்பாடறாங்க. ஆனா, அதே நாகர்கள், அநீதி இழைக்கப்பட்ட ஒரு மனுஷனுக்கு உதவியும் பண்ணியிருக்காங்க. இது தீயவர்களோட இயல்பு இல்ல.

நீங்கள் சொல்வதில் அர்த்தமுள்ளது, நீலகண்டப் பெருமானே.

ஏற்கனவே நான் செஞ்ச தப்பு போதும். இன்னொரு முறை, எதையும் நிச்சயமாத் தெரிஞ்சுக்காம நான் இறங்கறதா இல்ல.

புத்திசாலித்தனமான முடிவு.

நாகர்கள் தீயவர்களா இல்லாம இருக்கலாம்னு நீங்களும் நெனைக்கறீங்களா?

இதற்கான பதிலை நான் எப்படிக் கூற முடியும், நண்பரே? பதிலிறுக்கும் ஞானம் என்னிடம் இல்லை. நான் நீலகண்டரல்லவே?

சிவன் புன்னகைத்தார். உங்களுக்குன்னு ஒரு கருத்து இருக்கில்ல?

கோபாலின் பதில் வரக் காத்திருந்தார், சிவன். வாசுதேவ பண்டிதர் தொடர்ந்து மௌனம் சாதிக்க, இன்னும் அதிகமாய் புன்னகைத்த சிவன், விவாதத்தைக் கைவிட்டார். சட்டென்று, திடுக்கிடும் எண்ணம் ஒன்று அவருக்குத் தோன்றியது. நாகர்களும் நீலகண்டர் வரலாற்றை நம்பறாங்கன்னு சொல்லிடாதீங்க.

கோபால் ஒரு நொடி மௌனம் சாதித்தார்.

பண்டிட்ஜி? சிவன் புருவம் சுருக்கினார். தயவு செஞ்சு பதில் சொல்லுங்க. நாகர்களும் நீலகண்டர் புராணத்தை நம்பறாங்களா?

எனக்குத் தெரிந்து, மேன்மை தங்கிய மகாதேவரே, அவர்களில் அநேகருக்கு அது விஷயத்தில் நம்பிக்கையில்லை. அதனாலேயே அவர்கள் தீயவர்களாகிவிடுவார்களா?

சிவன் மறுப்பாய்த் தலையசைத்தார். நிச்சயமா இல்ல.

சற்று நேரம், அமைதி நிலவியது.

சிவன் மூச்சை இழுத்துவிட்டார். அப்ப இதுக்கு என்னதான் பதில்? ஏறக்குறைய இந்தியா முழுக்க நான் பயணம் செஞ்சாச்சு. நாகர்களைத் தவிர எல்லா வகுப்பு மக்களையும் பார்த்தாச்சு. அவங்க யாருமே கெட்டவங்க இல்லைன்னா, தீய சக்திகள் இன்னும் வெளிப்படலையோ, என்னமோ. எனக்கான உபயோகம் இன்னும் வரலை போல.

மக்கள் மட்டும்தான் தீயசக்தியாய் வெளிப்பட முடியும் என்று நிச்சயமாய்த் தெரியுமா, நண்பரே? சிலருக்குள், தீமையிடத்தில் பற்று இருக்கக்கூடும். தீமையின் சிறிய சுவடு, அவர்களுக்குள் மறைந்திருக்க வாய்ப்புண்டு. ஆனால், மகா நீலகண்டரையே வரவழைக்கக்கூடிய அந்த மிகப்பெரும் தீமை, ஒரு வேளை மனிதர்களை மீறிய விஷயமோ?

சிவன் முகம் சுளித்தார். புரியலை.

ஒரு சில அற்ப மனிதர்களுக்குள் அடக்க முடியாத பிரம்மாண்ட விஷயமாக அந்தத் தீமை இருந்துவிட்டால்?

சிவன் மௌனமானார்.

மனிதர்கள் தீயவர்கள் அல்ல என்பது பிரபு மனுவின் வாக்கு. உண்மையான தீமை, அவர்களைத் தாண்டி இயங்கும்

விஷயம். அது, மனிதர்களைச் சுண்டியிழுக்கும். தன் பகைவர்களிடையே குழப்பத்தை விளைவிக்கும். ஆனால், தீமை என்பது மிகப்பெரும் சக்தி; அது ஒரு சிலருக்குள் கட்டுப்பட்டு இருப்பதில்லை.

சிவனின் புருவம் சுருங்கியது. நீங்க சொல்றதப் பாத்தா, தீமையும், நன்மையளவு சக்திவாய்ந்த விஷயமா இருக்கும் போலருக்கே? சுயமா இயங்காது; மனிதர்களைத் தன் காரியங்களுக்குப் பயன்படுத்திக்கும்கறீங்க. ஏன் சில சமயம் நல்லவங்க கூட, தீய சக்திக்குக் கட்டுப்பட்டுச் சேவை செய்வாங்கங்கறீங்க. அதுலயும் அவங்க ஏதாவது பயனடையறாங்களோ, என்னவோ? ஆனா, பயன் இருக்குன்னா, அது எப்படித் தீமையாகும்?

தீமைக்கும் ஒரு பயனுண்டு - சுவாரசியமான எண்ணம், நீலகண்டரே.

என்ன பயன்? அழிவுங்கிற பயனா? இந்தப் பிரபஞ்சம் என் அழிவை விரும்பணும்?

இதை வேறு விதமாக அணுகலாமே. யதேச்சையாய் நடப்பதென்று இந்தப் பிரபஞ்சத்தில் ஏதேனும் உண்டா? எது நடந்தாலும், ஒரு காரணத்தின் பொருட்டே என்று நம்புகிறீர்களா? எல்லாவற்றுக்கும் ஏதோவொரு பயன் உண்டென்பதா உங்கள் கருத்து?

ஆமா. ஒரு விஷயம் தற்செயலா நடக்குதுன்னு பட்டுச்சுன்னா, அதுக்கான முழு காரிய காரணங்களை நாம் இன்னும் உணரலைன்னுதான் அர்த்தம்.

அப்படியானால், தீமை இன்னும் உலகில் உலவக் காரணம் என்ன? ஒட்டுமொத்தமாக என் அதை அழிக்கமுடியவில்லை? எத்தனைமுறை ஒழித்தாலும், மீண்டும் மீண்டும் தலைதூக்குகிறதே, ஏன்? எத்தனையோ காலம் கழிந்தாலும், வேறு உருவில், வேறு சந்தர்ப்பத்தில், எழுந்தே தீர்கிறது. ஏன்?

கோபாலின் வார்த்தைகளை உள்வாங்கிக்கொண்ட சிவனின் கண்கள் சுருங்கின. ஏன்னா, தீயசக்திக்கும், ஒரு பயன் உண்டு.

மனுவும் இதைத்தான் நம்பினார். மகாதேவர் எனப்படும் அமைப்பே, ஒரு சமநிலையை உருவாக்க, அந்தப் பயனைக் கட்டுப்படுத்த உருவானதுதான். சரியான சமயத்தில் தீய சக்தியை இருந்த இடத்திலிருந்து நெம்பியெடுப்பதுதான்.

நெம்பியெடுக்கறதா? சிவன் ஆச்சர்யத்துடன் கேட்டார்.

ஆம். பிரபு மனுவின் வாக்கு இது. அவர் அமைத்த எத்தனையோ கோட்பாடுகளில் இது ஒரு வரி மட்டுமே. தீயசக்திகளை ஒழிக்க வந்தவருக்கு, இதன் அர்த்தம் புரியுமென்றும் கூறினார். அதனின்று நான் புரிந்துகொண்டது இதுதான்: தீமையை முழுவதுமாய் அழிக்க முடியாது; அழிக்கவும்கூடாது. சரியான சந்தர்ப்பத்தில், அது மிக மோசமான அழிவை ஏற்படுத்துமுன், அதை வெளியேற்றுவதுதான் முக்கியம். பிறிதொரு சந்தர்ப்பத்தில், இதே தீமை, நன்மையாகவும் மாறிவிட வாய்ப்புண்டு என்பதை உணர்ந்துதான் அவ்விதம் சொன்னாரோ?

நான் இங்க வந்தது பதிலைத் தேடி, நண்பரே. இன்னும் அதிகமா கேள்விகளையில்ல நீங்க எம்மேல வீசறீங்க?

கோபாலின் சிரிப்பில் மென்மை. மன்னியுங்கள், நண்பரே. தெரிந்த துப்புக்களைத் தங்களுக்களிப்பதே எங்கள் வேலை. தங்களது முடிவுகளில் மூக்கை நுழைப்பதல்ல. அப்படிச் செய்வது, தீயசக்திகள் ஜெயிக்க நாங்களே வழி செய்துகொடுத்தது போலாகும்.

தீமையும் நன்மையும் ஒரே நாணயத்தின் இரு பக்கங்கள்னு மனு சொல்லியிருக்கறதா கேள்விப்பட்டிருக்கேனே?

ஆம், அதுவும் அவர் வாக்கு. ஆனால், மேற்கொண்டு அவர் எதுவும் கூறியருளவில்லை.

விசித்திரமா இருக்கே. ஒண்ணும் புரியலை.

கோபால் புன்னகை புரிந்தார். விசித்திரமாகத்தான் இருக்கும். கால நேரம் கூடி வரும்போது, அவரது வாக்கை நீங்கள் சரியாக அர்த்தம் செய்துகொள்வீர்கள் என்று எனக்குத் தெரியும்.

சற்று நேரம், சிவன் அமைதி காத்தார். கோயில் தூண்களிடையே, அவரது கண்கள் வெளிப்புறக் காட்சியைத் தேடின. தூரத்தில், வாயில்கதவுகளைத் தாண்டி, வைஷாலி மக்கள் தங்கள் நீலகண்டர் வரவை எதிர்பார்த்துக் காத்திருந்ததைக் கண்டார். அவர்களை உற்றுப் பார்த்தவர், மத்ஸ்ய பகவானின் திருவுருவச் சிலையை நோக்கித் திரும்பினார். கோபால், தக்க சமயத்துல ருத்ரபகவான் நெம்பி வெளியேத்தின அந்தக் கொடூர தீமை என்ன, நண்பா? அசுரர்கள் கெட்டவர்களில்லன்னு எனக்குத் தெரியும். அப்ப, எந்த தீய சக்தியை அவர் ஒழிச்சார்?

பதில் தங்களுக்குத் தெரியும்.

இல்லை.

உமக்குத் தெரியும். யோசித்துப் பாருங்கள். ருத்ரபகவான் விட்டுச் சென்ற அரும்பெரும் சொத்து என்ன?

சிவனின் முகம் மலர்ந்தது. பதில், வெட்டவெளிச்சம். நன்றி, பண்டிட்ஜி. இன்னிக்குப் போதுமான அளவு பேசிட்டோம்னு நெனைக்கறேன்.

உங்களது முதல் கேள்விக்கு, என் அபிப்ராயத்தை நான் தெரிவிக்கலாமா?

சிவனை வியப்பு தொட்டது. நாகர்களைப் பத்தியா?

ஆம்.

தாராளமாச் சொல்லுங்க!

தாங்கள் நாகர்களால் ஈர்க்கப்படுகிறீர்கள். தீமையைத் தேடிச் செல்லும் உங்கள் பாதை, அவர்களின் மூலம்தான் என்றும் எண்ணுகிறீர்கள்.

ஆமா.

இதற்கு இரு காரணங்கள் இருக்கலாம். ஒன்று, அந்தப் பாதையின் முடிவில், தீமை காத்திருக்கலாம்.

இல்லைன்னா?

அல்லது, தீமை, மிகப்பெரிய அழிவை அந்தப் பாதையில் ஏற்படுத்தியிருக்கலாம்.

சிவன் மூச்சை இழுத்துவிட்டார். நாகர்கள்தான் இந்தத் தீயசக்தியால மிக அதிகமா பாதிக்கப்பட்டிருப்பாங்கன்னு சொல்றீங்களா?

இருக்கலாம்.

சிவன், மீண்டும் தூணின் மீது சாய்ந்துகொண்டார். கண்களை மூடிக்கொண்டார். நாகர்கள் வாதத்தையும் நான் கேக்கணுமோ, என்னமோ. எல்லோரும் அவங்களுக்கு அநீதி இழைச்சிருக்க வாய்ப்பிருக்கு. அவங்க பக்கமும் நியாயம் இருக்கலாம். ஆனா, ஒருத்தன் எனக்கு பதில் சொல்லியே ஆகணும். ப்ரஹஸ்பதியோட சாவுக்கு, அவங்கள்ள ஒருத்தன் நியாயப்படி தண்டனை அனுபவிச்சே தீரணும்.

அவரது எண்ணம் யாரைச் சுற்றிச் சுழல்கிறது என்பதை உணர்ந்த கோபால், அமைதி காத்தார்.

அதிதிக்வரின் பிரத்யேக அறையில், சதி நின்றிருந்தாள். அருகே, காளி மற்றும் கணேஷ். அதிர்ந்து போயிருந்த காசி மன்னருக்கு, என்ன சொல்வதென்று புரியவில்லை.

அன்று காலை இச்சாவரிலிருந்து திரும்பிய சதி, அங்கு மனித பட்சிணிகள் நிகழ்த்திய அட்டகாசத்திற்கு ஆதாரமாக, கையோடு இருபத்தியேழு சிங்கங்களின் தோல்களுடன் வந்து சேர்ந்திருந்தாள். போராட்டத்தில் வீரமரணம் அடைந்த காசி வீரர்களின் ஆத்மசாந்திக்கு, விஸ்வநாதர் கோயிலில் பிரத்யேக வழிபாடுகள் நிகழ்ந்தன. காவஸ்ஸுக்கு, மேஜர் என்ற பதவி உயர்வு அளிக்கப்பட்டது. ப்ரங்கப் படையின் அபார வீரம் அங்கீகரிக்கப்பட்டு, அடுத்த மூன்று மாதங்களுக்கு, காசி ப்ரங்கர்கள் வரியும் செலுத்த வேண்டியதில்லை என அறிவிப்பு வெளியாயிற்று. ஆனால், இது? அதிதிக்வருக்கு பிரச்சனை அதீத சிக்கலாய்ப்பட்டது. சதியுடன் இருந்த இரு நாகர்களை எப்படி, என்ன விதமாய் அணுகுவது என்று புரியவில்லை. நீலகண்டரின் மனைவியின் உறவினர்களை நகரைவிட்டு அனுப்புவது எங்ஙனம்? அதே சமயம், அவர்களைக் காசியில் எல்லோர் பார்வையிலும் படும்படி வாழ அனுமதிக்கலாமா, என்ன? கர்மவிதியின் படி, அதை மாபெரும் குற்றமாகவே அவரது மக்கள் கருதுவர். நாகர்கள் குறித்த மூடநம்பிக்கைகள் அவ்வளவாய் அங்கு வேரூன்றியிருந்தன.

“தேவி,” என்றார் அதிதிக்வர் ஜாக்கிரதையாய். “இதை எப்படி அனுமதிப்பது?”

அந்தஸ்த்தில் அரசியான தனக்கு நடக்கும் அவமானத்தைச் சகிக்க முடியாமல், அதிதிக்வரை வெறித்துக்கொண்டிருந்த காளி, சதியின் கரத்தைத் தொட்டாள். “விட்ருங்க, தீதீ ...”

சதி மறுப்பாய்த் தலையசைத்தாள். “இந்தியாவைச் சூழ்ந்திருக்கும் இருட்டுல, சகிப்புத்தன்மைங்கிற உன்னத ஒளி வீசறது காசியில்தான், அதிதிக்வரே. என்ன மதமானாலும், வாழ்க்கைமுறையானாலும், இந்த நகரம் மக்களை ஏத்துக்கும். அடக்கப்பட்ட, ஒடுக்கப்பட்ட, சமூகத்துலேர்ந்து

விலக்கிவைக்கப்பட்ட எல்லோருக்கும் அடைக்கலம் கொடுக்குற உங்க நகரம், நல்லவங்களை, வல்லவங்களை, அவங்க நாகர்கள்ங்கிற ஒரே காரணத்துக்காக உள்ள வரவே அனுமதி மறுக்கிறது என்ன நியாயம்?"

அதிதிக்வர் தலைகுனிந்தார். "ஆனால், தேவி, என் மக்கள்..."

"அரசே, உங்க மக்களோட எல்லா மூடப்பழக்கத்துக்கும் நீங்க இடம் கொடுக்கறது முக்கியமா? இல்ல, அவங்களை நல்வழிப்படுத்தறது அவசியமா?"

மனம் அலைபாய, காசி மன்னர் மௌனம் காத்தார்.

"ஒரு விஷயத்தை மறந்துற வேண்டாம், அரசே: இன்னிக்கு காசி வீரர் படையும், இச்சாவர் மக்களும் உயிரோட இருக்காங்கன்னா, அதுக்கு காளி, கணேஷ், மற்றும் அவங்க படையினரோட வீரசாகசம்தான் காரணம். நியாயப்படி நாங்கல்லாம் சிங்கத்துக்கு இரையாகியிருக்க வேண்டியது. எங்களைக் காப்பாத்தினதே அவங்கதான். அதுக்குப் பதில் மரியாதை எதிர்பார்க்கறது அவ்வளவு பெரிய குற்றமா?"

தயக்கத்துடனே தலையாட்டி வைத்த அதிதிக்வர், தனது தனியறையின் ஜன்னல் வழியே, வெளியே பார்த்தார். சோம்பலாய்ப் பாய்ந்த கங்கை, தூரக்கரையில் அமைந்திருந்த கிழக்கு அரண்மனையின் பிம்பத்தை மெல்லிய சலனத்துடன் தாங்கிச் சென்றது. சிறையிட்டது போல் அங்கே, கொடூர வாழ்க்கை வாழ்ந்துகொண்டிருந்த அருமைத் தங்கை மாயா. நாகர்கள் விஷயத்தில் மக்கள் மனதில் குடிகொண்டிருந்த பீதியை விரட்ட அவருக்கும் ஆசைதான். அதற்குரிய தைரியம்தான் இல்லை. இது விஷயத்தில் நீலகண்டரின் மனைவி, தனக்காதரவாய் நின்றது, சற்று ஆறுதல் தான் - நீலகண்டரை எதிர்க்கும் துணிவு யாருக்குண்டு? ஏற்கனவே வழக்கிலிருந்த அநீதியான சில சட்டங்களை சிவன் மாற்றியமைத்த கதையெல்லாம் மிகப்பிரசித்தம். நாகர்களின் விஷயத்திலும் அது நடக்காது என்று என்ன நிச்சயம்?

மன்னர், சதியிடம் திரும்பினார். "தங்கள் குடும்பம் இங்கேயே தங்கலாம், தேவி. நீலகண்டப் பெருமானுக்கென காசி அரண்மனையில் ஒதுக்கப்பட்டிருக்கும் அறைகள் அவர்களுக்குச் சௌகர்யமாய் இருக்கும் என்று நம்புகிறேன்."

"நானும்தான்," சதி முகமலர்ந்தாள். "மிக்க நன்றி, அரசே."

கப்பலின் முகப்பில், பர்வதேஸ்வரரின் அருகாமையில், சிவன் நின்றார்.

"கப்பலின் வேகத்தை இரு மடங்காக்கிவிட்டேன், பிரபு," என்றார் சேநாதிபதி.

காசிக்கு தங்கள் பரிவாரம் விரைவில் திரும்ப ஆவன செய்யும்படி சிவன் கேட்டுக்கொண்டிருந்தார். குடும்பத்தைவிட்டுப் பிரிந்து இரண்டு வருடங்களுக்கு மேல் ஆயிற்று. இந்த இடைவெளி மிக மிக அதிகம்; இனியும் அவர்களைப் பார்க்காமல் இருக்க முடியாது. மிகக் கஷ்டம்.

"நன்றி, சேநாதிபதி," சிவன் புன்னகைத்தார்.

சிரம்தாழ்த்தி வணக்கம் செலுத்திய பர்வதேஸ்வரர், மீண்டும் கங்கையை நோக்கினார்.

கண்களில் குறும்பு லேசாய் எட்டிப் பார்க்க, "எப்படியிருக்கு, திருமண வாழ்க்கை?" என்றார் சிவன்.

பர்வதேஸ்வரர் முகம் மலர்ந்தது. "சொர்க்கம், பிரபு. நிச்சயம் சொர்க்கமேதான். கொஞ்சம் ஆவேசமான சொர்க்கம் என்று தோன்றுகிறது."

சிவன் புன்னகைத்தார். "சாதாரண வாழ்க்கைக்குரிய விதிகள் எதுவும் இங்க பொருந்தலை, இல்ல?"

பர்வதேஸ்வரர் கடகடவென்று சிரித்தார். "அது விஷயத்தில், தினத்திற்கு தினம் ஆனந்தமயி விதிகளை மாற்றிய வண்ணம் இருக்கிறாள். அவள் சொல்வதை சிரமேற்கொண்டு பின்பற்றுவதோடு என் பணி முடிந்துவிடுகிறது!"

"குபீ"ரென்று சிரித்த சிவன், நண்பனைத் தட்டிக்கொடுத்தார். "அவங்க விதிமுறைகளைப் பிசகாம காப்பாத்துங்க. உங்களை ஆழமா காதலிக்கிறாங்க. அவங்களோட ரொம்ப சந்தோஷமா இருக்கப்போறீங்க."

பர்வதேஸ்வரர், மனம் நிறைந்த சம்மதத்துடன் தலையசைத்தார்.

"சக்ரவர்த்தி திலீபருக்கு கல்யாணச் செய்தி தெரிவிக்க அயோத்யாவுக்குக் கத்திப்படகு ஒண்ணை அனுப்பியிருக்கிறதா ஆனந்தமயி தெரிவிச்சாங்க," என்றார் சிவன்.

"ஆம்," என்றார் பர்வதேஸ்வரர். "காசியில் நம்மை எதிர்கொண்டழைக்க மன்னர் வருவதாகக் கேள்வி. நாம் வந்து சேர்ந்த பத்து நாட்களுக்குள் இன்னும் பிரமாதமாய், மிகப்பெரிய திருவிழா ஒன்றை ஏற்பாடு செய்து ஊரையே அசத்தப்போவதாகவும் சொல்லியிருக்கிறார்."

"பிரமாதம், போங்க. சுவாரசியமாகத்தான் இருக்கப்போகுது!"

— ✶ ☾ ☊ ♀ ⊕ —

"சொல்லுங்கள், பிரபு?" என்றார் நந்தி.

அவரும் பகீரதனும், சிவனுடன், அவரது கப்பல் அறையில் இருந்தனர்.

"காசிக்குப் போய்ச் சேர்ந்ததும், இளவரசர் பகீரதன் கூடவே இருங்க."

"ஏன், பிரபு?" என்றான் பகீரதன்.

சிவன் கையை உயர்த்தினார். "என்னை நம்புங்க."

பகீரதனின் கண்கள் சுருங்கின. "எங்கப்பா காசிக்கு வர்றாரா?"

சிவன் தலையசைத்தார்.

"இளவரசரின் நிழலாகவே இருப்பேன், பிரபு," என்றார் நந்தி. "நான் உயிரோடு இருக்கும்வரை, அவரை எந்த ஆபத்தும் அண்டாது."

சிவன் அவரை நிமிர்ந்து பார்த்தார். "அதுக்காக, உங்களுக்கு எந்த ஆபத்து வரதையும் நான் விரும்பலை, நந்தி. ரெண்டு பேரும் கண்ணையும் காதையும் தீட்டி வெச்சுக்குங்க. எச்சரிக்கையா இருங்க."

— ✶ ☾ ☊ ♀ ⊕ —

“கண்ணா!” ஓடி வந்து அவளது அணைப்பில் அடங்கிய கார்த்திக்கை சதி உச்சிமோந்தாள்.

மூன்றே வயதுதான் ஆகியிருந்தாலும், சோமரஸத்தின் புண்ணியத்தில் ஆறு வயதுக் குழந்தை போலத்தோன்றிய கார்த்திக், “அம்மா!” என்று க்றீச்சிட்டபடி, அவளை இறுக்கக் கட்டிக்கொண்டான்.

அவனைத் தூக்கிக்கொண்டு சந்தோஷத்தில் தட்டாமாலை சுற்றினாள் சதி. “நீ இல்லாம ரொம்ப கஷ்டமாப்போச்சு செல்லம்.”

“எனக்கும்தான்,” அம்மா தன்னை விட்டுவிட்டுப் போனதைப் பற்றி இன்னமும் துக்கம் குறையாமல், கார்த்திக் மெல்லிய குரலில் சொன்னான்.

“உன்னை விட்டுட்டுப் போறதுல எனக்கு மட்டும் சந்தோஷமா, என்ன? ஆனா, முக்கியமான வேலையிருந்தது, குட்டி.”

“அடுத்த தடவை, என்னையும் கூட்டிட்டுப் போ.”

“பாக்கறேன்.”

சற்றே மனம் சமாதானம் அடைந்ததுபோல், கார்த்திக்கின் முகம் மலர்ந்தது. தான் வைத்திருந்த உறையிலிருந்து, மரக்கத்தி ஒன்றை உருவினான். “இதப்பாரும்மா.”

சதியின் முகம் சுருங்கியது. “இது ஏது?”

“நீ கிளம்பிப் போன அன்னிலேர்ந்து, சண்டை போடக் கத்துக்க ஆரம்பிச்சிட்டேன். நானும் நல்ல வீரனாயிருந்திருந்தா, என்னையும் கூட்டிட்டு போயிருப்பே இல்ல?”

முகமலர்ந்த சதி, அவனைத் தூக்கித் தன் மடி மீது வைத்துக்கொண்டாள். “நீ பிறவிப் போர்வீரன்டா, செல்லம்.”

கலகலவென்று சிரித்த கார்த்திக், அம்மாவை மீண்டும் கட்டிக்கொண்டான்.

“நீ எப்பவும் உனக்கொரு சகோதரன் வேணும்னு கேட்டுக்கிட்டே இருப்பியே?”

கார்த்திக் வேகமாகத் தலையாட்டினான். “ஆமாம்மா!”

“நீ கேட்ட மாதிரியே ஒருத்தரைக் கூட்டிட்டு வந்திருக்கேன். உன் அண்ணா. உன்னை நல்லா பாத்துப்பாரு.”

முகச்சுணக்கத்துடன் கார்த்திக் கதவைப் பார்த்தான். பிரம்மாண்டமாய், இராட்சத உருவில் ஒரு மனிதன் உள்ளே நுழைவதைக் கண்டான். எளிமையான வெள்ளை தோத்தியும், வலது தோளில் ஒரு அங்கவஸ்திரத்தைத் தளர்வாய் அணிந்திருந்தவனின் தொப்பை, ஒவ்வொரு அடிக்கும் குலுங்கியது. ஆனால், கார்த்திக்கை திடுக்கிட வைத்தது அவனது முகம்தான். மனித உடலின்மீது, யானையின் தலை.

கார்த்திக் தன்னை எப்படி வரவேற்பானோ என்ற பதற்றத்தில் இதயம் படபடத்தாலும், கணேஷின் முகத்தில் புன்னகை. "எப்படியிருக்கே, கார்த்திக்?"

பயமென்பதையே சாதாரணமாய் அறியாத கார்த்திக், அம்மாவின் முதுகுக்குப் பின் ஒட்டிக்கொண்டான்.

"கார்த்திக்," சதி, புன்னகையுடன் *அண்ணா* கணேஷை சுட்டிக்காட்டினாள். "தாதாவுக்கு வணக்கம் சொல்லேன்?"

சிறுவனோ, கணேஷை வைத்த கண் வாங்காமல் பார்த்தான். "நீ - நீங்க மனுஷனா?"

"ஆமா. உன் சகோதரன்," கணேஷ் புன்னகைத்தான்.

கார்த்திக் பதில் சொல்லவில்லையென்றாலும், இன்னது செய்ய வேண்டுமென்று சதி கணேஷுக்குச் சரியாகப் பாடம் படித்திருந்தாள்: நாகா கை நீட்ட, அதில், கார்த்திக்கிற்கு மிகப்பிடித்த, உருண்டு திரண்ட மாம்பழம். வருடக் கடைசியில், இப்படியொரு அற்புதப் பழத்தைப் பார்த்து கார்த்திக்கின் முகம் வியப்பிலும் சந்தோஷத்திலும் மலர்ந்தது. ஒரே ஓரங்குலம் முன்னால் வந்தான்.

"வேணுமா, கார்த்திக்?" என்றான் கணேஷ்.

முகம் சுருங்கிய கார்த்திக், மரக்கத்தியை உருவினான். "இதை வாங்கிக்க என்னை சண்டை போடச் சொல்ல மாட்டியே?"

கணேஷ் சிரித்தான். "மாட்டேன். ஆனா, என்னை நீ ஒரே ஒரு முறை கட்டிக்கணும்."

கார்த்திக் தயக்கத்துடன் சதியைப் பார்த்தான்.

அம்மா தலையசைத்து, புன்னகை புரிந்தாள். "நம்பலாம்."

மெல்ல முன்னே வந்த கார்த்திக், மாம்பழத்தை லபக்கென்று பறித்துக்கொண்டான். தன் தம்பியை கணேஷ் தூக்கிக் கட்டிக்கொள்ள. அவனோ, பழத்தைக் கடித்துத் தின்பதில் கவனமானான். "ஹையயோ," முகம் முழுக்கப் பழச்சாறும் புன்னகையுமாய், உறிஞ்சியபடி, கணேஷைப் பார்த்தான். "ரொம்ப நன்றி, தாதா."

முகமலர்ந்த கணேஷ், தம்பியை லேசாய்த் தட்டிக்கொடுத்தான்.

— ⅄ ◯ ⚲ ⇑ ⊛ —

தஸாஸ்வமேத காட்டில், முதன்மைக் கப்பல் வழுக்கிக்கொண்டு வந்து நின்றது. அங்கிருந்து பலகைப்பாதையை நீட்டிக்கையில், சிவனது கண்கள் அமைதியற்று சதியைத் தேடின. அதோ, அரச மேடையின் மீது சக்ரவர்த்தி திலீபரும், மன்னர் அதிதிக்வரும், தத்தம் குடும்பத்தாருடன் ... ஏன், காசி மக்களே படித்துறையில் ஏராளமாய்த் திரண்டு நின்றிருந்தனர், ஆனால் ...

"அவ எங்கே?"

"நான் தேடிக் கூட்டிக்கிட்டு வர்றேன், பிரபு," நந்தி நிழலாய்த் தொடர, பகீரதன் கப்பலினின்று இறங்கினான்.

"அப்புறம், பகீரதா ..."

"சொல்லுங்க, பிரபு," பகீரதன் நின்றான்.

"இந்த அமர்க்களமெல்லாம் முடிஞ்ச பிறகு, பூர்வகரை மன்னரோட அரண்மனைக்கு அழைச்சுக்கிட்டுப் போங்க. என் குடும்பத்தினருக்கான அறைகளிலேயே, அவரையும் வசதியா தங்க வைக்க ஏற்பாடு செய்யுங்க."

"அப்படியே, பிரபு." படித்துறையில் நின்றிருந்த ஸ்வத்வீபச் சக்ரவர்த்தி, தந்தை திலீபரை இம்மியும் கண்டுகொள்ளாத பகீரதன் மின்னல் போல் பாய்ந்து சென்றான். அவ்வாறில்லாமல் எல்லோரையும் கவனித்த நந்திக்கு, சக்ரவர்த்தியிடம் தென்பட்ட மாறுதல், அதிசயமளித்தது. பத்து வருடமாவது குறைந்தது போல இளமைத் தோற்றத்துடன் காணப்பட்டவரின் முகம், ஆரோக்கிய வாழ்விற்காதாரமாய் ஒளிவீசியது. சற்றே புருவம் நெறித்த நந்தி, வெகு வேகமாய் பகீரதனைப் பின்தொடர்ந்து சென்றார்.

சிவன், பலகைப்பாலத்தைக் கடந்து, நிலத்தில் நின்றார்.

தன்னைத் தாண்டிச் சென்ற மகனின் முதுகு மறையும் வரையில் அவனை தீர்க்கமாய்ப் பார்த்த திலீபர், தலையைக் குலுக்கிக் கொண்டு, நீலகண்டரை நோக்கித் திரும்பினார். சிரம் மிகத் தாழ வணங்கியவர், பாதங்களில் பணிந்தார்.

"உங்க வம்சம் தழைச்சுப் பெருகட்டும், அரசே," என்று வாழ்த்திய சிவன், தானும் சிரம் தாழ்ந்து வணக்கம் தெரிவித்தார்.

இந்தப்புறமோ, க்ருத்திகாவை ஒருவாறு தேடிப்பிடித்துவிட்ட சந்தோஷத்தில் வீரபத்ரா அவளை அணைத்துத் தட்டாமாலை சுற்ற, வெட்கமும் ஆனந்தமும் மாற்றி மாற்றி போட்டியிட்டுக் கன்னம் சிவந்த க்ருத்திகாவோ, பலர் முன்னிலையில் கணவனைக் கையை வைத்துக்கொண்டு சும்மாயிருக்கும்படி அதட்டி, அவன் பிடியிலிருந்து விடுவித்துக்கொள்ள முயன்றுகொண்டிருந்தாள்.

சற்று முன்னால் வந்த அதிதிக்வரும், சிவனிடத்தில் ஆசி பெற்றார். சம்பிரதாயமான வரவேற்பு முடிந்துவிட்ட நிலையில், தன் குடும்பத்தாரை நீலகண்டரின் விழிகள் சுற்றுமுற்றும் தேடின. "என் குடும்பம் எங்க, அரசே?"

"பாபா!"

முகம் மலர, சிவன் திரும்பினார். அவரை நோக்கி ஓடி வந்த மகனை ஆவலுடன் தூக்கிக்கொண்டார். "புனித ஏரியே! என்னமா வளர்ந்துட்டே, கார்த்திக்!"

"நீங்க இல்லாம ரொம்ப கஷ்டமா இருந்துச்சுப்பா," அப்பாவை இறுக்கி அணைத்தவாறு, காதுக்குள் முணுமுணுத்தான் கார்த்திக்.

"எனக்கும்தான்," மகனைக் கண்ட மட்டற்ற மகிழ்ச்சி, அவன் வாயிலிருந்து வந்த வாசத்தை நுகர்ந்தவுடன் வியப்பாய் மாறியது. "வருஷம் முடியற இந்த சமயத்துல யார் உனக்கு மாம்பழமெல்லாம் குடுத்தது?"

சதி, அப்போது அவர் முன் வந்தாள். முகமெங்கும் புன்னகை வெளிச்சமிட, மகனை வலக்கையில் தூக்கியவாறு, இடதுகையால் மனைவியை அணைத்துக்கொண்டு, அவர்களை வேடிக்கை பார்த்துக்கொண்டிருந்த ஆயிரக்கணக்கானோரின் பிரக்ஞையே துளியும் இல்லாமல், சிவன் தன் சிறிய குடும்பத்தை நெருக்கிக் கொண்டார். "நீங்க

ரெண்டு பேரும் இல்லாம எவ்வளவு தவிச்சுப் போனேன், தெரியுமா?"

"நாங்களும்தான்," சதி, புன்னகையுடன், தலையைப் பின்னால் சாய்த்துத் தன் கணவனை ஏறிட்டாள்.

மீண்டும் அவளைத் தன்னருகே இழுத்த சிவன், கண்கள் மூடி, தன் குடும்பத்தின் அருகாமையை, அவர்கள் தன் தோள் மீது தலைசாய்க்கும் அணுக்கத்தின் இனிமையைச் சுவாசித்து, நெஞ்சமெங்கும் நிரப்பிக்கொண்டார். "வீட்டுக்குப் போகலாம்."

காசியின் புனிதப்பெருவழியில், தேர் மெதுவாக நகர்ந்தது. அயோத்யா சக்ரவர்த்தியும், காசி மன்னரும் தத்தம் பரிவாரங்களுடன் அவரவரது தேர்களில் வர, சிவனுடன் வந்த படை, பின்னால் நடைபோட்டது. ஏறக்குறைய இரண்டரை ஆண்டுகளுக்குப் பிறகு, திரும்பிய தங்கள் பெருமானை முதல்முறையாகக் காண, மக்கள் தெருக்களில் திரளாகக் கூடியிருந்தனர். அருகே சதி, மடிமீது கார்த்திக் என்று சௌகர்யமாகத் தேரில் அமர்ந்திருந்த சிவன், கூட்டத்திற்குக் கையசைத்தவாறு வந்தார்.

"ஒரு விஷயம் சொல்லணும்னு ..." சிவனும் சதியும் ஏககாலத்தில் துவங்கினர்.

சிவன் சிரித்துவிட்டு, "நீயே சொல்லு," என்றார்.

"இல்லல்ல, நீங்க சொல்லுங்க," என்றாள் சதி.

"அதெல்லாம் இல்ல. நீதான் முதல்ல."

சதி மிடறுவிழுங்கினாள். "நாகர்களைப் பத்தி என்ன தெரிஞ்சுக்கிட்டீங்க, சிவா?"

"உண்மையச் சொல்லணும்னா, அதிசயமான விஷயங்கள்தான். அவங்களைத் தப்பா எடை போட்டுட்டேனோன்னு தோணுது. இன்னும் நிறைய தெரிஞ்சிக்கணும். அவங்க கெட்டவங்க இல்லையோ, என்னமோ? எல்லா வகுப்பார்லயும் இருக்கிற மாதிரி, அவங்கள்ளயும் ஒரு சிலர்தான் சரியில்லையோ, என்னமோ."

உள்ளுக்குள் உறைந்திருந்த இறுக்கமும் பாம்பாய்ச் சுற்றிக்கொண்ட பதற்றமும் சற்றே தளர, சதி நெடிய பெருமூச்சொன்று விடுத்தாள்.

"என்னாச்சு?" மனைவியை உற்றுப் பார்த்தார் சிவன்.

"வந்து, நானும் சமீபமா சிலதைத் தெரிஞ்சுக்கிட்டேன். ரொம்ப அதிசயமான விஷயங்கள். இதுவரைக்கும் என்கிட்டேயிருந்து மறைக்கப்பட்ட விஷயங்கள். நாகர்களப் பத்திதான்."

"என்னது?"

"வந்து, நான் கண்டுபிடிச்சது ... அது என்னன்னா ..."

சதி இவ்வளவு பதற்றமடைந்து சிவன் கண்டதேயில்ல. "என்ன விஷயம், கண்ணம்மா?" என்றார் ஆச்சர்யமும் ஆதுரமுமாய்.

"நான் அவங்களுக்கு உறவுன்னு தெரிஞ்சுக்கிட்டேன்."

"என்னது?!"

"ஆமா."

"அதெப்படி? உங்கப்பாவுக்குத்தான் நாகர்களைக் கண்டாலே ஆகாதே!"

"வெறுப்புங்கிறதைவிட, குற்ற உணர்ச்சிதானோ, என்னமோ?"

"எது, குற்ற உணர்வா?"

"நான் ஒத்தையா பொறக்கலை."

சிவனின் முகம் சுருங்கியது.

"என்னோட ஒரு இரட்டையும் இருந்திருக்கு. எனக்கொரு சகோதரி இருக்கா."

சிவன் அதிர்ந்துபோனார். "எங்கேயிருக்கா? யாரு அவளைக் கடத்தினது? மெலூஹாவுல இது எப்படி சாத்தியம்?"

"யாரும் கடத்தலை," என்றாள் சதி மெல்ல. "அவளை ஒதுக்கிட்டாங்க."

"என்னது?" வாய் பேச வராமல், சிவன் சதியை வெறித்தார்.

“ஆமா. நாகாவாப் பொறந்ததுனால.”

சிவன், சதியின் கரத்தைப் பற்றினார். “அவளை எங்க கண்டுபிடிச்சே? நல்லா இருக்காளா?”

கண்கள் பனிக்க, சதி சிவனை ஏறிட்டாள். “நான் கண்டுபிடிக்கலை. அவதான் என்னைக் கண்டுபிடிச்சா. என் உயிரைக் காப்பாத்தினா.”

சிவனின் முகம் மலர்ந்தது. நாகர்களின் வீரத்திற்கும், தயாள குணத்திற்கும் இன்னொரு உதாரணமான இந்த சம்பவம், அவருக்கு அதிசயமளிக்கவில்லை. “அவ பேரென்ன?”

“காளி. அரசி காளி.”

“அரசியா?”

“ஆமா. நாகர்களின் இராணி.”

சிவனின் கண்கள் அதிசயத்தில் அகன்றன. ப்ரஹஸ்பதியைக் கொன்றவனைக் கண்டுபிடிக்க, காளியே உதவக்கூடும். ஒரு வேளை, அதற்குத்தான் விதி அவர்களை இப்போது இணைத்துவிட்டதோ, என்னமோ? “இப்ப எங்கே இருக்கா?”

“இங்கதான். காசியில. நம்ம அரண்மனைக்கு வெளிய. உங்களைச் சந்திக்க காத்திருக்கா. நீங்க ஏத்துக்குவீங்களான்னு தெரியாம காத்திருக்கா.”

தலையை அசைத்த சிவன், புன்னகையுடன் அவளை இழுத்து அணைத்துக்கொண்டார். “அவ உன்னைச் சேர்ந்தவ. ஆகையினால, என்னையும் சேர்ந்தவதான். நான் அவளை ஏத்துக்க முடியாம என்ன வந்தது?”

லேசாகப் புன்னகைத்த சதி, சிவனின் தோளின் மீது தலை சாய்த்துக்கொண்டாள். “உங்க ஒப்புதலுக்குக் காத்திருக்கிற நாகா அவ மட்டும் இல்ல.”

சிவனின் முகம் சுருங்கியது.

“என்கிட்டேயிருந்து இன்னொரு விஷயத்தையும் மறைச்சிருந்தாங்க,” என்றாள் சதி. “இன்னொரு சோகமான, கொடூரமான இரகசியம்.”

“என்னது?”

“தொண்ணூறு வருஷத்துக்கு முன்னால, என் குழந்தை இறந்து பிறந்ததுன்னு சொன்னாங்க. கல்லு மாதிரி இருந்துதாம்.”

பேச்சு செல்லும் திசையை ஒருவாறு உணர்ந்த சிவன், மனைவியின் கரத்தைப் பற்றியவாறு, தலையசைத்தார்.

“அது வெறும் பொய்,” சதி விம்மினாள். “அவன் ...”

“உயிரோட இருந்தானா?”

“இன்னும் உயிரோடத்தான் இருக்கான்!”

சிவனுக்கு அதிர்ச்சியில் வாய் பிளந்தது. “என்ன சொல்ற நீ? எனக்கு ... இன்னொரு மகன் இருக்கானா?”

கண்ணீருக்கிடையில் அவரை நிமிர்ந்து பார்த்த சதியின் முகம் மலர்ந்தது.

“புனித ஏரியே! எனக்கு இன்னொரு பையன்!”

அவரது மட்டற்ற மகிழ்ச்சியால் நிம்மதியடைந்த சதி, தலையசைத்தாள்.

“பத்ரா, சீக்கிரம் ஓட்டு. என் மகன் எனக்காகக் காத்துக்கிட்டிருக்கான்!”

அத்தியாயம் 19

நீலக்கடவுளின் கடுஞ்சினம்

அதிதிக்வரின் அரண்மனை வளாகத்திற்குள் சிவனது தேர் தடதடத்துக்கொண்டு நுழைந்தது. மையத்திலிருந்த நந்தவனத்தைச் சுற்றிக்கொண்டு சாலையில் தேர் விரையும்போதே கார்த்திக்கைத் தூக்கிக்கொண்ட சிவன், ஆவலுடன் கதவைத் திறக்க யத்தனித்தார். தேர் நின்ற மறுகணம், கதவைத் திறந்து கொண்டு ஏறக்குறைய குதித்தவர், கார்த்திக்கைத் தரையில் இறக்கி அவனது கையைப் பற்றியவாறு, விடுவிடுவென்று நடந்தார். பின்னோடு சதி.

மணம் நிரம்பிய மலர்களும் விளக்கும் கொண்ட *பூஜைத் தாலத்துடன்* வாயிலில் நின்ற காளியைக் கண்டவுடன், சிவன் சிலையாய் நின்றார்.

"என்னது ...!"

அப்படியே சதியின் மறுபதிப்பு! முகம், உடலமைப்பு - எல்லாம், எல்லாம். தோல் மட்டும், சதியின் வெண்கல ஜொலிப்பில்லாமல், ஆழ்ந்த கருப்பு. சதியைப்போல் கூந்தலை முடிந்துகொள்ளாமல், விரித்துப் போட்டிருந்தாள். அரசகுலத்தாருக்குரிய அணிமணிகளையும், ஆடைகளையும் அணிந்திருந்தாள்; மார்பை, வெண்மையும் சிவப்புமான அங்கவஸ்திரம் மூடியிருந்தது. அப்போதுதான், முதுகுக்குப்பின்னால் இன்னும் இரு கரங்கள் இருப்பதை சிவன் கவனித்தார்.

இன்னது நடக்கப்போகிறதென்ற நிச்சயமின்றி, சிவனைப் பதற்றத்துடன் காளி ஏறிட்டாள். சிவனோ, அவளது கையிலிருந்து பூஜைத்தட்டத்தை கலைக்காமலிருக்கும் வண்ணம், முன்னே வந்து மென்மையாய் அணைத்துக்கொள்ள, காளியின் மனம் வியப்பில் ஆழந்தது.

“உங்களை சந்திச்சதுல எனக்கு எவ்வளவு சந்தோஷம், தெரியுமா?” முகமலர்ந்தார், சிவன்.

அவரது அன்பான வரவேற்பில் திக்குமுக்காடிய காளி, சொல்வதறியாமல் நின்றாள். சந்தேகமான புன்னகை ஒன்று முகத்தில் லேசாய் மலர்ந்தது.

சிவனோ, பூஜைத் தட்டைத் தட்டினார். “என் மூஞ்சியைச் சுத்தி இதை ஆறேழு தடவை காட்டி நீங்க வரவேற்கணும்னு நெனைக்கறேன்.”

காளி சிரித்துவிட்டு, “மன்னிக்கணும். ரொம்ப பதட்டமாயிருந்துச்சு ...” என்றாள்.

“இதுக்கெல்லாம் எதுக்குங்க பதட்டம்?” சிவன் குறும்பாய் சிரித்தார். “அதைத் தூக்கி என் மூஞ்சியைச் சுத்துங்க; பூவையெல்லாம் தூவுங்க - ஆனா, விளக்கு பத்திரம். கைல கால்ல பட்டுருச்சுன்னா எரிஞ்சு தள்ளிடும். ஜாக்கிரதை!”

மீண்டும் சிரித்த காளி, ஆரத்தியை முடித்து, சிவனின் நெற்றியில் சிகப்புத் திலகமிட்டாள்.

“இப்ப,” தொடர்ந்தார் சிவன். “என் இன்னொரு மகன் எங்க?”

காளி ஒதுங்கிக் கொள்ள, தூரத்தில், அதிதிக்வரின் பிரதான அரண்மனைக்குச் செல்லும் படிகளின் உச்சியில் கணேஷ் நிற்பதைக் கண்டார்.

“அதான் எங்கண்ணா!” அப்பாவைப் பார்த்து கார்த்திக் பளீரெனச் சிரித்தான்.

சிவன் அவனை முகமலர்ச்சியுடன் பார்த்தார். “வா, போய்ச் சந்திக்கலாம்.”

சதியும் காளியும் பின்தொடர, கார்த்திக்கின் கரத்தைப் பற்றியவாறு, சிவன் படிக்கட்டுகளின் மீதேறினார். குடும்பத்தாரின் தனிப்பட்ட இந்தக் கணங்களில் தலையிடாமல், மற்றவர்கள் கீழேயே தாமதித்தனர்.

அரண்மனையில், தன் தாய்க்கென ஒதுக்கியிருந்த பகுதியின் வாயிலில், சிவப்பு தோத்தியும், வெள்ளை அங்கவஸ்திரமும் அணிந்து, ஏறக்குறைய காவலாளி போல் நின்றான் கணேஷ். சிவன் அவனை நெருங்க, பாதங்களில் பணியக் குனிந்தான்.

அவனது சிரத்தை மெல்லத் தொட்ட சிவன். தோள்களைப் பற்றி, நாகாவை அணைத்து ஆசீர்வாதம் செய்யத் தூக்கினார். "ஆயுஷ்மான் பவ, மக ..."

சட்டென்று நிறுத்தியவர், கணேஷின் அமைதியான, சற்றே நீண்ட கண்களை நேருக்கு நேர் சந்தித்தார். கைகள் அவனது தோளின் மீது இறுகின. கண்கள் அவனைத் துளைப்பது போல் வெறித்தன.

கண்களை மூடிய கணேஷ், தன் விதியை நொந்துகொண்டான். தான் அடையாளம் காணப்பட்டுவிட்டது புரிந்தது.

சிவனின் விழிகளோ, கணேஷையே துளைத்தன.

ஆச்சர்யத்துடன் அவர்களைப் பார்த்த சதி, அருகில் வந்தாள். "என்னாச்சு, சிவா?"

அவளைச் சட்டை செய்யாமல், தன்னை மீறியெழுந்த ஆத்திரத்தைக் கட்டுப்படுத்த முயன்றவாறு, கணேஷை வெறித்தார் சிவன். தன் சுருக்குப்பையை மெல்ல வெளியே இழுத்தார். "உன்னோட பொருள் ஒண்ணு என்கிட்ட இருக்கு."

மௌனம் சாதித்த கணேஷ், கண் நிறைந்த துக்கத்துடன் சிவனைப் பார்த்தான். சுருக்குப்பையை அவர் எடுத்ததை அவன் காணவேண்டியிருக்கவில்லை; பிடியறுந்த அந்த கங்கணம் தன்னுடையதுதான் என்று அவனுக்கு நன்கு தெரியும். மந்தரமலையில் அதைத் தொலைத்திருந்தான். தின்னத்தொடங்கிய தீயின் நாக்குகள் விளைவித்த சேதத்தால், ஓரங்கள் சிதைந்திருந்தாலும், நடுவே, நூல்வேலை செய்யப்பட்ட "ஓம்" குறியீடு, கருக்கழியாமல் இருந்தது. சாதாரணக் குறியீடில்லை; சர்ப்பங்களால் உருவாக்கப்பட்ட "ஓம்" நாகம்.

மௌனமாய் கணேஷ் கங்கணத்தைச் சிவனிடமிருந்து பெற்றுக்கொண்டான்.

"சிவா!" சதி தன் கணவனைப் பார்த்தாள். "என்ன நடக்குது இங்க?"

சிவனின் விழிகளில் ஆக்ரோஷம் கொப்பளித்தது.

"சிவா ..." சதி, கணவனின் தோளைக் கவலையுடன் தொட்டாள்.

அவளது தொடுகையில் சட்டென்று சிவனின் முகம் சுருங்கியது. "உன் மகன் என் நண்பனைக் கொன்னான்," உறுமினார்.

சதி அதிர்ந்து போனாள். கண்களில் அவநம்பிக்கை.

மீண்டும் பேசிய சிவனின் குரல் இறுக்கமாய், ஆவேசம் பொங்க வெளிவந்தது. "உன் மகன் ப்ரஹஸ்பதியைக் கொன்னுட்டான்!"

காளி முன்னால் பாய்ந்தாள். "ஆனா, அது வந்து ..."

கணேஷ் சைகை செய்ய, நாகர்களின் அரசி மௌனமானாள்.

சிவனையே தொடர்ந்து வெறித்தான் நாகா. அவனிடமிருந்து எந்த விளக்கமும் இல்லை. காத்திருந்தான். நீலகண்டரின் முடிவுக்காகக் காத்து நின்றான்.

சிவன், அவனை நெருங்கினார். தேவைக்கும் வசதிக்கும் மிக அதிகமான நெருக்கத்தில் வந்து நின்றார். அவரது மூச்சு, தீயின் நாக்குகளைப் போல் அவனைத் தகித்தன. "நீ என் மனைவியின் மகன். அந்த காரணத்துக்காக மட்டும்தான் உன்னை உயிரோட விட்டுவெக்கறேன்."

கண்களைத் தாழ்த்திய கணேஷ், கைகளை, சரணடையும் பாவத்தில் கட்டிக்கொண்டான். எதுவும் பேச மறுத்தான்.

"என் வீட்டைவிட்டு வெளிய போ," சிவன் கர்ஜித்தார். "இந்த நாட்டைவிட்டு வெளிய போ. இன்னொரு தரம் உன் முகத்தைக் காட்டாதே. அடுத்த முறை, உன்னை மன்னிக்கிற மனநிலைல நான் இருக்கமாட்டேன்."

"சிவா ... அவன் என் மகன்!" சதி கெஞ்சினாள்.

"அவன் ப்ரஹஸ்பதியைக் கொன்னவன்."

“சிவா ...”

“ப்ரஹஸ்பதியைக் கொன்னவன்!”

“சிவா,” கண்களில் கண்ணீர் ஆறாய் வழிய, சதி அவரை வெற்றுப் பார்வை பார்த்தாள். “அவன் என் மகன். என்னால அவனில்லாம வாழ முடியாது.”

“அப்ப நான் இல்லாம வாழ்ந்துக்க.”

சதி அதிர்ச்சியில் உறைந்தாள். “வேண்டாம், சிவா, இப்படிச் செய்யாதீங்க. என்னை இப்படி ஒரு தேர்வுக்கு ஆளாக்காதீங்க ...”

ஒரு வழியாக, கணேஷ் பேசினான். “அப்பா, நான் ...”

“நான் உன் அப்பா இல்ல!” பட்டென்று சிவன் ஆத்திரமாய் இடைவெட்டினார்.

நீண்ட முச்சை இழுத்துவிட்ட கணேஷ், சிரம் தாழ்த்தினான். “மேன்மை தங்கிய மகாதேவரே, தங்களது தர்மசிந்தையை நாடறியும். நீதி வழுவாத் திறனை உலகம் போற்றும். குற்றம் என்னுடையது. என் பொருட்டு என் தாயைத் தண்டிக்க வேண்டாம்.” தன் கத்தியை - அயோத்யாவில் சதி தன் மீது எறிந்த அதே கத்தி - எடுத்தான். “என் உயிரைப் பறித்துவிடுங்கள். ஆனால், சாவை விடக்கொடுமையான தண்டனையை என் தாய்க்கு வழங்கிவிடாதீர்கள். தாங்களின்றி அவளால் ஒரு கணமும் வாழ முடியாது.”

“இல்ல!” அலறிய சதி, கணேஷின் முன் பாய்ந்தாள். “சிவா, தயவு செஞ்சு ... அவன் என் மகன் ... என் மகன் ...”

சிவனின் ஆத்திரம், பனிக்கட்டியாய் இறுகியது. “உனக்கு எது முக்கியம்னு நீ தேர்ந்தெடுத்தாச்சு போலத் தெரியுது.”

கார்த்திக்கைத் தூக்கிக் கொண்டார்.

“சிவா ...” சதி கெஞ்சினாள். “போயிடாதீங்க. தயவு செஞ்சு போகாதீங்க ...”

கண்கள் பனிக்க, குரல் சில்லிட, சிவன் சதியை ஏறிட்டார். “இதை என்னால ஏத்துக்க முடியாது, சதி. ப்ரஹஸ்பதி, எனக்குச் சகோதரன் போல.”

காசி மக்கள் அதிர்ச்சியுடன் பார்த்துக்கொண்டிருக்க,

கார்த்திக்கைத் தூக்கிக் கொண்டு சிவன் படிகளில் இறங்கி நடந்து சென்றார்.

"சிவனுக்கு முழு உண்மையும் தெரியாது," காளி பதற்றத்துடன் பேசிக்கொண்டிருந்தாள். "ஏன் அவர்கிட்ட நீ சொல்லலை?"

அதிதிக்வரின் அரண்மனையில், சதியின் அறையில், காளியும் கணேஷும் அமர்ந்திருந்தனர். நீண்ட நாளாய்க் காணாமல் திடீரென்று கிடைத்த மகன் மீது பாசமும், காதல் கணவன் மீதுகொண்ட பக்தியுமாய் இரண்டுக்குமிடையே தவித்த சதி, சிவனை எப்படியாவது சமாதானம் செய்யும் பொருட்டு, அவர் தற்காலிகமாய்த் தங்கியிருந்த ப்ரங்கக் குடியிருப்பிற்குச் சென்றிருந்தாள்.

"முடியாது, மாஸி. வாக்குக் குடுத்திருக்கேன்," கணேஷின் குரலில் ஆழ்ந்த துக்கம்.

"ஆனா ..."

"இல்ல, மாஸி. இது நம்ம ரெண்டு பேருக்கும் இடையில மட்டும்தான் இருக்கணும். மந்தர மலைத் தாக்குதலோட இரகசியத்தை, ஒரே ஒரு சந்தர்ப்பத்துல மட்டும்தான் வெளியிட முடியும். அது இப்ப வாய்க்கும்னு எனக்கு நம்பிக்கையில்ல."

"உங்கம்மாகிட்ட மட்டுமாவது சொல்லேன்."

"ஒரு இரகசியத்தைக் காப்பாத்தணும்னா, அதுக்கு அம்மாவும் விதிவிலக்கில்ல."

"தீதீ ரொம்ப துக்கப்படறா. அவளுக்காக நீ எதையும் செய்வேன்னு நினைச்சேன்."

"செய்வேன். நான் இல்லாம அவங்களால வாழ்ந்துற முடியும். ஆனா, மகாதேவர் இல்லாம முடியாது. இதுக்கு முன்னால என்னோட இருக்க முடியாத குற்ற உணர்வுலதான், இப்ப என்னை விடமுடியாம தவிக்கறாங்க."

"என்ன சொல்ற நீ? கிளம்பப் போறியா?"

"ஆமா. இன்னும் பத்து நாள்ள. மெலூஹ சேநாதிபதிக்கும், சந்திரவம்சி இளவரசிக்கும் கல்யாணம் முடிஞ்ச பிறகு, கிளம்பறேன். அப்பாவும் வீடு திரும்ப முடியும்."

“உங்கம்மா இதுக்கு ஒரு நாளும் சம்மதிக்க மாட்டா.”

“அதப்பத்திக் கவலையில்ல.. எப்படியும் கிளம்பத்தான் போறேன். எங்கப்பாம்மாவுக்கிடையில பிரிவு ஏற்பட நான் காரணமாயிருக்க மாட்டேன்.”

“அரசர்க்கரசே,” மெலூஹாவின் பிரதம மந்திரியான கனகாலா துவங்கினாள். “அரசாங்க அழைப்பின்றி தாங்கள் ஸ்வத்வீபத்திற்குச் செல்வது முறையல்ல. அது நமது உடன்படிக்கைக் கோட்பாடுகளுக்கு எதிரானது.”

“என்ன பிதற்றல்,” என்றார் தக்ஷர். “நான் இந்தியாவின் சக்ரவர்த்தி; நினைத்த இடத்திற்குச் செல்ல என்ன தடை?”

அரசரிடத்தில் கனகாலாவிற்கு மிகுந்த விசுவாசம் உண்டென்றாலும், சாம்ராஜ்யத்தின் கௌரவத்திற்கு பங்கம் விளைவிக்கும் வகையில் அவர் நடந்துகொள்வதில் சம்மதமில்லை. “என்றாலும், அரசே, அயோத்யா உடன்படிக்கையின்படி, ஸ்வத்வீபம் நமக்குப் பணிந்த நாடாகவே இருப்பினும், தேசத்தின் முழு அதிகாரத்தையும் தன் பால் கொண்டது. அரசுமுறைப்படி, அவர்களிடத்தில் நாம் அனுமதி பெறத்தான் வேண்டும். நீங்கள் சக்ரவர்த்தியல்லவா? அவர்களால், அனுமதி மறுக்கமுடியாது. இருப்பினும், இவ்வகையான அரசாங்க சம்பிரதாயங்களை நாம் பின்பற்றித்தான் ஆகவேண்டும்.”

“சம்பிரதாயமாவது, ஒன்றாவது? தனது மிகப் பிரிய மகளைப் பார்க்க விழையும் சாதாரணத் தந்தை, நான்!”

கனகாலா புருவம் நெறித்தாள். “தங்களுக்கு ஒரே ஒரு மகள்தான், சக்ரவர்த்தி.”

“ஆம், ஆம், தெரியும்,” தக்ஷர் அசட்டையாகக் கையசைத்தார். “கவனியும்: நான் மூன்று வாரங்களில் பயணிக்கிறேன். அனுமதி கேட்டு ஆளனுப்பிவிடுங்கள். சரிதானே?”

“அரசே, அயோத்யாவில் இன்னமும் பறவைத்தூதுக்கான ஏற்பாடுகள் அமையவில்லை. அவர்களது செயல்திறனின் இலட்சணம் நமக்குத் தெரிந்ததுதானே? காசியிலிருந்து அயோத்யா இன்னமும் தூரம். இன்று ஒருவன்

அயோத்யாவிற்குக் கிளம்பினால்கூட, அங்குபோய்ச் சேர மூன்று மாதங்களுக்கு மேலாகும். அந்த நேரத்தில் நீங்கள் காசிக்கே சென்று சேர்ந்துவிடலாம்."

தக்ஷர் புன்னகை புரிந்தார். "சரி. செய்கிறேன். பயணத்திற்கான ஏற்பாடுகளைச் செய்யுங்கள்."

பெருமூச்செறிந்த கனகாலா, வணங்கிவிட்டு, அறைகளினின்று வெளியேறினாள்.

தன் மகள் ஆனந்தமயிக்கும் பர்வதேஸ்வரருக்கும் நிச்சயிக்கப்பட்ட திருமணத்தை மிக விமரிசையாகக் கொண்டாட ஸ்வத்வீபச் சக்ரவர்த்தி திலீபர் செய்திருந்த பிரமாதமான ஏற்பாடுகளெல்லாம், மகாதேவருக்கும் அவரது மனைவிக்குமிடையே எதிர்பாராமல் ஏற்பட்ட மனக்கசப்பால் களையிழந்தது என்றாலும், தெய்வங்களின் கோபத்திற்கு ஆளாக நேருமென்பதால், பூஜைகளை நிறுத்த முடியவில்லை. கொண்டாட்டமும் கும்மாளமும் நடைபெறாவிட்டாலும், அக்னி, வாயு, ப்ரித்வி, வருணன், சூரியன், மற்றும் சோம கடவுளர்க்கான பூஜைகள், நிச்சயித்தபடி நடக்கவிருந்தன.

அஸ்ஸி காட்டுக்குச் சற்று தெற்கே, புனிதப்பெருவழியின் மீதமைந்திருந்த ***சூரியக்கோயி***லில், ஆதவனுக்கான பூஜைகள் நடந்துகொண்டிருந்தன. கோயிலுக்கு நேர் எதிரில் ஒரு பிரம்மாண்டமான மேடை அமைக்கப்பட்டிருக்க, சதியும் சிவனும் அவரவருக்கென்று இருந்த ஆசனங்களில் அருகருகே அமர்ந்திருந்தனர். முன்னைப் போலல்லாமல். இப்போது, பொதுமக்கள் பார்வையில், விறைப்பாக, சற்று தள்ளியே உட்கார்ந்திருந்தனர். உடலின் ஒவ்வொரு அணுவிலும் தார்மீகக் கோபம் பொறி பறக்க, சதியைத் திரும்பிக் கூடப் பார்க்கவில்லை, சிவன். பூஜைக்காக மட்டுமே வந்திருந்தவர், அது முடிந்தவுடன், உடனடியாக ப்ரங்கக் குடியிருப்பிற்குத் திரும்புவதாக உத்தேசம்.

அவரது கோபத்தை இதுவரை பார்த்தறியாத காசி மக்கள், மிகுந்த கலக்கமடைந்திருந்தனர். எல்லோரையும் விட அதிக சஞ்சலத்தில் தத்தளித்தது கார்த்திக். அப்பாவும் அம்மாவும் மீண்டும் இணையும்படி பிடிவாதம் செய்துகொண்டிருந்தான். இருவரையும் ஒன்றாய்ப் பார்த்தால் அவனது நச்சரிப்பு அதிகரித்துவிடும் என்று உணர்ந்த சிவன், அருகிலிருந்த

சங்கட மோசனக் கோயிலை ஒட்டியிருந்த பூங்காவிற்கு அவனை அழைத்துச் செல்லும்படி க்ருத்திகாவைப் பணித்திருந்தார்.

சிம்மாசனங்களுக்கான அந்த மேடையில், சிவனுக்கடுத்து, காளி, பகீரதன், திலீபர், அதிதிக்வர் மற்றும் ஆயுர்வதி அமர்ந்திருந்தனர். சூரிய பகவானின் ஆசிகளை மணமக்கள் பெற்று, தங்கள் பந்தத்தை முழுமையாக்கும் வண்ணம், கோயில் மேடை மீதமர்ந்திருந்த சூரிய பண்டிதர், ஆனந்தமயி மற்றும் பர்வதேஸ்வரர் இருவரையும் அமர்த்தி, பூஜையில் ஆழ்ந்திருந்தார்.

மேற்கொண்டு எந்த அசம்பாவிதமும் நடக்காதிருக்கும் பொருட்டு, கணேஷ் பூஜைக்கு வர மறுத்துவிட்டான்.

காசி முழுவதும் பூஜையில் அங்கம் வகிக்க, அவன் மட்டும், சங்கட மோசனக் கோயிலில் தனியாக அமர்ந்திருந்தான். பத்து நாட்களாய்ப் பார்க்காத தம்பியைக் காண, பை நிறைய பழுத்த மாம்பழங்களை எடுத்துக்கொண்டு, அருகிலிருந்த பூங்காவுக்கு முதலில் சென்றான். ஆட்டமும் விளையாட்டுமாய் அரை மணி நேரம் கழிந்த பிறகு, கார்த்திக்கை க்ருத்திகா மற்றும் ஐந்து மெய்க்காப்பாளர்களுடன் விளையாடவிட்டு, தான் மட்டும் கோயிலுக்கு வந்துவிட்டான். அமைதியாக, இராமபிரானின் மிகச்சிறந்த பக்தரான பிரபு அனுமானைப் பார்த்தவாறு அமர்ந்தான்.

சங்கட மோசனர் என்று அனுமானை அழைக்கத் தகுந்த காரணம் இருந்தது. ***சங்கடத்தில், துயரில் ஆழ்ந்திருந்த பக்தர்களை அவர் காப்பாற்றத் தவறியதேயில்லை*** என்பது மக்களின் நம்பிக்கை. ஆனால், தன்னை இந்தப் பிரச்சனையிலிருந்து மீட்பது, அனுமனால்கூட ஆகாத காரியம் என்று கணேஷிற்குத் தோன்றியது. தாயில்லாமல் இனி வாழ முடியுமா என்று தெரியவில்லை; அதே சமயம், தன் தாய் தந்தை பிரியத் தான் காரணமாயிருப்பதையும் அவனால் சகிக்கமுடியவில்லை. மறுநாளே காசியை விட்டுக்கிளம்புவதாக அவன் எண்ணம். ஆனால், இப்போது, தாயைப் பார்த்து, அவளது அன்பையும் அனுபவித்த பிறகு, அவளில்லாத ஏக்கம் வாழ்நாள் முழுதும் தன்னைத் துரத்துப்போகும் கொடூரத்தை அவன் உணர்ந்தான்.

பூங்காவில் "ஆ" "ஓ"வென்று விளையாட்டுக் கூச்சலெழுப்பும் கார்த்திக்கின் மழலைக் குரல் உரத்து ஒலிக்க, கணேஷின் முகம் மலர்ந்தது.

அம்மாவின் அரவணைப்பு முழுமையாய்க் கிடைத்த, ஆரோக்கியமான உள்ளத்தின் கவலையற்ற சிரிப்பு.

அப்படிப்பட்ட கலப்படமில்லா சிரிப்போ, சந்தோஷமோ தன் வாழ்க்கையில் கிடையாது என்று புரிய, கணேஷ் பெருமூச்செறிந்தான். வாளை உருவி, வேறு வேலையில்லாத போது க்ஷத்ரியர்கள் ஈடுபடும் பணியில் இறங்கினான்: வாளைக் கூராக்குவதில் முனைந்தான்.

ஏதேதோ எண்ணங்களில் ஆழ்ந்திருந்த கணேஷ், தன் உள்ளுணர்வின் குரலை வெகு நேரம் வரையில் கேட்கவேயில்லை. பூங்காவில் விசித்திரமாய் ஏதோ நிகழ்ந்துகொண்டிருந்தது. சட்டென்று மூச்சை இழுத்துப் பிடித்துக்கொண்டு கணேஷ் காதைத் தீட்டிக் கொண்டான். அப்போதுதான் அது உறைத்தது.

பூங்காவில் மயான நிசப்தம்.

கார்த்திக், க்ருத்திகா மற்றும் வீரர்களின் அட்டகாசமான சிரிப்பொலி மாயமாய் மறையக் காரணம்?

சட்டென்று எழுந்தவன், வாளை உறையில் செலுத்திவிட்டு, பூங்காவை நோக்கி நடக்கத் துவங்கினான். அப்போதுதான், அந்தச் சப்தம் கேட்டது. மெல்லிய உறுமல். பிறகு, காதைச் செவிடாக்கும் கர்ஜனை. கொலை நிகழும் தருணம்.

சிங்கங்கள்!

வாளை உருவிய கணேஷ் ஓடத்துவங்கினான். எதிரில், தள்ளாடியபடி ஒரு மனிதன். காசி வீரர்களில் ஒருவன்; கை கிழிந்திருந்தது. நகத்தால் காயம், பளிச்சென்று தெரிந்தது.

"எத்தனை?" தொலைவிலிருந்தாலும், கணேஷின் குரல் உரத்து ஒலித்தது.

காசி வீரனிடமிருந்து பதிலில்லை; உலகமே ஸ்தம்பித்தவன் போலத் தட்டுத்தடுமாறினான்.

நொடியில் அவனருகில் வந்துவிட்ட கணேஷ், அழுத்தமாய் ஒரு உலுக்கு உலுக்கி, "எத்தனை?" என்றான் மறுபடியும்.

"மூ...ணு," என்றான் வீரன்.

"மகாதேவரைக் கூப்பிடு!"

அந்த வீரன் இன்னமும் அதிர்ச்சியில் உறைந்திருந்தான்.

கணேஷ் அவனை மீண்டும் உலுக்கினான். "மகாதேவரைக் கூப்பிடு! போ!"

பூங்காவை நோக்கி கணேஷ் திரும்ப, வீரன் சூரியக்கோயிலை நோக்கி ஓடினான்.

எதனின்று தப்பித்து ஓடுகிறோம் என்று தெரிந்திருந்தும், காசி வீரனின் கால்கள் பதறின; எதை நோக்கிச் செல்கிறோம் என்பதை நன்கறிந்த கணேஷ், நிதானமாய், தைரியமாய், முன்னேறினான். பக்கக் கல் ஒன்றின் உதவியுடன், சப்தமின்றி, பூங்காச்சுவரைத் தாண்டினான்.

மறுபக்கம், அவன் குதித்த இடத்தில், ஏற்கனவே கழுத்து முறிந்து இறந்துகிடந்த வீரனின் கழுத்தை பற்களால் கடித்து நெரிப்பதில் கவனமாய், ஒரு பெண் சிங்கம் இருந்தது. ஓடும் வேகத்தில் அதை நோக்கி வாளால் வீசிய கணேஷ், தோளில் பெரும் இரத்தக்குழாயைக் கிழிக்க, மிருகத்தின் உடலில் பொங்கும் குருதியைக் கவனிக்காமல், பூங்காவின் மையத்தில் நின்றிருந்த க்ருத்திகா, கார்த்திக், மற்றும் இன்னொரு காசி வீரனை நோக்கிப் பாய்ந்தான். ஒரு கோடியில், இரு வீரர்கள் இறந்துகிடந்த இடத்தைக் கொண்டு, முதலில் சிங்கங்களுக்கு இரையானது அவர்களாகத்தான் இருக்க வேண்டும் என்று ஊகிக்க முடிந்தது.

க்ருத்திகாவிடம் கணேஷ் ஓடினான். ஒரு பக்கம் பெண் சிங்கமும், இன்னொரு பக்கம் மிகப்பெரும் சிங்கப்புலியும் அவர்களை நெருக்கிக்கொண்டிருந்தன.

பூமிதேவியே! இச்சாவர்ல இருந்து எங்களைத் துரத்திக்கிட்டு வந்திருக்கு!

மற்றொரு பக்கம், கணேஷின் வாள் புண்ணியத்தில் குருதி கொட்டிக்கொண்டிருந்த பெண் சிங்கம், பாதையை மறித்தது.

மரவாளை உருவிய கார்த்திக், போருக்குத் தயாராய் நின்றான். வெறும் மரக்கட்டையைத் தூக்கிக் கொண்டு சிங்கப்புலியின் மீது சிறு குழந்தையின் விவரமறியா தைரியத்துடன் அவன் பாயக்கூடும் என்று கணேஷிற்குத் தெரியும். ஆகையால், க்ருத்திகாவும் வீரனும் இருபுறமும் இருக்க, தம்பிக்கு முன்னால் கணேஷ் வந்து நின்றான்.

"தப்பிக்க வழியில்ல," வாளை உருவியபடி, க்ருத்திகா மெல்லச் சொன்னாள்.

போர்க்கலையில் அவள் தேர்ந்தவளல்ல என்பதை கணேஷ் அறிவான். ஒரு தாயின் உள்ளுணர்வு, கார்த்திக்கை அவள் பாதுகாக்கும்படி விரட்டினாலும், இந்தச் சிங்கங்களைக் கொல்வது அவளால் ஆகாத காரியம். மறுபக்கமிருந்த வீரனோ, நடுங்கிக்கொண்டிருந்தான். அவனால் உதவமுடியும் என்று தோன்றவில்லை.

குருதி கொட்டிக்கொண்டு அவர்களை நோக்கி நொண்டிக்கொண்டிருந்த பெண் சிங்கத்தைப் பார்த்து கணேஷ் தலையசைத்தான். "இதால ரொம்ப நேரம் தாக்குப் பிடிக்க முடியாது. முக்கியமான இரத்தநாளத்தை வெட்டிவிட்டுட்டேன்."

அவர்களைச் சுற்றிச் சுற்றி வந்த சிங்கப்புலி, மெல்ல மெல்ல முன்னேறிக்கொண்டிருக்க, பெண் சிங்கங்கள், மனிதர்களைப் பக்கவாட்டில் நெருங்கிக் கொண்டிருந்தன. இன்னும் சற்று நேரம்தான். பாய்ச்சலுக்குத் தயாராகிக் கொண்டிருந்தனவென்று கணேஷ் உணர்ந்தான்.

"பின்னால வந்துருங்க," என்றான் மெல்லிய குரலில். "மெதுவா."

அவர்களுக்குப் பின் விரிந்த ஆலமரமொன்றின் நடுப்பாகத்தில், குழிவாய்ப், பெரிய பொந்து ஒன்று இருந்தது. அதற்குள் கார்த்திக்கைத் தள்ளி விட்டு, பெண் சிங்கங்களிடமிருந்து காப்பாற்றலாம் என்று கணேஷின் திட்டம்.

"ரொம்ப நேரம் தாக்குப்பிடிக்க முடியாது," என்றாள் க்ருத்திகா. "நான் அதுங்க கவனத்தைத் திருப்பப் பாக்கறேன். நீங்க கார்த்திக்கோட ஓடுங்க."

சிங்கப்புலியை வெறித்துக்கொண்டிருந்த கணேஷ், அவளைக் கண்ணெடுத்தும் பார்க்கவில்லை. வீரபத்ராவின் மனைவி மீது அவனுக்கிருந்த மரியாதை உடனடியாக உயர்ந்தது. தன் தம்பிக்காக உயிரைக் கொடுக்கவல்லவா துணிந்துவிட்டாள்?

"அது சரிவராது," என்றான். "கார்த்திக்கையும் தூக்கிக்கிட்டு என்னால வேகமா ஓட முடியாது. சுவர் ரொம்ப உயரம். உதவி சீக்கிரம் வந்துடும். மகாதேவர் வர்றார். அது வரைக்கும் சிங்கங்களைத் தடுத்தாப் போதும்."

கணேஷ் சொன்னபடி, க்ருத்திகாவும் வீரனும், கார்த்திக்கைப் பின்னால் தள்ளிவிட்டு, மெல்லப் பின்னோக்கி

நகரத் துவங்கினர். பிரம்மாண்டமாய் ஒரு மனிதன், கையில் இரத்தம் தோய்ந்த வாளுடன் தங்களை எதிர்த்து நிற்பதைக் கண்ட சிங்கப்புலியும் பெண் சிங்கமும், சற்று முன் கண்ணை மறைத்த ஆக்ரோஷப் பாய்ச்சலைக் கைவிட்டுவிட்டு, மெல்ல மெல்ல முன்னே வந்தன.

சற்று நேரத்திற்குள், கார்த்திக் ஆலமரப்பொந்திற்குள் தள்ளப்பட, சுற்றிலும் தொங்கிய விழுதுகள் இழுத்துக் கட்டப்பட்டு, அவன் வெளியே வராமல் தடுத்தன. கணேஷ் அவனுக்கு முன் பாதுகாவலாய் நிற்கும் வரை, அவன் பத்திரம்.

சிங்கங்கள் பாய்ந்தன. அடிபட்ட பெண் சிங்கமும் சண்டையில் கலந்துகொண்டது கணேஷுக்கு வியப்பளித்தது. ஏனென்றால், அங்கு காவலிருந்தது க்ருத்திகா.

"குனிஞ்சிக்குங்க!" தான் நகர்ந்தால், அந்த இடைவெளியில் சிங்கப்புலி கார்த்திக்கைத் தாக்கப் பாயக்கூடும் என்பதால், க்ருத்திகாவின் உதவிக்குச் செல்லமுடியாத நிலையில் கணேஷ் இருந்தான். "குனிஞ்சிக்குங்க, க்ருத்திகா! பெண் சிங்கத்துக்கு அடி பட்டுருக்கு. அதால உயரப் பாய முடியாது!"

காயம்பட்டிருந்த பெண் சிங்கத்தைத் தாக்கத் தயாராய், க்ருத்திகா தன் வாளை தாழ்வாகப் பற்றியிருந்தாள். அவள் வியப்புறும் வகையில், சிங்கம் அவளுக்கு இடப்புறம் சட்டென்று நகர்ந்தது. அதைத் தாக்க க்ருத்திகா யத்தனித்த அதே தருணம் - மயிர்க்கூச்செரியும் அலறல் ஒன்று கேட்டது.

மறுபக்கமிருந்த பெண் சிங்கம், சந்தர்ப்பத்தைப் பயன்படுத்திக்கொண்டு காசி வீரனின் மீது பாய்ந்தது. நகத்தால் அவனைக் குதறி அது இழுத்துச் செல்ல, உயிர்போகும் வலியில் அவன் அலறினான். கையில் பலவீனமாய்ப் பற்றியிருந்த வாளால், தளர்வாய் அதனை அடிக்க முயல, அதற்கெல்லாம் எந்த பலனுமில்லை. கதறக் கதற, சிங்கம் அவனைக் கவ்வி, கடித்து, உதறிக்கொண்டிருந்தவனின் கழுத்தை நெரித்தது. நொடிகளில் அவன் இறந்துபோனான்.

சிங்கப்புலி, தப்பிக்க எந்த இடமும் கொடுக்காமல் கணேஷின் முன் நின்றது. இன்னொரு பெண் சிங்கம், இறந்து போன காசி வீரனை விட்டுவிட்டு, மீண்டும் தன்னிடத்திற்கு வந்து சேர்ந்தது.

கணேஷ் மூச்சை ஆழமாய் இழுத்துவிட்டான். என்ன அற்புதமாய் இந்த மிருகங்கள், ஒற்றுமையாய் இணைந்து, திறமையாய் வேட்டையாடுகின்றன! அதிசயிக்காமல் இருக்கமுடியவில்லை.

“குனிஞ்சே இருங்க,” க்ருத்திகாவிடம் சொன்னான். “சிங்கப்புலியையும், இந்தப் பெண் சிங்கத்தையும் நான் பார்த்துக்கறேன். காயம்பட்ட இன்னொரு சிங்கத்தை மட்டும் கவனிச்சுக்குங்க. மூணையும் என்னால சமாளிக்க முடியாது. இந்த மிருகங்கள், ஒண்ணாக் குழுவா வேட்டையாடுது. கவனம் பிசகினா, செத்தோம்.”

அடிபட்ட சிங்கம் அவளை நோக்கி வர, க்ருத்திகா தலையசைத்தாள். தோள் காயத்தினால், சிங்கத்திற்கு ஏகப்பட்ட இரத்த சேதம். மிக மெதுவாகத்தான் நகர்ந்தது. ஆனாலும், க்ருத்திகாவின் மீது பாய்ந்தது.

அருகே வந்த பெண் சிங்கம், திடீரென்று உயரே - தோள் இடம்தரும் அளவு - தாவியது. பலவீனமான முயற்சிதான். தாழக் குனிந்த க்ருத்திகா, வாளை உயர்த்தினாள். சிங்கத்தின் இதயத்தில் அது குரூரமாய்ப் பாய்ந்தது. அவள் மீது சிங்கம் விழுந்த போது, சடலமாகியிருந்தது.

ஓரக்கண்ணால் அவளைக் கவனித்த கணேஷ், பெண் சிங்கம் க்ருத்திகாவின் மீது விழுந்த கணத்தில், அவளது தோளை நகத்தால் குதறியதைக் கவனித்தான். க்ருத்திகாவின் உடலிலிருந்து இரத்தம் ஆறாய்ப் பெருகியது. இறந்துகிடந்த சிங்கத்தின் சடலத்திற்கடியில், நகரக்கூட முடியாமல் அவள் மாட்டிக்கொண்டிருந்தாள். ஆனால், உயிருடன் இருந்தாள். கணேஷைப் பார்க்கக்கூடிய கோணத்தில்தான் கிடந்தாள்.

தன் கேடயத்தை முதுகில் பொருத்திக்கொண்ட கணேஷ், இரண்டாவது, சற்றே சிறிய வாளை இழுத்துக்கொண்டு, ஆலமரத்தின் அருகே நின்றான். குறுவாளில், குத்தப்பட்டவர் நகர்ந்தால் அசையக்கூடிய இன்னொரு கத்தி பொருத்தப்பட்டிருந்தது. உடலில் செருகினால், மீண்டும் மீண்டும் சதையை அறுக்கக்கூடிய மிகப் பயங்கரமான ஆயுதம்.

மகாதேவர் வந்து சேரும் வரையில் நேரம் கடத்த தன்னாலான முயற்சி செய்வது என்று கணேஷ் முடிவு செய்தான்.

சிங்கப்புலி, கணேஷுக்கு வலப்புறம் நகர்ந்தது. பெண் சிங்கம், இடப்புறம். இரு மிருகங்களையும் கணேஷ் கண்காணிக்க சிரமமாகயிருக்கும் வகையில், அவற்றுக்கிடையே இடைவெளி அதிகரித்தது. தாக்குவதற்குச் சரியான கட்டம் வாய்த்தவுடன், இரண்டும் மெல்ல, ஒரே கதியில், அவனை நோக்கி முன்னேறின.

சட்டென்று பெண் சிங்கம் பாய்ந்தது. இடக்கையால் கணேஷ் வீசினான். ஆனால், குறுவாளின் நீளம் போதவில்லை. வீசிய வேகத்தில் அவன் பார்வை இடப்பக்கம் திரும்ப, அந்த சந்தர்ப்பத்தைப் பயன்படுத்திக்கொண்ட சிங்கப்புலி, ஆக்ரோஷமாய் பாய்ந்து, இச்சாவரில் கணேஷுக்கு அடிபட்ட அதே இடத்தில் ஆழக் கடித்தது.

வலியில் அலறிய கணேஷ், ஆவேசமாய் வலக்கரத்தை வீச, சிங்கப்புலியின் முகத்தில் வெட்டு விழுந்தது. ஆயினும், கணேஷின் தொடையில் ஒரு பகுதியைக் கவ்விக்கொண்ட பிறகே கொஞ்சம் பின்வாங்கியது.

கணேஷின் உடலினின்று இரத்தம் கொடகொடவென்று கொட்டிக்கொண்டிருந்தது. பின்னால் ஓரடியெடுத்து வைத்தவன், ஆலமரத்தின் மீது சாய்ந்தான். மரபொந்திற்குள்ளிருந்து, தம்பி அலறிக்கொண்டிருந்தான். சிங்கங்களோடு தானும் சண்டை போட வெளியே விடும்படி கத்திக்கொண்டிருந்தான். கணேஷ் அசையவில்லை. சிங்கங்கள் மீண்டும் தாக்கின.

இம்முறை பாய்ந்தது சிங்கப்புலி. அவற்றின் தாக்குதலில் ஒரு முறைமை இருப்பதை உணர்ந்த கணேஷ், கண்களை நட்டநடுவே பதிக்க, இப்போது இரு மிருகங்களையும் பார்க்கமுடிந்தது. வலக்கை வாளை நீட்டி, சிங்கப்புலி அருகே நெருங்காமல் பார்த்துக்கொண்டான். சிங்கப்புலியின் வேகம் குறைய, பெண் சிங்கம் இப்போது முன்னே விரைந்தது. குறுவாளையெடுத்து வெடுக்கென்று கணேஷ் வீச, அது சிங்கத்தின் தோளில் பாய - அதற்குள் மிருகம் அவனைக் கடித்துவிட்டது. கணேஷின் இடது கையில் இன்னொரு காயத்தை ஏற்படுத்திய பிறகே, தோளில் அவனது சிறிய, இரட்டைக் கத்தியுடன், பெண் சிங்கம் பின்வாங்கியது.

வெகு நேரம் தன்னால் போராடமுடியாது என்பதை கணேஷ் உணர்ந்தேயிருந்தான். இரத்தம் அதிகமாய் வெளியேறிக்கொண்டிருந்தது. பக்கவாட்டில் விழுந்து தொலைத்தால், கார்த்திக்கிற்கு ஆபத்து. ஆகையால், மரத்தின்

மீது சரிந்து, பொந்தைத் தன் உடலால் மறைத்துக்கொண்டான். தன்னைத் தாண்டித்தான் மிருகங்கள் தம்பியைத் தொடமுடியும்.

ஏகமாய்க் குருதி கொட்டியதில், கண்பார்வை மங்கத் துவங்கியது. இருப்பினும், பெண் சிங்கத்திற்கு நல்ல அடி என்பதை உணர்ந்தான். நிமிர்ந்து நிற்கமுடியாமல், காயத்தை நக்கமுயன்றவாறு, சற்று தூரத்தில் திணறிக்கொண்டிருந்தது. அது ஒவ்வொரு முறை அசையும்போது, இரட்டைக் கத்தி இன்னும் ஆழமாய்ப் புதைந்து, எலும்பிலிருந்து சதையைச் சீய்த்தது. வலப்புறம், சிங்கப்புலி அருகில் வருவதைக் கண்டான். தாக்கக்கூடிய நெருக்கத்தில் வந்தவுடன், முன்னே பாய்ந்து காலால் அவனைப் பிறாண்ட, அதே நொடியில் கணேஷ் வாளால் வீசினான். சிங்கப்புலியின் நகம் அவனது முகத்தைக் குதறி, நீண்ட மூக்கை ஆழமாய் வெட்டியது; அதே கணம், கணேஷின் வாள் சிங்கப்புலியின் இடது கண்ணை நோண்டியெடுத்துவிட்டது. வலியில் உறுமிய மிருகம், பின்வாங்கியது.

ஆனால், கணேஷ் கவனிக்காத ஒரு விஷயத்தைப் பார்த்துவிட்ட கார்த்திக், மரவாளால் வீச முயன்றும், அவனது குழந்தைக் கரங்களுக்கு எட்டவில்லை. "தாதா! ஜாக்கிரதை!"

கணேஷின் கவனம் சிதறியிருந்த அந்த சில நொடிகளில், பெண் சிங்கம் அருகே ஊர்ந்து வந்திருந்தது. இப்போது முன்னே பாய்ந்து, அவனது மார்பைக் கடித்தது. வாளை வீசி, அதன் முகத்தைக் கீறினான். பின்வாங்கிய சிங்கம் வலியில் கர்ஜித்தாலும், கணேஷின் மார்புச் சதையில் கணிசமான பகுதியைக் கவ்விச் செல்லாமலில்லை. சண்டையின் வேகத்தைச் சமாளிக்க நாகாவின் இதயம் இரத்தத்தையும் அட்ரீனலினையும் அதிவேகமாய் உடல் முழுதும் செலுத்த, இப்போது அதுவே அவனுக்கெதிராய்த் திரும்பிக் கொண்டிருந்தது: உடல் முழுதும் பரவியிருந்த ஏராளமான காயங்களினின்று குருதி ஆறாய்ப் பெருகிக்கொண்டிருந்தது.

முடிவு நெருங்கிவிட்டதென்று கணேஷ் உணர்ந்தான். இதற்கு மேல் தாக்குப் பிடிப்பது சிரமம். அப்போது, ஓங்காரமாய் யுத்த முழக்கம் காதை எட்டியது.

"ஹர ஹர மகாதேவ்!"

இதமாய், அணுக்கமாய், இருள் வந்து கணேஷின் மீது மென்மையான போர்வையாய் அழுத்தியது. விழிப்புடன் இருக்கத் திணறினான்.

ஏறக்குறைய ஐம்பது சூர்யவம்சி வீரர்கள் ஆக்ரோஷமாய்ப் பூங்காவிற்குள் பாய்ந்தனர்; இரு சிங்கங்களின் மீது விழுந்தனர். ஏற்கனவே பலவீனமடைந்திருந்த மிருகங்களால் அதற்கு மேல் தாக்குப்பிடிக்க முடியவில்லை; விரைவில் கொல்லப்பட்டன.

வெகுவேகமாய் மங்கிய கண்களால், தன்னை நோக்கி அழகிய ஆண் உருவமொன்று, இரத்தம் தோய்ந்த வாளுடன் பாய்ந்துவருவது போல் தோன்றியது. கழுத்தில், பளீரிடும் நீலம். அவருக்குப் பின்னால், மங்கலாக - கண் சரியாகத் தெரியவில்லை - வெண்கலத்தின் வெண்மை நிறத்துடன் ஒரு பெண்மணி. சிங்கப்புலியின் இரத்தம் அவள் மீது தாராளமாய் வாரித் தெளித்திருக்க, போர்க்கோலம் பூண்ட வீராங்கனை.

நாகாவின் முகம் மலர்ந்தது. உலகிலேயே தனக்கு மிக முக்கியமான இருவருக்கு நல்ல செய்தியளிக்கும் பாக்கியம் தனக்குக் கிட்டிவிட்டதல்லவா?

“கவலைப்படாதீங்க ... *பாபா*,” தன் தந்தையிடம் கணேஷ் மெல்லிய குரலில் சொன்னான். “உங்க மகன் ... பத்திரம். என் பின்னால ... மறைஞ்சிருக்கான்.”

கணேஷ் சுருண்டு விழுந்தான். நினைவு தவறிவிட்டது.

அத்தியாயம் 20

தனிமை என்றுமில்லை, சகோதரா

வலிக்கும் என்று கணேஷ் எதிர்பார்த்தான். ஆனால், எதுவும் உறைக்கவில்லை.

கண்களைத் திறந்தான். தனக்கருகில் தீர்மானமாய், அசைக்கமுடியாமல் நின்ற ஆயுர்வதியின் உருவம், சரியாய்ப் புலப்படவில்லை.

கண்களை, சிதைந்திருந்த உடல் நோக்கித் திருப்பினான்: தோல் கிழிந்து, சதை பிய்ந்து தொங்கி, இரத்தம் திட்டுத் திட்டாய்ப் பரவி, கையெலும்பு துருத்திக்கொண்டிருக்க, மார்பிலிருந்த பிளவின் வழியே தெரிந்த, உடைந்த மார்பெலும்பு ...

பூமிதேவி! நான் பிழைக்க வாய்ப்பேயில்ல.

இருள் மீண்டும் அழைக்க, மூழ்கிப்போனான்.

— ☥ ⊚ ⏏ ⚴ ⊕ —

மார்பில் சுருக்கென்று வலி. கண்கள் மெதுவாய், கீற்று போல் திறந்தன.

இமைகளினூடே, ஆயுர்வதி கட்டுக்களை மாற்றுவது தெரிந்தது.

உணர்ச்சி இருந்தது.

நல்ல விஷயம்தானே?

மீண்டும் கனவுலகிற்கு நழுவிச் சென்றான்.

— ☥ ⓜ ♈ ✦ ✪ —

மென்மையான தொடுகை. பிறகு, கரம் விலகியது. தூங்கிக் கொண்டிருந்த கணேஷ் தலையை அசைத்தான். அந்தக் தொடுகை வேண்டும் போல் தோன்றியது. மீண்டும் அந்தக் கரம், அவனது முகத்தை ஆதுரத்துடன் தடவியது.

லேசாய்க் கண்களைத் திறந்த கணேஷ், சதி அவனருகே அமர்ந்திருந்ததைக் கண்டான். கண்கள் கண்ணீர் சிந்தி, சிவப்பாய் வீங்கியிருக்க, அவன் மீது கவிந்து பார்த்துக்கொண்டிருந்தாள்.

அம்மா ...

சதியிடம் பதிலில்லை. காது கேட்கவில்லை போலும்.

அவளுக்குப் பின்னாலிருந்த ஜன்னல் வழியே, மழை பெய்வதைக் கவனித்தான்.

மழைக்காலம்! எவ்வளவு நாளா இப்படி நினைவில்லாம கிடந்தேன்?

ஜன்னலுக்கருகே, சுவற்றின் மீது சாய்ந்தபடி ஒரு மனிதன் நின்றுகொண்டிருப்பதைக் கண்டான். திண்மையான உடற்கட்டும், வழக்கமாய்க் குறும்பு கூத்தாடும் கண்களும் ... ஆனால், இப்போது அவை உணர்ச்சியற்று இருந்தன. நீலக்கழுத்துடன் ஒரு மனிதன். துளைப்பது போல் பார்வை. தன்னை அக்கு வேறு ஆணி வேறாய்ப் புரிந்து கொள்ள முயற்சிக்கும் கூர்ந்த விழிகள்.

உறக்கம் மீண்டும் கணேஷை இழுத்துச் சென்றது.

— ☥ ⓜ ♈ ✦ ✪ —

கையின் மேல் அணுக்கமாய்த் தொடுகை. யாரோ மென்மையாக மருந்திடுகிறார்கள்.

நாகா மெல்லக் கண் விழித்தான். தனக்கு இவ்வளவு ஆதுரத்துடன் மருந்திடும் கை, மென்மையான பெண் விரல்களைக் கொள்ளாமல், உறுதியான ஆண்விரல்களாயிருப்பதைக் கண்டு வியப்புற்றான்.

மெல்ல விழிகளை உயர்த்தி, தனக்கு இத்துணை ஆதரவாய் வைத்தியம் செய்யும் மருத்துவர் யாராயிருக்கக்கூடுமென்று பார்த்தான். ஆ, என்ன கட்டுமஸ்தான தேகம்! இறுகிய மார்புத் தசைகள். ஆனால், அந்தக் கழுத்து! அது வித்தியாசமாயிருந்தது. தெய்வீக நீலம் ஒளிவிட்டுப் பிரகாசித்தது.

அதிர்ந்து போன கணேஷுக்குத் தன்னையறியாமல் மூச்சுத் திணறியது.

மருந்திட்டுக்கொண்டிருந்த கை சட்டென்று நின்றது. இரு விழிகள் தன்னைத் துளைப்பதையுணர்ந்தான். நீலகண்டர் எழுந்து, அறையினின்று வெளியேறினார்.

கணேஷ் மீண்டும் கண்களை மூடிக்கொண்டான்.

— ☦ ⓂⓊ ⚡ ⊛ —

தன்னை இருள் போர்வைக்குள் சுருட்டிவைத்திருந்த உறக்கம் நீங்கி, மீண்டும் அதன் அடைகாக்கும் பத்திரத்திற்குள் நழுவ வேண்டிய பலவீனத்திற்கு ஆளாகாமல், கணேஷுக்கு ஒரு வழியாக விழிப்புத் தட்டுவதற்கு, பலப்பல காலமாயிற்று. எங்கோ, சடபடவென்று மழைத்துளிகள் மெல்ல விழும் சப்தம்.

மழைக்காலம் மீது அவனுக்கு மிகுந்த இஷ்டம். கம்மென்று எழுந்து, புலன்களை வசீகரிக்கும் கனத்த, உயிர்த்தெழுந்த மண்ணின் வாசம். பூமியின் மீது விழும் மழைத்துளியின் இனிய கீதம்.

லேசாய்த் தலையை இடப்பக்கம் திருப்பினான். சதி விழிக்க அது போதுமானதாய் இருந்தது. அறையின் மறுகோடியில் இருந்த படுக்கையில் படுத்திருந்தவள், சட்டென்று எழுந்து, கணேஷிடம் விரைந்தாள். ஒரு நாற்காலியை இழுத்துப்போட்டு அவனருகே அமர்ந்தவள், மகனின் கரத்தின் மீது தன்னுடையதை வைத்தாள்.

"இப்ப எப்படியிருக்கு, கண்ணா?"

கணேஷின் முகம் மெல்ல மலர்ந்தது. தலையை இன்னும் சற்றுத் திருப்பினான்.

புன்னகை புரிந்த சதி, விரல்களால் முகத்தை வருடினாள். அந்த ஸ்பரிசம் அவனுக்கு மிகப் பிரியம் என்பது அவளறிந்ததே.

“க்ருத்திகா?”

“நல்லாத் தேறிட்டா,” என்றாள் சதி. “உன்னளவுக்கு அவ காயம் மோசமில்ல. ஆயுராலயத்துலேர்ந்து ரொம்ப சீக்கிரம் வெளிவந்துட்டா. ரெண்டே வாரம்தான்.”

“நான் எவ்வளவு ...?”

“எவ்வளவு நாளா இங்க இருக்கேன்னு கேக்கறியா?”

கணேஷ் “ஆம்” என்று தலையசைத்தான்.

“அறுபது நாள். நினைவு வந்து வந்து போச்சு உனக்கு.”

“மழை ...”

“மழைக்காலம் ஏறக்குறைய முடிஞ்சாச்சு. காத்துல ஈரப்பதம் அதிகமாயிருந்ததால, குணமடையறதுல சில சிக்கல்கள். ரொம்ப காலமாகிடுச்சு.”

கணேஷ் ஆழ மூச்சுவிட்டான். சோர்வாக இருந்தது.

“தூங்கு,” என்றாள் சதி. “நல்லா குணமாயிட்டு வர்றேன்னு ஆயுர்வதிஜி சொன்னாங்க. சீக்கிரம் இங்கேயிருந்து வெளியேறிடலாம்.”

புன்னகை புரிந்த கணேஷ், அப்படியே தூங்கிப்போனான்.

சட்டென்று விழிப்புத் தட்டியது. எழுப்பியது ஆயுர்வதிதான். அவனையே வைத்த கண் வாங்காமல் பார்த்துக்கொண்டிருந்தாள்.

“எவ்வளவு நேரமாத் தூங்கிட்டிருந்தேன்?”

“கடைசியாக விழித்த பிறகா? சில மணி நேரமிருக்கும். உன் தாயாருக்கு ஓய்வு தேவையென்று வீட்டிற்கு அனுப்பிவிட்டேன்.”

கணேஷ் தலையசைத்தான்.

பிசைந்து வைத்திருந்த பசையை, ஆயுர்வதி எடுத்தாள். “வாயைத் திற.”

அந்தப் பசையின் துர்நாற்றத்தை கணேஷால் சகிக்க முடியவில்லை. “இது என்ன, ஆயுர்வதிஜி?”

"வலியைக் குறைக்கும்."

"எனக்கு வலியெதுவும் தெரியலியே."

"இந்தப் பசையைத் தடவும்போது, வலிக்கும். வாயைத் திற. நாவிற்கடியில் இதை அடக்கிக்கொள்."

மருந்தின் தாக்கம் பரவ ஆயுர்வதி காத்திருந்தாள். பிறகு, கணேஷின் மார்பில் இருந்த கட்டை அவிழ்த்தாள். காயம் அற்புதமாய்க் குணமடைந்திருந்தது. சதை மீண்டும் வளர்ந்து, பொறுக்குத் தட்டியிருந்தது.

"விரைவில் தோல் மூடிவிடும்," ஆயுர்வதி பட்டுக்கொள்ளாமல் கூறினாள்.

"நான் ஒரு போர்வீரன்," கணேஷ் புன்னகை புரிந்தான். "பழுதில்லாத சருமத்தைவிட, விழுப்புண்தான் முக்கியம்."

உணர்ச்சியற்ற முகத்துடன் அவனை ஆயுர்வதி வெறித்தாள். பிறகு, ஒரு பாத்திரத்தை எடுத்தாள். பசையை அவள் இடத் துவங்க, கணேஷ் மூச்சை இழுத்துப் பிடித்துக்கொண்டான். மரத்துப் போவதற்கான மருந்தையும் மீறி, சுருசுருவென்று எரிந்தது. விரைவாய் பசையைப் பூசியவள், சட்டென்று புண்ணை வேப்பிலை வைத்துக் கட்டி மூடினாள்.

விரைவாய், தீர்மானமாய், சிந்தாமல் சிதறாமல் மிகச் சீராக வேலை செய்த ஆயுர்வதியின் திறன், கணேஷுக்கு உவப்பாயிருந்தது. இவையெல்லாம் அவன் மிக மதிக்கும் குணாதிசயங்கள்.

மக்கள் தலைவன் மூச்சை ஆழ இழுத்துவிட்டவாறு, சக்தியைச் சேகரம் செய்துகொண்டான். "நான் பிழைப்பேன்னு நினைக்கலை. உங்களைப் பத்தி சொன்னதெல்லாம் வெத்துப் புகழ்ச்சியில்லன்னு நல்லாத் தெரியுது, ஆயுர்வதிஜி."

அவளது புருவம் நெறிந்தது. "என்னைப் பற்றி எப்போது கேள்விப்பட்டாய்?"

"இச்சாவர்லயும் எனக்கு காயம்பட்டுச்சு. நீங்க இருந்திருந்தா, ரெண்டு மடங்கு சீக்கிரமா குணப்படுத்தியிருப்பீங்கன்னு அம்மா சொன்னாங்க. உலகத்துலேயே நீங்கதான் சிறந்த மருத்துவர்னாங்க."

ஆயுர்வதியின் புருவங்கள் உயர்ந்தன. "வெள்ளி நாக்கு, உனக்கு. யாரையும் சட்டென்று புன்னகைக்க வைக்கும்

திறன். நீலகண்டப் பெருமானைப் போல. ஆனால், அவரது கறைபடியாத உள்ளம்தான் உன்னிடத்தில் இல்லை."

கணேஷ் மௌனமானான்.

"ப்ரஹஸ்பதியை நான் மிக மதித்தேன். நல்ல மனிதர் மட்டுமல்ல, ஏராளமான ஞானத்தைத் தன்னுள் அடக்கியவர். அவர் காலம் முடிவதற்குள் உயிர் பறிக்கப்பட்டதனால் இந்த உலகிற்கு நேர்ந்த நஷ்டம் கொஞ்சநஞ்சமல்ல."

பதில் சொல்லாத கணேஷின் கண்கள் அவளுடையதை ஏறிட்டபோது, சோகம் ஒளிர்ந்தது.

"இப்போது, உன் கையைப் பார்க்கலாம்."

பட்டென்று கட்டைப் பிடித்திழுத்தாள். சுருக்கென்று வலிக்குமளவுக்கு வேகமாய் - ஆனால், காயம் பெரிதாகாத அளவு மென்மையாய்.

கணேஷின் முகம் சிறிதும் சுணங்கவில்லை.

மறு நாள் கணேஷ் விழித்தபோது, அறையில் அம்மாவும் சித்தியும் கிசுகிசுத்துக்கொண்டிருந்ததை உணர்ந்தான்.

"அம்மா, மாஸி," மெல்ல அழைத்தான்.

சகோதரிகளிருவரும், புன்னகையுடன் அவன்புறம் திரும்பினர்.

"சாப்பிட, குடிக்க, ஏதாவது வேணுமா?" சதி கேட்டாள்.

"ஆமாம்மா. எழுந்து நடக்கணும் போலவும் இருக்கு. அறுபது நாளாத்தான் படுத்தே இருந்துட்டேனே? இது ரொம்ப கொடுமை."

புன்னகை புரிந்த காளி, "ஆயுர்வதிகிட்ட பேசிப் பாக்கறேன். இப்போதைக்கு, படுத்தே கிட," என்றாள்.

மருத்துவரைக் காண காளி கிளம்ப, சதி தன் நாற்காலியை கணேஷருகில் இழுத்துப் போட்டுக்கொண்டாள்.

"உனக்காகப் *பராட்டா* எடுத்துக்கிட்டு வந்திருக்கேன்," என்றபடி, கையிலிருந்த சிறிய தந்தப் பெட்டியைத் திறந்தாள்.

கணேஷின் முகம் மலர்ந்தது. அம்மா தன் கைப்படச் செய்த காய் நிரம்பிய ரொட்டிகள், அவனுக்கு மிகப்பிடிக்கும். தன் சிறிய தந்தை சிவனுக்கும்தான் என்பது நினைவுக்கு வந்த போது, மலர்ச்சி சட்டென்று மறைந்தது.

கணேஷ் உணவருந்தும் முன், வாய் கழுவவென்று ஆயுர்வதி அளித்திருந்த திரவத்தையெடுக்க சதி எழுந்தாள்.

"அப்பா உங்க அறைக்கு திரும்பிட்டாராம்மா?"

மருந்து அலமாரியிலிருந்து சதி அவனைத் திரும்பிப் பார்த்தாள். "இந்த விஷயத்தைப் பத்தியெல்லாம் நீ மண்டையை உடைச்சுக்காதே."

"உங்ககிட்ட பேசவாவது பேசறாரா?"

"அதைப்பத்தியெல்லாம் கவலைப்படாதே," என்றபடி சதி மீண்டும் கணேஷிடம் வந்தாள்.

கூரையை வெறித்துக்கொண்டிருந்த நாகாவின் இதயத்தைக் குற்ற உணர்வு வருத்தியது. கண்கள் சுருங்கின. "அவர் வந்து ..."

"வந்தார்," என்றாள் சதி. "தினமும் உன்னைப் பாக்க வந்தார். ஆனா, இன்னையிலிருந்து வரமாட்டார்னு நினைக்கறேன்."

துயரத்துடன் கணேஷ் உதட்டைக் கடித்துக்கொண்டான்.

சதி, அவனது தலையைத் தட்டிக்கொடுத்தாள். "நேரம் காலம் கூடி வந்தா, எல்லாம் தன்னால சரியாகிடும்."

"மந்தர மலையில என்ன நடந்தது, ஏன் நடந்ததுன்னு சொல்லத்தான் விரும்பறேன். என்னை மன்னிப்பாரான்னு தெரியலை. ஆனா, புரிஞ்சிக்கவாவது புரிஞ்சிப்பார்."

"காளி கொஞ்சம் சொன்னா. எனக்கு ஓரளவு புரியுது. ஆனா, ப்ரஹஸ்பதிஜி? அவர் ரொம்பப் பெரியவர். அவர் போனது, இந்த உலகத்துக்கு மிகப்பெரிய இழப்பு. எனக்கே இன்னும் சரியாப் புரியலை. சிவா, அவர் மேல சொந்த சகோதரனைப் போலப் பாசம் வெச்சிருந்தார். அவர் சட்டுன்னு புரிஞ்சிக்கணும்னு நாம எப்படி எதிர்பாக்க முடியும்?"

சோகம் ததும்பும் கண்களுடன் கணேஷ் சதியை ஏறிட்டான்.

“ஆனா, நீ கார்த்திக்கோட உயிரைக் காப்பாத்திட்டே,” என்றாள் சதி. “என்னையும்தான். அது சிவாவுக்கு எவ்வளவு முக்கியம்னு எனக்குத் தெரியும். கொஞ்சம் கால அவகாசம் கொடு. தன்னால வழிக்கு வந்துடுவார்.”

மனம் நிறைய அவநம்பிக்கையுடன், கணேஷ் மௌனம் சாதித்தான்.

மறுநாள், ஆயுர்வதியின் அனுமதியுடன், ஆயுராலயத்தில் தன் அறையைவிட்டு, அதிதிக்வரின் பிரம்மாண்டமான அரண்மனைக்கு அடுத்தபடியிருந்த அழகிய தோட்டத்தில் சற்று காலாற நடந்துவர கணேஷ் புறப்பட்டான். மெல்ல, காளியின் தோளின் மீது சாய்ந்து, கைத்தடி ஒன்று கனம் தாங்க, நடந்தான். தனியாக நடக்க அவன் விரும்பினாலும், காளி அதை அனுமதிப்பதாக இல்லை. பூங்காவை அவர்கள் அடைந்த மறுகணம், கத்திகள் ஒன்றோடொன்று உராயும் பலத்த சப்தம் கேட்டது.

“யாரோ பயிற்சி செய்யறாங்க,” கணேஷின் கண்கள் சுருங்கின. “அதுவும், ரொம்பத் தீவிரமா!”

காளியின் முகத்தில் புன்னகை. போர்வீரர்கள் பயிற்சி புரிவதைக் காண்பதில் அவனுக்கு மிக்க இன்பம் என்பதை அவள் அறிவாள். “வா, போகலாம்.”

பூங்காவின் மையப்பகுதிக்கு கணேஷ் நடக்க உதவினாள். அவனோ, வந்தடைந்த ஒலிகளின் ஏற்ற இறக்கத்தைக்கொண்டு, பயிற்சியின் தரத்தை எடை போட்டுக்கொண்டிருந்தான். “வேகமாத்தான் மோதறாங்க. நல்ல எஃகு வாள்; வெத்துக் கத்திகள் இல்ல. ரொம்பத் தேர்ந்த வீரர்கள் பயிற்சி பண்றாங்க போல.”

பதில் சொல்லாத காளி, பூங்காவின் வேலிக் கதவுகள் வழியே அவனை இட்டுச் சென்றாள்.

உள்ளே நுழைந்தவுடன், கணேஷ் தன்னையறியாமல் துணுக்குற்றான். காளியின் பிடி வலுவடைந்தது. “கவலைப்படாதே. அவனுக்கெந்த ஆபத்துமில்ல.”

தூரத்தில் பர்வதேஸ்வரருடன் ஆவேசப் போரில் ஈடுபட்டிருந்தது - கார்த்திக். கணேஷே அதிசயித்துப்

342 தனிமை என்றுமில்லை, சகோதரா

போகும் வேகத்துடன் சண்டையிட்டுக்கொண்டிருந்தான். ஏழு வயதிற்குரிய வளர்ச்சியுடன் அந்த மூன்று வயதுக் குழந்தை இருந்தாலும், பிரம்மாண்டமாய் நின்ற பர்வதேஸ்வரருடன் ஒப்பிட்டால், உயரம் குறைவுதான். மெலூஹ சேநாதிபதி வெகு வேகமாய் வாளைச் சுழற்றினாலும், கார்த்திக், தன் உயரக்குறைவையே அவருக்கெதிராய்ப் பிரமாதமாய்ப் பயன்படுத்திக்கொண்டிருந்தான். தாழக் குனிந்தவன், பர்வதேஸ்வரரும் தன் வாளைத் தாழ்வாக வீசச் செய்தான்; இவ்வாறான போர்முறை, மிகத் தீவிரப்பயிற்சி பெற்றவர்களைத் தவிர்த்து மற்றோரால் முடியாத காரியம்; குள்ளர்களை எதிர்த்துப் போர்ப்பயிற்சி மேற்கொள்வோர் யார்? அதுமட்டுமின்றி, தாவிக் குதித்து, வாளால் அதிவேகமாய் வீசி, பாய்ச்சி, சடக் சடக்கென காயப்படுத்தும் வல்லமையும் கார்த்திக்கிற்கு இருந்தது. அவன் அவரைத் தாக்கிய கோணங்களிலிருந்து தப்பிக்கவோ, தற்காத்துக் கொள்ளவோ, வளர்ந்த போர்வீரர்களாலேயே முடிந்திருக்குமா என்பது சந்தேகம். வெகு சில நிமிடங்களுக்குள், பர்வதேஸ்வரரின் மார்பின் கீழ்ப்பகுதியில், கொல்லும் வீச்சை மும்முறையாவது பிரயோகித்து, கடைசி நொடியில் கார்த்திக் தன்னை நிறுத்திக்கொண்டான்.

கணேஷ் பார்த்தது பார்த்தபடி "ஆ"வென்று நின்றான்.

"உனக்குக் காயம்பட்டதிலிருந்து, ஒவ்வொரு நாளும் பயிற்சி செஞ்சுக்கிட்டு வர்றான்," என்றாள் காளி.

வெகுசில வீரர்களே பயன்படுத்திய இன்னொரு யுக்தியைக் கண்டு, கணேஷ் மேலும் அதிசயித்தான். "கார்த்திக் ஒரே சமயத்துல ரெண்டு வாள் உபயோகிக்கறான்."

"ஆமா," காளி புன்னகை புரிந்தாள். "கேடயம் வெச்சுக்கிறதில்ல. இடதுகையாலயும் வீசறான். தற்காப்பைவிட, பாயறதே சிறந்ததாம்!"

அப்போது, சதியின் குரல் ஓங்கி ஒலித்ததை கணேஷ் கேட்டான். "நிறுத்துங்க!"

ஒரு மூலையில், பலகையின் மீதமர்ந்திருந்த சதி, எழுந்து நிற்பதைக் கண்டான்.

"தொந்தரவுக்கு மன்னிக்கணும், *பித்ருதுல்யா*," தந்தையைப் போல் மதித்த பர்வதேஸ்வரரிடம் சதி பேசினாள். "கார்த்திக் தன் அண்ணாவைப் பாக்க ஆசைப்படலாம், இல்லையா?"

பர்வதேஸ்வரர், கணேஷை நிமிர்ந்து பார்த்தார். சதியின் மூத்த மகனை அவர் அங்கீகரிக்கவோ, தலையசைத்து வரவேற்கவோ இல்லை. ஓரடி பின்வாங்கி மட்டும் நின்றார்.

தன்னை நோக்கி மெல்ல நடந்து வந்துகொண்டிருந்த கணேஷைக் கண்ட கார்த்திக்கின் முகம் மலர்ந்தது. கணேஷோ, அவனிடத்தில் தெரிந்த மாறுதலைக் கண்டு அதிசயித்தான். கார்த்திக்கின் கண்களில், குழந்தைக்குரிய அப்பாவித்தனம் இல்லை; எஃகின் வலிமை மட்டுமே மிளிர்ந்தது. மாசற்ற, அசைக்கமுடியாத, ஆணித்தரமான இரும்பையொத்த வலிமை.

"ரொம்ப நல்லா சண்டை போடறே, தம்பி," என்றான் கணேஷ். "எனக்கு இதுவரைக்கும் தெரியாம போச்சு."

அவனை கார்த்திக் இறுக அணைத்துக்கொண்டான். காயம்பட்ட இடத்தில் வலித்தாலும், கணேஷ் முகம் சுருக்கவோ, பின்வாங்கவோ இல்லை.

சிறுவன் அணைப்பிலிருந்து விடுபட்டான். "இனிமே நீங்க தனியா சண்டை போடமாட்டீங்க, அண்ணா. போடவே வேண்டாம்."

அகமும் முகமும் மலர்ந்த கணேஷ், கண்கள் பனிக்க, மீண்டும் அவனைக் கட்டிக்கொண்டான்.

சதியும் காளியும் இதுகாறும் அமைதியாயிருந்ததை நாகா அப்போது கவனித்தான். நிமிர்ந்த போது, வாயிலை நோக்கி பர்வதேஸ்வரர் செல்வதைக் கண்டான். வலக்கையை முஷ்டியாக்கி மார்பின் மீது அறைந்துகொண்ட சேநாதிபதி, மெலூஹ இராணுவத்தின் சம்பிரதாய வணக்கத்தை தெரிவித்தார். அவர் நோக்கிய திசையில் கணேஷ் திரும்பினான்.

வாயில் கதவருகே, சிவன். மார்பின் குறுக்காய்க் கைகளைக் கட்டியவாறு. உணர்ச்சியற்ற முகத்துடன். தலைக்கூந்தல் கலைந்து, உடை காற்றில் படபடத்தது. கணேஷின் மீது ஆணித்தரமான பார்வை.

கார்த்திக்கை இன்னமும் அணைத்துக்கொண்டிருந்த கணேஷ், நீலகண்டருக்கு மரியாதை செலுத்தும் விதமாய், தாழ வணங்கினான். நிமிர்ந்தபோது, சிவனைக் காணவில்லை.

"சிவா, ஒரு வேளை, அவன் அவ்வளவு மோசமில்லையோ, என்னமோ," மரியுவானாப் புகையை மெல்ல வெளியேற்றியபடி சொன்னான் வீரபத்ரா.

உணர்ச்சியற்ற முகத்துடன் சிவன் அவனை ஏறிட்டார். நந்தி, வீரபத்ராவின் மீது வீசிய பார்வையில் பதற்றம்.

"அவனைப் பத்தி எல்லா விஷயமும் நமக்குத் தெரியாது, சிவா," வீரபத்ரா விடாப்பிடியாகத் தொடர்ந்தான். "பரசுராமன்கிட்ட பேசிட்டிருந்தேன். கணேஷ்தான் அவனுக்கு உதவினானாம். அவனுக்கு ஏற்பட்ட அநீதியையெல்லாம் எதிர்த்து நிக்க ஆதரவு குடுத்தானாம். ப்ரங்கர்களோட முதல் தாக்குதலும்போது, பரசுராமனுக்கு ரொம்ப மோசமா காயம்பட்டுடுச்சாம். மதுமதிக் கரையில அடிபட்டு விழுந்து கிடந்தவனைக் கண்டுபிடிச்சு, காப்பாத்தினதே அவன்தானாம். பரசுராமனுக்கு நடந்த அக்கிரமத்தையெல்லாம் கேட்டப்ப, தன்னாலான எந்த உதவியும் செய்யறதா வாக்களிச்சானாம்."

வீரபத்ராவிடமிருந்து சில்லத்தை வெறுமே வாங்கிய சிவன், ஒரு வார்த்தை கூடப் பேசாமல், ஆழமாய் ஒரு இழுப்பு இழுத்தார்.

"க்ருத்திகா சொன்னது உனக்கே தெரியும். கார்த்திக்கைக் காப்பாத்த அசுர வேகத்தோட, தன்னைப் பத்திக் கொஞ்சம் கூடக் கவலைப்படாம, ஏறக்குறைய குத்துயிரா அவன் பட்ட பாடு ... குணத்தை எடைபோடறதுல க்ருத்திகா கெட்டிக்காரி. கணேஷுக்குத் தங்கமான மனசுங்கறா."

மௌனம் சாதித்த சிவன், மெல்லப் புகையை ஊதினார்.

"அரசி காளிகிட்டருந்து இதையும் கேள்விப்பட்டேன்," வீரபத்ரா. "கார்த்திக் பிரசவத்தின் போது, அவன் உயிரைக் காப்பாத்த நாகா மருந்தைக் குடுத்தனுப்பிச்சதே கணேஷ்தானாம்."

வியப்பில் சிவன் நிமிர்ந்தார். கண்கள் சுருங்கின. "விசித்திரமான ஆளு. அவனைப் பத்தி என்ன முடிவுக்கு வர்றதுன்னு எனக்குப் புரியலை. என் மகனோட உயிரைக் காப்பாத்தியிருக்கான் - நீ சொல்றதை வெச்சுப் பாத்தா, இதோட ரெண்டு முறை. என் மனைவியை இச்சாவர்ல காப்பாத்தியிருக்கான். இதுக்கெல்லாம் நியாயப்படி பாத்தா, நான் அவன் மேல உயிரா இருக்கணும். ஆனா, அவனைப் பாக்கறச்சே, ப்ரஹஸ்பதி உயிருக்குப் போராடிக்கிட்டு அலர்ற

சத்தம்தான் காதுல ஒலிக்குது. உடனே, அவன் தலையை வாங்கணும்போல கண்மண் தெரியாம ஆத்திரம் வருது."

சற்று மனவருத்தத்துடன், வீரபத்ரா குனிந்தான்.

நீலகண்டரோ, தலையைக் குலுக்கிக்கொண்டார். "ஆனா, பதில்களைக் கேட்டு வாங்கியே தீரணும்கிற ஒருத்தரை எனக்குத் தெரியும்."

நண்பனின் எண்ண ஓட்டத்தைப் புரிந்துகொண்ட வீரபத்ரா, அவரை ஏறிட்டான். "அரசரா?"

"ஆமா," என்றார் சிவன். "அவர் அனுமதியில்லாம, காளியும் கணேஷும் வெளியேத்தப்பட்டிருக்க முடியாது."

"ஆனால், பிரபு," நந்தி, தன் அரசரின் சார்பாய்க் குரலெழுப்பினார். "சக்ரவர்த்தி தக்ஷருக்கு வேறு வழியில்லை. சட்டம் அதுதானே? நாகா குழந்தைகள் மெலூஹாவில் வாழ முடியாது."

"நாகாக் குழந்தையைப் பெத்த தாயும் சமூகத்தைவிட்டு வெளியேறணும்னுதானே சட்டம் சொல்லுது? குழந்தையைப் பத்தின உண்மையை அவகிட்ட சொல்லியிருக்கணுமில்ல?" சிவன் கேள்விகளைத் தொடுத்தார். "ஆளுக்கேத்த மாதிரி சட்டத்தை மாத்தக்கூடாது."

நந்தி மௌனமானார்.

"சக்ரவர்த்திக்கு சதி மேல இருக்குற பாசத்தை நான் மறுக்கலை," என்றார் சிவன். "ஆனா, சொந்தப் பிள்ளையை அவகிட்டேயிருந்து பிரிக்கிறதால, அவ மனசு எவ்வளவு வேதனைப்படும்னு அவருக்கு ஏன் தோணவேயில்லை?"

வீரபத்ரா தலையசைத்தான்.

"அவ வாழ்நாள் முழுக்க இந்த விஷயத்தை மறைச்சிருக்கார். அவளோட இரட்டையாய்ப் பிறந்த தங்கையின் பிறப்பையும் சேர்த்து புதைச்சிருக்கார். கார்த்திக் பொறந்தப்ப, அவர் அவனைத் தூக்கி, திருப்பித் திருப்பி ஆராய்ஞ்சப்பவே, எனக்கு என்னவோ மாதிரி இருந்தது. இப்பத்தான் அதுக்கெல்லாம் அர்த்தம் புரியுது. ஏறக்குறைய இன்னொரு நாகாவை எதிர்பார்த்த மாதிரி இருந்தது, அவர் நடத்தை."

"ஹ்ம்," என்றான் வீரபத்ரா.

"இதோட இந்தக் கதை முடியலைங்கிற மாதிரி, கொஞ்சம் பயங்கரமாவும் தோணுது."

"என்ன சொல்ல வர்ற?"

"சந்தந்த்வஜர் இயற்கையா சாகலைன்னு ஒரு சந்தேகம்."

"சதியோட முதல் கணவன்?"

"ஆமா. கணேஷ் பொறந்த அன்னைக்கே தண்ணியில மூழ்கி செத்துட்டார்ங்கிறது ரொம்ப வசதியாப் போச்சில்ல?"

"பிரபு!" அதிர்ந்து போன நந்தி, குரலெடுத்தார். "இது நிச்சயம் உண்மையாயிருக்க முடியாது. மாபெரும் குற்றம். எந்த சூர்யவம்சி சக்ரவர்த்தியும், இவ்வளவு தரம் தாழ்ந்து போக வாய்ப்பில்லை."

"நிச்சயமா இப்படித்தான் நடந்ததுன்னு நானும் சொல்ல வரலை, நந்தி," என்றார் சிவன். "எனக்கு மனசுல பட்டதைச் சொன்னேன். யாருமே முழுக்க நல்லவங்களோ, கெட்டவங்களோ இல்லைங்கிறதை ஞாபகம் வெச்சுக்குங்க. வலிமையானவங்க, பலவீனமானவங்கன்னு ரெண்டு வகைதான் அதிகம். என்ன பிரச்சனையோ, மனக்கசப்போ வந்தாலும், கொள்கையை விடாம காப்பாத்தறவங்கதான் பலசாலிகள். பலவீனமானவர்கள், தாங்க எவ்வளவு தரம் தாழ்ந்து போறோம்கிறதைப் பல சமயம் உணர்றதேயில்ல."

நந்தி மௌனமானார்.

வீரபத்ரா, சிவனின் கண்களை நேருக்கு நேர் சந்தித்தான். "உன் சந்தேகத்துல உண்மை இருந்தா, நான் ஆச்சர்யப்பட மாட்டேன். சதிக்கு நல்லது பண்றதா நினைச்சுக்கிட்டு, இப்படி ஏதாவது அயோக்கியத்தனமாக் குறுக்கு வழியில யோசிச்சு அவர் செஞ்சிருக்க வாய்ப்பிருக்கு."

அத்தியாயம் 21

மயிகா மர்மம்

கார்த்திக் உயிரை கணேஷ் காப்பாற்றி ஏறக்குறைய மூன்று மாதங்கள் கடந்துவிட்டன. இன்னும் சற்று நொண்டினாலும், பஞ்சவடிக்குத் தான் செல்ல வேண்டிய காலம் வந்துவிட்டதை அவன் உணர்ந்தான். இந்த ஒரு மாதத்தில், நினைவு முழுவதுமாய்த் திரும்பிவிட்டது; விழித்திருந்த ஒவ்வொரு கணமும், தாயின் மனக்குமுறல் மீண்டும் மீண்டும் நினைவைத் தாக்கியது. சிவனுக்கும் சதிக்கும் இடையிலான இந்த இடைவெளி, நெஞ்சைப் பிளந்தது. தான் வெளியேறுவது மட்டும்தான் பிரச்சனையைத் தீர்க்க ஒரே வழி என்று தோன்றியது.

"நாளைக்கே கிளம்பிடலாம், மாஸி," என்றான்.

"உங்கம்மாகிட்ட சொல்லிட்டியா?" காளி கேட்டாள்.

"ஒரு கடிதம் எழுதி வெச்சிட்டு போலாம்னு இருக்கேன்."

காளியின் கண்கள் சுருங்கின.

"விடத்தான் வேணும்னாலும், விடமாட்டாங்க."

காளி மூச்சை இழுத்துவிட்டாள். "அப்படியே மறந்துறப்போறியா?"

கணேஷ் சோகையாய்ப் புன்னகைத்தான். 'இந்த சில மாசங்கள்ள, ஒரு வாழ்நாளுக்கான பாசம் கெடைச்சாச்சு.

அந்த நினைவுகளோடேயே காலத்தைக் கடத்திடுவேன். ஆனா, நீலகண்டரில்லாம அவங்களால வாழமுடியாது."

— ⚲ —

உள்ளே வந்த அதிதிக்வரை வரவேற்க சிவன் குழப்பத்துடன் எழுந்தார். ப்ரங்கக் குடியிருப்பிற்குள் இதுவரை காசி மன்னர் நுழைந்ததேயில்லை. நீலகண்டரே வெளியே வரக் காத்திருப்பதோடு சரி.

"என்ன விஷயம், அரசே?"

"சக்ரவர்த்தி தக்ஷர் காசிக்கு வந்துகொண்டிருப்பதாகச் சற்று முன் செய்தி வந்தது, பிரபு."

சிவனின் முகம் மாறியது. "எனக்கு உங்க அவசரம் புரியலியே. இன்னிக்குத்தான் செய்தி வந்திருக்குன்னா, சக்ரவர்த்தி வந்து சேர இன்னும் ரெண்டு மூணு மாசமாவது ஆகும்."

"அதுதான் இல்லை, பிரபு. இன்று, இன்னும் சில மணி நேரங்களில் வந்து சேர்கிறார். அவருக்கும் முன் வரும் குழுவினிடமிருந்து தகவல் வந்தது."

வியப்பின் எல்லைக்கே சென்ற சிவனின் புருவங்கள், உயர்ந்தன.

"நான் தங்களிடம் கேட்க வந்தது ஒன்றுதான், பிரபு," என்றார் அதிதிக்வர். "சக்ரவர்த்தி வந்தவுடன், தாங்கள் அரண்மனை சபாமண்டபத்திற்கு வருகை தந்து, தங்களுக்குரிய சிம்மாசனத்தை ஏற்று அமர வேண்டும்."

"வர்றேன்," சிவன் ஒப்புதல் தந்தார். "ஆனா, நீங்க மட்டும் இருக்குற மாதிரி பாத்துக்குங்க. உங்க அமைச்சர், அரசாங்க அதிகாரிகள் சகிதம் அவரை வரவேற்க நான் விரும்பலை."

அரசமுறைக்குப் புறம்பான இந்தக் கட்டளையால், அதிதிக்வரின் முகம் சுருங்கியது. என்றாலும், சிவனின் விநோத கோரிக்கையை மறுக்காமல், அதை நிறைவேற்றப் புறப்பட்டுச் சென்றார்.

"நந்தி, பர்வதேஸ்வரருக்கும் பகீரதனுக்கும் இந்நேரம் செய்தி போயிருக்கலாம்," என்றார் சிவன். "அவங்க

இப்போதைக்கு சபைக்கு வரவேண்டாம்னு நான் சொன்னதாத் தகவல் சொல்லிடுங்க. அரச முறைப்படி விஸ்தாரமான வரவேற்பை சக்ரவர்த்திக்கு அப்புறமா அளிக்கலாம்."

"அப்படியே, பிரபு," வணக்கம் செலுத்திய நந்தி கிளம்பினார்.

"விஷயம் அவருக்குத் தெரிஞ்சுபோச்சுன்னு நெனைக்கற?" சிவனின் காதில் வீரபத்ரா கிசுகிசுத்தான்.

"இல்ல. காளியும் கணேஷும் இங்கேயிருக்கிறது தெரிஞ்சிருந்தா, சத்தியமா வந்திருக்க மாட்டார்னுதான் நினைக்கறேன். அரசமுறை, சம்பிரதாயம்னு எதையும் கண்டுக்காம அடிச்சு புடிச்சுக்கிட்டு வர்றார்னா, சக்ரவர்த்தியா இல்லை; அப்பாவா வர்றார்னு அர்த்தம். சதியையும் கார்த்திக்கையும் பாக்காம தவிச்சு போயிருப்பார்."

"என்ன செய்யறதா உத்தேசம்? விட்றப்போறியா? இல்ல …?"

"விடறதா? எனக்கு உண்மை தெரிஞ்சாகணும்."

வீரபத்ரா தலையசைத்தான்.

"சதிக்காகவாவது," சிவன் தொடர்ந்தார். "என் சந்தேகங்கள் தவறா இருக்கணும்னு ஆசைப்படறேன். அவருக்கு எதுவும் தெரிஞ்சிருக்கக் கூடாது. மயிகாவோட பொறுப்பாளர்களும், அதிகாரிகளும்தான் எல்லாத்துக்கும் காரணம்னு நம்ப விரும்பறேன்."

"ஆனா, உன் சந்தேகங்கள் நிஜமா இருக்கும்னும் உனக்குத் தோணுது?" வீரபத்ரா தொடர்ந்து கேட்டான்.

"ஆமா."

"அன்னிக்கு உண்மைல என்ன நடந்திருக்கும்னு தெரிஞ்சிக்க ஏதாவது வழி இருக்கா?"

"அவரை நேருக்கு நேர் சந்திச்சு, எதிர்பாராத போது அதிர்ச்சியளிக்கணும். அதான் சரியான யுக்தி."

வீரபத்ரா முகம் சுளித்தான்.

"காளியையும் கணேஷையும் டக்குன்னு அவர் முன்னாடி கொண்டுவந்து நிறுத்தப்போறேன்," என்றார்

சிவன். "மத்ததெல்லாம் அவர் மூஞ்சியப் பார்த்தாலே தெரிஞ்சுடும்."

— ⸻ —

"சக்ரவர்த்தியா? அவர் இங்கென்ன செய்துகொண்டிருக்கிறார்?" பர்வதேஸ்வரர் கேட்டார். "அவர் வரப்போவதாக யாரும் எனக்குச் செய்தி அனுப்பவில்லையே? காசி இப்படி செய்யலாமா? அரசாங்க சம்பிரதாயங்கள் அனைத்தும் மீறப்பட்டிருக்கின்றனவே."

"யாருக்கும் எந்த செய்தியும் தெரியவில்லை, பிரபு," என்றார் நந்தி. "மன்னர் அதிதிக்வருக்கே சற்றுமுன்தான் விஷயம் வந்து சேர்ந்தது. இதற்கு முன்பாக மெலூஹா எந்தத் தகவலும் அனுப்பவில்லை."

மெலூஹ அரசாங்கத்தில் இவ்வாறான குளறுபடிகள் நடந்ததேயில்லையாகையால், பர்வதேஸ்வரர் ஸ்தம்பித்துப் போய் நின்றார்.

பகீரதனோ, தோள்களைக் குலுக்கிக்கொண்டான். "எல்லா மன்னர்களும் ஒரே மாதிரிதான்."

தன் சக்ரவர்த்தியின் மரியாதையற்ற நடத்தையும், சம்பிரதாயங்களை மீறும் "பண்பாட்"டையும் நோக்கி வீசப்பட்ட அம்பைக் கண்டுகொள்ளாத பர்வதேஸ்வரர், நந்தியிடம் திரும்பினார். "சபைக்கு நாங்கள் வரவேண்டாம் என நீலகண்டர் உத்தரவு பிறப்பித்தது ஏன்?"

"சொல்லமுடியவில்லை, பிரபு," என்றார் நந்தி. "இட்ட ஆணைகளை நான் நிறைவேற்றுகிறேன்; அவ்வளவே."

"சரி." சேநாதிபதி தலையசைத்தார். "பெருமான் அழைக்கும் வரை, இங்கேயே தாமதிப்போம்."

— ⸻ —

"காளியைச் சந்திக்க சிவாவுக்கு ஆயிரம் காரணம் இருக்கலாம்; கணேஷை ஏன் பார்க்கணும்? என்ன நடக்குது இங்கே?" முகம் சுருக்கிய சதி, கேட்டாள்.

சொல்வதறியாமல் வீரபத்ரா திகைத்தான். காளியின் அறையில் அப்போதிருந்தது கணேஷ் மட்டுமல்ல,

நாகர்களின் இரகசியம் 351

சதியும்தான். தக்ஷர் ஏற்கனவே காசி வந்து சேர்ந்துவிட்ட நிலையில், காளியையும் கணேஷையும் எவ்வளவு விரைவாக முடியுமோ, அவ்வாறு சபைக்கு அழைக்க வேண்டியது அவன் பொறுப்பாகிவிட்டது. தன் நாகா மகளையும், பேரனையும் பற்றிய செய்தி தக்ஷர் காதில் விழுந்துவிடுவதற்கான வாய்ப்புகள் அதிகம்; தாமதிக்க இப்போது அவகாசமில்லை. அவர்கள் திட்டம் தீட்டியபடி, அதிர்ச்சி வைத்தியம் வேலை செய்யவேண்டுமானால், சந்திப்பு இப்போதே நடந்தாக வேண்டும். சிவனின் அழைப்பை சம்பந்தப்பட்ட இருவரிடத்திலும் வெளிப்படையாக அறிவிப்பதைத் தவிர, வேறு வழியில்லை.

"நான் உத்தரவுகளை நிறைவேத்தறேன், தேவி. அவ்வளவுதான்."

"அதனாலேயே, என்ன நடக்குதுன்னு உங்களுக்குத் தெரியலைன்னு ஆகிடாது."

"அவங்க எதையோ பார்க்கணும்னு விரும்பறார்."

"பத்ரா," என்றாள் சதி. "என் கணவர் உங்களுக்கு மிக நெருக்கமான தோழர். என் உயிருக்குயிரான தோழியை நீங்க கல்யாணம் செஞ்சுக்கிட்டு இருக்கீங்க. எனக்கு உங்களைத் தெரியும். உங்களுக்கு மேற்கொண்டு விஷயம் தெரியும்கிறதும் தெரியும். அதைச் சொல்றவரைக்கும், என் மகனை நான் விடறதா இல்ல."

அவளது பிடிவாதத்தைக் கண்டு தலையைக் குலுக்கிக்கொண்ட வீரபத்ராவுக்கு, தற்காலிகமான இந்தப் பிரிவையும் மீறி, சிவனை சதியினிடத்தில் கவர்ந்த சக்தி எதுவென்று புரிந்தது. "தேவி, உங்கப்பா வந்திருக்கார்."

சதி அதிசயமடைந்தாள். சொல்லாமல் கொள்ளாமல் வந்து சேர்ந்த தந்தையின் நடத்தை ஒரு புறம்; அவரைச் சந்திக்க சிவன் காளியையும் கணேஷையும் அழைப்பது இன்னொரு பக்கம்.

மனசோட அடியாழத்துல என் தங்கைக்கும், மகனுக்கும், பெரிய அநீதி இழைக்கப்பட்டிருக்குன்னு சிவா உண்மையிலேயே நம்பறாரு.

"உனக்குப் போக விருப்பமா?" சதி காளியைக் கேட்டாள்.

"நிச்சியமா!" கண்களைச் சுருக்கிய நாக இராணியின்

கரம், வாளின் பிடிமீது இறுகியது. "எந்த சக்தியாலயும் என்னைத் தடுத்து நிறுத்த முடியாது."

சதி தன் மகனை நோக்கித் திரும்பினாள். அவனுக்கு இந்த நேர்முகச் சந்திப்பில் சம்மதமில்லை. உண்மை வெளிவருவதில் எந்த விருப்பமுமில்லை. தாயை இன்னும் அதிக மனக்கஷ்டத்திற்குள்ளாக்க இஷ்டமில்லை. மறுக்கும் விதமாய்த் தலையசைத்தான்.

"ஏன்?" காளி திகைப்புடன் அவனை ஏறிட்டாள். "எதை நினைச்சு பயப்படறே?"

"எனக்கு இது தேவையில்லன்னு படுது, மாஸி," கணேஷ் பதில் சொன்னான்.

"எனக்குத் தேவையா இருக்கே," என்றாள் சதி. "தொண்ணூறு வருஷமா நீங்க இருக்கறதையே இல்ல என்கிட்டருந்து மறைச்சிட்டாங்க!"

"சட்டம் அதுதானேம்மா," என்றான் கணேஷ்.

"இல்ல. மெலூஹாவுல நாகா குழந்தை வளரக்கூடாதுங்கிறதுதான் சட்டம். பெத்த தாய்கிட்டேயிருந்து விஷயத்தையே ஒட்டுமொத்தமா மறைக்கணும்னு எந்தக் கட்டுப்பாடும் இல்ல. எனக்கு மட்டும் அப்பவே தெரிஞ்சிருந்தா, நானும் மெலூஹாவை விட்டு உன்னோட வந்திருப்பேன்."

"அப்படியே சட்டம் மீறப்பட்டிருக்குன்னே வெச்சுக்கிட்டாலும், அதெல்லாம் என்னிக்கோ நடந்துமுடிஞ்ச விஷயம்மா. மறந்துறலாமே?"

"மறக்கமாட்டேன். மறக்கவும் முடியாது. அவருக்கு எவ்வளவு தெரியும்னு எனக்குத் தெரிஞ்சாகணும். அப்படி அவருக்குத் தெரியும்னா, ஏன் பொய் சொன்னார்? தன் நல்ல பேரைக் காப்பாத்திக்கவா? நாகாவைப் பெத்தவர்னு தன்னை யாரும் குத்தம் சொல்லிடக்கூடாதுன்னா? தொடர்ந்து அவர் சக்ரவர்த்தியா ஆள்றதுக்காகவா?"

"அம்மா, இதனால அனர்த்தம்தான் விளையும்," கணேஷ் எச்சரித்தான்.

காளி சிரிக்க, அவளை நோக்கி எரிச்சலுடன் திரும்பினான்.

“சதியைத் தேடி இந்தியா முழுக்க நீ பேயா அலைஞ்சப்ப, இதையேதான் நான் உன்கிட்ட சொன்னேன்,” காளி விளக்கினாள். “நீ என்ன சொன்னே? ‘எனக்கு பதில் வேணும்’னுதானே? உங்கம்மாவுக்கும் உனக்குமான உறவுமுறையோட நிஜம் தெரியறவரைக்கும் நிம்மதியிருக்காதுன்னு அடிச்சு சொன்னே. “அது தெரிஞ்சாத்தான் முழுமையடைவேன்’னு ஆகாத்தியம் பண்ணினே. அதே விஷயத்தை உங்கம்மா அவங்கப்பாகிட்ட எதிர்பாக்கறதுல என்ன பெரிய தப்பு?”

“இது நிறைவே இல்லையே, மாஸி?” என்றான் கணேஷ். “நேருக்கு நேர் புகைச்சலும், வேதனையும் தவிர எந்தப் பயனுமில்ல.”

“நிறைவுன்னா, நிறைவுதான், கண்ணா,” என்றாள் காளி. “ஒரு விஷயம் முழுமையடைஞ்சா, சில சமயம் சந்தோஷம், சில சமயம் துக்கம். இதைச் செய்ய உங்கம்மாவுக்கு எல்லா உரிமையும் உண்டு.” சதியிடம் திரும்பினாள். “நிஜமாவே இதைத்தான் விரும்பறியா, தீதீ?”

“எனக்கு பதில்கள் வேணும்,” என்றாள் சதி.

வீரபத்ரா மிடறுவிழுங்கினான். “தேவி, காளியையும் கணேஷையும் மட்டும்தான் வரச்சொல்லி சிவா கேட்டார். உங்களையில்ல.”

“நான் வரத்தான் போறேன், பத்ரா,” என்றாள் சதி. “வந்துதான் ஆகணும்னு உங்களுக்கே தெரியும்.”

அவன் தலைகுனிந்தான். உண்மைதான். சதியும் வருவதுதான் நியாயம்.

“அம்மா ...” என்றான் கணேஷ் மெல்ல.

“நான் போகத்தான் போறேன், கணேஷ்,” என்றாள் சதி தீர்மானமாய். “நீ வர்றதும் வராததும் உன் இஷ்டம். ஆனா, உன்னால என்னைத் தடுக்க முடியாது.”

மக்கள் தலைவன் மூச்சை ஆழ இழுத்துக்கொண்டு, அங்கவஸ்திரத்தைத் தோள் மீது போர்த்திக்கொண்டான். “முன்னால போய் வழிகாட்டுங்க, வீரபத்ரரே.”

"தங்களை இன்று சந்திப்பதில் இன்ப அதிர்ச்சி, அரசர்க்கரசே," இந்தியாவின் சக்ரவர்த்திக்கு அதிதிக்வர் தாழ்மையாக வணக்கம் தெரிவித்தார்.

சபா மண்டபத்தை ஒட்டியிருந்த அறைக்குள் நுழைந்தவாறு, தக்ஷர் தலையசைத்தார். "என் சாம்ராஜ்யமாயிற்றே? அவ்வப்போது அதிர்ச்சி கொடுத்தால் தவறா, என்ன?"

அதிதிக்வர் மையமாகப் புன்னகைத்தார். தக்ஷருடன், மனைவி வீரிணியும், அவளுக்குப் பாதுகாவலாய், புகழ்பெற்ற அரிஷ்டநேமி வீரர்களான மாயஷ்ரேநிக்கும், வித்யுன்மாலியும் உடன் வந்தனர். ஸ்வத்வீபத்திலிருந்து பர்வதேஸ்வரர் வெளியேறிவிட்ட நாட்களில், மெலூஹாவின் இராணுவப்படைகளுக்கு சேநாதிபதியாய், மாயஷ்ரேநிக் தற்காலிகமாய் நியமிக்கப்பட்டிருந்தான்.

பிரதான சபா மண்டபத்திற்குள் நுழைந்தபோது, அங்கு சிவனையும் நந்தியையும் தவிர்த்து, அரசு சம்பிரதாயப்படி அமைச்சர்களோ, அதிகாரிகளோ யாரும் இல்லாததைக் கவனித்த தக்ஷர், சற்று திகைப்புற்றார். சக்ரவர்த்தியைக் கண்டதும், உடனடியாக எழுந்து, வலக்கரத்தை முஷ்டியாக்கி மார்பில் அறைந்துகொண்டு வணக்கம் செலுத்தி, தாழ வணங்கினார் நந்தி. தக்ஷரின் முகம் மலர்ச்சியடைந்தது.

சிவனோ, எழாமல், கைகளைக் குவித்து "நமஸ்தே," என்றார். "காசிக்கு நல்வரவு, அரசே."

தக்ஷரின் முகம் சுணக்கமடைந்தது. அவர் யார்? இந்தியாவின் ஏகசக்ராதிபதியல்லவா? பட்டத்துக்குரிய மரியாதையளிப்பது தானே முறை? நீலகண்டராகவே இருப்பினும், அரசுமுறைப்படி, சக்ரவர்த்தியை வரவேற்க எழுந்த நிற்க வேண்டியவரல்லவா? இதுகாறும், சிவன் இந்த மரியாதைப் பண்புகளில் தவறியதே இல்லை. இது ... அவமானம்.

"நலம்தானே, மருமகனாரே?" ஆத்திரத்தை அடக்க முயன்றார் தக்ஷர்.

"பூரண நலம்தான், அரசே. பக்கத்துல உக்காருங்களேன்."

தக்ஷர் அமர, வீரிணியும் அதிதிக்வரும் பின்பற்றினர்.

"உங்கள் நகரம் சத்தமும் சந்தடியுமாக இருந்தாலும்," தக்ஷர் அதிதிக்வரை நோக்கினார். "அரச சபையை மகா மௌனத்தில்தான் காப்பாற்றி வருகிறீர்கள்."

அதிதிக்வர் புன்னகை புரிந்தார். "வேறொன்றுமில்லை, பிரபு. அது வந்து ..."

"குறுக்கிடறதுக்கு மன்னிக்கணும், அரசே," அதிதிக்வரிடம் சொன்ன சிவன், தக்ஷரிடம் திரும்பினார். "உங்க பிள்ளைங்களைத் தனியா சந்திக்க விரும்புவீங்கன்னு நான்தான் நினைச்சேன்."

வீரிணி, உடனடியாக முகமலர்ந்தாள். "எங்கே அவர்கள், நீலகண்டப் பெருமானே?"

அப்போது, வீரபத்ரா நுழைந்தான். பின்னால், சதி.

"குழந்தாய்!" சிவனின் அவமதிப்பை மறந்த தக்ஷரின் முகத்தில் அளப்பரிய மகிழ்ச்சி. "என் பேரனை அழைத்துக்கொண்டு வரவில்லையா?"

"கூட்டிட்டுதான் வந்திருக்கேன்," என்றாள் சதி.

கணேஷ் சபையில் நுழைந்தான். அவன் பின்னோடு, காளி.

தக்ஷரின் முகத்தை சிவன் உற்றுக் கவனித்துக்கொண்டிருந்தார். புதுவரவுகளை அடையாளம் கண்டுகொண்ட மெலூஹ சக்ரவர்த்தியின் கண்கள், சட்டென்று அகன்றன. வாய் தன்னையறியாமல் அதிர்ச்சியில் பிளந்தது.

அவருக்குத் தெரியும்!

மிடறுவிழுங்கிய தக்ஷர், நிமிர்ந்தார்.

பயப்படறார். எதையோ மறைக்கறார்.

வீரிணியின் முகபாவத்தையும் சிவன் கவனித்தார். ஆழம் காணமுடியாத துயரம். புருவங்கள் நெறிந்திருந்தாலும், உதடுகளின் லேசான வளைப்பில், புன்னகை வெளிவரப் பிரயத்தனம் செய்துகொண்டிருந்தது. பனித்த கண்கள்.

இவளுக்கும் தெரியும். ஆனா, அவங்க மேல பாசம் இருக்கு.

"காசி மன்னா, என்ன காரியம் செய்யத் துணிந்தீர்?" அதிதிக்வரிடம் திரும்பிய தக்ஷர் படபடத்தார். "தீவிரவாதிகளுடன் கூட்டு வைத்துக்கொள்ளுமளவு தரமிறங்கிவிட்டீரா?"

"யார் சொன்னது?" என்றாள் சதி. "அப்பாவிங்களைக்

கொல்றதுதான் தீவிரவாதிகள் வழக்கம். காளியும் கணேஷும் ஒருநாளும் அப்படிப்பட்ட செயல்கள்ள இறங்கினதில்ல."

"அடேடே. இப்போதெல்லாம் சதிதான் காசி மன்னரின் அரசாங்கப் பிரதிநிதியோ?"

"அவர்கிட்ட ஏம்பா பேசறீங்க?" சதி இடைவெட்டினாள். "சொல்ல வேண்டியதை என்கிட்ட சொல்லலாமே."

"என்ன சொல்வது?" கணேஷையும், காளியையும் தக்ஷர் சுட்டிக்காட்டினார். "அவர்களுக்கும் உனக்கும் என்ன சம்பந்தம்?"

"ஏகப்பட்ட சம்பந்தம். அவங்க இடம், என்னோடத்தான். அப்படித்தான் இருந்திருக்கணும்."

"என்ன! இந்தக் கொடூர நாகர்கள் இருக்க வேண்டிய இடம் ஒன்றே ஒன்றுதான்: நர்மதையின் தெற்கே! சப்தசிந்துவுக்குள் நுழையக்கூட அவர்களுக்கு அனுமதியில்லை!"

"என் தங்கையும், மகனும் கொடூரர்கள் இல்ல. அவங்க என் இரத்தம்! உங்க இரத்தம்!"

எழுந்த தக்ஷர், சதியின் முன்னே வந்து நின்றார். "தங்கையாம்! மகனாம்! என்ன பிதற்றல் இது? இந்தக் குப்பைகள் சொல்வதையெல்லாம் நம்ப வேறு செய்கிறாயா? என்னை விஷம் போல் வெறுக்கும் இவர்கள், என்னைக் கேவலப்படுத்த என்ன வேண்டுமானாலும் கூறுவார்கள். நான் இவர்களது மாறாப் பகைவன் அல்லவா? மெலூஹாவின் மன்னன் - இவர்களைப் பூண்டோடு அழிக்கச் சபதமெடுத்தவன் அல்லவா?"

"அட, அசூயை பிடிச்ச ஆடே!" காளி தன் வாளை உருவ யத்தனித்தாள். "உன்னை இப்பவே, இந்த நொடியே அக்னிப்பரீட்சைக்கு அழைக்கறேன், வா!"

"வெட்கமில்லையா உனக்கு?" அவளைப் பார்த்து தக்ஷர் இரைந்தார். "உன் பூர்வஜன்மப் பாவங்களைக் கழுவத் தவம் செய்யாமல், அன்பான தந்தை மகளுக்கிடையே பூசல் விளைவிக்க முயலும் சதிகாரியே! என்னைப் பற்றி அவளிடம் என்னவெல்லாம் பொய்கள் சொல்லி விஷமேற்றியிருக்கிறாய்?"

"அவங்க ஒரு வார்த்தை கூட சொல்லலைப்பா," என்றாள் சதி. "ஆனா, அவங்களோட இருப்பு, உங்களைப் பத்தி நிறைய சொல்லுது."

"இல்லை, நான் இல்லை. அவர்களின் இருப்பு, உன் தாயின் தவறு. அவளது பூர்வஜன்ம வினைதான், இதற்கெல்லாம் காரணம். அவளுக்கு முன், நம் குடும்பத்தில் நாகர்களே கிடையாது."

சதி வாய் பிளந்தாள். வாழ்க்கையில் முதன்முறையாக, தன் தந்தை எவ்வளவு தரமிறங்கக்கூடியவர் என்பதைக் கண்ணால் கண்டாள்.

மௌனமாய் ஆத்திரம் உள்ளுக்குள் ஆவேசக் குமிழியிட, வீரிணி கணவனையே வைத்தகண் வாங்காமல் வெறித்தாள்.

"இதுக்கும் பூர்வஜன்மத்துக்கும் எந்த சம்பந்தமும் இல்லப்பா," என்றாள் சதி. "இந்த ஜன்மத்துல தான் எல்லாம் அடங்கியிருக்கு. உங்களுக்குத் தெரியும். தெரிஞ்சும், நீங்க வாய் திறக்கலை."

"நான் உன் தந்தை. என் வாழ்நாள் முழுதும் உன் மீது பாசம் செலுத்தியிருக்கிறேன். உனக்காக உலகையே எதிர்த்துப் போராடியிருக்கிறேன். நீ நம்பப்போவது என்னையா? அல்லது குரூரமாய் ஊனமடைந்த இந்த மிருகங்களையா?"

"அவங்க குரூரமுமில்ல, மிருகங்களுமில்ல! என் குடும்பம்!"

"இவர்களையா உன் குடும்பத்தினராய் அங்கீகரிக்கப் போகிறாய்? உன்னிடம் பொய்யுரைப்பவர்களை – உன் தந்தைக்கெதிராகவே உன்னைத் திருப்ப முயல்பவர்களையா?"

"என்கிட்ட பொய் சொன்னது அவங்க இல்ல!" சதி கத்தினாள். "நீங்கதான்."

"இல்லை; இல்லவே இல்லை!"

"என் மகன் இறந்து பிறந்தான்னு சொன்னீங்க."

ஆழமாய் மூச்சை இழுத்த தக்ஷர், மிகுந்த பிரயத்தனம் செய்து தன்னைக் கட்டுப்படுத்திக்கொள்ள முயல்பவர் போல், கூரையை அண்ணாந்து பார்த்தார். "ஏன் உனக்குப் புரியவில்லை?" சதியை முறைத்தார். "உன் நன்மைக்காகத்தான் பொய் சொன்னேன்! நாகாவின் தாயாக நீ அறிவிக்கப்பட்டிருந்தால், உன் வாழ்க்கை எத்தகையதாக இருந்திருக்கும் என்பதை அறியாமல் உளறுகிறாய் –"

"என் மகனோட நான் இருந்திருப்பேன்!"

"என்ன பிதற்றல். எங்கே இருந்திருப்பாய்? பஞ்சவடியிலா?"

"ஆமா!"

"நீ என் மகள்!" தக்ஷர் அலறினார். "உலகில் மற்ற எவரையும் விட உன் மீதல்லவா அதிகம் பாசத்தைப் பொழிந்தேன்? உன்னைப் பஞ்சவடியில் அற்ப வாழ்வு வாழ்ந்து கஷ்டப்பட நான் அனுமதித்திருப்பேன் என்று நீ எப்படி எண்ணலாம்?"

"அந்த முடிவை எடுக்கற உரிமை உங்களுக்கில்லப்பா."

வாதமிட்டு அலுத்த தக்ஷர், சிவனிடம் முறையிட்டார். "இந்தப் பைத்தியத்திற்கு சற்று புத்தி சொல்லுங்கள், நீலகண்டப் பெருமானே!"

சிவனின் கண்கள் சிறுத்தன. பொய்யும் புனைசுருட்டுமான இந்த வலையின் வீச்சை அளவிட அவர் விரும்பினார். "சந்தந்த்வஜரை கொல்ல ஏற்பாடு செஞ்சது நீங்கதானே, அரசே?"

தக்ஷர் வெளிறிப்போனார். முகம் முழுதும் பீதி பரவியது. சதியை உற்றுப் பார்த்தவர், சட்டென்று சிவனை ஏறிட்டார்.

கடவுளே! இவர்தான்!

வாயடைத்துப் போன சதி, அதிர்ச்சி மேல அதிர்ச்சி தாக்க, உறைந்து போய் அமைதியானாள். காளியோ, கணேஷோ, அத்துணை திகைப்படைந்ததாகத் தெரியவில்லை.

தக்ஷர் உடனடியாகத் தன்னைக் கட்டுக்குள் கொண்டுவந்தார். சிவனை நோக்கி விரலை நீட்டினார். "நீ. நீதான் இதற்குக் காரணம். இதெல்லாமே உன் விளையாட்டுதான்!"

சிவன் மௌனம் சாதித்தார்.

"என் மகளையே எனக்கெதிராய்த் திருப்பிவிட்டாயல்லவா?" தக்ஷர் கீச்சுக்குரலில் அலறினார். "மஹரிஷி ப்ருகு சொன்னவற்றில் அட்சரமும் பொய்யில்லை. அந்த நாசக்கார வாசுதேவர்கள் உன்னை நன்றாகத்தான் மயக்கி வைத்திருக்கிறார்கள். உன்னைத் தங்கள் கைப்பொம்மையாக்கி, ஆட்டிவைக்கிறார்கள்."

அவரை முதன்முதலாய் இப்போதுதான் பார்ப்பது போல், சிவன் தக்ஷரின் மீது கண்களை ஓட்டினார்.

"நீ யார்?" தக்ஷர் கொதித்துக்கொண்டிருந்தார். "கேவலம், அயல் தேசத்திலிருந்து ஓடி வந்த ஒரு காட்டுமிராண்டி. உன்னை நீலகண்டனாக்கியது நான். உனக்கு அதிகாரம் கொடுத்தது நான். ஏன்? சந்திரவம்சிகளை மெலூஹாவின் கீழ் கொண்டுவரவே அதையுனக்கு அளித்தேன். பெருந்தன்மையுடன், இந்தியாவிற்கு அமைதி கொண்டு வர முயற்சித்தேன். ஆனால் நீ? நான் அளித்த சக்தியையே எனக்கெதிராய்ப் பயன்படுத்துகிறாயா?"

விஷமனைத்தையும் தக்ஷர் கக்க ஏதுவாய், வாய் மூடி மௌனம் காத்தார் சிவன்.

"உன்னை உருவாக்கியது நான். உன்னை அழிக்கவும் என்னால் முடியும்!"

சட்டென்று கத்தியை உருவிய தக்ஷர், முன்னால் பாய்ந்தார்.

மின்னல் போல் சிவனுக்கு முன் வந்த நந்தி, அடியைத் தன் கேடயத்தின் மீது வாங்கிக்கொண்டார். மெலூஹ விதிகளின்படி அவர் பெற்றிருந்த போர்ப்பயிற்சி, தன்னையாளும் மன்னனின் மீதே ஆயுதம் பிரயோகிக்க அவரை அனுமதிக்கவில்லை. இப்படியான கட்டுப்பாடுகள் ஏதுமற்ற காளியும் கணேஷும், சட்சட்டென்று தத்தமது வாட்களுடன் தக்ஷர் மீது முன்னேறினர். வித்யுன்மாலி தன் வாளை உருவிய அதே நொடி, கணேஷ் சிவனுக்கு முன் விரைந்து வந்து நின்றான். மன்னருக்காக உயிரையும் கொடுக்கும் துணிவு கொண்ட மாயஷ்ரேனிக்கோ, செய்தவறியாது திகைத்தான். சிவனின் மீது அளவு கடந்த பக்தி கொண்டிருந்த அவன், நீலகண்டரையே வாளால் தாக்குவது எங்ஙனம்?

"அமைதி," கையை உயர்த்தினார் சிவன்.

வித்யுன்மாலியின் வாள் இன்னமும் உயர்ந்தே இருந்தாலும், தக்ஷரின் கத்தி தரையில் விழுந்தது.

"நந்தி, காளி, கணேஷ்," என்றார் சிவன் மீண்டும். "ஆயுதங்களைக் கீழ போடுங்க. இப்பவே!"

அவரது வீரர்கள் கட்டளையை நிறைவேற்ற, வித்யுன்மாலியும் வாளை உறைக்குத் திருப்பினான்.

"அரசே," சிவன் தக்ஷரை அழைத்தார்.

தக்ஷரின் கண்களோ, கண்களில் கண்ணீர் வழிய, தன் கழுத்திலிருந்து அங்குல இடைவெளியில் கத்தியை நீட்டியபடி நின்ற சதியின் மீது ஆணியடித்தாற்போல் நிலைத்திருந்தன. மனதைச் சூறையாடிய நம்பிக்கைத் துரோகத்தையும், இழப்பையும் கண்கள் வெளியிட்டன. அவர் இதுகாறும் உண்மையான பாசம் வைத்திருந்த ஒரே ஜீவன், சதி மட்டும்தான்.

"சதி ..." என்றார் சிவன் மெல்ல. "தயவு செஞ்சு கீழ போட்டுரு. வேணாம். இவர் இதுக்குத் தகுதியானவர் இல்ல."

சதியின் வாள் மிக மெல்ல, முன்னே நீண்டது.

சிவன் ஓரடி முன்னால் எடுத்துவைத்தார். "சதி ..."

கைகள் நடுங்க, ஆத்திரம் அவளை மெல்ல மெல்ல விளிம்பிற்குத் தள்ளிக் கொண்டிருந்தது.

சிவனின் கரம் அவள் தோளை மெல்லத் தொட்டது. "சதி, அதைக் கீழ போடு."

அவரது தொடுகை, ஆக்ரோஷ அலையின் உச்சத்திலிருந்து அவளை மீட்டது. வாளைச் சற்றே இறக்கினாள். கண்கள் சிறுத்து, மூச்சு இழுக்க, உடல் விறைத்து நின்றாள்.

தக்ஷர், சதியையே வெறித்து நின்றார்.

"உங்க இரத்தம் என் உடம்புல ஓடறதை நெனைச்சா அருவருப்பா இருக்கு," என்றாள்.

தக்ஷரின் கன்னத்தில் கண்ணீர் ஆறாய்ப் பெருகி வழிந்தது.

"வெளியே போ," பற்களைக் கடித்தபடி கிசுகிசுத்தாள்.

தக்ஷர் சிலையாக நின்றார்.

"வெளியே போ!"

சதியின் ஆவேசக் கூச்சல், வீரிணியை இடி போலத் தாக்கியெழுப்பியது. துயரமும் கோபமும் முகத்தில் தாண்டவமாட, தக்ஷரை அணுகினாள். "கிளம்புங்க."

நடந்துவிட்ட சம்பவங்களின் அதிர்ச்சித் தாக்கத்தால், சொல்லும் செயலுமிழந்து நின்றார் தக்ஷர்.

"வாங்க போகலாம்," சப்தமாகச் சொன்ன வீரிணி, கணவனின் கையைப் பிடித்து இழுத்தாள். "மாயஷ்ரேநிக், வித்யுன்மாலி, கிளம்பலாம்."

இந்தியாவின் சக்ரவர்த்தினி, கணவனை ஏறக்குறைய இழுத்துக்கொண்டு அறையினின்று வெளியேறினாள்.

இடிந்து போன சதி, கண்ணீர் வழிய, வாளைக் கீழே எறிந்தாள். துக்கம் தாங்காமல் சரிந்தவளை நோக்கி கணேஷ் விரையுமுன், அவளைச் சிவன் தாங்கிக்கொண்டார்.

கைகளில் ஆதரவாய் சிவன் சதியை ஏந்திக்கொள்ள, அவளோ, தாங்கமாட்டாமல், விம்மி விம்மி அழத்துவங்கினாள்.

அத்தியாயம் 22

ஒரு நாணயம்; இரு பக்கங்கள்

"என்ன யோசனை பண்ணிக்கிட்டிருக்கே?" காளி வினவினாள்.

அவளும் கணேஷும், நாக அரசியின் அறைகளில் அமர்ந்திருந்தனர். அன்று நடைபெற்ற உணர்ச்சிப்பிழம்பான சம்பவங்களின் விளைவாக, அதிதிக்வரின் அரண்மனையில் இருந்த தங்களது அறைக்கு சதியைச் சிவன் தூக்கிச் சென்றுவிட்டார். தக்ஷர், வீரிணி இருவரும் தங்கள் பரிவாரங்கள் சகிதம் மெலூஹத் தலைநகரான தேவகிரிக்கு அன்றே, அப்பொழுதே கிளம்பிச் சென்றுவிட்டனர்.

"எல்லாமே கொஞ்சம் எதிர்பாராத விதமா நடந்துருச்சு," யோசனையுடன் சொன்ன கணேஷின் முகத்தில் லேசான புன்னகை.

காளி அவனை ஏறிட்டாள். "சில சமயம் உணர்ச்சியே வெளிக்காட்டாம இருக்கே பாரு? அப்பத்தான் ரொம்ப எரிச்சலா இருக்கு."

அபூர்வமாய் கணேஷிடத்தில் தோன்றும் புன்னகை - ஒரு படபடக்கும் பெரிய காதினின்று இன்னொன்று வரைக்கும் விரிந்து, நீண்ட பற்கள் முழுக்கத் தெரியும் மிகப்பெரும் சிரிப்பு - முகமெங்கும் பொலிந்தது.

"ஆ, இந்த முகத்தையில்ல அதிகம் பார்க்கணும் நினைக்கறேன்," என்றாள் காளி. "ஏறக்குறைய அழகாக்கூட இருக்கே."

மீண்டும் தீவிரமடைந்த கணேஷ், ஒரு சுவடியை எடுத்துக் காட்டினான். பஞ்சவடியிலிருந்து, செய்தி. "சிரிச்சிருப்பேன், மாஸி. இதைமட்டும் பாக்காம இருந்திருந்தா."

"என்னது அது?" காளியின் முகம் சுருங்கியது.

"தோல்வி."

"மறுபடியுமா?"

"ஆமா."

"நான் நினைச்சது ..."

"தப்பா நினைச்சிட்டோம், மாஸி."

காளி சபித்தாள். கணேஷ், அவளையே வெறித்தபடி அமர்ந்திருந்தான். காளியின் கையாலாகாத கோபம் அவனுக்குப் புரியாமலில்லை. இறுதியான தீர்வு, இதோ கைக்ககப்படும் தூரத்தில் இருந்தது. அதில் ஜெயித்திருந்தால், அவர்களது வெற்றி முழுமையடைந்திருக்கும். ஆனால், இப்போது? பட்ட பாடனைத்தும் பலனிழந்து போவதற்கான வாய்ப்பு மிக அதிகம். எல்லாம் போயிற்று.

"மறுபடியும் முயற்சி செய்யறோமா?" காளி கேட்டாள்.

"நாம மனசைத் தயார் பண்ணிக்க வேண்டிய தருணம் வந்தாச்சுன்னுதான் நினைக்கறேன், மாஸி. இது முட்டுச் சந்து. நமக்கு வேற வழியில்ல. இரகசியத்தை வெளியிட வேண்டிய நேரம் வந்தாச்சு."

"ஆமா," என்றாள் காளி. "நீலகண்டருக்கு தெரிஞ்சுதான் ஆகணும்."

"நீலகண்டரா?" கணேஷ் அதிசயத்துடன் அவளை ஏறிட்டான். இவ்வளவு குறுகிய காலத்திற்குள் எவ்வளவு மாறுதல்!

காளியின் முகம் சிறுத்தது.

"நீங்க அவர் பெயரைப் பயன்படுத்தலை. 'நீலகண்டர்'னு சொன்னீங்க. அப்படீன்னா, அந்தக் கதையையெல்லாம் நம்ப ஆரம்பிச்சிட்டீங்களா?"

காளி முறுவலித்தாள். "நான் புராணங்களை இதுவரைக்கும் நம்பினதில்லை. இனிமேலும் மாட்டேன். ஆனா, அவர் மேல நம்பிக்கை இருக்கு."

சிவனை மாதிரி ஒரு மனிதர் வந்திருந்தா, என் உலகம் எவ்வளவு வித்தியாசமாய் இருந்திருக்கும்! தீதீ மாதிரி, என் வாழ்க்கைலருந்தும் எல்லா விஷமும் உறிஞ்சியெடுக்கப்பட்டிருக்கும். எனக்கும் சந்தோஷமும், அமைதியும் கிடைச்சிருக்கும்.

“இரகசியத்தை அவர்கிட்ட காட்டணும்,” காளியின் எண்ண ஓட்டத்தை கணேஷ் தடுத்து நிறுத்தினான்.

“காட்டணுமா?!”

“அதை இங்க செய்யமுடியாதில்ல? அவரே கண்ணால பார்த்துதான் தெரிஞ்சிக்கணும்.”

“பஞ்சவடிக்குக் கூட்டிட்டுப் போகணும்கறியா?”

“ஏன் முடியாது?” என்றான் கணேஷ். “அவர் மேல உங்களுக்கு நம்பிக்கையில்லியா?”

“நிச்சயமா இருக்கு. என் வாழ்க்கையையே அவரை நம்பி ஒப்படைப்பேன். ஆனா, அவர் தனியா வரப்போறதில்லையே? கூட வேற சிலரும் இருப்பாங்க. அந்தக் கூட்டத்துக்கும் பஞ்சவடி எங்கேயிருக்குன்னு தெரிஞ்சு போகும். நம்ம தற்காப்புத் திட்டங்களை அது பாதிக்கும்.”

“பர்வதேஸ்வரர், பகீரதன் மாதிரியானவங்களை நம்பலாம்னுதான் நினைக்கிறேன், மாஸி. நீலகண்டரை அவங்க ஒரு நாளும் எதிர்க்கமாட்டாங்கன்னு தோணுது. அவருக்காக உயிரையே குடுப்பாங்க.”

“வாழ்க்கையில நான் எதையாவது உருப்படியாக் கத்துக்கிட்டேன்னா,” என்றாள் காளி. “அது இதுதான்: ஏகப்பட்ட பேரை ஒரேயடியா நம்பக்கூடாது. எதையும் அப்படியே உள்ளது உள்ளபடி ஏத்துக்கவும் கூடாது.”

கணேஷின் முகம் சிறுத்தது. “அவரைப் பின்பற்றி வர எல்லோரையும் சந்தேகப்படறதுன்னு ஆரம்பிச்சா, அப்ப பரசுராமன்? அவனுக்கு வழி தெரியும். நீலகண்டர் மேல அவனுக்கிருக்கற பக்தியும் உங்களுக்குத் தெரியும்.”

“அவனைப் பஞ்சவடிக்குக் கூட்டிட்டு வராதேன்னு உனக்கு முன்னாடியே எச்சரிக்கை செஞ்சேன், ஞாபகமிருக்கா? நீ தான் கேக்கலை.”

“சரி, இப்ப என்ன, மாஸி?”

“ப்ரங்கா வழியாக் கூட்டிட்டுப் போவோம். பஞ்சவடிக்கு வழி தெரிஞ்சாலும், சந்திரகேதுவின் இராஜ்யம் வழியாத்தான் வர முடியும். அவங்கவங்க தேசத்துலேர்ந்து நேரடியா பஞ்சவடி வர்ற வழி புலப்படாது. அப்படி ஏதாவது பைத்தியக்காரத்தனமா முயற்சி செஞ்சா, தண்டக வனம் அவங்களைத் தூக்கி சாப்ட்டுரும்! நம்ம அனுமதியில்லாம ப்ரங்கர்கள் யாரையும் அவங்க எல்லையைத் தாண்டி வரவிடமாட்டாங்க. அவங்களை நம்பலாம். வேற வழி எதுவும் பரசுராமனுக்குக் கூடத் தெரியாது.”

கணேஷ் தலையசைத்தான். “நல்ல யோசனை.”

“நல்ல வேளை; பின்னால வருந்தும்படியா நான் பித்துக்குளித்தனமா எதுவும் செய்யாம கடவுள் காப்பாத்தினார்,” என்றாள் சதி.

அவர்களது அறை உப்பரிகையில், ஒரு நீண்ட நாற்காலியின் மீது சிவன் அமர்ந்திருந்தார். இறுகிய மார்பின் மீது தலை சாய்த்து, அழுது சிவந்த கண்களுடன் அவர் மடி மீதமர்ந்திருந்தாள் சதி. காசி அரண்மனையின் அந்த உயரத்திலிருந்து, புனிதப்பெருவழியும், விஸ்வநாதர் ஆலயமும் பளிச்சென்று கீழே படர்ந்து விரிந்தன. அவற்றுக்குப் பின்னால், கம்பீர கங்கை இராயஸத்துடன் பாய்ந்தது.

“உன் கோவத்துக்குக் காரணம் உண்டு, கண்ணம்மா.”

மெல்ல மூச்சு விட்டவாறு, சதி நிமிர்ந்து தன் கணவனைப் பார்த்தாள். “உங்களுக்கு அவர் மேல கோவமே வரலியா? உங்களைக் கொல்லவே வந்தாரே?”

அவளது கண்களை ஊடுருவிப் பார்த்த சிவன், முகத்தைத் தன் விரல்களால் வருடினார். “உனக்கு அவர் செஞ்ச அநீதியினாலத்தான் உங்கப்பா மேல எனக்குக் கோவமேயொழிய, எனக்கு நடந்ததுனால இல்ல.”

“அதுவும், வித்யுன்மாலி ...! என்ன தைரியமிருந்தா, உங்களையே எதிர்த்து வாளை ஓங்கியிருப்பான்,” சதி முணுமுணுத்தாள். “நல்ல வேளையா, கணேஷ் வந்து ...”

சட்டென்று நிறுத்தினாள். அவனது பெயரைத்

தன்னையறியாமல் சொல்லி, இந்த நிமிடத்தின் ஆனந்தத்தைக் கெடுத்துவிட்டோமோ என்று பதற்றமடைந்தாள்.

சிவன், அவளை மெல்ல அழுத்தினார். "அவன் உன் மகன்."

ப்ரஹஸ்பதியின் இழப்பால் இன்னமும் சிவன் அனுபவித்த வேதனையை உணர்ந்த சதியின் உடல் விறைத்தது. மௌனம் சாதித்தாள்.

அவளது முகத்தைக் கைகளில் ஏந்திய சிவன், கண்களை நேருக்கு நேர் சந்தித்தார். "எவ்வளவோ முயற்சி பண்ணியும், உன்னில ஒரு பகுதியான ஒருத்தனை என்னால வெறுக்க முடியல."

கண்ணீர் மீண்டும் கன்னத்தை நனைக்க, சதியிடமிருந்து பெருமூச்சு வெளிப்பட்டது. அவரை இறுக்கிக் கொண்டாள். அந்த நொடியின் இன்பத்தைக் குலைக்க விரும்பாத சிவன், மனைவியை அணைத்துக்கொண்டார். ஒரே ஒரு விஷயம் மட்டும் அவரை வெகுவாகக் குழப்பியது: ப்ருகு என்பது யார்?

"சக்ரவர்த்திதான் சந்தந்த்வஜரை கொல்ல ஏற்பாடு செய்தாரா?" பர்வதேஸ்வரர் குரலில் அதீத அதிர்ச்சி.

"ஆமா, சேநாதிபதி," என்றான் வீரபத்ரா.

ஸ்தம்பித்துப்போன பர்வதேஸ்வரர், ஆனந்தமயியையும், பகீரதனையும் ஒருமுறை நோக்கிவிட்டு, வீரபத்ராவை மீண்டும் ஏறிட்டார். "சக்ரவர்த்தி இப்போது எங்கே?"

"மெலூஹாவுக்குத் திரும்பிப் போயிட்டிருக்காரு, பிரபு," என்றான் வீரபத்ரா.

பர்வதேஸ்வரர் தலையைப் பிடித்துக்கொண்டார். எப்பேர்ப்பட்ட இழுக்கை மெலூஹாவுக்கு, தன் தாய்நாட்டிற்கு ஏற்படுத்திவிட்டார், சக்ரவர்த்தி! தனக்குப் பிறக்காத மகளாக அவர் கருதிய பெண்ணுக்கு இது எப்படிப்பட்ட அதிர்ச்சியாக இருந்திருக்கும் என்பதை அவரால் கற்பனை செய்துகூடப் பார்க்கமுடியவில்லை. "சதி எங்கே?"

“சிவாவோட இருக்காங்க, பிரபு.”

மெல்லிய புன்னகையுடன் ஆனந்தமயி பர்வதேஸ்வரரை ஏறிட்டாள். இந்தக் கொடூரச் சம்பவத்தின் பயனாய், ஒரே ஒரு நன்மையாவது விளைந்தது அல்லவா?

சம்பிரதாயமான சூர்யவம்சி கடற்படை வியூக விதிகளை முன்னிட்டு, சுற்றிலும் நான்கு கப்பல்களின் பாதுகாப்புடன், மெலூஹ இராஜகுடும்பத்தின் மரக்கலம், கங்கையின் மீது பயணித்தது. காசியிலிருந்து ஒரு நாள் தொலைவில், வீடு நோக்கித் திரும்பிக்கொண்டிருந்தது தக்ஷரின் பரிவாரம்.

முன்னணிக் கப்பலில் இருந்த மாயஷ்ரேநிக், பரிவாரம் நிதான கதியில் செல்லுமாறு கவனித்துக்கொண்டிருந்தான். காசியில் நடந்தவை, அவனை உலுக்கிப்போட்டிருந்தன. நீலகண்டரும், சக்ரவர்த்தி தக்ஷரும், சண்டை சச்சரவையெல்லாம் மறந்து, விரைவில் சமாதானம் அடைய மனம் ஏங்கியது. தன் விசுவாசம் பிறந்த பொன்னாட்டிற்கா, பக்திக்குரிய கடவுளுக்கா என்று தேர்ந்தெடுக்க வேண்டிய அவசியம் நேராமல் இருக்க வேண்டுமே என்று இதயம் பதறியது.

தக்ஷர் கப்பலின் பாதுகாப்பு ஏற்பாடுகளுக்கு வித்யுன்மாலி பொறுப்பேற்றிருந்தான். நீலகண்டரின் பக்தர்கள் யாரேனும் சக்ரவர்த்தியைக் கொன்று குவித்துவிடாமல் அவரைக் காப்பது அவனுக்கு முக்கியமாகப்பட்டது. அவ்வாறு நடப்பதற்கான சாத்தியக்கூறுகள் இல்லையென்றாலும், எதற்கு வம்பு? எச்சரிக்கையாயிருப்பது உத்தமம்.

பிரதானக் கப்பலில், அரச குடும்பத்தாரின் பிரத்யேகப் பயன்பாட்டிற்கான அறைகளுள் ஒன்றில், ஜன்னலுக்கு வெளியே, கப்பலைக் கங்கை நதி ஒற்றிக்கொண்டு செல்வதைப் பார்த்தபடி அமர்ந்திருந்தாள் வீரிணி. அவளது மக்கள் அனைவரும் கைவிட்டுவிட்ட தனிமரமாய்த் தான் நிற்பதை உணர்ந்தாள். ஆத்திரம் நிறைந்த விழிகளுடன், கணவன்பால் திரும்பினாள்.

பஞ்சடைந்த கண்களும், எதையோ இழந்துவிட்ட முகமுமாய், தக்ஷர் படுக்கை மீது படுத்திருந்தார். கொடூர சந்தர்ப்பங்களைச் சந்தித்து, அவற்றை சமாளிக்க முடியாமல்

தக்ஷர் இடிந்து போய்ப் பின்வாங்கியது இது முதல் முறையல்ல.

தலையசைத்துக்கொண்ட வீரிணி, மீண்டும் ஜன்னல்புறம் திரும்பினாள்.

என் பேச்சை மட்டும் அவர் கேட்டிருந்தால் ...

நேற்றுதான் நடந்தது போல், அந்தச் சம்பவம் மிகத் துல்லியமாக அவள் மனமென்னும் மேடையில் விரிந்தது. அன்றைய நிகழ்ச்சிகள் மட்டும் சற்று வேறு மாதிரி திரும்பியிருந்திருந்தால் ...? தன் வாழ்க்கை எப்படியெல்லாம் மாறிப் போயிருக்குமென்று அவள் அலைபாயாத நாளே கிடையாது.

ஏறக்குறைய நூறு வருடங்களுக்கு முன் நடந்தது, அது. பதினாறு வயது நிரம்பி, பிடிவாதமும், கொள்கைப்பிடிப்புமாக சதி அப்போதுதான் மயிகா குருகுலத்தினின்று திரும்பியிருந்தாள். அவளது குணாதிசயத்திற்கேற்ப, புலம்பெயர்ந்த பெண்ணொருத்தியை கொடூர காட்டுநாய்களிடமிருந்து காப்பாற்ற உயிரைத் திருணமாய் மதித்துச் சண்டையில் குதித்துவிட்டாள். அவளைக் காப்பாற்ற பர்வதேஸ்வரரும் தக்ஷருமே களத்தில் இறங்க வேண்டியதாகிவிட்டது. நாய்களை ஓரளவு விரட்டமுடிந்ததென்றாலும், தக்ஷர் பலத்த காயம்பட்டார்.

ஆயுரலாயத்தில் சிகிச்சை பெற அனுமதிக்கப்பட்ட தக்ஷருக்குத் துணையாய்ச் சென்றாள், வீரிணி. நாய் சதையைக் கடித்துக் குதறி, முக்கிய இரத்தநாளம் ஒன்றை வெட்டியிருந்த இடது காலில் தான் ஆபத்தான காயம். இரத்தப்போக்கு கட்டுக்கடங்காமல்போய்விட, தக்ஷர் நினைவிழந்துவிட்டார்.

சில மணி நேரம் கழித்துக் கண் திறந்ததும், நினைவில் பளிச்சென்று முதலில் உதயமானது, அவரது இளம் மகள்தான். "சதி?"

"பர்வதேஸ்வரருடன் இருக்கிறாள்," அருகே வந்து அவரது கரத்தைப் பற்றினாள் வீரிணி. "அவளைப் பற்றிக் கவலை வேண்டாம்."

"அவளைக் கடிந்துகொண்டுவிட்டேன். செய்திருக்கக்கூடாது."

"தெரியும். தன் கடமையைத்தானே செய்தாள். அந்த பெண்ணை அவள் காக்க முயன்றது சரிதான். நான் சொல்லிவிடுகிறேன் ..."

"இல்லை, இல்லை - அந்த பெண்ணின் பொருட்டு தன் உயிரை அவள் பணயமாக்கியது தவறுதான். என்ன, அது குறித்து அவளைத் திட்டியிருக்க வேண்டியதில்லையென்றுதான் சொல்ல வந்தேன்."

வீரிணியின் கண்கள் சிறுத்தன. தன் கணவன் சூர்யவம்சியே அல்ல. எதையோ சொல்ல அவள் வாயெடுத்த போது, கதவு திறந்து, ப்ரம்மநாயகர் நுழைந்தார்.

தக்ஷரின் தந்தையும், மெலூஹ சக்ரவர்த்தியுமான அவர், நல்ல உயரம்; பார்ப்போர் மதிக்கும் கம்பீரம். நீண்ட கருங்கூந்தல், சீராய் வெட்டப்பட்ட தாடி, முடி சிறிதுமற்ற உடல், ஆடம்பரமோ, அலங்காரமோ இல்லாத கிரீடம், எளிமையான வெள்ளுடை என்றிருந்தாலும், இயற்கையாய் அவருக்குள் பொதிந்திருந்த அயராத தைரியத்தை மறைக்க முடியவில்லை. தான் சாதித்த அரும்பெரும் காரியங்களால், மற்றவர் எட்டாத உயரத்தை, அடைய முடியாத கீர்த்தியைப் பெற்றிருந்தார். மெலூஹா அவர் மீது கொண்டிருந்தது பக்தி மட்டுமல்ல, பயமும்தான். தன் சாம்ராஜ்யம் அடையக்கூடிய, அடையவேண்டிய கௌரவத்தையும், பிரதிநிதியாய் விளங்கவேண்டிய வீரதீரச் செயல்களைப் பற்றியே வாழ்நாளெல்லாம் கனவு கண்டவருக்கு, மகனின் கோழைத்தனமும், பலவீனமும், ஓயாத ஆத்திரத்தையும், ஒரு வித கையாலாகாத்தனத்தையுமே விளைவித்தன.

உடனடியாக எழுந்த வீரிணி, பின்னால் நகர்ந்தாள். கட்டளை பிறப்பிப்பதைத் தவிர்த்து, ப்ரம்மநாயகர் அவளிடம் பேசியதேயில்லை. மன்னருக்குப் பின், குதறப்பட்ட தக்ஷரின் காலைத் தைத்து, மருந்திட்ட கண்ணியமான மருத்துவர் நின்றார்.

ப்ரம்மநாயகர் சாவதானமாய், மகனின் கால்களை மூடியிருந்த போர்வையைத் தூக்கிப் பார்வையிட்டார். வேப்பிலை வைத்துக் கட்டியிருந்தது.

மருத்துவர் கள்ளமில்லாமல் புன்னகைத்தார். "இன்னும் ஓரிரு வாரங்களில் தங்கள் மகன் எழுந்துவிடுவார், அரசே. மிக ஜாக்கிரதையாக வைத்தியம் செய்திருக்கிறேன்; விழுப்புண் ஏதும் ஏற்படாது."

அப்பாவை ஒரே ஒரு நொடி ஏறிட்டார் தக்ஷர். பிறகு, நெஞ்சை நிமிர்த்துக்கொண்டார். "இல்லை, மருத்துவரே. ஒரு க்ஷத்ரியனுக்கு விழுப்புண்கள்தான் பெருமை."

ப்ரம்மநாயகர் ஏளனமாய் ஒரு ஹுங்காரம் செய்தார். "க்ஷத்ரியனாவது? அதைப் பற்றியெல்லாம் உனக்கென்ன தெரியும்?"

தக்ஷர் சொல்வதறியாமல் மௌனமானார். வீரிணிக்குள் ஆத்திரம் பொங்கத் துவங்கியது.

"ஏதோ சில காட்டுநாய்கள் உன்னைக் குதறும் வரை வேடிக்கை பார்த்துக்கொண்டிருந்தாயா?" ப்ரம்மநாயகரின் குரலில் இகழ்ச்சி தாண்டவமாடியது. "மெலூஹாவே என்னைப் பார்த்து கெக்கலி கொட்டிச் சிரிக்கிறது. உலகமே கூடத்தான். என் மகனால், கேவலம் ஒரு நாயைக் கூடக் கொல்ல முடியவில்லை."

தக்ஷர், தந்தையை வெறித்துப் பார்த்தார்.

சச்சரவு வளர்ந்து எட்டமுடியாத உயரத்தைத் தொட்டு, நோயாளியின் மனநிலை மோசமாகுமுன், மருத்துவர் இடைமறித்தார். "தங்களிடம் ஒரு விஷயம் குறித்து விவாதிக்க வேண்டியிருக்கிறது, அரசே. வெளியே பேசலாமா?"

ப்ரம்மநாயகர் தலையசைத்தார். "நான் இன்னும் முடிக்கவில்லை," என்று தக்ஷரை எச்சரித்தவர், திரும்பி, வெளியேறினார்.

கோபாவேசத்தின் உச்சத்தில் கொதித்த வீரிணி, விம்மியழுதுகொண்டிருந்த கணவனின் அருகில் வந்து நின்றாள். "இன்னும் எத்தனை நாள்தான் இதையெல்லாம் பொறுத்துக் கொண்டிருக்கப் போகிறீர்கள்?"

திடீரென்று தக்ஷரின் துக்கம் ஆக்ரோஷமாய் மாறிற்று. "ஜாக்கிரதை! அவர் என் தந்தை. மரியாதையாகப் பேசு."

"அவருக்கு உங்கள் மீது சிறிதும் அக்கறையில்லை, தக்ஷா," என்றாள் வீரிணி. "அவர் விட்டுச் செல்லப்போகும் சொத்தைப் பற்றி மட்டும்தான் கவலை. உங்களுக்கோ, அரசராவதில் துளியும் விருப்பமில்லை. இன்னும் இங்கே என்ன செய்துகொண்டிருக்கிறோம்?"

"என் கடமையை. என் இடம், அவருக்கருகில்தான். நான் அவரது மகன்."

"அவர் அப்படி எண்ணுவதாகத் தெரியவில்லையே? அவரைப் பொறுத்தவரை, அவரது பெயரை, கௌரவத்தை அடுத்த தலைமுறைக்கு எடுத்துச் செல்லப் போகிறவர் நீங்கள். அவ்வளவே."

தக்ஷர் மௌனமானார்.

"ஏற்கனவே ஒரு மகளை கைவிட்டுவிடும்படிச் செய்துவிட்டார். இன்னும் எதையெல்லாம் தியாகம் செய்யப்போகிறீர்களோ?"

"அவள் என் மகளல்ல!"

"மகள்தான்! சதி எப்படியோ, அப்படித்தான் உங்களுக்குக் காளியும்."

"இந்த விஷயத்தை இனிமேலும் உன்னுடன் விவாதிக்க நான் தயாராக இல்லை."

"ஆனால், எத்தனையோ முறை யோசித்திருக்கிறீர்கள். வாழ்நாளில் ஒரு முறையாவது, யோசனையைச் செயலாய் மாற்றும் தைரியத்தை வரவழைத்துக்கொள்ளுங்கள்."

"பஞ்சவடியில் நான் என்ன கிழித்துவிடமுடியும்?"

"அதைப்பற்றியென்ன? நாம் எப்படியிருக்கப் போகிறோம் என்பதல்லவா முக்கியம்?"

தக்ஷர் மறுப்பாய்த் தலையசைத்தார். "எப்படியிருப்போம் என்று நினைக்கிறாய்?"

"மகிழ்ச்சியாக!"

"சதியை எப்படி விட்டுவிட்டு வருவது?"

"அவளை யார் இங்கே விடச் சொன்னது? என் குடும்பம் ஒன்றாய் இணைய வேண்டும்; அதுதான் எனக்கு வேண்டும்."

"என்ன?! சதி ஏன் பஞ்சவடியில் காலங்கழிக்க வேண்டும்? அவள் நாகா அல்ல. நீயும் நானும் வேண்டுமானால், பூர்வஜன்மப் பாவங்களைக் கழிக்கப் பரிகாரம் தேடியாகவேண்டும்; அவளும் நம்முடன் சேர்ந்து தண்டனை அனுபவிக்க என்ன தலையெழுத்து?"

"உண்மையான தண்டனை, அவள் தங்கையைப் பார்க்கமுடியாமலிருப்பதுதான். தன் தந்தை தினம்

தினம் அவமானப்படுத்தப்படுவதைக் காண வேண்டியிருப்பதுதான்."

சஞ்சலமுற்ற தக்ஷர், சொல்வதறியாமல் தவித்தார்.

"தக்ஷா, என்னை நம்புங்கள்," என்றாள் வீரிணி. "பஞ்சவடியில் நாம் மகிழ்ச்சியாக இருப்போம். காளி, சதி, இருவருடனும் வேறெங்காவது சந்தோஷமாய் இருக்கமுடியுமானால், கூறியிருப்பேன். ஆனால், அப்படியொரு இடம் இல்லை."

தக்ஷர் மூச்சை இழுத்து விட்டார். "ஆனால், எப்படி ..."

"அதையெல்லாம் என்னிடம் விட்டுவிடுங்கள். ஆகவேண்டியதை நான் பார்த்துக்கொள்கிறேன். உங்கள் தந்தை நாளை கரச்சாபாவுக்குக் கிளம்புகிறார். பயணம் செய்ய முடியாத அளவுக்கொன்றும் உங்கள் காயம் மோசமாக இல்லை. நாமில்லாததை அவர் கவனிக்குமுன், பஞ்சவடி சென்று சேர்ந்திருப்போம்."

தக்ஷர் அவளை வெறித்தார். "ஆனால் ..."

"தயவு செய்து என்னை நம்புங்கள். நம் அனைவரின் நன்மைக்குத்தான் சொல்கிறேன். என் மீதும், நம் மகள்களின் மீதும் உங்களது அன்பை நானறிவேன். மற்ற எதைப் பற்றியும் உங்களுக்குக் கவலையில்லை என்பதும் எனக்குத் தெரியும். என்னை நம்புங்கள்."

தக்ஷர் தலையசைத்தார்.

முகமலர்ந்த வீரிணி, குனிந்து தன் கணவனை முத்தமிட்டாள். "நான் எல்லாவற்றையும் கவனித்துக்கொள்கிறேன்."

மகிழ்ச்சிப்பெருக்குடன் அவள் வெளியேறினாள். செய்வதற்கு எவ்வளவோ இருக்கிறதே?

அறையைவிட்டு அடியெடுத்து வைத்த போது, சதியும் பர்வதேஸ்வரரும் அங்கு அமர்ந்திருப்பதைக் கண்டாள். மகளின் தலையை லேசாய்த் தட்டிக்கொடுத்தாள். "உள்ளே போ, குழந்தாய். உன் தந்தையின் மீது நீ வைத்திருக்கும் அன்பு எத்தகையது என்பதை எடுத்துச் சொல். அவருக்கு இப்போது உன் அரவணைப்பு தேவை. நான் சீக்கிரம் வந்துவிடுகிறேன்."

அவசரமாக அவள் செல்கையில், ப்ரம்மநாயகர் மீண்டும் தன் கணவனின் அறைக்குள் செல்வதைக் கவனித்தாள்.

டால்ஃபின் மீன்களின் கூக்குரல்கள், மெலூஹ சக்ரவர்த்தினியை நிகழ்காலத்திற்குக் கொண்டுவந்து சேர்த்தன. நூறாண்டுகள் தாண்டியும், அந்த நினைவுகளின் விளைவாய், கண்களினின்று ஒரு சொட்டுக் கண்ணீர் வழிந்தது. கணவனைத் திரும்பிப் பார்த்தவள், தலையைக் குலுக்கிக்கொண்டாள். அன்று என்ன நடந்ததென்று இன்றுவரை அவளுக்குப் புரியத்தான் இல்லை. ப்ரம்மநாயகர் என்னதான் சொன்னார்? மறுநாள், தப்பித்து செல்வதற்கான அனைத்து ஏற்பாட்டுடனும் அவள் தக்ஷர் அறைக்குச் சென்ற போது, அவர் பிடிவாதமாய் மறுத்துவிட்டது மட்டும்தான் அவளுக்குத் தெரியும். சக்ரவர்த்தியாகும் ஆசை அவரைப் பீடித்துவிட்டது.

தானென்ற அகந்தையும், உங்கள் தந்தையிடம் நற்பெயர் வாங்க வேண்டும் என்ற அதீத ஆவலும் நம் வாழ்க்கையையே மொத்தமாய்ப் பாழடித்துவிட்டது!

— � —

"இரகசியமா?" பரசுராமனும் தானும் பேசிக்கொண்டது சிவனுக்கு நினைவு வந்தது.

பரசுராமன், பர்வதேஸ்வரர், வீரபத்ரா மற்றும் நந்தி சகிதம் அமர்ந்திருந்தார் சிவன். காளி அப்போதுதான் அறைக்குள் வந்திருந்தாள். சிவன் விஷயத்தில் தன் நிலைமை என்னவென்பதை இன்னும் அறியாத கணேஷ் பின்னால், அமைதியாக நின்றான். சதியின் மூத்த மகளை ஒரு தலையசைப்புடன் மட்டுமே அங்கீகரித்த சிவன், மேற்கொண்டு எதுவும் பேசவில்லை.

"ஆமா. உங்களுக்கு அது தெரியணும்னு நினைக்கறேன்," என்றாள் காளி. "நாகர்களின் இரகசியத்தை நீலகண்டர் தெரிஞ்சுக்கிறது இந்தியாவுக்கு அவசியமாயிடுச்சு. அதுக்கப்புறம், நாங்க செஞ்சது சரியா தப்பான்னு நீங்களே முடிவு செய்யலாம். இப்ப என்ன செய்யணும்னு நீங்க முடிவெடுத்தாகணும்."

"இங்கேயே சொல்லமுடியாதா?"

"மன்னிக்கணும். இது விஷயத்துல நீங்க என்னை நம்பித்தான் ஆகணும்."

சிவனின் கண்கள், காளியைத் துளைத்தன. அவற்றில் துரோகமோ, வஞ்சமோ, பழிதீர்க்கும் எண்ணமோ

அவருக்குப் புலப்படவில்லை. இவளை நம்பலாம் என்றுதான் தோன்றியது. "பஞ்சவடி போய்ச் சேர எத்தனை நாளாகும்?"

"ஒரு வருஷத்துக்குக் கொஞ்சம் மேல," என்றாள் காளி.

"எது, ஒரு வருஷமா?!"

"ஆமா, பிரபு நீலகண்டரே. நதிப் படகுகளில் ப்ரங்காவரை போய், மதுமதியில பயணம் செஞ்சு, *தண்டகாரண்ய*த்தை நடந்தே கடக்கணும். நாளாகும்."

"வேற நேர்ப்பாதை ஒண்ணும் இல்லையா?"

புன்னகை புரிந்தாலும், வலையில் விழக் காளி தயாராக இல்லை. *தண்டக வனத்தின்* இரகசியங்களை வெளியிடுவதில் அவளுக்கு விருப்பமில்லை. அவளது நகரின் முக்கிய அரணே அதுதானே?

"நான் உங்களை நம்பறேன். ஆனா, நீங்கதான் என்னை நம்பலை போலத் தெரியுது."

"உங்க மேல எனக்கு முழு நம்பிக்கை இருக்கு, நீலகண்டப் பெருமானே."

அந்த வார்த்தைகளின் உள்ளர்த்தத்தையும், அவளது சிக்கலையும் உணர்ந்த சிவனின் முகத்தில் லேசான புன்னகை. தன்னை நம்பமுடிந்தாலும், தன்னைச் சேர்ந்த எல்லோரையும் அதேவிதமாய் முடியாதென்பதைச் சூட்சுமமாகச் சொல்கிறாள். "அப்ப சரி. பஞ்சவடிக்கே போவோம். என் கடமையைச் சரியாச் செய்யணும்னா, அந்த வழியாத்தான் போயாகணுமோ, என்னவோ?"

பர்வதேஸ்வரரிடம் திரும்பினார். "ஏற்பாடு செஞ்சிடறீங்களா, சேநாதிபதி?"

"அப்படியே, பிரபு," என்றார் அவர்.

அவரை வணங்கிய காளி, வெளியேறத் தயாராய், கணேஷை நோக்கிக் கை நீட்டினாள்.

"அப்புறம், காளி ..." என்றார் சிவன்.

அவள் சுழன்று திரும்பினாள்.

"நீலகண்டரெல்லாம் வேணாம். 'சிவா' போதும். நீங்க என் மனைவியின் தங்கை. என் குடும்பம்."

முகமலர்ந்த காளி, சிரம் தாழ்ந்து வணங்கினாள். "அப்படியே ... சிவா."

—— ⵜⵙⵓⵒⵋⵔ ——

சிவனும் சதியும், விஸ்வநாதர் கோயிலில், பிரத்யேகமாய் பூஜையொன்று செய்து, ருத்ரபகவானின் ஆசிகளைப் பெறும் எண்ணத்தில் கூடியிருந்தனர். இப்போது, பிரார்த்தனையை முடித்துவிட்ட நிலையில், தூண் ஒன்றின் மீது சாய்ந்து, ருத்ரபகவானுக்குப் பின்புறம் அமைந்திருந்த மோகினி தேவியின் திருவுருவச் சிலையைப் பார்த்தவாறு அமர்ந்திருந்தனர்.

மனைவியின் கரத்தைப் பற்றிய சிவன், லேசாய் முத்தமிட்டார். புன்னகை புரிந்த சதி, அவர் தோளின் மீது தலைசாய்த்தாள்.

"ரொம்ப சுவாரசியமான மனுஷி," என்றார் சிவன்.

சதி கணவனை ஏறிட்டாள். "யாரு, மோகினி தேவியா?"

"ஆமா. ஏன் உலகம் முழுக்க அவங்களை விஷ்ணுவா ஒப்புக்கலை? விஷ்ணுக்களோட எண்ணிக்கை ஏன் ஏழோட நின்னு போச்சு?"

"எதிர்காலத்துல இன்னும் விஷ்ணுக்கள் தோன்ற வாய்ப்பிருக்கு. ஆனா, எல்லோரும் அவங்களை விஷ்ணுவாப் பாக்கறதில்லைதான்."

"நீ எப்படி?"

"ஒரு காலத்துல, நானும் நினைக்கலை. ஆனா, இப்ப, அவங்களோட உயர்வு கொஞ்சம் கொஞ்சமா விளங்க ஆரம்பிச்சிருக்கு."

சிவனின் முகம் சுருங்கியது.

"அவங்களைப் புரிஞ்சிக்கிறது சுலபமில்ல," சதி தொடர்ந்தாள். "அவங்க பண்ண காரியங்கள்ள பலது, அநியாயமா கருதப்படலாம். அசுரர்களுக்கெதிராத்தான் செஞ்சாங்கன்னு சொல்லி அதையெல்லாம் நியாயப்படுத்த முடியாது. இராமபிரானோட அசைக்கமுடியாத கொள்கைகளை அட்சரம் மீறாம கடைபிடிக்கிற சூர்யவம்சிகளுக்கு, அவங்களைப் புரிஞ்சிக்கிறது கஷ்டம்தான்."

"இப்ப என்ன மாறிப்போச்சு?"

"அவங்களைப் பத்தி நான் தெரிஞ்சுக்கிட்டது நிறைய. அவங்க ஏன் செஞ்சாங்க; எதுக்கு செஞ்சாங்க ... எல்லா செயல்பாடுகளுக்கும் உள்ளர்த்தம் இன்னும் எனக்கு சரியா விளங்கலைதான் - ஆனா, அவங்க மேல ஒரு நல்லுணர்ச்சி இருக்கு. புரிஞ்சிக்கிற தன்மை அதிகமாகியிருக்கு."

"அவங்களோட உதவியில்லாம, தன் பணியை ருத்ரபகவான் நிறைவேத்தியிருக்கவே முடியாதுன்னு ஒரு வாசுதேவ் ஒரு முறை சொன்னார்."

சதி சிவனை ஏறிட்டாள். "அது உண்மையாவே இருக்கலாம். ஒரு வேளை - ஒரு வேளை, சின்ன தவறுகள் சில சமயம் பெரிய நன்மைகளுக்கு இடம் குடுக்குமோ, என்னமோ."

அவளை உற்றுப் பார்த்த சிவனுக்கு, என்ன சொல்ல வருகிறாள் என்பது புரியாமலில்லை.

"தனக்கு நேர்ந்த அநீதியையெல்லாம் மீறி, ஒரு மனுஷன் வாழ்நாள் முழுக்க நல்லவனா வாழ்ந்து, அடுத்தவங்களுக்கு உதவி செஞ்சா, குற்றம்கிற மாதிரி ஒரு விஷயத்தை அவன் ஏன் செஞ்சான்னு நாம் புரிஞ்சிக்க முயற்சி செய்யணும். அவனை நம்மளால மன்னிக்க முடியாம போகலாம். ஆனா, அவனோட காரண காரியங்கள் புரியுமில்லையா?"

கணேஷைப் பற்றித்தான் பேசுகிறாள். "அவன் ஏன் அதை செஞ்சான்னு உனக்குப் புரியுதா?"

சதி மூச்சை ஆழமாய் இழுத்தாள். "இல்ல."

சிவன், மோகினி தேவியின் சிலையை நோக்கித் தன் பார்வையைத் திருப்பினார். அவரது முகத்தை சதி மீண்டும் தன்புறம் திருப்பினாள். "சில சமயம், ஒரு சம்பவம் நேர்ந்ததுக்கான சமய சந்தர்ப்பம், சூழ்நிலை எல்லாத்தையும் தெரிஞ்சுக்காம, அதைப் புரிஞ்சிக்க முயற்சிக்கிறது கஷ்டம்."

சிவன் முகத்தைத் திருப்பிக் கொண்டார். கண்களை மூடி, மூச்சை சீராக்க முயன்றார். "உன் உயிரைக் காப்பாத்தினான். கார்த்திக் உயிரைக் காப்பாத்தியிருக்கான். அதுக்காக அவன் மேல என்னால அன்பு செலுத்த முடியும். அவன் நல்லவனாத்தான் இருக்கணும்னு நான் நம்பற அளவு, நல்ல விஷயங்களை செஞ்சிருக்கான்."

நாகர்களின் இரகசியம் 377

சதி அமைதி காத்தாள்.

"ஆனா ..." சிவன் நெடிய மூச்செறிந்தார். "என்னால அவ்வளவு சுலபமா ... சதி, என்னால முடியலை ..."

சதியும் பெருமூச்செறிந்தாள். *பஞ்சவடிக்குப் போனா, தெளிவு பிறக்குமோ, என்னமோ.*

— ☥ ☉ ☈ ✦ ⊕ —

"என்ன சொல்கிறீர்கள், பிரபு? என்னால் எப்படி முடியும்?" திலீபர் திகைத்துப் போய்க் கேட்டார்.

அயோத்யா அரண்மனையில், தனது தனியறையில், மகரிஷி ப்ருகுவின் காலடியில் அமர்ந்திருந்தார், அவர். அயோத்யாவிற்கு ப்ருகு அடிக்கடி செய்யும் விஜயங்களை வெளியுலகமிடமிருந்து மறைக்கும் வித்தை, பிரதம மந்திரி ஸ்யமந்தகருக்குக் கைவந்த கலையாகிவிட்டது. மகரிஷியின் மருந்துகள் மாயாஜாலம் செய்துகொண்டிருந்தன; நாளொரு மேனியும் பொழுதொரு வண்ணமுமாய், திலீபருக்கு ஆரோக்கியம் கூடிக்கொண்டு வந்தது.

"உதவி செய்ய மறுக்கிறீர்களா, அரசே?" ப்ருகுவின் குரலில் அச்சுறுத்தல்; கண்களில் சுருக்கம்.

"இல்லை, பிரபு; நிச்சயம் இல்லை. ஆனால், இது நடவாத காரியம்."

"வழியை நான் காட்டுகிறேன்."

"என் ஒருவனால் மட்டும் ஆகிற காரியமா இது?"

"துணை நிச்சயம் உண்டு. அதற்கு நான் உத்திரவாதம்."

"ஆனால், இம்மாதிரியான தாக்குதல் ...? யாரேனும் கண்டுபிடித்துவிட்டால்? என் மக்களே எனக்கெதிராய்த் திரும்பிவிடுவார்கள்."

"மாட்டார்கள்."

திலீபர் கலக்கமடைந்திருந்தார். *வசமாய் வந்து மாட்டிக்கொண்டுவிட்டேனா?*

"எதற்கு? இவையெல்லாம் எதன் பொருட்டு, மகரிஷி?"

"இந்தியாவின் நன்மையின் பொருட்டு."

கவலைக்கோடுகள் இன்னமும் முகத்தில் உழுதிருக்க, திலீபர் மௌனம் சாதித்தார்.

தன்னலம் ஒன்றையே குறியாகக் கொண்ட திலீபருக்கு, நாட்டின் நன்மை போன்ற பொதுநலக் காரணங்கள் இரசிக்காதென்பதை உணர்ந்த ப்ருகு, சுயநலத்தையும் இணைத்தார். "நீங்கள் இதைச் செய்துதான் ஆகவேண்டும், அரசே. வியாதி உங்கள் உடலைத் தின்னாமல் காக்க வேண்டுமல்லவா?"

வார்த்தைகளில் பொதிந்திருந்த மிரட்டலைப் புரிந்துகொண்ட திலீபர், ப்ருகுவை வெறித்தார். அவர் தலை தாழ்ந்தது. "எப்படியென்று சொல்லுங்கள், மகரிஷிஜி."

— ✶ ⓂⓊ✥⊕ —

நாகர்களின் அரசி தன் கோரிக்கையைச் சிவனிடம் சமர்ப்பித்த இரண்டு மாதங்களுக்குள், பஞ்சவடி செல்வதற்கான ஏற்பாடுகளை பர்வதேஸ்வரர் முடித்திருந்தார்.

அதியுன்னத ஒளிதிகழ் நகருக்குள் சிவன் கப்பல் பிரவேசம் செய்த நாளிலிருந்து, அவரது பரிவாரம் வெகுவாய் வளர்ந்திருந்தது. சதியையும் கார்த்திக்கையும் விட்டுப் பிரிய சிவன் சம்மதிக்காததால், இந்தச் சமீபத்திய பயணத்தில், குடும்பம் முழுதும் உடன்வருவதாகத் திட்டம். காளியும் கணேஷும் இருந்தேயாக வேண்டும்; சந்தேகமில்லை. வீரபத்ராவும் நந்தியும், நீலகண்டரின் பரிவாரத்தில் பிரிக்கமுடியாத அங்கமாய் மாறிவிட்டனர்; தன்னைப் பிரிந்திருப்பது மட்டுமல்லாமல், கார்த்திக் இல்லாமல் வெகு காலம் க்ருத்திகாவால் இருக்க முடியாதென்பதால், அவளும் அவசியம் வரவேண்டும் என்பது வீரபத்ராவின் வற்புறுத்தல். கப்பல் வைத்தியராய், ஆயுர்வதியே அனைவரது தேர்வு. பகீரதனும் பரசுராமனும் தன்னுடன் பயணிக்க வேண்டும் என்பது சிவனின் விருப்பம். அவரது சேநாதிபதியும், பாதுகாவல் பொறுப்பையும் ஏற்றிருந்த பர்வதேஸ்வரரோ, ஆனந்தமயியில்லாமல் செல்வதாக இல்லை.

உடன் பயணிக்க, இரு படைகளைப் பர்வதேஸ்வரர் தயார் செய்திருந்தார். நீலகண்டரையும், அவரது இஷ்டமித்திர பந்துக்களையும் சுமந்து சென்ற அரச மரக்கலத்திற்குத் துணையாய், சூர்யவம்சி மற்றும் சந்திரவம்சி வீரர்கள்

இரண்டாயிரம் பேர்களைத் தாங்கிய ஒன்பது கப்பல்கள் பயணம் செய்தன. கணேஷிடம் மிகுந்த விசுவாசம் கொண்ட ப்ரங்க விஷ்வத்யும்னன், சந்திரவம்சிப் படையில் ஓரங்கம் வகித்தான்.

கப்பல்களனைத்தும் ஒன்றாய், சீராய்ப் பயணிக்கும் வகையில், மெல்லிய கதியில் சென்றன. காசியினின்று கிளம்பி இரண்டு மாதங்கள் கடந்திருந்த நிலையில், வைஷாலியை நெருங்கின.

வாசுதேவர்களின் தலைவரான கோபாலுடன் தான் நடத்திய பேச்சுவார்த்தையை நினைவுகூர்ந்த சிவன், வீரபத்ரா, நந்தி மற்றும் பரசுராமனிடம் திரும்பினார். நந்தியைத் தவிர்த்து கப்பலின் மீது மரியுவானா புகைத்துக்கொண்டிருந்த அனைவரும், நதியைப் பார்த்தபடி யோசனையில் ஆழ்ந்திருந்தனர்.

"நன்மையும் தீமையும், ஒரே நாணயத்தின் இரு பக்கங்கள்னு மனுப்பிரபு சொல்லியிருக்காராம்," பரசுராமனிடமிருந்து சில்லத்தைப் பெற்ற சிவன், அமைதியைக் குலைத்தார்.

பரசுராமனின் புருவம் நெறிந்தது. "நானும் இதைக் கேள்விப்பட்டிருக்கேன். ஆனா, எனக்கு ஒரு எழவும் புரியலை."

மரியுவானாவை ஆழமாய் இழுத்த சிவன், ஊதிவிட்டு, சில்லத்தை வீரபத்ராவிடம் நீட்டினார். "உனக்கென்ன தோணுது, பத்ரா?"

"உண்மையை ஒத்துக்கணும்னா, உங்க அழகான வாசுதேவர்கள் சொல்றதெல்லாம் வெறும் பித்துக்குளித்தனம்!"

சிவன் 'குபீ'ரென்று சிரிக்க, மற்றவர்களும் கலந்துகொண்டார்கள்.

"அப்படியும் சொல்ல முடியாது, வீரபத்ர வீரரே."

திகைத்த சிவன் சட்டென்று திரும்ப, பின்னால் கணேஷ் நின்றான். சிரிப்பின் சுவடனைத்தும் அவரது முகத்திலிருந்து மறைய, மௌனமானார். பரசுராமன் உடனடியாக கணேஷிற்குத் தலை வணங்கினாலும், நீலகண்டரின் கோபத்திற்காளாகிவிடுவோமோ என்ற பயத்தில், வாய் திறக்கவில்லை.

மக்கள் தலைவன் நல்லவனே என்ற எண்ணம் நாளாக ஆக வலுத்துக்கொண்டே வந்ததன் பலனாய், ஏறக்குறைய அவன் மீது பாசமே கொண்டுவிட்ட வீரபத்ரா, "அப்ப அதப் பத்தி என்ன நினைக்கறீங்க, கணேஷ்?" எனக் கேட்டான்.

"அது ஒரு துப்புதானோ, என்னவோ?" வீரபத்ராவைப் பார்த்து கணேஷ் புன்னகைத்தான்.

"துப்பா?" சிவன் சுவாரசியத்துடன் கேட்டார்.

"நீலகண்டர் தேடற விஷயத்தைப் புரிஞ்சிக்கப் பயன்படும் துப்பா இருக்கலாம், இல்லையா?"

"அப்புறம்?"

"நன்மையும் தீமையும் ஒரு நாணயத்தின் இரு பக்கங்கள். ஆக, அதன் ஒரு பக்கத்தை நீலகண்டர் கண்டுபிடிக்கணும். இல்லையா?"

சிவனின் புருவம் நெறிந்தது.

"நாணயத்தோட ஒரு பக்கத்தை மட்டும் கண்டுபிடிக்கிறது சாத்தியமா?" கணேஷ் கேட்டான்.

சிவன் பட்டென நெற்றியைத் தட்டிக்கொண்டார். "அதானே - முழு நாணயத்தையும் தேடணும்!"

முகமலர்ந்த கணேஷ், தலையாட்டினான்.

அவனையே வெறித்த சிவனின் மனதில், ஒரு யோசனை விதை, மிக மெல்ல முளையிடத் துவங்கியது.

நன்மையைத் தேடிச் செல். தீமையையும் அங்கே கண்டுபிடிப்பாய். நன்மை எத்துணை பெரிதோ, அத்துணை பெரிது, தீமை.

வீரபத்ரா, சில்லத்தை கணேஷிடம் நீட்டினான். "கொஞ்சம் புகைச்சுப் பாக்கறீங்களா?"

வாழ்நாளில், கணேஷ் புகைத்ததில்லை. தந்தையின் முகத்தை ஏறிட்டான். ஆழமறியா அந்த மர்மக் கண்களை அவனால் படிக்க முடியவில்லை. "தாராளமா."

உட்கார்ந்தவன், வீரபத்ராவிடமிருந்து சில்லத்தைப் பெற்றுக்கொண்டான்.

"வாயில இப்படி வெச்சுக்குங்க," வீரபத்ரா, உள்ளங்கைகளைக் குவித்து, செய்து காட்டினான். "இப்ப நல்லா மூக்கால உறிஞ்சுங்க."

சொன்னபடி செய்த கணேஷ், 'கொல்லு கொல்'லென்று தாங்க முடியாத இருமல் சட்டென்று தாக்க, பொத்தென்று சரிந்தான்.

குபீரென்று அங்கு சிரிப்புப் பரவியது. சிவன் மட்டும், சலனமின்றி, கணேஷை வெறித்தபடி அமர்ந்திருந்தார்.

கை நீட்டி அவனது முதுகைத் தட்டிய வீரபத்ரா, சில்லத்தை வாங்கிக்கொண்டான். "இந்தத் தீமை உங்களைத் தொட்டதேயில்லை."

"இல்லதான், ஆனா, இதையும் இரசிக்கக் கத்துப்பேன்கிற நம்பிக்கை இருக்கு," கூச்சத்துடன் புன்னகைத்தான் கணேஷ். மீண்டும் சில்லத்தை வாங்கக் கை நீட்டியபோது, கண்கள் ஒரே நொடி சிவனை ஏறிட்டு, தாழ்ந்தன.

வீரபத்ராவோ, சில்லத்தை அவனது வீச்சைத் தாண்டி வைத்தான். "வேண்டாம், கணேஷ். நீங்க அறியாதவரா இருக்குறதுதான் நல்லது."

ப்ரங்காவின் வாயிலில், கப்பல் பரிவாரம் வந்து நின்றது. பர்வதேஸ்வரர், ஆனந்தமயி மற்றும் பகீரதன், நடப்பவற்றைக் கண்காணிக்க முதன்மைக் கப்பலுக்கு வந்து சேர்ந்திருந்தனர்.

"இதையெல்லாம் நான் முன்னாடியே பார்த்தாச்சு," வாயில்களை இமைக்காமல் பார்த்தாள் ஆனந்தமயி. "ஆனாலும், இவங்களோட பிரமாத மூளையை நினைச்சு அதிசயப்படாம இருக்க முடியல!"

புன்னகையுடன் அவளது இடையைக் கையால் அணைத்த பர்வதேஸ்வரர், உடனடியாக தன் பணியில் கவனம் செலுத்த, ஆனந்தமயி எரிச்சலடைந்தாள். "உத்தங்கா, இரண்டாவது கப்பல் மட்டம் இறங்கிவிட்டது; குளத்தில் இன்னும் நீர் நிரப்பும்படி ப்ரங்கர்களிடம் சொல்."

பர்வதேஸ்வரர் கவனியாத வண்ணம் புருவங்களை உயர்த்திய ஆனந்தமயி, தலையை லேசாய் ஆட்டிக்கொண்டாள். பிறகு, கணவனின் முகத்தைத் திருப்பி, மெலிதாய் முத்தமிட்டாள். பர்வதேஸ்வரரின் முகம் மலர்ந்தது.

"அடாடா, காதல்பறவைகளே, கொஞ்சம் அடக்கி வாசிக்கறீங்களா?" என்றான் பகீரதன்.

கலகலவென்று சிரித்த ஆனந்தமயி, பட்டென்று செல்லமாய் அவனது மணிக்கட்டை அடித்தாள்.

புன்னகையுடன் திரும்பிய பர்வதேஸ்வரர், சந்திப்பைக் கடக்கும் வேலையை மேற்பார்வை செய்ய, வாயிலை நோக்கித் திரும்பினார்.

"சந்திப்பையெல்லாம் சரியாக் கடந்துருவோம், சேநாதிபதி," என்றான் பகீரதன். "கவலையை விடுங்க. ப்ரங்கர்கள் என்ன செய்யறாங்கன்னு நமக்கு நல்லாத் தெரியும். இதுல ஆச்சர்யங்கள் எதுவும் இல்ல."

புருவம் நெறிந்தவாறு அவனை ஏறிட்ட பர்வதேஸ்வரர், தன்னை அவன் "சேநாதிபதி" என்று விளித்ததன் காரணம் அறியாமல் திகைத்தார். மைத்துனன் ஏதோ எச்சரிக்கை செய்ய முயற்சிக்கிறான் என்பது புரிந்தது. "என்ன சொல்ல வருகிறாய், பகீரதா?"

"நமக்கு இந்தப் பாதை நல்லாத் தெரியும்," என்றான் பகீரதன். "ப்ரங்கர்கள் என்ன செய்யறாங்கன்னும் தெரியும்; அதுல நமக்கு எந்த அதிர்ச்சியும் காத்திருக்கப் போறதில்லை. ஆனா, நாகர்கள் எந்தவழியா நம்மளைக் கூட்டிக்கிட்டுப் போகப்போறாங்கன்னு தெரியாது. அவங்க நமக்கு என்னென்ன அதிர்ச்சிகள் தரப்போறாங்கன்னு கடவுளுக்குத்தான் வெளிச்சம். இப்படிக் கண்மண் தெரியாம நம்பறது சரிதானா?"

"நாம நம்பறது நாகர்களை இல்லையே, பகீரதா," என்றாள் ஆனந்தமயி. "நீலகண்டரைத்தானே?"

பர்வதேஸ்வரர் மௌனம் சாதித்தார்.

"மகாதேவரை நம்பக்கூடாதுன்னு நான் சொல்லலை," என்றான் பகீரதன். "அதெப்படி முடியும்? ஆனா, இந்த நாகர்களைப் பத்தி நமக்கு எவ்வளவு தெரியும்? இவங்களை வழிகாட்டியா வெச்சுக்கிட்டு, பயங்கரமான தண்டகவனத்தை வேற தாண்டப்போறோம். இதைப் பத்தியெல்லாம் நான் ஒருத்தன்தானா கவலைப்படுறேன்?"

"இதப்பார்," எரிச்சலடைந்த ஆனந்தமயி குறுக்கிட்டாள். "நீலகண்டப் பெருமான், ராணி காளியை நம்பறார். அதனால நானும் நம்பறேன். நீயும் நம்பணும்."

பகீரதன் மறுப்பாய்த் தலையசைத்தான். "பர்வதேஸ்வரரே, நீங்க என்ன சொல்றீங்க?"

“பிரபுவே எனக்குப் பெருமான். அவர் உத்தரவிட்டால், நெருப்புச் சுவற்றுக்குள் புகவும் நான் தயார்,” என்ற பர்வதேஸ்வரர், கரையில், சேர்மான இயந்திரங்கள் திறக்கப்பட, தங்கள் கப்பல்கள் ஏராள சக்தியுடன் முன்னிழுக்கப்படுவதை கவனித்தார். பிறகு, மெலூஹ சேநாதிபதி, பகீரதனை நோக்கினார். “ஆனால், மெலூஹாவின் மிகச் சிறந்த விஞ்ஞானியான ப்ரஹஸ்பதியைக் கொன்றது கணேஷ் என்பதை நான் எவ்விதம் மறப்பது? மெலூஹாவின் ஆதாரமான மந்தர மலையை அழித்தவன் என்பதை எப்படி மறுப்பது? இவையெல்லாம் ஆன பிறகு, அவனை நம்புவது எங்ஙனம்?”

அவரை ஏறிட்ட ஆனந்தமயி, தன் சகோதரனைப் பார்த்த பார்வையில், தர்மசங்கடம்.

“இல்லை, க்ருத்திகா,” என்றாள் ஆயுர்வதி. “நான் இதைச் செய்வதாக இல்லை.”

அரச மரக்கலத்தில் அமைந்திருந்த மெலூஹ மருத்துவரின் அலுவலகத்தில் இருவரும் அமர்ந்திருந்தனர். கப்பலை ப்ரங்காவின் வாயில்கள் வழியே பிடித்திழுக்க, பக்கவாட்டில் அடித்திருந்த கொக்கிகள், இயந்திரத்துடன் இணைக்கப்பட்டுக் கொண்டிருந்தன. ப்ரங்கர்களின் இந்தப் பொறியியல் சாதனை செயல்படுவதை நேரில் காண ஏறக்குறைய கப்பலில் இருந்த அனைவருமே மேல்தளத்தில் குழுமியிருக்க, க்ருத்திகா மட்டும், இந்த நேரத்தைப் பயன்படுத்திக்கொண்டு, வீரபத்ரா அறியாமல் ஆயுர்வதியைச் சந்திக்க வந்திருந்தாள்.

“தயவு செய்யுங்க, ஆயுர்வதிஜி. எனக்கு இது தேவைன்னு உங்களுக்கே தெரியும்.”

“தேவையில்லை என்பதுதான் நிஜம். விஷயம் உன் கணவருக்குத் தெரிந்தால், அவரும் வேண்டாமென்றுதான் கூறுவார்.”

“அவருக்குத் தெரிய வேண்டிய அவசியமில்ல.”

“க்ருத்திகா, உன் உயிருக்கு ஆபத்தான எதையும் நான் செய்வதாக இல்லை. புரிந்ததா?”

திரும்பிய ஆயுர்வதி, பர்வதேஸ்வரருடன் போர்ப்பயிற்சியின் போது வெட்டுப்பட்ட கார்த்திக்கிற்கு மருந்து தயாரிப்பதில் முனைந்தாள்.

இதுதான் சந்தர்ப்பம். ஆயுர்வதியின் மேஜை மீது அந்தச் சுருக்குப்பை கிடந்தது. தான் ஏங்கித் தவித்த மருந்து அதற்குள்தான் இருக்கிறது. ஓசைப்படாமல், அதை எடுத்து, தன் அங்கவஸ்திரத்தின் மடிப்புகளுக்குள் க்ருத்திகா பத்திரப்படுத்திக்கொண்டாள்.

"உங்களைத் தொந்தரவு செஞ்சதுக்கு மன்னிச்சுக்குங்க," என்றாள் க்ருத்திகா.

ஆயுர்வதி திரும்பி, அவளைப் பார்த்தாள். "நான் கடுமையாக நடந்துகொள்வதாக உனக்குத் தோன்றினால், மன்னித்துவிடு, க்ருத்திகா. ஆனால், உன் நன்மைக்குத்தான் சொல்கிறேன்."

"தயவு செஞ்சு என் புருஷன்கிட்ட சொல்லிடாதீங்க."

"நிச்சயமாக இல்லை," என்றாள் ஆயுர்வதி. "நீயே வீரபத்ராவிடம் விஷயத்தைக் கூறிவிடுவது நல்லது. சரிதானே?"

தலையசைத்த க்ருத்திகா, அறையைவிட்டுச் செல்ல யத்தனிக்கையில், ஆயுர்வதி அவளை அழைத்தாள். க்ருத்திகாவின் அங்கவஸ்திரத்தைச் சுட்டிக்காட்டினாள். "அதை இங்கேயே வைத்துவிட்டுப் போ."

வெட்கிய க்ருத்திகா, மெல்ல அங்கவஸ்திரத்திற்குள் கையைச் செலுத்தி, சுருக்குப்பையை எடுத்து, மேஜையின் மீது வைத்தாள். கண்களில் கண்ணீரும் கெஞ்சலுமாய், நிமிர்ந்து பார்த்தாள்.

அவளது தோளை மெல்லத் தொட்டாள் ஆயுர்வதி. "நீலகண்டரிடமிருந்து எதையுமே நீ கற்றுக்கொள்ளவில்லையா? நீ இருக்கிறபடியே, முழுமையானவள்தான். உன் கணவன் உன்னை உனக்காகத்தான் விரும்புகிறானேயொழிய, நீ கொடுக்கக்கூடியவற்றிற்காக இல்லை."

மெலிதாக மன்னிப்பை முணுமுணுத்த க்ருத்திகா, அறையைவிட்டு ஓடினாள்.

அத்தியாயம் 23

இரகசியங்களுக்கெல்லாம் இரகசியம்

ப்ரங்காவின் வாயில்களைக் கடந்து, நதியின் கிளைகளுள் மிக மேற்கே ஓடிய மதுமதியில், கப்பல்கள் நுழைந்தன. சில வாரங்களுக்குப் பிறகு, சிவன், பரசுராமனுடன் போர் புரிந்த இடத்தைக் கடந்தனர்.

"இங்கேதான் பரசுராமனோட சண்டை போட்டோம்," பழைய கொள்ளைக்காரனின் முதுகை சிவன் வாத்சல்யத்துடன் தட்டினார்.

அவரை ஒரு முறை ஏறிட்ட பரசுராமன், சதியைத் திரும்பிப் பார்த்தான். "உண்மைல, இந்த இடத்துலதான் பெருமான் என்னை ஆட்கொண்டார்."

சதி, அவனைப் பார்த்துப் புன்னகைத்தாள். சிவனால் காப்பாற்றப்படுவதென்பது எப்பேர்ப்பட்ட விஷயம் என்பதை அவள் நன்கறிவாள். கண்களில் ஒளிர்ந்த காதலுடன் கணவனை ஏறிட்டாள். தன்னைச் சுற்றியிருப்போரிடமிருந்து நஞ்சையெல்லாம் உறிஞ்சி வெளியேற்றிக்கூடிய அற்புத சக்தி படைத்த அந்த மனிதன், தன் சொந்த வாழ்க்கையின் விஷம் தோய்ந்த நினைவுகளினின்று விடுபட முடியாமல், மனம் சிருஷ்டித்த அரக்கர்களால் சித்திரவதைப்படுவதை எண்ணி வியந்தாள். எவ்வளவோ முயன்றும், சிவனது கடந்த காலத்தை மறக்க வைக்க அவளால் முடியவில்லை. ஒரு வேளை, அதுதான் அவரது விதியோ, என்னமோ.

பரசுராமனால், அவளது எண்ண ஓட்டம் இப்போது தடைப்பட்டது. "இங்கேதான் திரும்பணும், பிரபு."

ஒதுக்கப்பட்ட அந்த வாசுதேவ் சுட்டிக்காட்டிய திசையில் பார்த்தாள். அங்கு ஒன்றுமில்லை. நதி, அடர்ந்து வளர்ந்திருந்த பெரிய சுந்தரி வனத்தைச் சுற்றிக்கொண்டு, கிழக்குக்கடலை நோக்கிப் பாய்வது போலத்தான் தோன்றியது.

"எங்கே?" என்றார் சிவன்.

"அந்த சுந்தரி மரங்களைப் பார்த்தீங்கல்ல, பிரபு?" அறுபட்ட இடக்கையில் மாட்டியிருந்த கொக்கியால், பரசுராமன் ஒரு தோப்பைச் சுட்டிக்காட்டினான். "அதுங்களாலதான் இந்த இடத்துக்கு இந்தப் பேரு. சுந்தர்பன்."

"*அழகிய வனம்?*" என்றாள் சதி.

"ஆமா, தேவி," பதிலளித்தான் பரசுராமன். "அதுக்குள்ள ஒரு அழகான இரகசியமும் மறைஞ்சிருக்கு."

காளியின் உத்தரவின் பேரில், பரசுராமன் சுட்டிக் காட்டிய திசையில், முதன்மைக் கப்பல் தோப்பிற்குள் திரும்பியது. தான் நின்றிருந்த தூரத்திலிருந்து, கப்பலின் மேல்தளத்தில் நின்ற பர்வதேஸ்வரர், அருகேயிருந்த காளியுடன் வாதம் செய்ய முயல்வதை அவளால் காண முடிந்தது.

காளி, அவரைக் கண்டுகொள்ளவேயில்லை. கப்பலோ, கோரமான ஒரு முடிவை நோக்கி நிற்காமல் சென்றுகொண்டிருப்பதாகப்பட்டது.

"என்ன செய்யறாங்க?" சதி பதற்றமடைந்தாள். "கப்பல் கரைதட்டிடும்."

அவர்கள் ஸ்தம்பித்துப் பார்த்துக்கொண்டிருக்கும் போதே, முதன்மைக் கப்பல், மரங்களை சாவதானமாய்த் தள்ளிக்கொண்டு, மேலே சென்றது.

"புனித ஏரியே," சிவன் அதிசயித்துப்போனார். "வேரில்லாத மரங்கள்."

"வேரில்லாதங்கிறது சரியில்லை, பிரபு," பரசுராமன் திருத்தினான். "வேர்கள் இருக்கு. ஆனா, தரையில் பதியல. தண்ணியில மிதக்கும்."

"இந்த மரங்கள் எல்லாம் எப்படி உயிர் வாழுது?" சதி கேட்டாள்.

"அது விஷயம் எனக்கே புரிஞ்சதில்ல," பரசுராமன் ஒப்புக்கொண்டான். "நாகர்களோட மாயாஜாலமோ, என்னமோ?"

மகாதேவரைச் சுமந்த அரசக் கப்பல் முதலில் செல்ல, அதைத் தொடர்ந்து மற்றவையும், மிதக்கும் சுந்தரி மரத்தோப்பிற்குள் நுழைந்து, மதுமதியின் பிரவாகம் மெல்லிய அலைகளாய் முடிவடைந்த மறைவான ஒரு உப்புநீர் ஏரியில் வந்து நின்றன. அதிசயமும் ஆவலுமாய், சிவன் சுற்றுமுற்றும் பார்த்தார். க்றீச்சிடும் பறவை ஒலிகளும், செழுசெழுவென்ற செடிகொடிகளாலும் அந்த இடமே உயிர்பெற்றுத் திகழ்ந்தது. பத்து பெரிய கப்பல்களைச் சுலபமாக ஏற்கக்கூடிய அந்த ஏரியின் மீது, மரக்கிளைகள் அடர்த்தியாப் அடர்ந்து, மரகதக் கூரை வேய்ந்திருந்தன. இரண்டாவது ப்ரஹார் முடிவடையும் அந்தத் தருணத்தில் சூரியன் உச்சியில் இருந்தாலும், இந்த எரியின் பச்சைப் படுதாவின்கீழ், மாலை என்று சொல்லும்படி நிழலடித்திருந்தது.

பரசுராமன் சிவனை ஏறிட்டான். "ரொம்ப சில பேருக்குத்தான் இந்த மிதக்கும் தோப்பு இருக்கிற இடம் தெரியும். இதைக் கண்டிபிடிக்க முயற்சி பண்ணி, முடியாம, கரைதட்டித் தத்தளிச்சவங்க பலர்."

பத்து மரக்கலங்களும் அதிவிரைவாய், மிதக்கும் சுந்தரி மர வரிசையின்பின் இழுக்கப்பட்டு, ஒன்றுடன் ஒன்று இணைக்கப்பட்டு, கரையில் ஆழப்புதைத்த மரக்கட்டைகளுடன் கட்டி நங்கூரமிடப்பட்டன. எங்கிருந்து பார்த்தாலும் தெரியாதபடி மறைந்து, அங்கிங்கு நகரமுடியாதபடி பத்திரப்படுத்தப்பட்டன.

இனிமேல், இரண்டாயிரத்திற்கும் மேற்பட்ட வீரர்கள், தண்டக வனம் வழியே நடந்துதான் செல்ல வேண்டும். அனைவரும், முதன்மைக் கப்பல் தளத்திலும், அதைச் சுற்றிலும் அணி வகுத்து நின்றனர்.

எல்லோரும் தன்னைப் பார்க்கும் விதமாய், பிரதான பாய்மரத்தின் மீது ஏறிக்கொண்டாள் காளி. "கவனம்!"

கூட்டம் அமைதியடைந்தது. காளியின் குரலில், எவரையும் உடனடியாகக் கட்டுப்படுத்தும் அதிகாரம்.

"*தண்டகாரண்யத்*தைப் பத்தி நீங்க எல்லோரும் எவ்வளவோ கேள்விப்பட்டிருப்பீங்க. உலகிலேயே *தண்டக வனம்* தான் பெரிசு; கிழக்குக் கடலிலிருந்து, மேற்குக் கடல் வரைக்கும் நீண்டிருக்கு; சூரிய வெளிச்சம் தரையையே தொடாத அளவு அடர்ந்த

காடு; வழிதெரியாம வனத்துக்குள்ள தொலைஞ்சு போறவங்களைக் கொடிய மிருகங்கள் குதறித்தின்னுடும்; சில மரங்களே விஷத்தன்மை வாய்ஞ்சது; சும்மாயில்லாம யாராவது பித்துக்குளித்தனமா இலைகாய்னு பறிச்சுத் தின்னுட்டா, அதோட ஒழிஞ்சாங்க ..."

வீரர்கள் கவலையுடன் அவளைப் பார்த்தார்கள்.

"அத்தனை பயங்கரமான வதந்திகளும், நூத்துக்கு நூறு நிஜம்."

மனுப்பிரபு வகுத்த எல்லையான நர்மதை நதிக்குத் தெற்கே இருந்ததுதான் தண்டகவனமென்பதை வீரர்கள் அறிவர். தாண்டவேகூடாத அந்த எல்லையைக் கடந்து, மனுவின் ஆணையை மீறுவது மட்டுமல்லாமல், கொடூரமான தண்டகாரண்யத்திற்குள் வேறு நுழையப்போகிறார்கள். இந்தச் சபிக்கப்பட்ட காடுகளுக்குள் தேவையற்ற வீரதீர சாகசங்களில் இறங்கி, விதியைச் சோதனைக்குள்ளாக்க யாருக்கும் இஷ்டமில்லை. காளியின் வார்த்தைகள், அந்த நம்பிக்கைக்குப் பலமளித்தன.

"உயிரைப் பலி வாங்கற இந்த பொறியைக் கடக்க சரியான பாதை, கணேஷ், விஷ்வத்யும்னன, எனக்குன்னு, மூணு பேருக்கு மட்டும்தான் தெரியும். உயிரோட தப்பிக்க விரும்பினீங்கன்னா, நாங்க சொல்றதை அப்படியே கேட்டு, செய்யணும். பதிலுக்கு, நீங்க பஞ்சவடிக்கு பத்திரமா வந்து சேருவீங்கன்னு நான் உத்தரவாதம் தர்றேன்."

வீரர்கள் வெகுவேகமாய்த் தலையாட்டினார்கள்.

"இன்னிப் பொழுதுக்கு, கப்பல்கள்ள ஓய்வெடுத்துக்குங்க; நல்லா சாப்ட்டு தூங்குங்க. நாளைக்காலை சூரியோதயத்தின் போது, கிளம்பறோம். யாரும் இராத்திரி சுந்தர்பன்னைச் சுத்திப் பாக்க வீரமாக் கிளம்பவேண்டாம். அழகைவிட இங்க ஆபத்துதான் அதிகம்கிறதைச் சீக்கிரம் புரிஞ்சிக்குவீங்க."

பாய்மரத்தினின்று இறங்கிய காளி, கீழே சிவனும் சதியும் நிற்பதைக் கண்டாள்.

"இங்கேயிருந்து தண்டகவனம் எவ்வளவு தூரம்?" சதி வினவினாள்.

சுற்றுமுற்றும் பார்த்த காளி, சதியிடம் திரும்பினாள். "பெரிய கூட்டமாக் கிளம்பறோம். சாதாரணமா, ஒரு மாசத்துல கடக்கலாம்; ஆனா, இந்த முறை, ரெண்டு அல்லது

மூணாவது ஆகும். அதப்பத்தி எனக்குக் கவலையில்ல. மரணத்தை விட மெதுவாப் போறது எவ்வளவோ பரவாயில்ல."

"ஆனாலும் உனக்கு நாக்குல சனி, தங்கச்சி."

காளியின் முகத்தில் குறும்பு பளிச்சிட்டது.

"தண்டகவனத்தோட மையத்துலயா பஞ்சவடி இருக்கு?" சிவன் கேட்டார்.

"இல்லை, சிவா. மேற்கு எல்லைன்னு சொல்லலாம்."

"நல்ல தூரம்."

"அதனாலதான், போய்ச் சேர நாளாகும்னு சொன்னேன். தண்டகாரண்யத்துக்குள்ள நுழைஞ்சிட்டா, பஞ்சவடி போய்ச் சேர இன்னும் ஆறு மாசமாகும்."

"ஹ்ம்ம்," என்றார் சிவன். "கப்பல்லேர்ந்து தேவையான அளவு உணவைச் சேகரிச்சிக்கணும்."

"அதுக்கு அவசியமில்ல, சிவா," என்றாள் காளி. "தேவையில்லாத தளவாடம், வேகத்தைக் குறைக்கும். நமக்கு வேண்டிய உணவெல்லாம் காட்டுலேயே கிடைக்கும். என்ன ஒண்ணு: சாப்பிடக்கூடாத எதையும் சாப்ட்டுடாம பாத்துக்கணும். அவ்வளவுதான்."

"பிரச்சனை சாப்பாடு மட்டுமில்லையே? இந்தக் காட்டுக்குள்ள ஒன்பது மாசம் இருக்கப்போறோம். வேற எத்தனையோ ஆபத்துகள் இருக்கும்."

காளியின் கண்களில் மின்னல். "என்கூட நீங்க இருந்தா, எதுவும் அண்டாது."

பிரதான கப்பல் தளத்தில், உணவு பரிமாறப்பட்டது. பலப்பல வாழையிலைகளை ஒன்றாய்த் தைத்து மிகப்பெரும் இலையாக்கி, அவற்றிலிருந்து எல்லோரும் கூட்டாய் உண்ணும் நாகா வழக்கத்தை பின்பற்றி, அவர்களைக் கௌரவப்படுத்துவது என்று சிவன் முடிவெடுத்திருந்தார்.

சிவன், சதி, காளி, கணேஷ், கார்த்திக், பர்வதேஸ்வரர், ஆனந்தமயி, பகீரதன், ஆயுர்வதி, பரசுராமன், நந்தி, வீரபத்ரா

மற்றும் க்ருத்திகா, ஒரு பிரம்மாண்டமான இலையைச் சுற்றி அமர்ந்தனர். இந்த வழக்கம் சுத்தபத்தமில்லாத விசித்திரமாக பர்வதேஸ்வரருக்குத் தோன்றினாலும், வாய் மூடி சிவனைப் பின்பற்றினார்.

"இந்த வழக்கம் உருவாக என்ன காரணம், அரசி?" பகீரதன் காளியைக் கேட்டான்.

"அன்னத்தின் கடவுளான அன்னபூர்ணியை, எங்களுடைய பல தாய்கள்ள ஒருத்தியா நாகர்கள் நம்பறதுண்டு. எங்களையெல்லாம் காப்பாத்தறாங்க இல்ல? அவங்க ஆசி எங்க எல்லாருக்கும் ஒண்ணா கெடைக்கணும்னுதான் இந்த வழக்கத்தை பின்பிற்றறோம். பயணம் செய்யும்போது, ஒண்ணாத்தான் சாப்பிடுவோம். நாம இப்ப சகோதர சகோதரிகள். இந்தப் பயணத்தைப் பொறுத்தவரை, எல்லோருக்கும் ஒரே கதிதான்."

"உண்மை," இப்படி ஒன்றாய்ச் சாப்பிடுவதனால், விஷம் வைப்பதிலிருந்து தப்பித்துவிடலாம் என்று எண்ணமிட்டான் பகீரதன்.

"தண்டகவனம் அவ்வளவு ஆபத்து நிறைந்ததா, தேவி?" என்றார் பர்வதேஸ்வரர். "அல்லது, கட்டுப்பாட்டை உருவாக்க உண்டான வதந்திகள்தானா?"

"நாம அவளோட நிபந்தனைகளைச் சரியா பின்பற்றினா, அன்பான, பாசமான அம்மாவா நம்மை அணைச்சுப் பாத்துக்குவா. எல்லையை மீறினால், அரக்கியா மாறி துவம்சம் செஞ்சிடுவா. சில வதந்திகள், ஒரு ஒழுங்குமுறைக்காக உருவாக்கப்பட்டவைதான். என்ன இருந்தாலும், ஒன்பது மாசமும், ஒரு குறிப்பிட்ட பாதைல, அங்க இங்க நகராம சீராக் கடக்கணும் இல்லையா? ஆனா, நம்புங்க: அப்படி யாராவது நகர்ந்தாங்கன்னா, வதந்திகளுக்கும் உண்மைக்கும் அதிக இடைவெளியில்லன்னும் தெரிஞ்சுக்குவாங்க."

"சரி, சரி," என்றார் சிவன். "இதப்பத்தி நிறைய பேசியாச்சு. சாப்பிடலாம் வாங்க."

ஆயுர்வதி, இத்தனை நேரமும், க்ருத்திகாவையும் வீரபத்ராவையும் கவனித்துக்கொண்டிருந்தாள். சாப்பிடுகையில், அவ்வப்போது அவன் கார்த்திக்கைச் சுட்டிக்காட்டியபடி, மனைவியிடம் என்னமோ கிசுகிசுப்பாய்ச் சொல்லிக்கொண்டிருந்தான். அன்பும் ஆதரவும் ததும்பும்

கண்களுடன், இருவரும் கார்த்திக்கை, தங்களது மகன் போல் பார்த்தனர்.

ஆயுர்வதியின் முகத்தில் துயரப் புன்னகை படர்ந்தது.

"சேநாதிபதி," என்றான் வீரபத்ரா.

பர்வதேஸ்வரரின் எரிச்சல் பட்டவர்த்தனமாய்த் தெரிந்தது. நூறு வீரர்கள் சகிதம், முதன்மைக் கப்பலுக்கருகே இருந்த மிதவைத் துறையின் மீது இருவரும் நின்றிருந்தனர். முன்னணியில், காளி மற்றும் கணேஷ். சாலையெதுவும் புலப்படவில்லை. சுற்றிலும், எல்லாத் திசைகளிலும், பாதையைச் சுற்றி அடர்ந்த புதர்களே தென்பட்டன.

வீரபத்ராவைப் பார்த்த பர்வதேஸ்வரர், சற்று நிதானமடைந்தார். "பிரபு வருகிறாரா?"

"இல்ல, சேநாதிபதி; நான் மட்டும்தான்."

பர்வதேஸ்வரர் தலையசைத்தார். "பரவாயில்லை." பிறகு, காளியிடம் திரும்பினார். "இராணி, பஞ்சவடி வரையிலும் என் ஆட்கள் இந்தக் காட்டுப்புதர்களை வெட்டி வீழ்த்திக்கொண்டே வரவேண்டும் என்று எதிர்பார்க்கமாட்டீர்களே?"

"அப்படியே இருந்தாலும், உங்க சூர்யவம்சி வீரர்கள் ரொம்பத் திறமையா அதையும் சாதிச்சிடுவாங்கங்கிற நம்பிக்கை எனக்கிருக்கு."

எரிச்சலில் பர்வதேஸ்வரரின் கண்கள் சிறுத்தன. "அம்மணி, நான் என் பொறுமையின் எல்லைக்கு வந்துவிட்டேன். உருப்படியான பதில்கள் தரமுடிந்தால், தாருங்கள்; இல்லையேல், என் வீரர்களை அழைத்துக்கொண்டு இப்படியே மீண்டும் கப்பலேறிச் சென்றுவிடுகிறேன்."

"உங்களுக்கு நம்பிக்கை வர்றமாதிரி நான் இன்னும் என்ன செய்யணும்னு எனக்குப் புரியத்தான் இல்ல, சேநாதிபதி. இதுவரைக்கும் இந்தப் பயணத்துல உங்க ஆட்களுக்கு பாதகமா நான் ஏதாவது செஞ்சேனா?" காளி மேற்கை நோக்கிக் கை காட்டினாள். "இன்னுமொரு நூறு மீட்டர் தூரத்துக்கு, உங்க வீரர்கள் புதரையெல்லாம் கழிச்சா போதும்."

"அவ்வளவுதானா?"

"அவ்வளவேதான்."

பர்வதேஸ்வரர் தலையசைக்க, உடனடியாக வாட்களை உருவிய வீரர்கள், வரிசையாய் அணிவகுத்தனர். வீரபத்ரா அவர்களுடன் சேர்ந்துகொண்டான். மெல்ல, மெல்ல, விலக்கிச் செல்லக்கூட முடியாதபடி வளர்ந்திருந்த புதர்களை வெட்டிச் சாய்த்தார்கள். வாள் பிடித்தபடி, வீரர் வரிசையின் இரு கோடிகளில் வெளிப்புறம் நோக்கியவாறு விஷ்வத்யும்னனும் கணேஷும், நின்ற நிலையே, ஏதோ முகந்தெரியாத ஆபத்திலிருந்து பாதுகாக்க நின்றனர் என்பது புரிந்தது.

சிறிது நேரம் கழிந்து, புதர்களைக் கழித்துக்கட்டியபிறகு, காட்டிலிருந்து அவர்கள் ஒரு சீரான சாலைக்கு வந்துவிட்டதைக் கண்ட வீரபத்ராவும், வீரர்களும் திகைத்தனர்.

"இராமபிரானே! இந்தச் சாலை எங்கிருந்து வந்தது?" பர்வதேஸ்வரர் அதிசயித்தார்.

"சொர்க்கத்துக்குப் போகும் வழி," என்றாள் காளி. "ஆனா, அதுக்கு முன்னால, நரகத்தைத் தாண்டியாகணும்."

பர்வதேஸ்வரர், நாக இராணியைத் திரும்பி ஒரு பார்வை பார்த்தார்.

"நான்தான் சொன்னேனே," என்றாள் காளி. "நம்புங்க."

சற்று முன்னே வந்த வீரபத்ரா, எதிரே இருந்த சாலையைத் திகைப்புடன் பார்த்தான். நேர்க்கோடாய்ச் சென்று, தூரத்தில் மறைந்தது. கற்களால் அமைக்கப்பட்டு, ஓரளவு சமநிலையில் பாவி, பராமரிக்கப்பட்டு விளங்கியது. பக்கங்களில், மரங்களுக்கருகே, இரு வரிசைகளாய், கூரிய முட்களுடன் இரு கொடிகள், வேலியாய்ப் படர்ந்துசென்றன.

"விஷச்செடிகளா?" பர்வதேஸ்வரர், இரட்டை வேலிகளைச் சுட்டிக் காட்டினார்.

"சாலைக்கு உள்பக்கமா இருக்குறது, நாகவல்லிக் கொடி," என்றாள் காளி. "வேணும்னா இலைகளைக்கூட சாப்பிடலாம். ஆனா, வெளிப்புறம், காட்டைப் பாத்து இருக்குற கொடி, கடுமையான விஷம். முள்ளு குத்திட்டா, கடைசிப் பிரார்த்தனை செய்யக்கூட நேரமிருக்காது."

பர்வதேஸ்வரரின் புருவங்கள், அவரறியாமல் உயர்ந்தன. எப்படித்தான் இதையெல்லாம் நிர்மாணித்தார்கள்?

வீரபத்ரா, காளியிடம் திரும்பினான். "இவ்வளவுதானே, தேவி? சாலையைக் கண்டுபிடிச்சு, அதுல நடந்தா போதும்? நாகர்களோட நகரைக் கண்டுபிடிச்சிடுவோம், இல்லையா?"

காளி முறுவலித்தாள். "அவ்வளவு சுலபமா இருந்தா, எவ்வளவு நல்லா இருக்கும்?"

முதல் ப்ரஹார் முடிவை நெருங்கிக்கொண்டிருந்தது. தொடுவானில், மெல்ல எழும் சூரியனின் இளங்கிரணங்கள். இன்னும் சில நொடிகளில், ஜாஜ்வல்யமாய் உயர்ந்து உலகை வெளிச்சத்திலும், வெப்பத்திலும் குளிப்பாட்டிவிடும். ஆனால், சுந்தர்பன்னில், வீர்யம் குறைந்து வெறும் நிழல்போல் லேசான வெளிச்சம் பரவியிருந்தது. வெகு சில கிரணங்கள் மட்டுமே தைரியமாய்ச் செடிகொடி மரங்களைக் கிழித்துக்கொண்டு, சிவனின் படை பரிவாரங்கள் செல்ல வெளிச்ச வழிகாட்டின.

நாகர்களின் சாலைக்குச் செல்லும் வழியில் ஒழித்துவிடப்பட்டிருந்த பாதையில், ஒரு குழு நிறுத்தப்பட்டிருந்தது. அவர்களுக்கான ஆணை ஒன்றுதான்: காட்டிற்குள்ளிருந்து எது வந்தாலும், என்னவாயிருந்தாலும், ஒரே போடாய் போட்டுக் கொன்றுவிடவேண்டியது.

காலாட்படைவீரர்கள் பாதையில் சென்று, நாகர் சாலையை அடைந்தவுடன், அதைக் கண்கள் விரிய அதிசயத்துடன் பார்த்தனர். காட்டின் நட்ட நடுவே, இப்படியொரு வச தியான பாதையை அவர்கள் எதிர்பார்த்திருக்கவில்லை. அவர்களுக்கு இருபுறமும், குதிரைவீரர்கள், ஏற்றிய சுளுந்துகள் சகிதம் வழிகாட்டி வந்தனர்.

கருப்புக் குதிரையேறி வந்த விஷ்வத்யும்னன், பர்வதேஸ்வரர், பகீரதன், ஆனந்தமயி சகிதம் முன்னணியில் சென்றான். காளி, ஆயுர்வதி, க்ருத்திகா மற்றும் நந்தியுடன், நீலகண்டரின் குடும்பம் நடுவே பயணித்தது. செடிகள் கழிக்கப்பட்ட திறந்தவெளியில், வீரபத்ரா மற்றும் பரசுராமன் சகிதம், கணேஷ் நின்றான். வீரர்கள் அனைவரும் கடக்கும் வரையில் அங்கு காத்திருக்க வேண்டும்; அவன் செய்ய வேண்டிய காரியம் ஒன்று மிச்சமிருந்தது.

"படைக்குப் பின்னாலயும் காவல் வேணுமா என்ன?" வீரபத்ரா விரும்பினான். "மிதக்கற சுந்தரி மரத்தோப்பைக் கண்டுபிடிக்கிறதெல்லாம் நடக்காத காரியம்."

"நாங்க நாகர்கள். எல்லோருக்கும் எங்க மேல விரோதம் உண்டு. ஜாக்கிரதையில்லாம எதையும் அணுகுறதைப் பத்தி நினைச்சுக்கூடட் பார்க்க முடியாது."

"எல்லா வீரர்களும் கடந்து போயாச்சு. இப்ப என்ன?"

"எனக்குக் காவலா இருங்க," என்றான் கணேஷ்.

திறந்தவெளிக்குள், ஒரு பை நிறைய விதைகளுடன் அவன் செல்ல, வீரபத்ராவும், பரசுராமனும் ஆயுதமேந்தி அவனுக்கு இருபுறமும் பாதுகாவலாய்ச் சென்றனர்.

சில நிமிடங்களே அங்கு தாமதித்திருப்பார்கள்; அப்போது, காட்டுப் பன்றி ஒன்று, சாவதானமாய் வந்தது. இவ்வளவு பிரம்மாண்டமான பன்றியை வீரபத்ரா கண்டதேயில்லை. சற்று தூரத்தில் நின்ற மிருகம், மனிதர்களைக் கண்டவாறு, மெலிதாக ஹூங்காரம் செய்து நின்றது. பரசுராமன் கணேஷை நோக்கித் திரும்பினான். மிருகம் பாய்ச்சலுக்குத் தயாரானது நன்கு புரிந்தது. நாகாவோ, தலையை லேசாய் அசைத்தபடி, தரையில் விதைகளைத் தூவிக்கொண்டிருந்தான். சரேலென்று முன்னே பாய்ந்த பரசுராமன், கோடரியால் ஓங்கி வீசியதில், பன்றியின் தலை ஒரே வெட்டில் துண்டாகியது.

அவனுக்கு உதவி செய்யச் சற்று முன்னால் சென்ற வீரபத்ராவை கணேஷ் சட்டென்று தடுத்தான். "நீங்க அந்தப் பக்கத்தைக் கொஞ்சம் ஜாக்கிரதையாப் பாத்துக்குங்க. இதைப் பரசுராமன் கவனிச்சுக்குவார்."

இந்தப்புறம், பன்றியின் உடலைக் கண்டதுண்டமாய் வெட்டிய பரசுராமன், சிதறிய பாகங்களை இழுத்துச் சாலையில் எறிந்தான். "இறைச்சி இங்கேயே, கிடந்தா, மத்த மிருகங்கள் கவனத்தைக் கவரும்," திரும்பியவுடன், வீரபத்ராவிடம் சொன்னான்.

இன்னொருபுறம், விதைகளையெல்லாம் தூவிமுடித்துவிட்ட கணேஷ், வீரபத்ரா, பரசுராமன் தொடர, திரும்பி, சாலையை நோக்கி நடந்தான்.

அதை அடைந்தவுடன், "எவ்வளவு பெரிய பன்னி," என்றான் வீரபத்ரா.

"உண்மையச் சொன்னா, அது கொஞ்சம் வயசுல சிறிசு," என்றான் கணேஷ். "அதோட கூட்டத்துல மத்ததெல்லாம் இதைவிடப் பெரிசா இருக்கும். சாலையை நாம பாதுகாக்கும்போது, அதெல்லாம் கிட்ட நெருங்காம இருக்கிறதுதான் நல்லது. இந்தப் பக்கங்கள்ள, காட்டுப்பன்னிங்க ஒண்ணா சேர்ந்து தாக்கினா, பயங்கரம்."

திரும்பி, தங்களது குதிரைகளுடன் காத்து நின்ற நூறு ப்ரங்க வீரர்களை வீரபத்ரா நோக்கினான். கணேஷிடம், "இப்ப என்ன?" என்றான்.

"காத்திருக்கணும்," நிதானமாய்ச் சொன்ன கணேஷ், வாளை உருவிக்கொண்டான். "நாளைக் காலை வரைக்கும், இந்த வாயிலைப் பாதுகாத்து நிக்கணும். உள்ள நுழைய முயற்சிக்கிற எதையும் கொல்லணும்."

"நாளை வரைக்கும்தானா? அதுக்குள்ள இந்த புதர்களெல்லாம் வளர்ந்திருக்காதே."

"யார் சொன்னது?"

— ✶ ௐ ♅ ♀ ✪ —

ஒரு புலியின் பலத்த உறுமல், வீரபத்ராவை உலுக்கி எழுப்பியது. ஏதோ ஒரு விலங்கு - மானாக இருக்கலாம் - அந்த மாபெரும் மிருகத்திற்கு இரையாகிவிட்டது போலும். சுற்றுமுற்றும் பார்த்தான். கானகம், விழிப்படைந்துகொண்டிருந்தது. சூரியன் உதயமாகிவிட்டான். அதன் ஒளியில், எதிரே ஐம்பது வீரர்கள் தரையில் படுத்துத் தூங்கிக்கொண்டிருப்பதைக் கண்டான். அவர்களுக்குப் பின்னால், முந்தைய தினம், சிவனும் அவரது பரிவாரமும் கிளம்பிச் சென்ற நாகா சாலை விரிந்தது.

கைகளின் மீது பலமாய் ஊதியவாறு, சுற்றியிருந்த அங்கவஸ்திரத்தை வீரபத்ரா இழுத்துக்கொண்டான். குளிர் சில்லிட்டது. அருகில் வாய் லேசாய்த் திறந்து குறட்டைவிட்டு பரசுராமன் நன்கு தூங்கிக் கொண்டிருப்பதைக் கண்டான்.

முழங்கையை முட்டுக்கொடுத்தவாறு எழுந்த வீரபத்ரா, திரும்பினான். மீதமிருந்த ஐம்பது வீரர்கள், வாள் உருவி, காவல் இருந்தனர். நடு இரவில், அவர்கள் பிற வீரர்களிடமிருந்து, காவல் மாற்றிக்கொண்டிருந்தனர்.

“கணேஷ்?”

“இங்கேயிருக்கேன், வீரபத்ரா,” என்று பதில் வந்தது.

வீரர்கள் மௌனமாய் வழிவிட, முன்னே வந்த வீரபத்ரா, மக்கள் தலைவனைக் கண்டான். ஸ்தம்பித்து நின்றான்.

“புனித ஏரியே! இது என்னது? புதர்களெல்லாம் மொத்தமா வளர்ந்துருச்சே! வெட்டவே வெட்டாத மாதிரி இருக்கே?”

“சாலை இப்ப முழுமையா பாதுகாப்பாயிருச்சு. நாம கிளம்பலாம். குதிரைகளை அரை நாள் வேகமாத் தட்டிவிட்டா, மத்தவங்களைப் பிடிச்சிடலாம்.”

“அப்பக் காத்திருப்பானேன்?”

“நீ அவரைக் கேக்கணும்,” வீரபத்ரா க்ருத்திகாவிடம் சான்னான்.

ஏறக்குறைய ஒரு மாதமாய், சுந்தர்பன்னிற்குள் தங்குதடையில்லாமல் நடந்து வந்திருந்தனர். மிகப்பெரிய பரிவாரம் என்றாலும், நல்ல வேகம். கணவனுடன் பயணிக்கும் ஆசையில், மையத்திலிருந்து க்ருத்திகா பின்னால் நகர்ந்திருந்தாள். கணேஷுடன் அடிக்கடி நிகழ்ந்த பேச்சுவார்த்தைகள் மிகுந்த சுவாரசியமாய் இருந்தது மட்டுமன்றி, எஜமானியின் மூத்த மகனின் மீது அவளுக்குப் பாசமும் நாளுக்கு நாள் அதிகரித்து வந்தது.

வீரபத்ரா, மற்றும் க்ருத்திகாவின் குதிரைகளின் வேகத்திற்கு ஈடுகொடுத்துக்கொண்டிருந்த கணேஷ், திரும்பினான். “என்ன கேக்கணும்?”

“வந்து,” என்றாள் க்ருத்திகா. “சக்ரவர்த்தி தக்ஷர்தான் சந்தந்த்வஜரைக் கொல்ல ஏற்பாடு செய்தார்னு கேள்விப்பட்டப்ப, நீங்க அவ்வளவா அதிர்ச்சியடையலைன்னு வீரபத்ரா சொன்னார்.”

பேச்சில் சுவாரசியமடைந்த பரசுராமனும், தன் குதிரையை அவர்களுடையதுடன் இணைத்துக்கொண்டான்.

“உங்களுக்கு முன்னாலேயே தெரியுமா?” என்றாள் க்ருத்திகா.

"தெரியும்."

அவன் முகத்தில் ஆத்திரமோ, வெறுப்போ தென்படுகிறதா என்று கணேஷைத் தீவிரமாய் ஆராய்ந்தாள். எதுவுமில்லை. "பழிவாங்கணும்னு தோணலை? அநியாயம்னு படலை?"

"அப்படியெல்லாம் எதுவுமில்ல, க்ருத்திகா," என்றான் கணேஷ். "நீதின்னு ஒண்ணு இருக்கறதுக்கு அவசியம் என்ன? பிரபஞ்சத்தோட நன்மைக்காகத்தான். ஒரு சமநிலை கொண்டுவரதுக்குத்தானேயொழிய, மனுஷங்களுக்கிடையில வெறுப்பைத் தூண்ட இல்லை. அதுவுமில்லாம, மெலூஹ சக்ரவர்த்தியை தண்டிக்கிற அதிகாரம் எனக்கில்லை; பிரபஞ்சத்துக்கிட்டத்தான் இருக்கு. காலமும் நேரமும் கூடிவர்றப்ப, நீதி கிடைக்கும். அது இந்தப் பிறவியாவும் இருக்கலாம். அடுத்ததாவும் இருக்கலாம்."

"பழிவாங்கினா," பரசுராமன் இடைமறித்தான். "மனசுக்காவது திருப்தியா இருக்குமில்ல?"

"நீ ஆசைப்பட்டபடி பழிதீர்த்துக்கிட்டியே?" என்றான் கணேஷ். "மனசுக்கு இதமாவா இருந்தது?"

பரசுராமன் ஆழமாய் மூச்சுவிட்டான். இல்லைதான்.

"ஆக, தக்ஷருக்கு எதுவும் ஆகணும்னு நீங்க விரும்பலை?" என்றான் வீரபத்ரா.

கணேஷின் கண்கள் சிறுத்தன. "எனக்கு அக்கறையில்ல."

வீரபத்ரா செய்த புன்னகையின் அர்த்தம், பரசுராமனுக்குப் புரியவில்லை.

"எதுக்கு சிரிக்கறீங்க?" என்றான்.

"ஒண்ணுமில்ல," என்றான் வீரபத்ரா. "சிவன் முன்னாடி சொன்ன ஒரு விஷயம், இப்பத்தான் எனக்குப் புரிஞ்சுது. அன்புக்கு எதிர்ப்பதம் வெறுப்பு இல்ல. வெறுப்பு எப்ப வரும்? அந்த அன்பே ஆத்திரமா மாறும்போது. கெட்டுப்போகும்போது. அன்புக்கு உண்மையான எதிர் உணர்ச்சி, அலட்சியம். அடுத்தவங்களுக்கு என்ன ஆகுதுங்கற அக்கறையில்லாம போகுது பார். அதான்."

"சாப்பாடு பிரமாதம்," என்றார் சிவன் முகமலர்ச்சியுடன்.

மிதக்கும் சுந்தரி வனத்தினின்று சிவனின் பரிவாரம் கிளம்பி இரண்டு மாதங்கள் கடந்துவிட்டன. பயங்கர தண்டக வனத்திற்குள் அப்போதுதான் பிரவேசித்திருந்தனர். அவர்கள் வந்த சாலை, சிவனுடைய பரிவாரத்தைப் போல் பலமடங்கு பெரிய குழுவை அடக்குமளவு பெரிய திறந்தவெளியில் முடிந்தது. நாகா வழக்கப்படி, குழுக்களாகப் பிரிந்து, அனைவரும் பிரம்மாண்டமான இலைகளினின்று சாப்பிட்டுக்கொண்டிருந்தனர்.

காளி புன்முறுவல் செய்தாள். "நமக்குத் தேவையான எல்லாம் காட்டுல இருக்கு."

சதி, கணேஷை முதுகில் தட்டிக்கொடுத்தாள். பிரயாணத்தின் போது அவன் குடும்பத்தாருடன் வருவதில்லையாகையால், இவ்வாறு ஒன்றாய் உண்ணும்போது, மூத்த மகனுடனான தருணங்களை அவள் மிக இரசிப்பது வழக்கம். "சாப்பாடு சரியா இருக்கா?"

"பிரமாதம்மா," கணேஷ் சிரித்தான்.

தம்பியிடம் திரும்பியவன், ஒரு மாம்பழத்தை இரகசியமாய் கையில் வைத்து அழுத்தினான். இப்போதெல்லாம் அதிகம் சிரிக்காத கார்த்திக், அண்ணாவைப் பாசத்துடன் ஏறிட்டான். "நன்றி, தாதா."

இதற்கு மேல் தன்னைக் கட்டுப்படுத்திக்கொள்ள முடியாத பகீரதன், காளியைப் பார்த்தான். "தேவி, ஏன் இந்தத் திறந்தவெளியிலேர்ந்து அஞ்சு சாலைகள் வெளியேறுது?"

"இத்தனை நேரம் எப்படி இந்தக் கேள்வியைக் கேக்காம அடக்கிக்கிட்டு இருந்தீங்கன்னு ஆச்சர்யப்பட்டுக்கிட்டிருந்தேன்."

எல்லோரது கவனமும் காளியின் மீது பதிந்தது.

"ரொம்ப சுலபம். இந்தப் பாதைகள்ள நாலு, தண்டகவனத்துக்குள்ள, இன்னும் ஆழமா, மிகப்பெரிய ஆபத்தை நோக்கிப் போகும்."

"எது சரியான சாலை?" பகீரதன் கேட்டான்.

"நாளைக்குக் காலைல, நாம கிளம்பறப்ப, சொல்றேன்."

"இந்த மாதிரி எத்தனை திறந்தவெளிகள் இருக்கு, காளி?" என்றார் சிவன்.

காளியின் உதடுகளில் தவழ்ந்த புன்னகை, விரிந்தது. "பஞ்சவடிக்குப் போகும் வழியில இந்த மாதிரி அஞ்சு இருக்கு, சிவா."

"இராமபிரானே," பர்வதேஸ்வரர் திகைத்தார். "அப்படியென்றால், நாம் சரியான சாலையைத் தேர்ந்தெடுக்க, மூவாயிரத்தில் ஒரு வாய்ப்புதான் இருக்கின்றது!"

"ஆமா," காளி சிரித்தாள்.

ஆனந்தமயியின் முகத்தில் குறும்புக் கொப்பளித்தது. "சரியான பாதையை நீங்களே மறந்துறப் போறீங்க, தேவி!"

காளியின் முகத்தில் புன்னகை. "மாட்டேன்."

தனக்கு சற்று முன்பாய்ப் பயணித்துக்கொண்டிருந்த சிவன், சதி, மற்றும் நந்தியைக் காளி கவனித்தாள். சதியும் நந்தியும் குலுங்கிக் குலுங்கிச் சிரிக்கும்படி சிவன் என்னமோ நகைச்சுவையாய்ச் சொல்லிவிட்டு, நந்தியைப் பார்த்துக் கண்ணடித்தார்.

"இவர்கிட்ட விஷயமிருக்கு," என்றாள், ஆயுர்வதியிடம்.

பஞ்சவடி செல்லும் பரிவாரத்தின் நட்டநடுவே அவர்கள் பயணித்துக்கொண்டிருந்தனர். மதுமதி நதியினின்று கிளம்பி, மூன்று மாதங்கள் கடந்துவிட்டன. தண்டகவனத்தின் அடர்ந்த இந்தப்பகுதியில், ஆச்சர்யங்களோ, அதிசயங்களோ எதுவுமில்லாமல், பிரயாணம் சற்று சலிப்பூட்டுவதாகக் கூட இருந்தது. பேச்சு ஒன்றுதான், ஓயாத இந்தச் சாலையில் ஒரே பொழுதுபோக்கு.

"என்ன விஷயம்?" என்றாள் ஆயுர்வதி.

"ஒரு சக்தி. மத்தவங்களோட துக்கத்தையெல்லாம் உறிஞ்சியெடுத்து, அமைதி தர்றது," என்றாள் காளி.

"உண்மைதான். அவரது பல அபூர்வத் திறமைகளுள், அதுவும் ஒன்று," ஒப்புக்கொண்டாள் ஆயுர்வதி. "ஓம் *நமச் சிவாய*."

மெலூஹ மருத்துவர், பழைய மந்திரம் ஒன்றை இவ்வாறு திரித்தது, காளியைத் திகைக்க வைத்தது. ஓம் மற்றும் *நம* போன்ற சொற்கள், பழங்காலக் கடவுளரையன்றி, வாழும் மனிதர்களைத் துதிக்கப் பயன்படுத்தப்படுவன அல்ல.

முன்னால் குதிரையைச் செலுத்திக்கொண்டு சென்ற சிவனைப் பார்த்த நாகர்களின் அரசி, மெலிதாகப் புன்னகைத்தாள். சில சமயங்களில், எளிமையான பக்தி, ஆழ்ந்த அமைதிக்கு வழிகாட்டும்.

"ஓம் நமச்சிவாய." ஆயுர்வதியின் மந்திரத்தை, காளி முணுமுணுத்தாள்.

இந்தப் பிரபஞ்சம், சிவனைப் பணிகிறது. நானும் பணிகிறேன்.

அவர்களுக்குச் சற்றுப் பின்னால், குதிரையில் வந்துகொண்டிருந்த கார்த்திக்கை நோக்கி ஆயுர்வதி திரும்பினாள். நான்கு வயதும் சில மாதங்களுமே ஆகியிருந்தாலும், பார்வைக்கு ஒன்பது வயது போல் தோன்றினான். பார்க்க சற்று பயங்கரமாய்க்கூட இருந்தான். முகத்திலும், கைகளிலும், பல விழுப்புண்கள். இரு நீண்ட வாட்கள், குறுக்காக முதுகில் கட்டியிருக்க, கேடயம் எதுவுமில்லை. வேலியைத் தாண்டி, ஆபத்தை எதிர்நோக்கி அவனது கண்கள் காட்டைத் துளைத்தன.

தனியொருவனாய்ச் சிங்கங்களிடமிருந்து தன்னை அண்ணா காப்பாற்றி, குற்றுயிரும் குலையுயிருமாய் மீண்டெழுந்த அந்த நாளிலிலிருந்து, கார்த்திக் ஏகமாய் மாறிவிட்டிருந்தான். தானுண்டு, தன் வேலையுண்டு என்றிருந்தான்; தாய் தந்தையர், க்ருத்திகா மற்றும் கணேஷ் தவிர்த்து யாரிடமும் அதிகம் பேசுவதில்லை. சிரிப்பு என்பதையே மறந்தவனாய்க் காணப்பட்டான். கானகத்திற்குள் வேட்டையாடச் சென்ற குழுக்கள், அவனின்றி அமையாது; பல சமயம், தனியாளாய் மிருகங்களை வேட்டையாடி வீழ்த்தினான். அவனுடன் செல்லும் வீரர்கள், வாய்பிளந்தபடி, வன வேட்டையில் அவனது சாமர்த்தியத்தை அவளிடம் விவரித்திருக்கிறார்கள். அந்த அமைதி, அசையாத கவனம், தயவுதாட்சண்யமற்ற கொலைவெறி ...

ஆயுர்வதி பெருமூச்செறிந்தாள்.

காசியிலிருந்து கிளம்பிய இந்த மாதங்களில் அவளுடன் நட்புறவு பூண்டுவிட்ட காளி, அவளது காதில் கிசுகிசுத்தாள். "வாழ்க்கையில இருந்து அவன் சரியான பாடங்களையாவது கத்துக்கிட்டானேன்னு நீங்க சந்தோஷப்படணும்."

"அவன் இன்னும் குழந்தை," என்றாள் ஆயுர்வதி. "வளர்வதற்கு இன்னும் எத்தனையோ வருடங்கள்."

"அவன் எப்ப வளர்ந்து பெரியாளாகணும்னு முடிவு செய்ய நாம யார்?" காளி சுட்டிக்காட்டினாள். "அது அவன் கைலதான் இருக்கு. ஒரு நாள், நம்ம எல்லோருக்கும் நிச்சயம் பெருமை தேடித்தரப் போறான்."

மதுமதியின் கரையினின்று கிளம்பி, நடக்கத் துவங்கி எட்டு மாதங்கள் கடந்துவிட்டன. நாகர்களின் தலைநகர் பஞ்சவடியினின்று, இன்னும் ஒரே நாள் பயணத்தில் இருந்தனர். சரஸ்வதியின் தொடக்கத்தை ஒத்திருந்த மிகப் பிரம்மாண்டமான நதியின் கரையில், சாலையோரமாய் பாசறை அமைத்திருந்தனர்.

இதுதான், கதையாய், காவியமாய் பாடப்பட்ட நர்மதையாக இருக்கவேண்டும் என்பது பகீரதனின் ஊகம். மனிதர்கள் யாரும் கடக்கவே கூடாதென்று பிரபு மனு வகுத்த எல்லை. அவர்கள், நதியின் வடக்குக் கரையில் இருந்தனர்.

"இதுதான் நர்மதையா இருக்கணும்," பகீரதன், விஷ்வத்யும்னனிடம் கூறினான். "நாளைக்குக் கடப்போம் போல. பிரபு மனுதான் கருணை காட்டணும்."

"நர்மதை என்றுதான் நானும் எண்ணுகிறேன்," பர்வதேஸ்வரர் குரல் கொடுத்தார். "தெற்குப் பகுதியில், இந்த சரஸ்வதியின் பிரம்மாண்டத்தை ஒத்த நதி அது ஒன்றுதான்."

விஷ்வத்யும்னனின் முகத்தில் புன்னகை. நர்மதைக்குத் தெற்கே அவர்கள் வெகுதூரம் வந்தாகிவிட்டது. "சில சமயம், பிரபுக்களே, நாம் நம்ப விரும்பும் விஷயத்தையே மனம் நம்பவைக்கும். நன்கு கவனியுங்கள். இந்த நதியைக் கடக்க வேண்டிய அவசியம் இல்லை."

ஆனந்தமயியின் கண்கள் அதிசயத்தில் அகன்றன. "ருத்ரபகவானே! இந்த நதி மேற்கிலிருந்து கிழக்கே பாயுதே!"

விஷ்வத்யும்னன் தலையசைத்தான். "உண்மை, தேவி."

இது நர்மதையாக இருக்க வாய்ப்பேயில்லை. அந்த நதி, கிழக்கிலிருந்து மேற்கே தான் பாயும்.

"இராமபிரானே!" பகீரதன் கூவினான். "இவ்வளவு பெரிய நதி எப்படி யாருக்கும் தெரியாத இரகசியமா இருக்க முடியும்?"

"இந்த தேசமே இரகசியந்தான், பிரபு," என்றான் விஷ்வத்யும்னன். "இதுதான் கோதாவரி. கிழக்குக் கடலை அடையும் போது, இதன் விஸ்தீரணத்தைக் காண வேண்டும் நீங்கள்."

ஸ்தம்பித்துப் போய் நதியைப் பார்வையிட்ட பர்வதேஸ்வரர், சட்டென்று கரம்குவித்து, தாவிக் குதித்துச் செல்லும் பிரவாகத்தை நமஸ்கரித்தார்.

"கோதாவரி மட்டுமேதான் என்று கணக்கிட்டுவிடாதீர்கள்," விஷ்வத்யும்னன் தொடர்ந்தான். "தெற்கே, இதைப்போன்று இன்னும் சில மிகப்பெரும் நதிகள் இருப்பதாகக் கேள்விப்பட்டிருக்கிறேன்."

அவனை மௌனமாய் ஏறிட்ட பகீரதன், இன்னும் என்னென்ன அதிசயங்கள் மறு நாள் காத்திருந்தனவோ என்று எண்ணமிட்டான்.

— ✶ ⦿ ⚌ ✤ ✪ —

"கணேஷ்," என்றார் நந்தி.

"சொல்லுங்கள், தலைவரே," என்றான் கணேஷ்.

காளியிடமிருந்து ஏதோ செய்தி கொண்டுவந்திருந்த நந்தி, பரிவாரத்தின் இறுதிக்கு வந்தார். "இராணியும், மக்கள் தலைவரும் உடன் வருகிறார்கள் என்றாலும், நாகர்களின் புறக்காவல் பகுதிகள், புதுவரவுகள் விஷயத்தில் கடைப்பிடிக்கும் சம்பிரதாயங்களைக் கைவிட வேண்டாம்."

தன் மக்களின் நலனில் எப்போதும் மிகக் கருத்தாயிருக்கும் அரசி காளி, நாகர்களின் தலைநகரைச் சென்று சேரும் வரையில், ஒவ்வொரு புறக்காவல் படையும் அந்தச் பரிவாரத்தை, தாக்குதல் எதிர்பார்த்துத் தீவிரமாய்க் கண்காணித்துவரும் என்பதைத்தான் பூடகமாய்ச் சொல்லியனுப்பியிருந்தாள்.

புரிந்துகொண்டதற்கு அடையாளமாய், கணேஷ் தலையசைத்தான். "நன்றி, தலைவரே."

அப்போதுதான் அவர்கள் கடந்து வந்திருந்த சிறிய புறக்காவல் பாசறையின் மீது கண்களை ஓட்டினார், நந்தி. "கணேஷ், இந்த மிகச்சிறிய படை என்னமாதிரியான பாதுகாப்பை அளித்துவிட முடியும்? நகரிலிருந்து ஒரு

நாள் தூரத்தில், தன்னந்தனியாக நிறுத்தப்பட்டிருக்கிறார்கள். பாசறையைப் பாருங்கள். சரியான தற்காப்புக் கட்டுமானங்கள் கூட இல்லை. அதிசாமர்த்தியம் என்று சொல்லக்கூடிய அளவு பிரமாதமாய் அமைந்திருக்கும் நாகர்களின் தற்காப்பு முயற்சிகளைக் காணும்போது, இது சற்று குறைவாகத்தான் தெரிகிறது."

கணேஷ் முறுவலித்தான். சாதாரணமாய், நாகர்களல்லாதோரிடத்தில், தங்கள் பாதுகாப்புத் திட்டங்களைப் பகிர்ந்துகொள்ளும் வழக்கமில்லாவிட்டாலும், இது நந்தியல்லவா? ஏறக்குறைய, சிவனின் நிழல். அவரிடம் அவநம்பிக்கை கொள்வது, நீலகண்டரையே நம்பாதது போலத்தான். "தாக்குதல்னு வந்தா, இந்தச் சாலையை அவங்களால ரொம்ப பாதுகாக்க முடியாதுதான். ஆனா, அப்படியேதாவது அசம்பாவிதம் நேர்ந்தா, முன்னாலேயே எச்சரிக்கை செஞ்சிடுவாங்க. அந்த மாதிரியான சந்தர்ப்பங்கள்ள, சாமர்த்தியமான பொறிகளை பஞ்சவடி போற வழி நெடுக அங்கங்க அமைச்சுட்டு, தலைநகரை நோக்கிப் பின்வாங்கறதுதான் அவங்க வேலை."

நந்தியின் புருவம் நெறிந்தது. *பொறி வைக்க ஒரு பாசறையா?*

"ஆனா, அது மட்டும்தான் அவங்க வேலைன்னு நினைக்காதீங்க," கணேஷ், விரலால் சுட்டிக்காட்டினான். "அவங்களோட மிக முக்கியமான பணி, நதிப்புறத் தாக்குதல்லேர்ந்து நம்மைக் காப்பாத்தறதுதான்."

கோதாவரியைப் பார்த்தார் நந்தி. அதானே! நதி, எங்காவது கிழக்குக்கடலைச் சேரத்தான் வேண்டும். அம்மாதிரியான வாயிலோ, வழியோ, அந்நியருக்குச் சாதகமாகக்கூடும். ஆகா, நாகர்கள் உண்மையில் எல்லாவற்றையும்தான் யோசித்துத் திட்டம் தீட்டியிருந்தார்கள்.

தலைக்கு மேல் பச்சைப்பசேலென்று விரிந்திருந்த இலைக்கூரையின் வழியே ஆங்காங்கே துளையிட்டுத் தரைதொட்ட மெல்லிய நிலவொளி, தண்டகவன விலங்குகளிடம் ஒரு மாயமான மதர்ப்பை, பாதுகாப்பு

உணர்ச்சியை விதைத்திருந்தது. சிவனின் பாசறையில் மயான அமைதி; அனைவரும் தூக்கத்தில் ஆழ்ந்திருந்தனர். சுந்தர்பன் மற்றும் தண்டகவனத்தில் இதுகாறும் சிறு பங்கமும் இல்லாமல், நிம்மதியாய், தங்கள் பிரயாணம் முடிவுக்கு வந்துவிட்டதைப் பற்றி இரவு வெகுநேரம் எல்லோரும் விவாதித்துவிட்டுத் தூங்கியிருந்தனர். பஞ்சவடி, இன்னும் ஒரு நாள் தூரத்தில்தான் இருந்தது.

சட்டென்று, இரவின் அமைதியைக் கிழித்துக்கொண்டு, ஒரு சங்கின் க்றீச்சிடும் ஓசை - பல சங்குகளின் பளாரென்று கூட்டு ஒலி.

அந்தப் பெரும் பாசறையின் நட்டநடுவே இருந்த காளி, நொடியில் எழுந்து நின்றாள். கூடவே, சிவன், சதி, மற்றும் கார்த்திக்.

"என்ன எழவு நடக்குது இங்க?" அமர்க்களக் கூப்பாட்டை மீறியெழுந்தது சிவனின் குரல்.

காளி, ஸ்தம்பித்துப்போய் நதியை வெறித்துக்கொண்டிருந்தாள். இதுவரை இப்படியெதுவும் நடந்ததேயில்லை. சிவனை நோக்கிப் பளீரென்று திரும்பியவள், பற்கள் தெரிய சீறினாள். "உங்க ஆட்கள் எங்களைக் காட்டிக் குடுத்துட்டாங்க!"

சங்குகள் மீண்டும் மீண்டும் ஓங்காரமாய் ஒலித்ததில், பாசறை மொத்தமும் இப்பொழுது விழித்தெழுந்து விட்டது.

நதிக்கரைக்கு அருகே, சங்குகள் ஒலிக்குமிடத்திற்கு மிக அருகே, பாசறை ஓரமாய் இருந்த கணேஷ், நதியை நோக்கி விரைந்தான். பின்னால், நந்தி, வீரபத்ரா மற்றும் பரசுராமன்.

"என்னங்க நடக்குது இங்கே?" சுற்றிலும் எழுந்த காட்டுக்கூச்சலை மீறிப் பேசவே வீரபத்ரா அலற வேண்டியிருந்தது.

"கோதாவரியில பகைவர்களோட கப்பல்கள் வருது," கணேஷ் கத்தினான். "எங்களோட முன்னெச்சரிக்கைப் பொறிகள் அவங்க வரவால தூண்டப்பட்டிருக்கு."

"இப்பொழுது என்ன?" நந்தி கூவினார்.

"புறக்காவல் பாசறைக்குப் போகணும். அங்கே அரக்கப்படகுகள் இருக்கு!"

புதிதாய் வந்த இந்த ஆபத்தைச் சமாளிக்க உடனடியாகத் திரண்டுவிட்ட முன்னூறு வீரர்களிடையே, நந்தி இந்தக் கட்டளையைப் பரப்பினார். ஏற்கனவே இந்த நான்கு மனிதர்களின் பின்னும் அடியொற்றி வந்துகொண்டிருந்த வீரர்கள், இப்போது திரும்பி, அரக்கப்படகுகளை வெளியே தள்ளிக்கொண்டிருந்த நாகர்களுக்கு உதவ விரைந்தனர்.

பகைவர்கள் வந்துகொண்டிருந்த திசையின் மறுகோடியில் இருந்த விஷ்வத்யும்னன், சட்டென்று தன் அவநம்பிக்கையைக் கட்டுப்படுத்திக்கொண்டு, இம்மாதிரியான சந்தர்ப்பங்களுக்கென்றே அமலிலிருந்த செயல்முறைகளை நிறைவேற்ற ஆரம்பித்தான். தூரத்திலிருந்த பஞ்சவடியை எச்சரிக்கை செய்ய, சிவப்புத் தீ பற்ற வைக்கப்பட்டது.

இந்தப்புறம், விஷ்வத்யும்னனை நோக்கி பகீரதன் ஓடிவந்தான். "நதித் தாக்குதலும்போது தற்காப்புக்கு என்ன திட்டங்கள் வெச்சிருக்கீங்க?"

அவனை ஆத்திரத்துடன் வெறித்த விஷ்வத்யும்னன், பதில் சொல்லவில்லை. நாகர்கள் நிச்சயமாகக் காட்டிக்கொடுக்கப்பட்டுவிட்டார்கள் என்றே அவன் நம்பினான்.

தலையைக் குலுக்கிக்கொண்ட பகீரதன், ஏற்கனவே கரையோரமாய்த் தன் வீரர்களை, தாக்குதலைச் சமாளிக்க அணிவகுத்து நிறுத்திக்கொண்டிருந்த பர்வதேஸ்வரரிடம் ஓடினான்.

"ஏதேனும் செய்தியுண்டா?" என்றார் அவர்.

"அந்தாளு பேசத் தயாரா இல்ல," பகீரதன் அலறினான். "நான் பயந்ததெல்லாம் சரியாப் போச்சு. நம்மளைக் காட்டிக் குடுத்துட்டாங்க. நல்லாப் பொறியில வந்து மாட்டிக்கிட்டோம்!"

கைவிரல்களை முஷ்டியாக்கிக் கொண்டு, பின்னால், போர் வியூகத்தில் அணிதிரண்டு நின்ற ஐன்னூறு வீரர்களைப் பார்வையிட்டார் பர்வதேஸ்வரர். "நதியிலிருந்து எது எழுந்தாலும், கொன்று தீர்த்துவிடுங்கள்!"

அப்போது, வானில் திடீரென ஒளிவெள்ளம். ஓராயிரம் வெளிச்சப்பொட்டுகள் மேலே பளிச்சிட்டன. பகீரதன் நிமிர்ந்து பார்த்தான். "இராமபிரானே ..."

உயரே பாய்ந்த தீயிட்ட அம்புகள், தூரத்தில், கோதாவரியில் விரைந்து வந்துகொண்டிருந்த போர்க்கப்பல்களினின்றுதான் எய்யப்பட்டன என்பதில் சந்தேகமில்லை.

“கேடயங்கள் உயரட்டும்!” பர்வதேஸ்வரர் அலறினார்.

மத்தியில், சிவனும் காளியும் ஏறக்குறைய அதே கட்டளையைப் பிறப்பித்தனர். பற்றியெரிந்த அம்புகளின் தாக்கத்தைச் சமாளிக்க வீரர்கள் கேடயங்களை உயர்த்தியபடி குனிய, அவற்றில் பல, அதற்குள்ளேயே சில இலக்குகளைத் தொட்டுவிட்டன. துணிகள் பற்றியெரிய, உடல்கள் துளைக்கப்பட்டன. பலருக்குக் காயம்; ஒரு சில துரதிர்ஷ்டசாலிகளுக்கு மரணம்.

அவற்றின் தாக்குதலுக்கு முடிவே இல்லைபோலத் தோன்றியது. நிற்காத மழையாய், அம்புமாரி, அடாது பொழிந்து தள்ளியது.

அவற்றில் ஒன்று ஆயுர்வதியின் காலில் பாய, வலியில் அலறியவள், காலை உடலுடன் மடித்துக்கொண்டு, கேடயத்தை இன்னும் அருகில் இழுத்துக்கொண்டாள்.

சடேரென்ற இந்தத் தாக்குதலின் தீவிரத்தைச் சமாளிக்க சிவனின் பரிவாரம் முழுதும் கேடயத்தின் பின் பதுங்க, உண்மையான போர், நதிப்புறம் இருந்த பாசறையோரம், கோதாவரியின் மீதே நடந்துகொண்டிருந்தது.

“சீக்கிரம்!” கணேஷ் கூவிக்கொண்டிருந்தான். சரமாரி இப்படியே தொடர்ந்தால், பாசறை மொத்தமும் தரைமட்டமாகிவிடும். அதற்குள் அவன் நகர்ந்தேயாகவேண்டும்.

கோதாவரியில் விரைந்து வந்து கொண்டிருந்த ஐந்து பெரும் மரக்கலங்களை நோக்கி, அவனது வீரர்கள், சூர்யவம்சிகள், சந்திரவம்சிகள் மற்றும் நாகர்கள், நூறு சிறு படகுகளையும் தள்ளிக்கொண்டு அதிவேகமாய் நீந்திக்கொண்டிருந்தனர். காய்ந்த சுள்ளிகளும், ஒரு சிக்கிமுக்கிக் கல்லும் வைத்து, தடிமனான துணியால் மூடப்பட்டிருந்தன, படகுகள். சரியான இடத்திற்கு வந்ததும், பற்ற வைக்கப்பட்டு, இவை, கப்பல்களின் மோதவைக்கப்படும். இவ்வகையான மிகப்பெரும் மரக்கலங்களை அழிக்க, நெருப்புதான் மிகச் சிறந்த ஆயுதம்.

இன்னமும் தீப்பற்றிய அம்புகளைச் சரமாரியாக எய்தவாறு, நதியின் மீது கப்பல்கள் வெகுவேகமாய் முன்னேறி வந்துகொண்டிருந்தன. வழக்கத்திற்கு மீறிய அவற்றின் விரைவால், கணேஷின் வீரர்கள் அவற்றை அடைய அதிக தூரம் நீந்த அவசியமிருக்கவில்லை. கப்பல்களின்மீது மோதத் தயாராய், அரக்கப்படகுகள் தயாராய் மிதந்தன.

"பத்த வெய்யுங்க!" கணேஷ் கூவினான்.

அவசரமாய் படகுகளைப் போர்த்தியிருந்த துணிகளை அகற்றிய வீரர்கள், சிக்கிமுக்கிக் கற்களை உரச, கப்பல்களில் இருந்த கொலையாளிகள் எதுவும் அறியுமுன், நொடியில் விறகுகள் பற்றிக்கொண்டன. கணேஷின் வீரர்கள், படகுகளை கப்பல்களுக்குப் பக்கவாட்டில் நகர்த்தினர்.

"அப்படியே இருங்கள்!" நந்தி அலறினார். "கப்பல்களில் தீப்பிடிக்க வேண்டும்!"

மரக்கலங்களின் உயரத்திலிருந்து, காவலுக்கு வைக்கப்பட்டிருந்த கொலையாளிகள், இப்போது அம்புகளை படகுகளின் மீது செலுத்தினர். சரமாரியாகப் பொழிந்த அவற்றின் தாக்குதலில் உடல்கிழிபட்டு, சாவைத் தழுவிய வீரர்கள் பலர். படகுகளினின்று வீசிய தீப்பொறிகள் கணேஷின் ஆட்களையே தாக்கினாலும், பற்களைக் கடித்துக்கொண்டு, அவற்றைக் கப்பல்களின் மீது தள்ளுவதில் முனைந்தனர்.

நொடிப்பொழுதில் ஐந்து கப்பல்களும் பற்றியெரிந்தாலும், அவை மொத்தமாகத் தீக்கிரையாவதற்குள் ஏற்பட்ட உயிரிழப்பு, எத்தனையோ யுகங்கள் கழிந்துவிட்ட பிரமையை உண்டாக்கியது.

"கரைக்குப் போங்க!" கணேஷ் அலறினான்.

கோதாவரியின் கரைகளின் மீது, வீரர்களை இப்போது அணிவகுக்கவேண்டும் என்பதை அவன் உணர்ந்தான். கப்பல்களில் தீ பரவ, கொலையாளிகள் அவற்றினின்று நீரில் குதித்தோ, படகுகளில் ஏறியோ, கரை வந்து, போர்களைத் துவக்குவர்.

கரையேறி சில நொடிகள் கூட இருக்காது; படாரென்று வெடிச்சப்தம் கேட்டு அனைவரும் ஸ்தம்பித்தனர். அதிர்ச்சியில் திரும்பிப் பார்க்க, முதல் பகைக்கப்பல்,

சுக்குச்சுக்காய் வெடித்துச் சிதறியிருந்தது. அடுத்த சில நொடிகளில், மற்ற கப்பல்களும் அவ்வாறே கிடுகிடுக்கும் ஓசையுடன், அண்டமே அதிர்வதுபோல் வெடித்துச் சிதறின.

கணேஷ், பரசுராமனை அதிர்ச்சியுடன் பார்த்தான். "தைவி அஸ்திரங்கள்!"

அதே திகைப்பு, உறைந்துபோய் நின்ற பரசுராமனின் கண்களிலும் பிரதிபலித்தது. தெய்வீக அஸ்திரங்களைப் பயன்படுத்தினாலே, இப்படி வெடித்துச் சிதறுவது சாத்தியம். ஆனால், அவ்விதமான ஆயுதங்கள் யாருக்குக் கிடைக்கக்கூடும்? அதுவும், இவ்வளவு அதிக அளவில்?

உயிருடன் இருக்கும் வீரர்களைக் கணக்கிட்டு, கணேஷ் தன் வீரர்களை வரிசைக்கிரமமாக நிறுத்தினான். அவன் பின்னோடு வீரத்துடன் போரில் பாய்ந்த, நானூறு வீரர்களில் - அநேகமாய், இவ்வகையான போர்த்தந்திரத்தில் பயிற்சி பெற்ற நாகர்கள் - நூறு பேர் வீரமரணம் எய்திவிட்டனர். பற்களைக் கடித்துக்கொண்ட மக்கள் தலைவன், காளியையும், சிவனையும் தேடிப் பாசறையை நோக்கி விரைந்தான்.

* * *

"எங்களைப் பொறியில் சிக்க வைத்து, துரோகம் செய்துவிட்டீர்கள்!" இருபது வீரர்களை அம்பு வீச்சில் பறிகொடுத்த ஆத்திரத்தில் பர்வதேஸ்வரர், கர்ஜித்தார்.

பாசறையின் மத்தியில், இறந்தோரின் எண்ணிக்கை சற்றுக் கூடுதலாக இருந்தது. கிட்டத்திட்ட ஐம்பது வீரர்கள் உயிரிழந்துவிட்டனர்; பகைக்கப்பல்களின் பக்கமிருந்த பாசறையைச் சேர்ந்தோரின் எண்ணிக்கை இன்னும் அதிகம். கப்பல்களைத் தாக்குவதில் இறந்த நூறு பேருடன் சேர்த்து, மொத்தம் முன்னூறு பேர் வீரமரணம் எய்திவிட்டனர். உடைந்த அம்பு இன்னமும் தொடையில் புதைந்திருக்க, காயம்பட்டோருக்கு சிகிச்சையளிக்கும் முயற்சியில் உதவியாளர்கள் சகிதம் இங்குமங்கும் ஓடிக்கொண்டிருந்தாள் ஆயுர்வதி.

"பேத்தாதீங்க!" காளி கத்தினாள். "நீங்கதான் எங்களைக் காட்டிக்குடுத்திட்டீங்க! இதுவரைக்கும் எங்களை கோதாவரிப் பக்கமிருந்து யாருமே - யாருமே! - வந்து தாக்கினதில்ல!"

“அமைதி!” சிவன் கர்ஜித்தார். அப்போதுதான் அங்கு வந்து சேர்ந்த வீரபத்ரா, பரசுராமன், நந்தி மற்றும் கணேஷைப் பார்த்தார். “அந்த வெடிச்சத்தம்லாம் என்ன, பரசுராமா?”

“தைவி அஸ்திரங்கள், பிரபு,” என்றான் அவன். “அஞ்சு கப்பல்கள்ளயும் இருந்திருக்கு. நெருப்புப் பட்டவுடனே, வெடிச்சிருக்கு.”

மூச்சை இழுத்துவிட்ட சிவன், தூரத்தை வெறித்தார்.

“பிரபு,” என்றான் பகீரதன். “இப்பவே திரும்பிடுங்க. பஞ்சவடிக்குப் போற வழியில, ஏன், அங்கேயே, இன்னும் என்னென்ன பொறிகள்ளாம் இருக்கோ? இங்க ரெண்டே நாகர்கள்தான்; ஐம்பதாயிரம் நாகர்கள் இன்னும் என்னெல்லாம் பண்ணுவாங்களோ ...!”

“இதெல்லாமே உன் வேலைதான்!” காளி வெடித்தாள். “பஞ்சவடி இதுவரைக்கும் ஆபத்துக்குள்ளானதேயில்ல! உங்க அழகான கூட்டாளிகளை இங்க வரவழைச்சதே நீதான். அதிர்ஷ்டவசமா, கணேஷ் தன் ஆட்களைக் கூட்டிக்கிட்டு போய், உன் கப்பல்களைத் தரைமட்டமாக்கிட்டான். இல்லைன்னா, எல்லாரும் மொத்தமா வெட்டுப்பட்டிருப்போம்.”

அவளை மெல்லத் தொட்டாள், சதி. கணேஷுடன், சூர்யவம்சி, மற்றும் சந்திரவம்சி வீரர்களும்தான் உயிரிழந்தார்கள் என்பதைச் சுட்டிக்காட்ட விரும்பினாள்.

“போதும்!” சிவன் கத்தினார். “நிஜமா என்ன நடந்துச்சுன்னு உங்க யாருக்குமே புரியலியா?”

நந்தி மற்றும் கார்த்திக்கை நோக்கித் திரும்பினார் நீலகண்டர். “நூறு வீரர்களைக் கூட்டிக்கிட்டு, நதியின் கீழ்ப்புறம் போங்க. பகைக்கப்பல்கள்ளருந்து தப்பிச்சவங்க யாராவது உண்டான்னு பாருங்க. இவங்க யார்னு நான் தெரிஞ்சுக்கணும்.”

இருவரும் உடனடியாக அகன்றனர்.

ஆக்ரோஷத்தில் ஏறக்குறைய சீறியவாறு, சிவன் தன்னைச் சுற்றியிருந்தவர்களைப் பார்த்தார். “நாம எல்லாரும் காட்டிக்கொடுக்கப்பட்டோம். நம்ம மேல அம்பெறிஞ்சவங்க, இன்னார்னு பிரிச்சுத் தாக்கலை. நம்ம அத்தனை பேரையும் கொல்றதுதான் அவங்க திட்டம்.”

“கோதாவரி வழியா எப்படி வந்தாங்க?” காளி கேட்டாள்.

சிவன் அவளை முறைத்தார். “அந்த எழவெல்லாம் எனக்கென்ன தெரியும்? இந்த நதி நர்மதையில்லன்னுகூட இங்கருக்கறவங்கள்ள பலருக்குத் தெரியல!”

“இது நாகர்கள் வேலையாத்தான் இருக்கணும், பிரபு,” பகீரதன் சாதித்தான். “அவங்களை நம்பமுடியாது!”

“அதானே,” சிவனின் குரலில் ஏராள இகழ்ச்சி. “தங்களோட இராணியைக் கொல்றதுக்காக, நாகர்களே ரொம்பக் கஷ்டப்பட்டு, பொறியில அவங்களைச் சிக்க வெச்சாங்க. அப்புறம், கணேஷ், தன் மக்கள் மேலேயே படையை ஏவிவிட்டு, தைவி அஸ்திரத்தை வெச்சு தன்னோட கப்பலையெல்லாம் வெடிக்க வெச்சான். தைவி அஸ்திரத்தையெல்லாம் கைல வெச்சுக்கிட்டு நம்மளைக் கொல்ல நினைக்கிறவன், முன்னாடியே செஞ்சு தொலைச்சிருக்கலாமே?”

எள் போட்டால் விழும் அமைதி.

“பஞ்சவடியை அழிக்கத்தான் அந்த அஸ்திரங்களைக் கொண்டு வந்திருக்கணும். கப்பல்லருந்து நம்மைச் சுலபமாத் தாக்கிக் கொன்னுட்டு, அப்படியே நாகர்களோட தலைநகருக்கு வந்து, அதையும் அழிக்கிறதாத்தான் திட்டம் தீட்டியிருக்கணும். அவங்க கணக்குல எடுத்துக்காதது, நாகர்களோட அளவுக்கதிகமான தற்காப்புத் திட்டங்கள், அரக்கப்படகுகளையெல்லாம் ஏற்பாடா வெச்சிருந்த அதீத பாதுகாப்பு உணர்வு. இதெல்லாம்தான் நம்மளைக் காப்பாத்தியிருக்கு.”

நீலகண்டரின் வார்த்தைகளில் அர்த்தம் இருப்பதாகத்தான் பட்டது. இதேவிதமான ஆபத்தை எதிர்பார்த்து, கோதாவரிக் கரையில் அரக்கப்படகுகளைப் பாதுகாப்பிற்கு நிறுத்திவைக்க வேண்டும் என்ற தனது கோரிக்கையை ஏற்று, நாகர்களின் இராஜ்ய சபை ஒப்புதலும் அளித்ததை எண்ணி கணேஷ் மனதிற்குள் பூமிதேவிக்கு நன்றி செலுத்தினான்.

“யாரோ, நம்ம அத்தனை பேரையும் கொன்னு குவிக்கணும்னு நினைக்கறாங்க,” என்றார் சிவன். “வலிமையான தைவி அஸ்திரங்களையெல்லாம் திரட்டிக் கொண்டு வர அளவு, சக்திவாய்ஞ்ச பகைவர்கள். தெற்கில் இவ்வளவு பெரிய நதி இருக்கறது தெரிஞ்சு, அதுல கடல்

வழியா உள்ள நுழையலாம்கிற அறிவாற்றலோடும் ஒருத்தர். நம்மைத் தாக்க ஏகப்பட்ட வீரர்களைக் கூட்டிக்கிட்டு இத்தனை கப்பல்களையும் திரட்டிக்கிட்டு வந்திருக்காங்கன்னா ... அது யாரா இருக்கும்? அதுதான் கேள்வி."

களைத்து ஓய்ந்திருந்த அந்தப் பாசறையின்மீது, தொடுவானில் ஏறிக்கொண்டிருந்த சூரியனின் ஒளிக்கிரணங்கள், சுகமான வெப்பத்தையும் வெளிச்சத்தையும் பாய்ச்சின. அவசரத்திற்கு உணவு, மருந்து ஆகியவையுடன், பஞ்சவடியிலிருந்து ஒரு குழு வந்து சேர்ந்திருந்தது. காயம்பட்டோரில் பெரும்பான்மையினருக்குச் சிகிச்சை அளிக்கப்பட்டுவிட்டதன் உத்தரவாதம் கிடைத்தவுடன், மருத்துவக் கூடாரத்திற்குள், ஒருவாறு ஓய்வெடுத்துக்கொள்ள ஆயுர்வதி சம்மதித்தாள். இரவு நீண்டும், இறந்தவர்களின் எண்ணிக்கை கூடவில்லை. மிக மோசமாய் அடிபட்டவர்கள் கூட, காப்பாற்றப்பட்டுவிட்டனர்.

இரவு முழுதும் நதிக்கரையோரம் சுற்றிப் பார்த்துவிட்டு, பாசறை வந்து சேர்ந்த நந்தியும் கார்த்திக்கும், நேரே சிவனிடம் சென்றனர். "யாரும் தப்பிக்கலை, பாபா," என்றான் கார்த்திக், முதலில்.

"இரண்டு கரைகளையும் சோதித்துவிட்டோம், பிரபு," என்றார் நந்தி. "சிதைந்து உடைந்த கப்பல் பகுதிகளில் - ஏன், கரை மீது யாரேனும் ஒதுங்கியிருப்பார்களோ என்று சந்தேகித்து, ஐந்து கிலோமீட்டர்கள் வரை படகில் சென்று பார்த்தோம். உயிருடன் யாரும் கிடைக்கவில்லை."

அமைதியாய்ச் சபித்தார் சிவன். தாக்கியவர்கள் இன்னார்தான் என்று சந்தேகமிருந்தாலும், நிச்சயமாய் அவரால் சொல்லமுடியவில்லை. பர்வதேஸ்வரரையும், பகீரதனையும் அழைத்தார். "அவங்கவங்க நாட்டுக் கப்பல்களோட வடிவமைப்பு, உங்களுக்கு நிச்சயம் தெரிஞ்சிருக்கும். சிதைஞ்ச பாகங்களை நல்லாக் கவனிங்க. அந்தக் கப்பல்கள் மெலூஹாவைச் சேர்ந்ததா, ஸ்வத்வீபத்துலேர்ந்து வந்துதான்னு எனக்குத் தெரியணும்."

"பிரபு," பர்வதேஸ்வரர் ஆட்சேபித்தார். "நிச்சயம் இருக்காது ..."

“தயவு செஞ்சு எனக்காக இதைச் செய்யுங்க, பர்வதேஸ்வரரே,” சிவன் இடைமறித்தார். “எனக்கு உண்மை தெரிஞ்சாகணும். அந்த நாசமாப்போன கப்பல்கள் எங்கேயிருந்து வந்துச்சு?”

பர்வதேஸ்வரர் நீலகண்டரை சம்பிரதாயமாய் வணங்கினார். “ஆணை, பிரபு.”

பகீரதன் தொடர, மெலூஹ சேநாதிபதி, அங்கிருந்து வெளியேறினார்.

“இரகசியத்தைக் கண்டுபிடிக்க இன்னும் ஒரு நாள் இருக்கும்போது, இந்த மாதிரி ஒரு தாக்குதல் நடந்தது தற்செயல்னு நம்பறீங்களா?”

பாசறையின் அருகே, நதிக்கரையின் மீது, சற்று ஒதுக்குப்புறமான இடத்தில் அமர்ந்திருந்தனர், சிவனும் சதியும். முதல் ப்ரஹாரின் கடைசி மணி; ஈமக்கிரியைகள் அனைத்தும் முடிந்துவிட்டன. காயம்பட்டோர் பயணம் செய்யும் நிலையில் இல்லையென்றாலும், பஞ்சவடியின் பாதுகாப்பை சீக்கிரத்தில் சென்று சேர்வது உசிதம் என்பது பரவலான கருத்து. காவல் காப்பது கடினமான இந்தக் காட்டுப் பாதையைவிட, நாகர்களின் நகரைக் காத்த அரண்களின் பின் தஞ்சம் புகுவது சாலச் சிறந்ததாகப்பட்டது. பலவீனர்களைத் தலைநகருக்கு இட்டுச் செல்ல வண்டிகளுடன் வந்திருந்த நாகர்கள், அங்கிருந்து இன்னும் ஒரு மணி நேரத்திற்குள் கிளம்புவதாக ஏற்பாடு.

“சொல்லமுடியலை,” என்றார் சிவன்.

தூரத்தை வெறித்தவாறு, சதி அமைதி காத்தாள்.

“நீ என்ன நினைக்கறே? உங்கப்பாவே ...”

சதி பெருமூச்செறிந்தாள். “அவரைப் பத்தி நான் சமீபத்துல தெரிஞ்சுக்கிட்டதையெல்லாம் வெச்சுப் பார்த்தா, அதிசயப்படமாட்டேன்.”

கைநீட்டி சிவன், அவளை அணைத்துக்கொண்டார்.

“ஆனா, இவ்வளவு பெரிய தாக்குதலை ஏற்பாடு செஞ்சு ஏவுவாறான்னா ...” சதி தொடர்ந்தாள். “... அவருக்குத் திறமை போறாது. அவரை இயக்கறது யாரு? ஏன்?”

சிவன் தலையசைத்தார். "அதுதான் மர்மம். ஆனா, அதுக்கு முன்னால, இந்தப் பெரிய இரகசியம் என்னன்னு நான் தெரிஞ்சுக்கணும். மெலூஹா, ஸ்வத்வீபம், பஞ்சவடின்னு எல்லா இடங்கள்ளயும் நடக்கற விஷயங்களுக்கான பதில், அதுலதான் ஒளிஞ்சிருக்குன்னு நினைக்கறேன்."

இரத்தம் தோய்ந்து, அடிபட்டு, இடிபட்டு, கோதாவரியின் கரைகளின் மீது நடந்து சென்று, நாகர்களின் தலைநகரை எல்லோரும் அடைந்த போது, சூரியன் உச்சிக்கு வந்திருந்தான். *பஞ்சவடி - ஐந்து ஆலமரங்களின் தேசம்.*

அதுவும், ஏதோ ஐந்து மரங்கள் இல்லை; அவற்றைச் சூழ்ந்த புராணம், ஆயிரம் ஆண்டுகளுக்கும் முந்தையது. ஏழாவது விஷ்ணுவான இராமர், மனைவி சீதா மற்றும் தம்பி லக்ஷ்மணர் சகிதம், அயோத்யாவிலிருந்து வெளியேறியபிறகு, இந்த மரங்களினடியில்தான் ஓய்வெடுத்தார். இவற்றின் அருகேதான், அவர்கள் வீடமைத்துக்கொண்டனர். இதே துரதிர்ஷ்டமான இடத்திலிருந்துதான், அரக்கர்குல அரசனான இராவணன், சீதையைக் கடத்திச் சென்று, இராமருடனான போருக்கு வித்திட்டான். அப்போது துவங்கிய மாபெரும் யுத்தத்தின் பயனாய், செல்வச் செழிப்பும் அதீத ஆடம்பரமுமாய் பார்ப்போர் கண்ணை உறுத்திய இராவணனின் இராஜ்யமான இலங்கை, முற்றுமாக அழிந்தது.

கோதாவரியின் வடகிழக்குக் கரையின் மீதமைந்திருந்தது, பஞ்சவடி. மேற்குத் தொடர்ச்சி மலைகளினின்று இறங்கிய அந்நதி, கிழக்குக்கடலை நோக்கிப் பாய்ந்தது. பஞ்சவடிக்கு மேற்கே, நதி, விசித்திரமாய் "ட" போல மடங்கி, தெற்கு நோக்கிச் சென்று, ஒரு கிலோமீட்டர் தூரம்வரை நேர்க்கோட்டில் பயணித்து, மீண்டும் கிழக்கே, கடல் நோக்கித் திரும்பியது. கோதாவரியின் இந்தப் பாதையின் விளைவாய், நாகர்கள் நீரைத் திருப்பி வாய்க்கால்கள் அமைப்பதும், தண்டக வனத்தின் காடழிக்கப்பட்ட அப்பகுதியைச் சீரமைத்து, உணவிற்குத் தேவையான வயல்வெளிகளை ஏற்படுத்துவதும், சாத்தியமாயிற்று.

சூர்யவம்சிகள் திகைக்கும் வகையில், மெலூஹ நகரங்களைப் போல், பஞ்சவடியும், உயர்ந்த மேடையின்

மீது நிர்மாணிக்கப்பட்டிருந்தது. வலிவான பாறைகளைத் திறமையாக வெட்டி, ஆங்காங்கே, எதிரித்தாக்குதலினின்று காக்கக் கொத்தளங்களுடன், மதில்சுவர்கள் உயரமாய் எழும்பி நின்றன. சுவர்களைச் சுற்றிப் பரந்து விரிந்த பகுதி, விவசாயப் பணிகளுக்கென நாகர்களால் பண்படுத்தப்பட்டு வந்தது. அடிக்கடி வரும் ப்ரங்க சுற்றுலாப்பயணிகளுக்காக, வசதியாக பல விருந்தினர் மாளிகைகளும் நிர்மாணிக்கப்பட்டிருந்தன. இவற்றையெல்லாம், இரண்டாவது சுவர் ஒன்று சுற்றிக்கொண்டு சென்றது. இதை ஒட்டிய நிலப்பகுதி, பகைவர்கள் வரவைச் சுலபத்தில் அறிந்துகொள்ளும் வண்ணம், மரம் செடிகொடிகளற்று, வெகுதூரத்திற்கு வெகுதூரம், வெற்று நிலப்பரப்பாகப் பராமரிக்கப்பட்டது.

பஞ்சவடி, பூமிதேவியால் நிர்மாணிக்கப்பட்ட நகரம். நாகாவேயல்லாத அந்த மர்மப் பெண்மணிதான், நாகர்களின் இன்றைய வாழ்க்கைமுறையையே உருவாக்கியவள். அவள் யார், எங்கிருந்து வந்தாள் என்று யாருக்கும் தெரியாது; தன் உருவம் எங்கும், எவ்விதத்திலும் பதிவு செய்யப்படக்கூடாது என்பதில் தேவி பிடிவாதமாயிருந்ததால், அன்றைய நாகர் நாகரீகத்தைத் தோற்றுவித்து, அதை வழக்கிலும் கொண்டுவந்தவளின் நினைவாய் மிஞ்சியிருந்தவை, அவளது சட்டங்களும், கோட்பாடுகளும் மட்டுமே. சூர்யவம்சி மற்றும் சந்திரவம்சி வாழ்க்கைமுறைகள் இரண்டினின்றும் மிக உயர்ந்த கொள்கைகளை மட்டும் பிரித்தெடுத்து, கலந்து உருவாக்கப்பட்ட அந்த சமூகத்தின் சிகரமாய் அமைந்த நகரமே, பஞ்சவடி. ஆகையினாலேயே, மிகப்பெருமிதத்துடன் அவளது கொள்கையைப் பறைசாற்றிய வாசகங்கள், நகர வாயிலின் மீது பொறிக்கப்பட்டிருந்தன: ***சத்யம், சுந்தரம். உண்மை; அழகு.***

வெளிப்புற வாயில்களின் வழியே சிவனின் பரிவாரம் அனுமதிக்கப்பட்டு, நேரே ப்ரங்கர்களுக்கான விருந்தினர் மாளிகைகளுக்கு அழைத்துச் செல்லப்பட்டது. அங்கே, பரிவாரத்தின் ஒவ்வொரு அங்கத்தினருக்கும், வசதியான அறை ஒதுக்கப்பட்டது.

"நீங்க ஓய்வெடுத்துக்கலாமே, சிவா," என்றாள் காளி. "இரகசியத்தை நான் இங்க கொண்டு வர்றேன்."

"நான் இப்பவே பஞ்சவடி போயாகணும்," என்றார் சிவன்.

"நிச்சயமாத்தான் சொல்றீங்களா? களைப்பா இல்லை?"

"அலுப்பாத்தான் இருக்கு. ஆனா, இந்த இரகசியத்தை நான் உடனடியாப் பாத்தாகணும்."

"அப்ப சரி."

சிவனின் பரிவாரம் வெளியே, விருந்தினர் மாளிகைகளில் காத்திருக்க, காளியும் கணேஷும், சதி மற்றும் சிவனை நகருக்குள் இட்டுச் சென்றனர்.

அவர்கள் மனதில் உருவாக்கியிருந்த பிம்பத்திற்கும், நகருக்கும் எந்த சம்பந்தமும் இல்லை. மெலூஹ நகரங்களைப் போலவே, இதுவும் நேர்த்தியாய், சீரான சதுரங்களாய்ப் பிரிக்கப்பட்டிருந்தது. ஆனால், சூர்யவம்சிகளின் தர்மநியாயக்கோட்பாடுகளை, அவற்றின் அதீத எல்லைக்கு நாகர்கள் எடுத்துச் சென்றுவிட்டது போல் தோன்றியது. அளவிலும் வடிவமைப்பும், அரசியின் இல்லம் உட்பட, அனைத்து இல்லங்களும் ஒரே அச்சில் வார்த்தாற்போல் இருந்தன. அங்கே வாழ்ந்த ஐம்பதாயிரம் நாகர்களில், ஏழை, செல்வந்தர் என்று யாருமேயில்லை.

"பஞ்சவடியில எல்லாரும் ஒரே விதமாத்தான் வாழறாங்களா?" கணேஷைக் கேட்டாள் சதி.

"நிச்சயம் இல்லம்மா. அவங்கவங்க வாழ்க்கையை இஷ்டப்படி வாழ எல்லாருக்கும் உரிமை இருக்கு. ஆனா, வீட்டு வசதி, மற்ற அத்தியாவசியத் தேவைகளுக்கு அரசாங்கமே பொறுப்பெடுத்துக்குது. அந்த விஷயத்துல உயர்வு தாழ்வே கிடையாது."

ஏறக்குறைய நகரில் வாழ்வோர் அனைவருமே, நீலகண்டர் வருவதைக் காண, இல்லங்களுக்கு வெளியே வரிசையாக காத்து நின்றனர். நீலகண்டரின் பரிவாரத்தின் மீது நடந்த மர்மத் தாக்குதலைப் பற்றிக் கேள்விப்பட்டிருந்தவர்கள், தங்கள் அரசி மற்றும் மக்கள் தலைவனுக்கு எதுவும் நேராதது குறித்து, பூமிதேவிக்கு நன்றி செலுத்திக்கொண்டிருந்தனர்.

அங்கேயிருந்த பலருக்கு எந்த உடல் ஊனமுமில்லையென்றதைக் கண்ட சிவன், திகைத்தார். பலரும், நாகாக் குழந்தைகளைக் கையில் ஏந்தி நிற்பதையும் கண்டார்.

"நாகர்களில்லாதவங்களுக்கு பஞ்சவடியில என்ன வேலை?" சிவன் கேட்டார்.

"அவங்க நாகாக் குழந்தையைப் பெத்தவங்க," என்றாள் காளி.

"இங்கேயா வாழறாங்க?"

"சில பெற்றோர், நாகாக் குழந்தைகளை ஒதுக்கிடுவாங்க," என்றாள் காளி. "சில பேருக்கு, பெத்த குழந்தைங்க மேல பாசம் அதிகம். சமூகத்தோட நம்பிக்கைகளை தூக்கியெறிஞ்சிட்டு வெளியேறி வர்ற அளவுக்கு, தைரியசாலிகள். அவங்களுக்கு, நாங்க பஞ்சவடியில ஆதரவு அளிக்கறோம்."

"பெத்தவங்க கைவிட்ட நாகாக் குழந்தைகளைப் பாத்துக்கறது யார்?" சதி கேட்டாள்.

"குழந்தையில்லாத நாகர்கள்," காளி பதிலளித்தாள். "நாகர்களால, இயற்கையான முறையில குழந்தை பெற முடியாது. அதனால, மெலூஹா, ஸ்வத்வீபம், இந்த மாதிரி இடங்கள்ள இருந்து இங்கே வந்து சேர்ற நாகா அநாதைகளை தத்தெடுத்துக்கிட்டு, சொந்த குழந்தைகளைப் போல வளர்த்துக்கிட்டு வர்றாங்க. அன்பு, பாசம்னு எல்லாக் குழந்தைக்கும் சேர வேண்டிய சொத்தை வாரி வழங்கறாங்க."

மௌனமாய், நகரின் மத்தியை நோக்கிச் சென்றனர். அங்கே, புராணகாலத்திலிருந்து புகழ்பெற்ற பண்டைய ஐந்து ஆலமரங்களின் அடியில்தான், பொதுப் பயன்பாட்டிற்கான கட்டிடங்கள் அமைந்திருந்தன. பஞ்சவடியின் குடிமக்களுக்கென அமைந்திருந்த இவை, ஸ்வத்வீபத்தின் பிரம்மாண்ட ஒயிலுடன் கட்டப்பட்டிருந்தன. ஒரு பள்ளி, ருத்ரபகவான் மற்றும் மோகினி தேவிக்கென ஒரு கோயில், பொதுக் குளியலறை ஒன்று, பொது நிகழ்ச்சிகளுக்கென ஐம்பதாயிரம் மக்கள் வசதியாய், அடிக்கடி கூடும் அரங்கம் என, எல்லாம் இருந்தன. பாட்டும் நடனமும் இங்கே ஆவலாய்ப் பின்பற்ற வேண்டிய பொழுதுபோக்குகளேயொழிய, தீவிரமாய்த் துரத்தவேண்டிய வாழ்க்கைமுறைகளல்ல.

"எங்கேதான் இருக்கு இந்த இரகசியம்?" சிவன் பொறுமையிழந்தார்.

"உள்ளேதான், நீலகண்டரே," கணேஷ், பள்ளியைச் சுட்டிக்காட்டினான்.

சிவனின் புருவம் நெறிந்தது. பள்ளியில், இரகசியமா? ருத்ரபகவானின் கோயில்போல், ஆன்மீகச்சக்தி நிறைந்த இடம் ஏதாவதொன்றில்தான் அது இருக்கக்கூடும் என்று எண்ணியிருந்தார். பள்ளியை நோக்கி அவர் நடக்க, மற்றவர்கள் பின்தொடர்ந்தனர்.

பழைய சம்பிரதாயமுறைப்படி, நடுவே திறந்தவெளி முற்றம் வைத்துக் கட்டப்பட்டிருந்தது, பள்ளி. முற்றத்தின் ஒருபுறமாய்ச் சென்ற பாதையை தூண்கள் தாங்கி நிற்க, அதனின்று, பல அறைகள் பிரிந்து சென்றன. ஒரு கோடியில், பெரிய, திறந்த அறை - நூலகம். அதனருகே ஓடிய இன்னொரு அகன்ற பாதை, பிரதானக் கட்டிடத்தைத் தாண்டிய விளையாட்டுத் திடலை நோக்கிச் சென்றது. திடலின் மறுபக்கம், வெவ்வேறு பணிகளுக்கான பயிற்சி மற்றும் பரிசோதனைக்கூடங்கள் இருந்தன.

"கொஞ்சம் அமைதியா வாங்க," என்றாள் காளி. "வகுப்புகள் இன்னும் நடந்துக்கிட்டு இருக்கு. எல்லாத்தையும் இல்லாம, ஒண்ணே ஒண்ணை மட்டும் தொந்தரவு செஞ்சா போதும்."

"எதையுமே கலைக்க வேணாம்," என்ற சிவன், நாகர்களின் இரகசியம் இருக்குமென்று தான் ஊகித்த நூலகத்தை நோக்கி நடந்தார். ஏதேனும் புத்தகமாய் இருக்குமோ?

"நீலகண்டப் பெருமானே," சிவனை, கணேஷின் குரல் தடுத்தது.

சிவன் நின்றார். ஒரு வகுப்பறையின், திரைச்சீலையிட்ட வாயிலை நோக்கி, கணேஷ் சுட்டிக்காட்டினான். சிவனின் புருவங்கள் நெறிந்தன. ஏதோ ஒரு வகையில், சற்று பழக்கப்பட்ட குரல், உள்ளே, பல்வேறு தத்துவங்கள் குறித்து விரிவுரையாற்றிக்கொண்டிருந்தது. திரைக்குப் பின்னாலிருந்து, மிகத் துல்லியமாய் ஒலித்தது.

"இன்றைக்கு வழங்கிவரும் பல புதிய தத்துவங்கள், ஆசையே எல்லாவற்றுக்கும் காரணம் என்று பழி சொல்கின்றன. கஷ்டம், அழிவு, என சகலத்திற்கும் ஆசையே காரணம், இல்லையா?"

"ஆமா, குருஜி," என்றது ஒரு மாணவனின் குரல்.

418 இரகசியங்களுக்கெல்லாம் இரகசியம்

"தயவு செய்து இதை விளக்கவும்," என்றார் ஆசான்.

"ஆசை, பற்றுதலை - உலகத்து மேல பற்றுதலை - உருவாக்குது. நாம ஆசைப்பட்டது கிடைக்கலைன்னாலோ, ஆசைப்படாதது கிடைச்சாலோ, துன்பம் ஏற்படுது. அதனால கோவம் உருவாகுது. அதன் விளைவா, வன்முறையும், யுத்தமும் பிடிச்சாட்டுது. அதுனால, கடைசியா விளையறது, அழிவுதான்."

"ஆக, அழிவையும் மனக்கஷ்டத்தையும் தவிர்க்க வேண்டுமென்றால், ஆசைகளைக் கட்டுப்படுத்த வேண்டுமில்லையா?" என்றார் ஆசான். "இவ்வுலகைக் கட்டுப்படுத்தும் மாயையைக் கைவிட்டுவிடவேண்டுமல்லவா?"

திரைக்கு அந்தப்புறமிருந்து சிவன், மௌனமாய் பதிலளித்தார். *ஆமா.*

"ஆனால், நமது சித்தாந்தங்களில் மிகப்பிரதானமான ஒன்றான ரிக் வேதம், என்ன சொல்கிறது தெரியுமா?" என்றார் ஆசான். "காலவெள்ளத்தின் தொடக்கத்தில், இவ்வுலகில் இருளையும், முதல்முதலில் எல்லாவற்றையும் சூழ்ந்த வெள்ளப்பெருக்கையுமன்றி, எதுவுமில்லை. அந்த இருளிலிருந்துதான் ஆசை உருவாயிற்று. அதுதான் விதை; பிறப்புக்கே ஆதாரம். ப்ரஜாபதி, அதாவது, அனைத்து உயிர்களுக்கும் கடவுளானவர், அதனின்றுதான், பிரபஞ்சத்தையும், அதில் அடங்கியுள்ள அனைத்தையும் தோற்றுவித்தார். ஆக, **ஆசைதான் தோற்றுவித்தலின் ஆதாரம்** என்றும் கொள்ளலாம்."

மறுபக்கமிருந்த குரல், சிவனைக் கட்டிப்போட்டது. *நல்ல வாதம்.*

"ஒரே சமயத்தில், ஆசையே, அழிவு, பிறப்பு என்று இரண்டுக்கும் ஆதாரமாய் இருக்கமுடியுமா, என்ன?"

மௌனம் சாதித்த மாணவர்கள், விடை தெரியாமல் விழித்தனர்.

"இப்படி வேண்டுமானால் யோசித்துப் பாருங்கள்: உருவாக்கப்படாத ஒன்றை அழிப்பது சாத்தியமா?"

"இல்ல, குருஜி."

"அதே சமயம், படைக்கப்பட்ட பொருட்கள் அனைத்தும்

நாகர்களின் இரகசியம் 419

ஏதேனும் ஒரு கட்டத்தில் அழிக்கப்பட வேண்டும் என்று கொள்ளலாமா?"

"ஆமா," என்றான் ஒரு மாணாக்கன்.

"அதுதான் ஆசையின் ஆதாரம். பிறப்பு, அழிவு, இரண்டுக்கும் உண்டானது. ஒரு பயணத்தின் தொடக்கமும், முடிவும், அதுவே. ஆசையின்றி, எதுவுமேயில்லை."

சிவனின் முகத்தில் புன்னகை மலர்ந்தது. உள்ளே பாடம் சொல்லித் தர்றது நிச்சயம் வாசுதேவ் பண்டிதராத்தான் இருக்கணும்!

நீலகண்டர், காளியை நோக்கித் திரும்பினார். "நூலகத்துக்குப் போகலாம். இந்த இரகசியத்தை நான் படிச்சாகணும். பண்டிட்ஜியை அப்புறம் சந்திச்சிக்கறேன்."

காளி சிவனைத் தடுத்தாள். "இரகசியம், பொருளல்ல. ஆள்."

சிவன் திடுக்கிட்டார். கண்கள், ஆச்சர்யத்தில் அகன்றன.

கணேஷ், திரைச்சீலையால் மறைக்கப்பட்ட வகுப்பின் வாயிலைச் சுட்டிக்காட்டினான். "உங்களுக்காக, உள்ளே காத்துக்கிட்டு இருக்கார்."

ஆணியடித்தாற்போல் அங்கேயே நின்றார், சிவன். மக்கள் தலைவன், சீலையை மெல்ல விலக்கினான். "குறுக்கிடுவதற்கு மன்னிக்கணும், குருஜி. பிரபு நீலகண்டர் வந்திருக்கார்."

சொல்லிவிட்டு, கணேஷ் விலகிக்கொண்டான்.

உள்ளே நுழைந்த சிவன், கண்ணெதிரே தோன்றிய காட்சியால் ஸ்தம்பித்து நின்றார்.

என்ன எழவு நடக்குது இங்க!

திகைப்புடன் கணேஷை ஏறிட்டார். மக்கள் தலைவனின் முகத்தில் மெல்லிய புன்னகை. நீலகண்டர், மீண்டும் ஆசானை நோக்கித் திரும்பினார்.

"உங்களுக்காகத்தான் காத்திருந்தேன், நண்பரே," என்ற ஆசானின் கண்கள் பனித்திருந்தன. முகத்தில் புன்னகை படர்ந்திருந்தது. "உங்களுக்குப் பலனளிக்குமென்றால், எங்கும் - ஏன், *பாதாளலோகத்திற்குக் கூட* - செல்லத் தயார் என்று சொன்னேனே?"

இதே வார்த்தைகளை, சிவன் எத்தனையெத்தனை முறை மனதிற்குள் ஓட்டிப்பார்த்திருப்பார்? ஆனால், இதுவரை, பாதாள லோகம் - *அரக்கர்களின் இராஜ்யம்* - என்பதன் முழு அர்த்தத்தையும் அவர் உணர்ந்தவறல்ல. இப்போதோ - புரியாத புதிர்கள் சட்டென்று அவிழ்ந்தன.

தாடி முழுவதும் ஷவரம் செய்யப்பட்டு, அதற்கு பதில் மிக மெல்லிய, கோடு போன்ற மீசை. அகன்ற தோள்களும், புடைத்த மார்பும், லேசான கொழுப்பை இழந்து, கட்டுமஸ்தாகியிருந்தன. உடற்பயிற்சி அதிகரித்திருந்ததென்பது திண்ணம். அந்தணர்கள் மட்டுமே அணியும் ***ஜணாவு,*** புதிதாய் இறுகியிருந்த, உறுதியான தசைகளின் மீது, தளர்வாய்க் கிடந்தது. சிரம் மழிக்கப்பட்டிருந்தாலும், பின்னால் இருந்த குடுமி நீளமாய், எண்ணெய் தடவி இன்னும் வழவழப்பாய்க் காட்சியளித்தது. முதன்முதலில் சிவனை ஈர்த்த ஆழ்ந்த அமைதி, இப்போதும் விழிகளில் குடியிருந்தது. இவர்தான். இதுநாள் காணாதிருந்த சிவனின் அத்யந்த நண்பர். சந்தோஷத்திலும் துக்கத்திலும் உடனிருந்த தோழன். இல்லை, சகோதரன்.

"ப்ரஹஸ்பதி!"

(தொடரும்...)

அருஞ்சொற்பொருள் அகராதி

அக்னி: நெருப்பிற்கு அதிபதி.

அக்னிப்பரீட்சை: தீயை மையமாக்கிச் செயல்படுத்தப்படும் சோதனை.

அங்கஹரஸ்: கை, கால்களை அசைத்து நாட்டியம் ஆடுதல்.

அங்குசம்: யானைகளைக் கட்டுப்படுத்தப் பயன்படும் வளைந்த கம்பி.

அன்னபூர்ணா: தானியம், உணவு, செழிப்பு, ஆகியவற்றுக்கு அதிபதியான பெண் தெய்வம். பார்வதி தேவியின் இன்னொரு அம்சம் என்றும் போற்றப்படுபவர்.

அன்ஷன்: பசி. உண்ணாவிரதத்தையும் குறிக்கும். இந்தப் புத்தகத்தைப் பொறுத்தவரை, ஏலம் என்னும் நாட்டின் தலைநகரம்.

அப்ஸரா: தேவர் தலைவனான இந்திரனின் (க்ரேக்க காப்பியங்களின்படி, ஜீயஸ், அல்லது ஜூப்பிட்டர்) சபையில் உள்ள தேவ மங்கையர்.

ஆர்யா: ஐயா.

அஸ்வமேத யாகம்: குதிரை யாகம். பழங்காலங்களில், நாட்டை விஸ்தரிக்கவும், தங்கள் படைபலத்தை வெளிப்படுத்தவும் விரும்பும் அரசர்கள், குதிரை ஒன்றை, எந்த நாட்டிலும் இஷ்டப்படி உலவ விடுவார்கள். அதைக் கட்டுப்படுத்தவோ, கைது செய்யவோ முயலும் அரசர்களுடன் போர் புரிந்து, அவர்களை வீழ்த்தி,

தோற்றவருடைய நாட்டை தன்னுடையதுடன் இணைப்பர். குதிரையைத் தடுக்காத நாட்டின் அரசர்கள், குதிரையை அனுப்பிய நாட்டின் வலிமையை ஒப்புக்கொண்டு, கப்பம் கட்ட வேண்டும்.

அசுரா: அரக்கர்.

ஆயுராலயம்: மருத்துவமனை.

ஆயுர்வேத: இந்திய மருத்துவம் என அறியப்படும் ஆயுர்வேதம் சம்பந்தமானது.

ஆயுஷ்மான் பவ: நீண்ட ஆயுளுடன் வாழ்வாயாக.

பாபா: அப்பா.

பாங்க்: மரியுவானா கலந்த பால்; பண்டைய இந்தியாவில் போதைப்பொருளாகப் பயன்படுத்தப்பட்டது.

பிக்ஷை: பிச்சை, அல்லது நன்கொடை.

போஜனக்ரஹம்/சாலை: சாப்பாட்டு அறை.

ப்ரம்மச்சர்யம்: பாலுறவு கொள்ளா விரதம்.

ப்ரம்மாஸ்திரம்: பிரம்மாவின் ஆயுதம். பண்டைய இந்து இலக்கியங்களில் இது பற்றிய குறிப்புகள் ஏராளம். இதன் உருவமைப்பு, செயல்பாடு ஆகியவை, இன்றைய அணு ஆயுதத்தை மிக ஒத்திருப்பதாய் நிபுணர்கள் கூறுகின்றனர். இந்தப் புத்தகத்திலும், அவ்வாறு குறிக்குமாறுதான் எழுதியுள்ளேன்.

ப்ரங்கா: இன்றைய மேற்கு வங்கம், அஸ்ஸாம், பங்களாதேஷ் ஆகிய மாநிலங்கள் சேர்ந்தது. இந்த தேசங்களில் பாயும் ப்ரம்மபுத்ரா, கங்கா ஆகிய இரு நதிகளின் பெயர்களின் கூட்டு, ப்ரங்கா.

ப்ரங்கரிதை: ப்ரங்காவின் இதயப்பகுதி. அந்த நாட்டின் தலைநகரம்.

சந்திரவம்சி: சந்திரனின் வழி வந்தோர்.

சதுரங்கம்: பண்டைய இந்திய விளையாட்டு. பின்னாளில் 'Chess' என்ற உலக அளவிலான விளையாட்டாய்ப் பரிணமித்தது.

சில்லம்: களிமண்ணால் ஆன புகைக்குழாய். மரியுவானா புகைக்கப் பயன்படுத்தப்படுவது.

சோட்டி: பின்னல்.

தேவகிரி அரசவை மேடைக் கட்டுமானம்: பண்டைய சிந்து சமவெளி நாகரீகம் அமைந்திருந்த நிலப்பரப்பில், சுட்ட செங்கல்லால் ஆன, பல தூண்கள் தாங்கிய கட்டிடங்கள், பொதுக்குளியலறைகளின் அருகே கண்டுபிடிக்கப்பட்டன வரலாற்று ஆசிரியர்கள், இவற்றைத் தானியக்கிடங்குகள் என்று கூறினாலும், இக் கட்டிடங்களின் உண்மையான பயன், புரியாத புதிர். இந்தப் புத்தகத்தைப் பொறுத்தவரை, இவை நகர மேடைகளாக அமைக்கப்பட்டிருக்கலாம் என்ற என் தனிப்பட்ட கருத்தை எடுத்தாண்டு இருக்கிறேன்.

தாதா: அண்ணன்.

தைவி அஸ்திரம்: தெய்வீக ஆயுதங்கள். பண்டைய இந்து ஏடுகளில், கடுமையான பாதிப்பு ஏற்படுத்தக்கூடிய ஆயுதங்களைக் குறிக்கும்.

தண்டகாரண்யம்: ஆரண்யம் - காடு. தண்டகம்

என்பது, இன்றைய மஹாராஷ்டிரா, மற்றும் ஆந்திரப் பிரதேசம், கர்நாடகா, சட்டிஸ்கர்ஹ் மற்றும் மத்தியப் பிரதேசத்தின் சில பகுதிகள். தண்டக வனம் என்று அர்த்தம்.

தேவா: தெய்வம்.

தர்மம்: இதன் பொருள், மதம் என்பதே. ஆனால், இந்து சமயத்தைப் பொறுத்தவரை, அதற்கும் அப்பாற்பட்டது. ஞானம், ஒழுக்கமான வாழ்க்கை முறை, மரபு, எதையும் சிறப்பாய்ச் செய்யும் முறை, கடமை என்று இதற்குப் பல அர்த்தங்கள் உண்டு. உலகிலுள்ள நல்லவையெல்லாம், 'தர்மம்' என்றே அறியப்படும். வாழ்க்கையின் ஆதாரமே, தர்மம்.

தர்மயுத்தம்: புனிதப் போர்.

தோபி: துணி வெளுப்பவர்.

திவ்யதிருஷ்டி: ஊனக்கண்களால் அறிய முடியாததையும் பார்க்கக் கூடிய சக்தி.

தும்ரு: நேரம் கணக்கிட பழங்காலத்தில் பயன்படுத்திய கருவியைப் போல உருவமைப்பு கொண்டது; சிறிய, கைக்கடக்கமான வாத்தியம்.

எகிப்திய பெண்கள்: பண்டைய இந்தியாவைப் போல், எகிப்தியர்களும், பெண்களை மரியாதையுடன் நடத்தியதாக வரலாற்றாய்வாளர்கள் கூறுவர் இந்தத் தொகுப்பில், ஸ்வுத் மற்றும் ஏடென் கொலையாளிகள், பெண்களை இழிவாக நடத்துவது எனது கற்பனையே. என்றாலும், தந்தைவழி மரபையே பழங்கால

நாகர்களின் இரகசியம் 425

எகிப்தியர்களில் பலர் கைக்கொண்டனர் என்பதும், அவர்கள் பெண்களை மரியாதைக் குறைவாகவே நடத்தினர் என்பதும், வருத்தம் தரும் உண்மை.

தீப்பாடல்: குணா வீரர்கள், அக்னி பகவானைக் குறித்துப் பாடுவது. பூமி, ஜல் (நீர்), பவன் (காற்று), வ்யோம்/சூன்யம்/ஆகாஷ் (வானம்) ஆகியவற்றுக்கும் பாடல்கள் உண்டு.

ஃப்ராவாஷி: ஜோராஸ்ட்ரிய மதத்தின் புனித நூலான அவெஸ்தாவில் குறிப்பிடப்பட்டுள்ள காவல் தெய்வம். இதன் உருவம் குறித்த எந்த வர்ணனையும் நமக்குக் கிடைக்கவில்லையென்று ஆராய்ச்சியாளர்கள் கூறினாலும், அவெஸ்தாவில் இதனைக் குறிக்கும் மொழியிலக்கணத்தை வைத்துப் பார்த்தால், பெண்தன்மை தெளிவாகத் தெரிகிறது. இந்து மதத்திலும், ஜோராஷ்ட்ரியத்திலும், நெருப்பிற்கு இருக்கும் உயர்ந்த இடத்தை வைத்து, ஃப்ராவாஷியும் நெருப்பைக் குறிக்கும் தேவதையாக உருவகப்படுத்தியுள்ளேன். இது என் கற்பனையே.

கணேசர்-கார்த்திக் உறவுமுறை: வட இந்தியாவில், கணேசரைவிட கார்த்திக் வயதில் மூத்தவர் என்ற கருத்து உண்டு; தென்னிந்தியாவில், இதற்கு நேர் மாறு. என் கதையில், நான் பிந்தைய கருத்தையே எடுத்தாண்டிருக்கிறேன். இதில்

எது உண்மை?
சிவபெருமானுக்கே வெளிச்சம்.

குருஜி: ஆசான்; ஜி என்பது மரியாதை விளி.

குருகுலம்: குருவின் குடும்பம். பள்ளி என்ற அர்த்தமும் பழங்காலத்தில் உண்டு.

ஹர ஹர மகாதேவ்: சிவபெருமானின் பக்தர்களின் அறைகூவல். 'நாம் அனைவரும் மகாதேவர்களே!' என்பதே இதன் அர்த்தம் என்பது என் எண்ணம்.

ஹரியுபா: இன்று, இந்த நகரை நாம் ஹரப்பா என்றழைக்கிறோம் மெலுஹ நகரங்களைப் பற்றி (இன்று இவற்றை சிந்து சமவெளி நாகரீகம் என்று அழைக்கிறார்கள்) ஒரு சிறு குறிப்பு: சிந்து சமவெளி நாகரீகத்திற்கு நீர், மற்றும் சுகாதாரம் மீதிருந்த மதிப்பை, இன்றும் வரலாற்று ஆசிரியர்களும், ஆய்வாளர்களும் எண்ணி வியக்கிறார்கள். வரலாற்றாசிரியர் M Jansen என்பவர், நீரின் அமைப்பு, அதன் உருவகம் ஆகியவற்றின் மீது இவர்களுக்கிருந்த தீவிரத்தைப் பற்றி விவரிக்க, 'wasserluxus' (நீரின் மீது அளவுகடந்த அபிமானம்) என்ற வார்த்தையைப் பயன்படுத்தினார் இதே பிரயோகம் பற்றி, தனது The Indus Civilization & A Contemporary Perspective என்ற அற்புத நூலில், Gregory Possehl இன்னும் விரிவாகக் கூறியுள்ளார்.

'மெலூஹாவின் அமரர்கள்'
புத்தகத்தைப் பொறுத்தவரை,
சோமரஸத்தை உட்கொள்வதால்
வெளியாகும் வியர்வை
மற்றும் சிறுநீரின்
நச்சுத்தன்மையைப் போக்கவே,
நீர் மிக அபரிமிதமாகப்
பயன்படுத்தப்பட்டது என்று
கூறியுள்ளேன். சிந்து சமவெளி
நாகரீகத்தில் வழக்கில்
இருந்த மிக உயர்ந்த
standardization -
அனைத்திலும் ஒரு
பொதுத்தன்மையைக்
காணல் - குறித்து, பல
வரலாற்றாய்வாளர்கள்
அதிசயம் அடைந்துள்ளனர்
இதற்கு உதாரணம்; அவர்கள்
உபயோகப்படுத்திய
செங்கற்கள்; அவர்களது நாகரீகம்
பரவியிருந்த நிலப்பரப்பு
முழுவதும், ஒரே அளவில், ஒரே
நியதிக்குட்பட்டு இவை
தயாரிக்கப்பட்டன.

ஹோலி: வர்ணப் பண்டிகை.

ஹௌடா: யானைகளின் மேல்
அமர்த்தப்படும் இருக்கை.

இந்திரா : வானின் கடவுள்; தேவர்களின்
தலைவர் என்றும்
அறியப்படுபவர்.

ஜெய் குரு விஷ்வாமித்ரா: குரு விஷ்வாமித்ராவுக்கே
புகழனைத்தும் உரித்தாகுக.

ஜெய் குரு வஸிஷ்டா: குரு வஸிஷ்டருக்கே
புகழனைத்தும் உரித்தாகுக.
வசிஷ்டர் மற்றும் விஷ்வாமித்ரர்
இருவரையும் குருவாக அடையும்
பாக்கியம் இரு
சூர்யவம்சிகளுக்கு

மட்டுமே கிடைத்தது: இராமபிரான், மற்றும் பிரபு லக்ஷ்மணர்.

ஜெய் ஸ்ரீ பிரம்மா: பிரம்மதேவருக்கே புகழனைத்தும் உரித்தாகுக.

ஜெய் ஸ்ரீ ராம்: இராமபிரானுக்கே புகழனைத்தும் உரித்தாகுக.

ஜணாவு: தோளிலிருந்து, மார்பு வரை நீண்ட புனித நூல். பண்டைய இந்தியாவில், இது ஞானத்தின் சின்னமாக அறியப்பட்டது. பின்னாளில், இது திரிந்து, உண்மையான ஞானத்தை அறிவுத்திறன் மற்றும் பயிற்சியால் அடைந்தோரின் குறியீடாக அல்லாமல், பிராமணர்களின் குறியீடாக மட்டுமே மாறிவிட்டது.

காஜல்: கண் மை.

கர்மா: புரியவேண்டிய செயல், மற்றும் கடமை. இந்த ஜென்மம், மற்றும் இதற்கு முந்தைய ஜென்மங்களில் செய்த காரியங்களின் முழுத் தொகுப்பு; இவற்றின் பயனாய், எதிர்கால வாய்ப்புகள், மற்றும் பிறவிகளும் பாதிக்கப்படலாம் என்ற நம்பிக்கையுண்டு.

கர்மஸாதி: செய்ய வேண்டிய கர்மத்தில் உடனிருப்பவர்.

காசி/காஷி: உள்ளொளி பரவிய பூமியென்று பொருள். இன்றைய வாரணா

கதக்: பண்டைய இந்திய நடனங்களுள் ஒன்று.

க்ரியாஸ்: செயல்.

குல்ஹட்: மண் குவளை.

மா: அம்மா.

மண்டலம்: சமஸ்க்ருதத்தில், வட்டம் என்று பொருள். பழைய இந்து மற்றும் புத்த மதக் கோட்பாடுகளின்படி, பக்தர்கள் தியானமும் பூஜையும் செய்ய ஏதுவாய் வகுக்கப்பட்ட புனித வளையம்.

மகாதேவர்: கடவுளர்க்கெல்லாம் கடவுள். என்னைப் பொறுத்தவரை, தீய சக்திகளை அழிக்கப் பலர் உருவெடுத்தாலும், அவர்களில் ஒரு சிலரே 'மகாதேவர்' என அழைக்கக்கூடிய தகுதியை அடைந்தனர். அவர்களில் ருத்ர பகவானும், சிவபெருமானும் அடக்கம்.

மஹாசாகரம்: மிகப் பெரும் கடல், அல்லது சமுத்திரம். உதாரணம்: இந்து மகா சமுத்திரம்.

மகேந்திரா: உலகை ஜெயித்தவர் என்று பொருள்.

மஹௌட்: யானைப் பாகன்.

மனுவின் வரலாறு: மனு என்பவர், தென்னிந்தியாவில் தோன்றினார் என்ற கருத்தைக் குறித்து மேலும் அறிய விரும்புவோர், Graham Hancock எழுதிய Underworld என்னும் நூலைப் படிக்கலாம்.

மாஸி: சித்தி. அம்மாவின் தங்கை என்று பொருள். மா-ஸி - அம்மாவைப் போல்.

மாயா: பிரமை. உண்மையற்ற தோற்றம்.

மெஹ்ராகர்ஹ்: இந்த இடம்தான், சிந்து

சமவெளி நாகரீகத்தின் முன்னோடி என்பது இன்றைய வரலாற்றாய்வார்களின் துணிபு. இந்நகரம், காலப்போக்கில் உருவானதற்கு சரித்திர ஆதாரம் ஏதும் கிடைக்கவில்லை. மாறாய், அதி விரைவில் உருவானதற்கே சான்றுகள் உள்ளன. ஆகையால், வேறெங்கிருந்தோ புலம் பெயர்ந்தோர் வந்து, நகரை நிர்மாணித்திருக்க வேண்டும்.

மெலூஹா: உன்னத வாழ்வை உணர்ந்த தேசம். சூர்யவம்சி அரசர்களின் இராஜ்யம். இதுதான், இன்று நாம் சிந்து சமவெளி நாகரீகம் என்று குறிப்பிடும் நிலப்பரப்பு.

மெலூஹர்கள்: மெலூஹ நாட்டு மக்கள்.

முத்ரா: சைகை.

நாகா: சர்ப்ப மக்கள்.

நமஸ்தே: பண்டைய இந்திய வணக்கம். கைகளைக் குவித்து, சொல்லப்படுவது. மூன்று சமஸ்க்ருத சொற்களின் கூட்டு: நம+அஸ்து+தே. அதாவது, "உமக்குள்ளிருக்கும் தெய்வத்தை வணங்குகிறேன்," என்று பொருள். வரவேற்பு, விடைபெறுதல் என இரு விஷயங்களுக்கும் இந்தச் சொல்லைப் பயன்படுத்துவது வழக்கம்.

நிர்வாணா: ஞானம் அடைதல்; பிறப்பு-இறப்பு என்ற சுழற்சியிலிருந்து விடுதலையடைதல்.

ஆக்ஸிஜென்/ ஆக்ஸிடெண்ட் தத்துவம்: இன்றைய விஞ்ஞான ஆய்வுகள், இந்தக் கொள்கையை ஒப்புக்கொள்கின்றன. மேற்கொண்டு இது குறித்து அறிய விரும்புபவர்கள், Kathryn Brown எழுதிய "Radical Proposal என்ற கட்டுரையைப் படிக்கலாம்.

பஞ்சவடி: ஐந்து ஆலமரங்களைக் கொண்ட தேசம்.

பண்டிதர்: பூஜை செய்பவர்.

பரதேஜா: 'சுவர்களால் சூழப்பட்ட அமைதியான இடம்' எனப் பொருள் கொண்ட பாரசீகச் சொல். Paradise (சொர்க்கம்) என்ற ஆங்கிலச் சொல் இதிலிருந்து உருவானதே.

பரிஹா: தேவதைகளின் தேசம். இன்றைய பெர்ஷியா/இரான். ருத்ர பகவான் இங்கேதான் தோன்றினார் என்பது என் கருத்து.

பரமாத்மா: பிரபஞ்சத்தின் அனைத்து உயிர்களின் கூட்டு.

இந்தியாவிற்குக் குடிபெயர்ந்த பார்ஸிக்கள்: கிபி 8 - 10 நூற்றாண்டுகளின் போது, மதம் சார்ந்த தாக்குதல்களிலிருந்த தப்பிக்க, சில ஜோராஷ்ட்ரிய குழுக்கள், இன்றைய குஜராத் என்னுமிடத்தில் குடியேறின ஜாதவ் ரானா என்னும் அரசர், அவர்களுக்கு அடைக்கலம் அளித்தார்.

பாசுபதாஸ்திரம்: விலங்குகளின் தெய்வத்திற்குரிய ஆயுதம். இதன் விளைவுகள் பற்றி இந்து மத ஏடுகளில்

உள்ள குறிப்புகளைப் பார்த்தால், அணு ஆயுதத்திற்கு இணையாகத் தோன்றுகிறது இன்றைய அணு ஆயுதத் தொழில்நுட்பம், அணுக்கருப் பிளவு என்ற சித்தாந்தத்தை மையப்படுத்தி உள்ளது அணுக்கருச்சேர்ப்பின் சக்தியைக் கொண்டு, அணுக்கருப் பிளப்பை ஆதாரமாகக்கொண்ட அணு ஆயுதங்கள் உருவாக்கப்பட்டாலும், முழுவதும் அணுக்கருச் சேர்க்கையை மட்டுமே ஆதாரமாய்க் கொண்ட ஆயுதங்கள் எதுவும் இதுவரை உருவாக்கப்படவில்லை. இம்மாதிரியான ஆயுதங்களில், கதிரியக்கத் தன்மை மிகக் குறைவதோடு, ஏட்டளவில், இலக்கை மிகச் சரியாகவும் தாக்கும் என்று விஞ்ஞானிகள் கூறுகின்றனர். இந்தப் புத்தகத்தைப் பொறுத்தவரை, பாசுபதாஸ்திரம் அப்படிப்பட்டது என்பது என் கருத்து.

பாதாளலோகம்: கீழ் உலகங்கள்.

பவன தேவர்: காற்றுக்கான அதிபதி.

பித்ரதுல்யா: தந்தையைப் போன்றவர் என்று பொருள்.

ப்ரஹார்: ஒரு நாளென்பது, நான்கு நான்காய்ப் பிரிக்கப்பட்ட ஆறு மணி நேரங்களைக் கொண்டது. ஒரு ப்ரஹார் - ஆறு மணி நேரம். முதல் ப்ரஹார், இரவு பன்னிரண்டு மணிக்குத் தொடங்கும்.

ப்ருத்வி: பூமி.

ப்ரக்ரதி: இயற்கை.

பூஜை: பிரார்த்தனை.

பூஜா தாலி: பிரார்த்தனைத் தட்டு.

இராஜ தர்மம்: அரசரின் கடமைகள். பண்டைய இந்தியாவை பொறுத்தவரை, குடிகளை நல்ல முறையில் ஆள வேண்டிய பொறுப்பு.

இராஜ குரு: அரசரின் ஆசான்.

இரஜத்: வெள்ளி.

இராஜ்ய சபை: அரச குழு.

இரக்ஷாபந்தன்: ரக்ஷை - பாதுகாப்பு, பந்தன் - நூல். பழங்காலத்தில் தமையன்மார் மணிக்கட்டில், அவர்களது தங்கைகள் இந்த நூலைக் கட்டுவர். பாதுகாப்புக் கோருவதே இதன் அர்த்தம்.

இராமச்சந்திரா: சந்திரனின் முகமுடையவர்.

ராமராஜ்யம்: இராமரின் ஆட்சி.

ரங்கபூமி: வர்ணங்களின் தேசம். அந்தக் காலத்தில், பொது நிகழ்வுகள் ஆடல் பாடல் ஆகியவை நடக்கும் அரங்கம்.

ரங்கோலி: வரவேற்பைக் குறிக்கும் விதத்தில், வண்ண வண்ணப் பொடிகளால், பூக்களால் கணித முறைக்குட்பட்டு வரையப்பட்ட சித்திரங்கள்.

ரிஷி: ஞானமடைந்தவர்.

சங்கட மோசனம்: சங்கடங்களைத் தீர்ப்பவர் அனுமானின் பெயர்களில் ஒன்று

சங்கமம்: இரு நதிகள் சேருமிடம்.

சந்நியாஸி: தன் உடமைகளையெல்லாம் தானம் செய்துவிட்டு, உலகை

434 அருஞ்சொற்பொருள் அகராதி

	விட்டு விலகி, கடவுளையும், ஞானத்தையும் மட்டுமே தேடும் முயற்சியில் ஈடுபட்டவர் அந்தக் காலத்தில், வயது முதிர்ந்தோர், தத்தம் கடமைகளை முடித்துவிட்டு, இம்மாதிரி சந்நியாஸம் வாங்கிக்கொள்வது வழக்கில் உண்டு.
சப்த-சிந்து:	ஏழு நதிகளின் தேசம். இண்டஸ் (சிந்து), சரஸ்வதி, யமுனை, கங்கை, ஸரயூ, மற்றும் பிரம்மபுத்ரா. இதுதான் பண்டைய வட இந்தியாவின் பெயர்.
சப்தரிஷி:	ஏழு மகா ரிஷிக்களில் ஒருவர்.
சப்தரிஷி உத்திராதிகாரி:	சப்தரிஷிக்களின் வழி வந்தவர்.
சக்தி தேவி:	அனைத்திற்கும் ஆதாரமான பெண் தெய்வம். சக்திக்கு அதிபதி.
ஷாமியானா:	துணியால் ஆன விதானம்.
ஸ்லோகம்:	இரு வரி மந்திரம்.
சுத்திகரணம்:	சுத்தம் செய்துகொள்வது.
சிந்து:	முதல் நதி.
சோமரஸம்:	தேவர்களின் பானம்.
சுந்தர்பன்:	சுந்தரமான, அதாவது, அழகிய வனம்.
ஸ்வர்ணா:	தங்கம்.
ஸ்வத்வீப்:	மனிதர்களின் தனித்தன்மையை உயர்ந்தேற்றும் தீவு. சந்திரவம்சி அரசர்களின் இராஜ்யம்.
ஸ்வத்வீபர்கள்:	ஸ்வத்வீபத்தின் மக்கள்.
ஸ்வாஹா:	புராணங்களின்படி, ஸ்வாஹா என்பது அக்னி பகவானின் மனைவியின் பெயர். பக்தர்கள்

நாகர்களின் இரகசியம் 435

தன்னை மனைவியின் பெயரால் பூஜித்தால், அக்னி பகவான் மகிழ்வார் என்பது ஐதீகம் இன்னொரு கூற்றுபடி, ஸ்வாஹா என்றால், தன்னையே கொடுப்பது என்றும் அர்த்தம்.

தாலி/தாலம்:	தட்டு.
வர்ஜிஷ் க்ரஹம்:	உடற்பயிற்சிக் கூடம்.
வருண்/வருணன்:	நீர் மற்றும் கடலின் அதிபதி.
விஜயீபவ:	வெற்றியடைவாயாக.
விகர்மா:	தீய கர்மாவைச் சுமப்போர்.
விஷ்ணு:	உலகைக் காப்பவர்; நன்மையை விளைவிக்கும் சக்தி. கடவுளுக்கெல்லாம் கடவுளாய் மதிக்கப்படும் மிக உயர்ந்த தலைவர்களின் பண்டைய இந்தியப் பட்டப் பெயர் இது என்பது என் கருத்து.
விஸ்வநாதர்:	உலகையாள்பவர். வழக்கமாக, சிவனைக் குறிக்கும், ருத்ரபகவான் என்பதும் சிவனின் இன்னொரு பெயர். இந்தக் கதையில், ருத்ரபகவானும், சிவனும் இரு வேறு மனிதர்கள் என்றே எழுதியிருக்கிறேன் இந்தத் தொகுதியைப் பொறுத்தவரை, இந்தப் பெயர், ருத்ரபகவானையே குறிக்கும்.
யாகம்:	தீயை வளர்த்துச் செய்யப்படும் மிகப்பெரும் பூஜை.

அமீஷின் பிற நூல்கள்

சிவா முத்தொகுதி

இந்திய வெளியீட்டின் வரலாற்றில் மிக வேகமாக விற்பனையான புத்தகத் தொடர்

மெலூஹாவின் அமரர்கள்

(சிவா முத்தொகுதி 1)

கிமு 1900. புவியில் வாழ்ந்த மிகச்சிறந்த அரசர்களில் ஒருவனாகிய ராமன் பல நூற்றாண்டுகளுக்கு முன்பு உருவாக்கிய முழுமைபெற்ற பேரரசு மெலூஹா எனும் நாட்டை அந்தக்காலகட்டத்தில் வாழ்ந்தவர்கள் அறிவர். இப்போது அவர்களின் முதன்மை நதி சரஸ்வதி மறைந்துகொண்டு வருகிறது. கிழக்கு திசையிலிருந்து எதிரிகளின் தீவிரவாதத் தாக்குதல்களை சந்திக்கிறார்கள். புராண நாயகன் நீலகண்டன் இந்தத் தீமைகளை அழிக்கத் தோன்றுவானா?

வாயுபுத்ரர் வாக்கு

(சிவா முத்தொகுதி 3)

சிவா தன் படைகளைத் திரட்டுகிறார். நாகர்களின் தலைநகர் பஞ்சவடியை அடைகிறார். தீமை இறுதியாக தன்னை வெளிக்காட்டுகிறது. தனது உண்மையான எதிரியுடன் நீலகண்டன் ஒரு புனிதப் போருக்குத் தயாராகிறார். அவர் வெற்றி பெறுவாரா? பரபரப்பாக விற்பனையாகும் சிவா முத்தொகுதியின் இந்த கடைசி நூலில் இந்த மர்மங்களுக்கான விடையைக் கண்டடைவீர்.

புனைவல்லாதது

நிலைத்த புகழ் இந்தியா

இந்தியாவின் சொந்தமான கதைகளை சொல்பவரான அமீஷ் இதனை அழகாக வெளிப்படுத்துகிறார். தொடர்ந்து எழுதிய பல அறிவுக்கூர்மை மிக்க கட்டுரைகள், பொருள் பொதிந்த உரைகள், அறிவு பூர்வமான விவாதங்கள் ஆகியவற்றின் மூலம் முன்பு எப்போதும் இல்லாத வகையில் இந்தியாவைப் புரிந்து கொள்வதற்கு அமிஷ் உதவியுள்ளார். இளமையான நாடாகவும், கால எல்லையற்ற நாகரீகத்தையும் கொண்டுள்ள *நிலைத்தபுகழ் இந்தியாவின்* மதம், புராணம், பாரம்பரியம், வரலாறு, மரபு, சமகாலத்தின் சமுதாய கொள்கைகள், ஆட்சி நிர்வாகம், ஒழுக்கநிலை ஆகியவற்றில் உள்ள ஆழ்ந்த புரிந்துணர்தலின் அடிப்படையில் கவர்ந்திழுக்கும் நவீன காலப்பார்வையுடன் பழமையான கலாச்சாரத்தின் அமைப்பு ஓவியத்தை அமீஷ் அழகுபடக் காட்டுகிறார்.

இராமச்சந்திரா தொகுதி

இந்திய வெளியீட்டின் வரலாற்றில் மிக வேகமாக விற்பனையான இரண்டாவது புத்தகத் தொடர்

ராம் - இக்ஷ்வாகு குலத்தோன்றல்

(இராமச்சந்திரா தொகுதி 1)

ஒரு பயங்கரமான போர் உயிர்களைக் கொன்றது, அயோத்தியை பலவீனமாக்கியது. அழிவு மேலும் ஆழமாகிறது. இலங்கை மன்னனாகிய அசுரன் ராவணன், தோற்றவர்கள் மீது ஆட்சியை திணிக்கவில்லை. மாறாக அவன் வணிகத்தைத் திணிக்கிறான். பேரரசிலிருந்து செல்வம் உறிஞ்சப்படுகிறது. மக்கள் சகித்துக்கொண்டிருக்கும் துயரத்தின் ஊடாக, தங்களுக்குள் ஒரு தலைவன் இருப்பதை அவர்கள் உணர்ந்திருக்கவில்லை. விலக்கி வைக்கப்பட்ட ஒரு இளவரசன். ராமன் என்று அழைக்கப்பட்ட இளவரசன் அமீஷின் இராமச்சந்திர தொடர்களில் காப்பியப் பயணத்தைத் தொடங்குவீர்.

சீதா - மிதிலைப் போர் மங்கை

(இராமச்சந்திரா தொகுதி 2)

ஒரு கைவிடப்பட்ட குழந்தை வயலில் கிடந்து கண்டுபிடிக்கப்படுகிறது. எல்லோராலும் ஒதுக்கப்பட்ட ஒரு சக்தியற்ற அரசுப்பகுதியான, மிதிலையின் மன்னரால் அவள் தத்தெடுக்கப்படுகிறாள். இந்த குழந்தை பெரிய உயர்நிலைக்கு வருமென்று யாருமே நம்பவில்லை. ஆனால் அவர்கள் தவறாக நினைத்தார்கள். ஏனென்றால் அவள் சாதாரணப் பெண் அல்ல. அவள் சீதா. இராமச்சந்திர வரிசையில் இரண்டாவது நூலோடு புராணம் உடனான பயணத்தைத் தொடருங்கள்: பிரதம மந்திரியான ஒரு தத்தெடுக்கப்பட்ட குழந்தையின் காலக்கிரம வளர்ச்சியைச் சொல்லுவது ஒரு மெய்சிலிர்க்கும் சாதனையாகும்.

ராவணன் - ஆர்யாவர்த்தாவின் எதிரி

(இராமச்சந்திரா தொகுதி 3)

ராவணன் மனிதர்களுள் சிறந்தவனாக ஓங்கி வளர வேண்டும்,அடக்கி ஆண்டு, கொள்ளை அடித்து, தான் நினைக்கும் சிறப்பை எப்படியாவது அடைந்தே தீருவது என்ற திண்மை. முரண்களின் வடிவானவன், படு கொடுமைகளை அஞ்சாமல் செய்பவன்,மெத்த படித்த மேதாவி. எதிர்பார்ப்பின்றி அன்பையும் வைப்பான், குற்ற உணர்ச்சி இன்றி கொலையும் செய்வான். இந்த பிரமிக்கவைக்கும் இராமசந்திரா தொடரின் மூன்றாவது புத்தகம், ராவணனை, இலங்கையின் மன்னனை நமக்கு அறிமுகப்படுத்துகிறது. இருளிலும் அந்தகார இருளின் மீது வெளிச்சம் அடிக்கப்படுகிறது. அவன் வரலாறு காணாத கொடூரனா, அல்லது, எப்பொழுதுமே இருளில் மாட்டி தவிக்கும் சாதாரண மனிதனா?